ਡਾਇਨੈਮਿਕ ਮੈਮਰੀ ਮੈਥਡਜ਼ ਦੀ ਸੰਖ਼ੇਪਿਤ ਜਿਲਦ ਤੁਹਾਡੀਆਂ ਜਾਨਣ ਦੀਆਂ ਇੱਛਾਵਾਂ ਅਤੇ ਜ਼ਰੂਰਤਾਂ ਨੂੰ ਧਿਆਨ ਵਿਚ ਰੱਖਦੇ ਹੋਏ ਵਿਗਿਆਨਕ ਢੰਗ ਨਾਲ ਤਿਆਰ ਕੀਤੀ ਗਈ ਹੈ। ਅੱਜ ਦੇ ਪ੍ਰਤੀਯੋਗੀ ਯੁੱਗ ਵਿਚ ਵਿਦਿਆਰਥੀ ਤਰ੍ਹਾਂ ਤਰ੍ਹਾਂ ਦੀਆਂ ਪਰੇਸ਼ਾਨੀਆਂ ਅਤੇ ਦਬਾਅ ਮਹਿਸੂਸ ਕਰਦੇ ਹਨ ਜਿਸ ਨਾਲ ਉਨ੍ਹਾਂ ਦੇ ਵਿਅਕਤੀਤਵ ਦਾ ਸਰਵਪੱਖੀ ਵਿਕਾਸ ਨਹੀਂ ਹੋ ਸਕਦਾ। ਇਸ ਲਈ ਉਹ ਨਿਕੰਮਾ ਹੋ ਜਾਂਦਾ ਹੈ। ਇਹ ਪੁਸਤਕ ਉਨ੍ਹਾਂ ਮਨੋਵਿਗਿਆਨਕ ਬਿਪਤਾਵਾਂ ਨੂੰ ਦੂਰ ਕਰਨ ਵਿਚ ਮਦਦ ਤਾਂ ਕਰੇਗੀ ਹੀ ਨਾਲ ਹੀ ਪ੍ਰਬਲ ਆਤਮ ਵਿਸ਼ਵਾਸ ਦਾ ਸੰਚਾਰ ਕਰੇਗੀ। ਫਲਸਰੂਪ ਤੁਸੀਂ ਆਪਣੇ ਦਿਮਾਗ ਦਾ ਸਰਵੋਤਮ ਪ੍ਰਯੋਗ ਕਰ ਸਕੋਗੇ। ਸਾਨੂੰ ਪੂਰੀ ਆਸ ਹੈ ਕਿ ਇਹ ਪੁਸਤਕ ਤੁਹਾਡੇ ਲਈ ਬਹੁਤ ਲਾਭਦਾਇਕ ਸਿੱਧ ਹੋਵੇਗੀ।

ਡਾਇਨੈਮਿਕ ਮੈਮਰੀ ਮੈਥਡਜ਼

(ਯਾਦ ਸ਼ਕਤੀ ਵਧਾਉਣ ਵਾਲੀ ਸਭ ਤੋਂ ਉਤਮ ਪੁਸਤਕ)

ਡਾਇਨੈਮਿਕ ਮੈਮਰੀ ਮੈਥਡਜ਼

(ਯਾਦ ਸ਼ਕਤੀ ਵਧਾਉਣ ਵਾਲੀ ਸਭ ਤੋਂ ਉਤਮ ਪੁਸਤਕ)

ਲੇਖਕ

ਵਿਸ਼ਵਰੂਪ ਰਾਏ ਚੌਧਰੀ

ਨੈਸ਼ਨਲ ਮੈਮਰੀ ਰਿਕਾਰਡ ਹੋਲਡਰ

ਲਿਮਕਾ ਬੁੱਕ ਆਫ ਰਿਕਾਰਡਜ਼

ਡਾਇਮੰਡ ਬੁਕਸ

ਪ੍ਰਕਾਸ਼ਕ	:	ਡਾਇਮੰਡ ਪਾਕਿਟ ਬੁਕਸ (ਪ੍ਰਾ.) ਲਿ.
		X-30, ਓਖਲਾ ਇੰਡਸਟ੍ਰੀਅਲ ਏਰੀਆ, ਫੇਜ਼ - II
		ਨਵੀਂ ਦਿੱਲੀ- 110020
ਫੋਨ	:	011-40712200
ਈ-ਮੇਲ	:	sales@dpb.in
ਵੈਬਸਾਈਟ	:	www.diamondbook.in
ਮੁਦਰਾ	:	

DYNAMIC MEMORY METHODS (Punjabi)

By - Biswaroop Roy Chowdhury

ਸਮਰਪਣ

ਮੇਰੇ ਆਦਰਯੋਗ ਪਿਤਾ ਜੀ ਨੂੰ ਆਦਰ ਨਾਲ ਸਮਰਪਿਤ, ਜੋ ਮੇਰੇ ਕ੍ਰਿਆਤਮਕ
ਲਿਖਣ ਦੀ ਕਲਾ ਦੀ ਪ੍ਰੇਰਨਾ ਦੇ ਸ੍ਰੋਤ ਰਹੇ ਹਨ।

ਯਾਦਾਸ਼ਤ ਕਿਵੇਂ ਵਧਾਈਏ?

ਇਸ ਮਹੱਤਵਪੂਰਨ ਪੁਸਤਕ ਦੇ ਲੇਖਕ ਵਿਸ਼ਵਰੂਪ ਰਾਏ ਚੌਧਰੀ ਮਨੁੱਖੀ ਦਿਮਾਗ ਅਤੇ ਸਿੱਖਣ ਦੀਆਂ ਵਿਧੀਆਂ (ਜੋ ਪ੍ਰਾਚੀਨ ਅਤੇ ਆਧੁਨਿਕ ਵਿਗਿਆਨਕ 'ਕੀ ਟੈਕਨੀਕ ਆਫ ਮੈਮਰੀ' (Key Technique of Memory) ਦਾ ਮਿਸ਼ਰਣ ਹਨ) ਦੇ ਭਾਰਤ ਵਿਚ ਪ੍ਰਮੁੱਖ ਮਾਹਿਰ ਹਨ। ਉਹ ਆਪਣੀ ਅਸਧਾਰਨ ਯਾਦ ਸਬੰਧੀ ਕੁਸ਼ਲਤਾਵਾਂ ਅਤੇ ਯਾਦ ਦੇ ਵਿਕਾਸ ਹਿਤ ਵਿਅਕਤੀਆਂ ਨੂੰ ਸਿਖਲਾਈ ਦੇਣ ਦੀ ਯੋਗਤਾ ਦੇ ਲਈ ਪ੍ਰਸਿੱਧੀ ਪ੍ਰਾਪਤ ਹਨ। ਉਹ ਨਾ ਸਿਰਫ 'ਲਿਮਕਾ ਬੁੱਕ ਆਫ ਰਿਕਾਰਡ' ਵਿਚ 'ਰਾਸ਼ਟਰੀ ਯਾਦ ਰਿਕਾਰਡ' (National Memory Record) ਦੇ ਧਾਰਕ ਹਨ ਸਗੋਂ ਉਨ੍ਹਾਂ ਨੇ 'ਗਿਨੀਜ਼ ਬੁੱਕ ਆਫ ਵਲਡ ਰਿਕਾਰਡ' ਤੋਂ ਵੀ ਪ੍ਰਸ਼ੰਸਾ ਪੱਤਰ ਪ੍ਰਾਪਤ ਕੀਤਾ ਹੈ। ਅੱਜਕਲ੍ਹ ਉਹ 'ਟਾਈਮਜ਼ ਆਫ ਇੰਡੀਆ' (ਦਿੱਲੀ ਤੋਂ ਪ੍ਰਕਾਸ਼ਿਤ ਹੋਣ ਵਾਲੇ ਹਰਮਨ ਪਿਆਰੇ ਸਮਾਚਾਰ ਪੱਤਰ) ਦੇ 'ਮੈਮਰੀ ਕਨਸਲਟੈਂਟ' ਹਨ। ਉਹ 'ਡਾਇਨੈਮਿਕ ਮੈਮਰੀ ਪ੍ਰੋਗਰਾਮ' ਦੇ ਵੀ ਸੰਸਥਾਪਕ ਹਨ। ਉਹ ਵਿਦਿਆਰਥੀਆਂ ਅਤੇ ਕਾਰਪੋਰੇਟ ਕੰਪਨੀਆਂ ਦੇ ਅਫ਼ਸਰਾਂ ਅਤੇ ਕਰਮਚਾਰੀਆਂ ਦੀ ਯਾਦ ਵਧਾਉਣ ਦੀ ਸਿਖਲਾਈ ਦਿੰਦੇ ਹਨ।

ਇਹ ਪੁਸਤਕ ਤੁਹਾਨੂੰ ਇਹ ਦੱਸਦੀ ਹੈ

- ਕਿਵੇਂ ਧਿਆਨ ਕੇਂਦਰਿਤ ਕੀਤਾ ਜਾਵੇ?
- ਕਿਵੇਂ ਔਖੇ ਜੀਵਨ ਸ਼ਾਸਤਰ ਦੇ ਰੇਖਾ ਚਿੱਤਰਾਂ ਨੂੰ ਯਾਦ ਰੱਖੀਏ?
- ਕਿਵੇਂ ਸਿਰਜਨਾਤਮਕਤਾ ਦਾ ਵਿਕਾਸ ਕਰੀਏ?
- ਕਿਵੇਂ ਚੁਸਤੀ ਨਾਲ (ਨਾ ਕਿ ਸਖਤੀ ਦੇ ਨਾਲ) ਪੜ੍ਹੀਏ?
- ਕਿਵੇਂ ਇਤਿਹਾਸ ਦੇ ਲੰਬੇ ਉੱਤਰਾਂ ਨੂੰ ਯਾਦ ਕਰੀਏ?
- ਕਿਵੇਂ ਪ੍ਰਤੀਯੋਗਤਾ ਇਮਤਿਹਾਨਾਂ ਦੇ ਲਈ ਤਿਆਰੀ ਕਰੀਏ?
- ਕਿਵੇਂ ਭੁੱਲਣ ਦਾ ਇਲਾਜ ਕਰੀਏ?

ਭੂਮਿਕਾ

ਇਹ ਪੁਸਤਕ ਲੇਖਕ ਦੇ ਸੱਤ ਸਾਲਾਂ ਦੇ ਅਧਿਐਨ, ਅਨੁਭਵ ਅਤੇ ਖੋਜ ਦਾ ਨਤੀਜਾ ਹੈ। ਇਸ ਪੁਸਤਕ ਯਾਦ ਦੇ ਉਨ੍ਹਾਂ ਰਹੱਸਾਂ ਨੂੰ ਉਜਾਗਰ ਕਰਦੀ ਹੈ, ਜੋ ਕਈ ਸ਼ਤਾਬਦੀਆਂ ਦੇ ਮਨੁੱਖੀ ਯਤਨਾਂ ਨਾਲ ਖੋਜੇ ਗਏ ਹਨ। ਸਧਾਰਣ ਵਿਅਕਤੀ ਦੁਆਰਾ ਸਮਝੀ ਜਾ ਸਕਣ ਵਾਲੀ ਭਾਸ਼ਾ ਵਿਚ ਇਹ ਪੁਸਤਕ ਪ੍ਰਾਚੀਨ ਗਿਆਨ ਅਤੇ ਆਧੁਨਿਕ ਯਾਦ-ਵਿਧੀਆਂ ਨੂੰ ਸੰਖੇਪ ਵਿਚ ਪੇਸ਼ ਕਰਦੀ ਹੈ ਜਿਸ ਨਾਲ ਸਿੱਖਣ ਦੀ ਪੂਰੀ ਪ੍ਰਕਿਰਿਆ ਨਾ ਸਿਰਫ ਕੁਸ਼ਲ ਸਗੋਂ ਦਿਲਚਸਪ ਵੀ ਬਣ ਸਕੇ।

ਵਿਦਿਆਰਥੀਆਂ ਤੇ ਲਗਾਤਾਰ ਵਧਣ ਵਾਲੇ ਬੋਝ ਦੀ ਇਹ ਪੁਸਤਕ ਇਕ ਉੱਤਰ ਹੈ ਕਿਉਂਕਿ ਇਹ ਉੱਤਮ ਰੂਪ ਨਾਲ ਸਿੱਖਣ ਵੱਲ ਕਦਮ ਕਦਮ ਤੇ ਮਾਰਗਦਰਸ਼ਨ ਕਰਦੀ ਹੈ।

ਇਹ ਪੁਸਤਕ ਨਿਮੌਨਿਕਸ (Mnemonics) ਅਰਥਾਤ ਯਾਦ ਸੁਧਾਰ ਦੀ ਕਲਾ ਤੇ ਅਧਾਰਿਤ ਹੈ। ਅਤੇ ਜੇਕਰ ਤੁਸੀਂ ਇਸ ਸਿਧਾਂਤ ਨੂੰ ਲਾਗੂ ਕਰੋਗੇ ਤਾਂ ਤੁਸੀਂ ਯਾਦ ਅਤੇ ਗਿਆਨ ਦੇ ਸੰਸਾਰ ਦੋਨਾਂ ਤੇ ਹੀ ਇਕੱਠੇ ਅਧਿਕਾਰ ਪ੍ਰਾਪਤ ਕਰ ਸਕੋਗੇ। ਇਸ ਨਾਲ ਤੁਹਾਨੂੰ ਹੋਰ ਜ਼ਿਆਦਾ ਆਤਮ ਵਿਸ਼ਵਾਸ, ਕ!ਲਪਨਾ ਸ਼ਕਤੀ ਦਾ ਵਾਧਾ ਅਤੇ ਸੁਧਰੀ ਹੋਈ ਸਿਰਜਨਾਤਮਕਤਾ (Creativity), ਪ੍ਰਤੱਖ ਗਿਆਨਾਤਮਕ (Percepted) ਕੁਸ਼ਲਤਾਵਾਂ ਦਾ ਵਿਸ਼ਾਲ ਸੁਧਾਰ ਪ੍ਰਾਪਤ ਹੋਵੇਗਾ।

ਮੈਂ ਇਸ ਗਿਆਨ ਵਧਾਉਣ ਵਾਲੀ ਪੁਸਤਕ ਦੀ ਪ੍ਰਸ਼ੰਸਾ ਕਰਦਾ ਹਾਂ ਜਿਸਦੇ ਲੇਖਕ ਕਈ ਯੋਗਤਾਵਾਂ ਰੱਖਦੇ ਹਨ। ਨੈਸ਼ਨਲ ਮੈਮਰੀ ਰਿਕਾਰਡ ਰੱਖਣ ਤੋਂ ਬਾਅਦ ਉਹ ਗਿਨੀਜ਼ ਬੁੱਕ ਆਫ ਵਲਡ ਰਿਕਾਰਡਜ਼ ਨੂੰ ਵੀ ਪ੍ਰਾਪਤ ਕਰ ਚੁੱਕੇ ਹਨ।

ਇਹ ਪੁਸਤਕ ਪਿਛਲੇ ਦਸ ਸਾਲਾਂ ਤੋਂ ਪਾਠਕਾਂ ਵਿਚ ਹਰਮਨ ਪਿਆਰੀ ਹੋ ਕੇ ਅੱਜ ਬਾਜ਼ਾਰ ਵਿਚ 2007 ਦੀ ਸਭ ਤੋਂ ਜ਼ਿਆਦਾ ਵਿਕਣ ਵਾਲੀ ਪੁਸਤਕ ਦੇ ਰੂਪ ਵਿਚ ਆਪਣੀ ਪਹਿਚਾਣ ਬਣਾ ਚੁੱਕੀ ਹੈ। ਇਸਦਾ ਨਵੀਨ ਸੰਖੇਪਿਤ ਸੰਸਕਰਣ ਇਸਨੂੰ ਹੋਰ ਜ਼ਿਆਦਾ ਉਪਯੋਗੀ ਅਤੇ ਹਰਮਨ ਪਿਆਰਾ ਬਣਾਏਗਾ।

ਨਰਿੰਦਰ ਕੁਮਾਰ
ਪ੍ਰਬੰਧ ਮੈਨੇਜਰ
ਡਾਇਮੰਡ ਪਾਕਿਟ ਬੁਕਸ

ਲੇਖਕ ਦੀ ਟਿੱਪਣੀ

"ਕਲਪਨਾ ਗਿਆਨ ਤੋਂ ਜ਼ਿਆਦਾ ਮਹੱਤਵਪੂਰਨ ਹੈ।"

— ਐਲਬਰਟ ਆਈਂਸਟੀਨ

ਸਿੱਖਦੇ ਸਮੇਂ ਇਕ ਵਿਦਿਆਰਥੀ ਜਾਂ ਸਿੱਖਿਅਕ ਦੇ ਰੂਪ ਵਿਚ ਅਸੀਂ ਆਪਣੇ ਵਿਸ਼ਲੇਸ਼ਣਾਤਮਕ ਦਿਮਾਗ ਦਾ ਜ਼ਿਆਦਾ ਪ੍ਰਯੋਗ ਕਰਦੇ ਹਾਂ ਅਤੇ ਕਲਪਨਾਸ਼ੀਲ ਦਿਮਾਗ ਦੀ ਹੁਕਮ-ਅਦੂਲੀ ਕਰਦੇ ਹਾਂ। ਇਹ ਪੁਸਤਕ ਕਲਪਨਾਸ਼ੀਲ ਦਿਮਾਗ ਦੀ ਅਸੀਮਤ ਸ਼ਕਤੀ ਦਾ ਅਨੁਭਵ ਕਰਨ ਵਿਚ ਸਹਾਇਤਾ ਕਰਦੀ ਹੈ। ਇਨ੍ਹਾਂ ਅਧਿਆਇ ਨੂੰ ਪੜ੍ਹਦੇ ਸਮੇਂ ਵਿਦਿਆਰਥੀ ਇਹ ਅਨੁਭਵ ਕਰਨਗੇ ਕਿ ਸਿੱਖਣ ਦੀ ਹਰੇਕ ਪ੍ਰਕ੍ਰਿਆ ਇਕ ਅਨੰਦ ਦਾ ਕਾਰਜ ਬਣ ਸਕਦੀ ਹੈ। ਬਸ਼ਰਤੇ ਅਸੀਂ ਦਿਮਾਗ ਦੀਆਂ ਕਾਲਪਨਿਕ ਸ਼ਕਤੀਆਂ ਦਾ ਉਪਯੋਗ ਕਰੀਏ। ਸਿਰਫ ਏਨਾਂ ਹੀ ਨਹੀਂ, ਇਹ ਸਾਨੂੰ ਇਸ ਗੱਲ ਦਾ ਅਹਿਸਾਸ ਕਰਾਉਂਦੀ ਹੈ ਕਿ ਕਿਵੇ ਵੀ ਵਸਤੂ ਨੂੰ ਖੋਜਣ ਦਾ ਨਤੀਜਾ ਹੁੰਦਾ ਹੈ ਇਕ ਪੂਰਨ ਰੂਪ ਵਿਚ ਨਵੀਂ ਵਸਤੂ ਦਾ ਨਿਰਮਾਣ ਕਰਨਾ।

ਵਿਭਿੰਨ ਪਰੀਖਿਆਵਾਂ ਦੇ ਲਈ ਤਿਆਰੀ ਕਰਨ ਵਾਲੇ ਵਿਦਿਆਰਥੀਆਂ ਨਾਲ ਸਬੰਧਤ ਪਾਠਕ੍ਰਮਾਂ ਤੋਂ ਕਈ ਉਦਾਹਰਣ ਲਏ ਗਏ ਹਨ। ਇਹ ਦੇਖਿਆ ਗਿਆ ਹੈ ਕਿ ਇਹ ਵਿਦਿਆਰਥੀਆਂ ਨੂੰ ਨਵੀਨਤਮ ਵਿਗਿਆਨਕ ਯਾਦ ਵਿਧੀਆਂ ਨੂੰ ਸਮਝਣ ਵਿਚ ਸਹਾਇਤਾ ਕਰਦੀ ਹੈ ਜਿਸ ਨਾਲ ਵਿਦਿਆਰਥੀ ਆਪਣੀ ਸਿੱਖਣ ਦੀ ਕੁਸ਼ਲਤਾ ਨੂੰ ਸਿਰਫ ਇਕ ਮਹੀਨੇ ਵਿਚ ਦੁੱਗਣਾ ਕਰ ਸਕਦੇ ਹਨ।

— ਬਿਸਵਰੂਪ ਰਾਏ ਚੌਧਰੀ

ਵਿਸ਼ਾ ਸੂਚੀ

1

ਯਾਦਾਸ਼ਤ - ਇਕ ਜਾਣ-ਪਛਾਣ

ਜਰਾ ਸੋਚੋ ਕੀ ਹੋਵੇਗਾ ਜਦੋਂ ਅਸੀਂ ਅਚਾਨਕ ਆਪਣੀ ਯਾਦਾਸ਼ਤ ਗੁਆ ਬੈਠੀਏ? ਜਰਾ ਠਹਿਰੋ ਹੋਰ ਦੋ ਮਿੰਟ ਦੇ ਲਈ ਇਸਦੇ ਬਾਰੇ ਵਿਚ ਸੋਚੋ। ਦੂਜੇ ਵਿਸ਼ਵ ਯੁੱਧ ਵਿਚ ਕਈ ਸਿਪਾਹੀ ਬੰਬਾਂ ਦੇ ਧਮਾਕਿਆਂ ਨਾਲ ਆਪਣੀ ਯਾਦਾਸ਼ਤ ਗੁਆ ਬੈਠੇ ਸਨ। ਜਿਹੜੇ ਲੋਕ ਡੁੱਬਣ ਹੀ ਵਾਲੇ ਸਨ ਅਤੇ ਬਚਾਅ ਲਏ ਗਏ ਸਨ, ਉਨ੍ਹਾਂ ਨੇ ਦੱਸਿਆ ਸੀ ਕਿ ਇਕ ਸੈਕਿੰਡ ਵਿਚ ਉਨ੍ਹਾਂ ਦਾ ਸੰਪੂਰਨ ਜੀਵਨ ਪੂਰੇ ਵਿਸਥਾਰ ਨਾਲ ਉਨ੍ਹਾਂ ਦੇ ਦਿਮਾਗ ਵਿਚ ਉੱਭਰ ਗਿਆ ਸੀ। ਇਹ ਦੱਸਦਾ ਹੈ ਕਿ ਕਿਵੇਂ ਯਾਦਾਸ਼ਤ ਅਨੁਭਵਾਂ ਨੂੰ ਚੰਗੀ ਤਰ੍ਹਾਂ ਜੋੜਦੀ ਹੈ।

ਸਾਡਾ ਦਿਮਾਗ ਇਕ ਅਜਿਹਾ ਵਿਸ਼ਾਲ ਲਾਇਬ੍ਰੇਰੀ ਵਰਗਾ ਹੈ, ਜਿਸ ਵਿਚ ਲੱਖਾਂ ਪੁਸਤਕਾਂ ਤਾਂ ਹੋਣ ਪਰ ਕੋਈ ਪੁਸਤਕ ਸੂਚੀ ਨਾ ਹੋਵੇ, ਪੁਸਤਕਾਂ ਦੀ ਕੋਈ ਸੁਚੱਜੀ ਲੜੀ ਨਾ ਹੋਵੇ। ਜੇਕਰ ਇਕ ਅਜਿਹੀ ਲਾਇਬ੍ਰੇਰੀ ਤੋਂ ਤੁਸੀਂ ਆਪਣੀ ਪਸੰਦ ਦੀ ਇਕ ਪੁਸਤਕ ਨੂੰ ਲੱਭਣਾ ਹੋਵੇ ਤਾਂ ਕਿਹੜਾ ਤਰੀਕਾ ਸੰਭਵ ਹੋਵੇਗਾ? ਹਾਂ, ਪੁਸਤਕ ਸੂਚੀ ਤੋਂ ਬਿਨਾਂ ਲਾਇਬ੍ਰੇਰੀ ਵਿਚੋਂ ਇਕ ਪੁਸਤਕ ਨੂੰ ਲੱਭਣ ਦਾ ਇਕ ਤਰੀਕਾ ਇਹ ਹੈ ਕਿ ਇਕ ਇਕ ਕਰਕੇ ਸਾਰੀਆਂ ਪੁਸਤਕਾਂ ਨੂੰ ਦੇਖਿਆ ਜਾਵੇ। ਇਹ ਜਾਨਣ ਦੇ ਲਈ ਕਿ ਫਲਾਣੀ ਕਿਤਾਬ ਉਥੇ ਮੌਜੂਦ ਹੈ ਜਾਂ ਨਹੀਂ। ਅਜਿਹੇ ਤਰੀਕੇ ਨਾਲ ਤੁਸੀਂ ਉਸ ਪੁਸਤਕ ਨੂੰ ਸ਼ਾਇਦ ਲੱਭ ਸਕੋ ਜਾਂ ਫਿਰ ਨਾ ਲੱਭ ਸਕੋ। ਜੇਕਰ ਤੁਸੀਂ ਉਸਨੂੰ ਲੱਭਣ ਵਿਚ ਅਸਫਲ ਹੋ ਜਾਂਦੇ ਹੋ ਤਾਂ ਤੁਸੀਂ ਇਹੀ ਕਹੋਗੇ ਕਿ ਉਹ ਪੁਸਤਕ ਲਾਇਬ੍ਰੇਰੀ ਵਿਚ ਮੌਜੂਦ ਨਹੀਂ ਹੈ ਪਰ ਸੱਚਾਈ ਇਹ ਹੈ ਕਿ ਤੁਸੀਂ ਉਸ ਪੁਸਤਕ ਨੂੰ ਲੱਭਣ ਵਿਚ ਅਸਫਲ ਰਹੇ ਹੋ।

ਅਜਿਹੀ ਗੱਲ ਸਾਡੇ ਦਿਮਾਗ ਦੇ ਮਾਮਲੇ ਵਿਚ ਹੈ। ਉਹ ਹਰੇਕ ਵਸਤੂ ਜਿਸਨੂੰ ਅਸੀਂ ਦੇਖਿਆ, ਸੁਣਿਆ ਜਾਂ ਅਨੁਭਵ ਕੀਤਾ ਹੈ ਸਾਡੇ ਦਿਮਾਗ ਦੇ ਕਿਸੇ ਨਾ ਕਿਸੇ ਹਿੱਸੇ ਵਿਚ ਸਥਾਈ ਰੂਪ ਵਿਚ ਸੁਰੱਖਿਅਤ ਰਹਿੰਦੀ ਹੈ। ਪਰ ਕਦੀ-ਕਦੀ ਅਸੀਂ ਉਸ ਸਮੱਗਰੀ ਜਾਂ ਵਿਚਾਰ ਨੂੰ ਲੱਭਣ ਵਿਚ ਅਸਮਰੱਥ ਰਹਿੰਦੇ ਹਾਂ ਜਾਂ ਉਹ ਕਿੱਥੇ ਸਥਿਤ ਹੈ ਇਹ ਨਹੀਂ ਦੱਸ ਸਕਦੇ ਅਤੇ ਉਦੋਂ ਅਸੀਂ ਇਹ ਕਹਿੰਦੇ ਹਾਂ ਕਿ ਅਸੀਂ ਭੁੱਲ ਗਏ ਹਾਂ। ਉਦਾਹਰਣ ਦੇ

ਤੌਰ ਤੇ, ਅੱਜ ਤੁਹਾਡੀ ਜਾਣ ਪਛਾਣ ਕਿਸੇ ਗੌਰਵ ਨਾਲ ਕਰਵਾਈ ਗਈ। ਕੁਝ ਸਮੇਂ ਬਾਅਦ ਤੁਸੀਂ ਉਸਨੂੰ ਦੁਬਾਰਾ ਕਿਸੇ ਬਾਜ਼ਾਰ ਜਾਂ ਪਾਰਕ ਵਿਚ ਮਿਲਦੇ ਹੋ। ਇਹ ਸੰਭਵ ਹੈ ਕਿ ਤੁਸੀਂ ਉਸਦੇ ਨਾਮ ਨੂੰ ਯਾਦ ਨਾ ਕਰ ਸਕੋ ਜਾਂ ਤੁਸੀਂ ਕਹੋ, ਮੈਨੂੰ ਅਫਸੋਸ ਹੈ ਕਿ ਮੈ ਤੁਹਾਨੂੰ ਜਾਣਦਾ ਹਾਂ ਪਰ ਤੁਹਾਡਾ ਨਾਂ ਭੁੱਲ ਗਿਆ ਹਾਂ। ਉਸ ਸਮੇਂ ਜੇਕਰ ਉਹ ਵਿਅਕਤੀ ਤੁਹਾਨੂੰ ਚਾਰ ਵਿਕਲਪ ਦਿੰਦਾ ਹੈ ਕਿ ਉਸਦਾ ਨਾਂ ਰਵੀ, ਮੋਹਨ, ਗੌਰਵ ਜਾਂ ਕ੍ਰਿਸ਼ਨ ਵਿਚੋਂ ਕੋਈ ਇਕ ਹੈ ਤਾਂ ਤੁਸੀਂ ਤੁਰੰਤ ਉਸਦਾ ਨਾਂ ਯਾਦ ਕਰ ਲਓਗੇ ਅਤੇ ਕਹੋਗੇ ''ਹਾਂ, ਹਾਂ, ਤੁਹਾਡਾ ਨਾਂ ਗੌਰਵ ਹੈ।''

ਇਸ ਤੋਂ ਅਨੁਭਵ ਹੁੰਦਾ ਹੈ ਕਿ ਤੁਸੀਂ ਉਸਦਾ ਨਾਂ ਭੁੱਲੇ ਨਹੀਂ ਹੋ ਪਰ ਸਮੱਸਿਆ ਇਹ ਸੀ ਕਿ ਤੁਸੀਂ ਆਪਣੀ ਯਾਦ ਵਿਚ ਉਸਦਾ ਨਾਂ ਲੱਭ ਨਹੀਂ ਸਕੇ ਸੀ। ਅਜਿਹਾ ਇਸ ਲਈ ਹੁੰਦਾ ਹੈ ਕਿਉਂਕਿ ਤੁਸੀਂ ਕੋਈ ਮਾਨਸਿਕ ਸੂਚੀ ਨਹੀਂ ਰੱਖਦੇ।

ਜਦੋਂ ਕਦੀ ਅਸੀਂ ਕੋਈ ਚੀਜ਼ ਯਾਦ ਕਰਨੀ ਹੁੰਦੀ ਹੈ ਤਾਂ ਅਸੀਂ ਆਪਣੇ ਦਿਮਾਗ ਰੂਪੀ ਲਾਇਬ੍ਰੇਰੀ ਵਿਚ ਇੱਧਰ-ਉੱਧਰ ਲੱਭਣਾ ਸ਼ੁਰੂ ਕਰ ਦਿੰਦੇ ਹਾਂ, ਅਤੇ ਜਿਸ ਪਲ ਅਸੀਂ ਉਸਨੂੰ ਲੱਭਣ ਵਿਚ ਅਸਫਲ ਹੋ ਜਾਂਦੇ ਹਾਂ, ਉਦੋਂ ਇਹ ਮੰਨ ਲੈਂਦੇ ਹਾਂ ਕਿ ਅਸੀਂ ਉਸ ਵਿਸ਼ੇਸ਼ ਚੀਜ਼ ਨੂੰ ਭੁੱਲ ਗਏ ਹਾਂ।

ਦੋਸਤੋ, ਇਸਦਾ ਅਰਥ ਇਹ ਹੋਇਆ ਕਿ ਤੁਰੰਤ ਹਵਾਲੇ ਦੇ ਲਈ ਸਾਨੂੰ ਇਕ ਮਾਨਸਿਕ ਸੂਚੀ ਦੀ ਜ਼ਰੂਰਤ ਹੈ ਜਿਸ ਨਾਲ ਸਾਡਾ ਯਾਦ ਕਰ ਸਕਣਾ ਅਤੇ ਯਾਦ ਰੱਖਣਾ ਕੁਸ਼ਲ ਅਤੇ ਪ੍ਰਭਾਵੀ ਬਣ ਸਕੇ।

$$\boxed{2}$$

ਇਸ ਪੁਸਤਕ ਨੂੰ ਕਿਵੇਂ ਵਰਤੋਂ ਵਿਚ ਲਿਆਈਏ?

ਇਹ ਪੁਸਤਕ ਸਿੱਖਣ ਵਿਚ ਸਹਾਇਕ ਹੈ। ਇਹ ਤੁਹਾਨੂੰ ਯਾਦ ਦੇ ਅਜਿਹੇ ਸੌਖੇ ਤਰੀਕੇ ਨਾਲ ਜਾਣੂੰ ਕਰਵਾਏਗੀ, ਜੋ ਕਿ ਵਸਤੂਆਂ ਨੂੰ ਜ਼ਿਆਦਾ ਤੇਜੀ ਨਾਲ ਯਾਦ ਕਰਨ ਅਤੇ ਜ਼ਿਆਦਾ ਲੰਬੇ ਸਮੇਂ ਤੱਕ ਯਾਦ ਰੱਖਣ ਲਈ ਉਪਯੋਗ ਵਿਚ ਲਿਆਂਦਾ ਜਾ ਸਕਦਾ ਹੈ।

ਇਹ ਪੁਸਤਕ ਵਿਗਿਆਨਕ ਢੰਗ ਨਾਲ ਬਣਾਈ ਗਈ ਹੈ। ਇਸ ਵਿਚ ਯਾਦਾਸ਼ਤ ਦੀਆਂ ਆਧੁਨਿਕ ਵਿਧੀਆਂ ਸ਼ਾਮਲ ਹਨ। ਇਨ੍ਹਾਂ ਤੋਂ ਤੁਹਾਨੂੰ ਆਪਣੇ ਪਾਠਕ੍ਰਮ ਨੂੰ ਸਿੱਖਣ ਵਿਚ ਮਦਦ ਮਿਲੇਗੀ। ਇਸ ਪੁਸਤਕ ਦਾ ਜ਼ਿਆਦਾ ਲਾਭ ਲੈਣ ਦੇ ਲਈ ਕਿਰਪਾ ਕਰਕੇ ਹੇਠ ਲਿਖੇ ਨਿਯਮਾਂ ਦੀ ਪਾਲਣਾ ਕਰੋ।

1. ਕਿਸੇ ਵੀ ਅਧਿਆਇ ਨੂੰ ਬਿਨਾਂ ਪੜ੍ਹੇ ਨਾ ਛੱਡੋ।

2. ਤੁਸੀਂ ਸਾਰੇ ਅਧਿਆਇਆਂ ਨੂੰ ਪੜ੍ਹਨਾ ਹੈ। ਇਕ ਦਿਨ ਦਾ ਅੰਤਰ ਪਾ ਕੇ ਫਿਰ ਹਰੇਕ ਅਧਿਆਇ ਨੂੰ ਪੜ੍ਹਨਾ ਹੈ। ਫਰਕ ਪਾ ਕੇ ਤੁਸੀਂ ਪਿਛਲੇ ਅਧਿਆਇ ਨੂੰ ਦੁਹਰਾਉਣਾ ਹੈ।

3. ਕਿਸੇ ਦੋ ਅਧਿਆਇਆਂ ਦੇ ਵਿਚ ਦੋ ਦਿਨਾਂ ਤੋਂ ਜ਼ਿਆਦਾ ਦਾ ਅੰਤਰ ਨਹੀਂ ਹੋਣਾ ਚਾਹੀਦਾ।

4. ਕਿਸੇ ਵੀ ਅਧਿਆਇ ਨੂੰ ਨਾ ਛੱਡੋ।

5. ਇਸ ਵਿਵਸਥਾ ਵਿਚ ਵਿਸ਼ਵਾਸ ਰੱਖੋ।

3

ਉਮਰ

ਜਿਵੇਂ ਜਿਵੇਂ ਅਸੀਂ ਉਮਰ ਵਿਚ ਵੱਧਦੇ ਜਾਂਦੇ ਹਾਂ, ਕੀ ਸਾਨੂੰ ਆਪਣੀ ਕੁਸ਼ਲਤਾ ਵਿਚ ਕਮੀ ਹੋ ਜਾਣ ਨੂੰ ਸਵੀਕਾਰ ਕਰਨਾ ਚਾਹੀਦਾ ਹੈ? ਇਹ ਪ੍ਰਸ਼ਨ ਆਮ ਤੌਰ ਤੇ ਉਹ ਲੋਕ ਪੁੱਛਦੇ ਹਨ ਜੋ 50ਵੀਂ ਵਰ੍ਹੇ-ਗੰਢ ਮਨਾ ਚੁੱਕੇ ਹੁੰਦੇ ਹਨ। ਜਵਾਨ ਵਿਅਕਤੀ ਆਪਣੇ ਦਿਮਾਗ ਦੇ ਕੋਸ਼ਾਂ ਦੇ ਵਿਕਾਸ ਦੇ ਬਾਰੇ ਵਿਚ ਜ਼ਿਆਦਾ ਚਿੰਤਤ ਨਹੀਂ ਹੁੰਦੇ ਅਤੇ ਉਹ ਇਸ ਤੱਥ ਨੂੰ ਮਹਿਸੂਸ ਨਹੀਂ ਕਰ ਸਕਦੇ ਕਿ ਉਨ੍ਹਾਂ ਦੀ ਖੁਦ ਦੀ ਯਾਦਾਸ਼ਤ ਸਦਾ ਅੱਜ ਵਰਗੀ ਨਹੀਂ ਰਹੇਗੀ।

ਯਾਦ ਕਰ ਸਕਣਾ ਅੰਸ਼ਿਕ ਰੂਪ ਨਾਲ ਸਰੀਰਕ ਅਤੇ ਅੰਸ਼ਿਕ ਰੂਪ ਨਾਲ ਮਨੋਵਿਗਿਆਨਕ ਪ੍ਰਕ੍ਰਿਆ ਹੈ, ਅਤੇ ਇਹ ਦੋਹਰੀ ਵਿਵਸਥਾ ਅਣਗਿਣਤ ਵਿਭਿੰਨਤਾਵਾਂ ਦੇ ਲਈ ਉੱਤਰਦਾਈ ਹੁੰਦੀ ਹੈ ਜਿਨ੍ਹਾਂ ਵਿਚ ਸਾਡੀ ਯਾਦਾਸ਼ਤ ਕੰਮ ਕਰਦੀ ਹੈ।

ਮਨੋਵਿਗਿਆਨਕ ਅਰਥ ਵਿਚ ਯਾਦ ਉਨ੍ਹਾਂ ਮਾਰਗਾਂ ਤੇ ਨਿਰਭਰ ਕਰਦੀ ਹੈ ਜਿਹੜੇ ਸਾਡੇ ਦਿਮਾਗ ਦੇ ਕੋਸ਼ਾਂ ਨੂੰ ਜੋੜਦੇ ਹਨ। ਇਨ੍ਹਾਂ ਮਾਰਗਾਂ ਦੀ ਗਿਣਤੀ ਅਤੇ ਤਾਕਤ ਇਨ੍ਹਾਂ ਦੀ ਕ੍ਰਿਆਸ਼ੀਲਤਾ ਨੂੰ ਨਿਰਧਾਰਿਤ ਕਰਦੀ ਹੈ। ਜਿਵੇਂ ਅਸੀਂ ਵੱਡੇ ਹੁੰਦੇ ਜਾਂਦੇ ਹਾਂ, ਦਿਮਾਗ ਦੇ ਇਹ ਕੋਸ਼ ਕਮਜ਼ੋਰ ਹੁੰਦੇ ਜਾਂਦੇ ਹਨ, ਅਤੇ ਇਕ ਅਜਿਹਾ ਸਮਾਂ ਆਉਂਦਾ ਹੈ ਜਦੋਂ ਸਿੱਖਣ ਦੀ ਪ੍ਰਕ੍ਰਿਆ ਨੂੰ ਤੁਲਨਾ ਵਿਚ ਭੁੱਲਣ ਦੀ ਪ੍ਰਕ੍ਰਿਆ ਜ਼ਿਆਦਾ ਤੇਜੀ ਨਾਲ ਕੰਮ ਕਰਨ ਲੱਗਦੀ ਹੈ।

ਜੀਵਨ ਕਾਲ ਦੇ ਅੰਤ ਵਿਚ ਜਦੋਂ ਕਿ ਅਜਿਹਾ ਇਕ ਅਣਚਾਹਿਆ ਪਰਿਵਰਤਨ ਜ਼ਰੂਰ ਆਉਂਦਾ ਹੈ ਉਦੋਂ ਅਸੀਂ ਇਸਦੇ ਵਾਪਰਨ ਵਿਚ ਦੇਰ ਲਗਾ ਸਕਦੇ ਹਾਂ। ਇਹ ਕੋਈ ਮੇਲ-ਮਿਲਾਪ ਮਾਤਰ ਨਹੀਂ ਹੈ ਕਿ ਕਈ ਵਿਅਕਤੀ ਜੋ ਹੋਰ ਵਿਅਕਤੀਆਂ ਦੀ ਤੁਲਨਾ ਵਿਚ ਆਪਣੇ ਦਿਮਾਗ ਨੂੰ ਜ਼ਿਆਦਾ ਕੰਮ ਵਿਚ ਲਿਆਉਂਦੇ ਹਨ, ਉਹ ਬੁਢਾਪੇ ਤੱਕ ਵੀ ਆਪਣੀ ਯਾਦਾਸ਼ਤ ਅਤੇ ਉਤਪਾਦਨ ਸ਼ਕਤੀ ਨੂੰ ਕਾਇਮ ਰੱਖ ਸਕਦੇ ਹਨ।

ਬਰਨਾਰਡ ਸ਼ਾਅ, ਗੋਥੇ, ਟਾਮਸ ਐਡੀਸਨ ਦੇ ਬਾਰੇ ਵਿਚ ਸੋਚੋ। ਇਹ ਸੋਚਣਾ ਨੁਚਿਤ ਹੋਵੇਗਾ ਕਿ ਆਪਣੇ ਦਿਮਾਗ ਦੇ ਕੋਸ਼ਾਂ ਦੀ ਉਚਿਤ ਦੇਖਭਾਲ ਕਰਨ ਦੇ ਲਈ ਸਾਨੂੰ ਉਨ੍ਹਾਂ ਨੂੰ ਕਦੀ ਕਦੀ ਅਰਾਮ ਦੇਣਾ ਚਾਹੀਦਾ ਹੈ। ਤੁਸੀਂ ਆਪਣੇ ਦਿਮਾਗ ਨੂੰ ਉਸੇ

ਤਰ੍ਹਾਂ ਸਿਖਲਾਈ ਦੇ ਸਕਦੇ ਹੋ ਜਿਵੇਂ ਕਿ ਤੁਸੀਂ ਆਪਣੀਆਂ ਮਾਸ ਪੇਸ਼ੀਆਂ ਨੂੰ ਸਿਖਲਾਈ ਦੇ ਸਕਦੇ ਹੋ ਅਤੇ ਤੁਸੀਂ ਸਧਾਰਨ ਪ੍ਰੀਖਿਆਵਾਂ ਵਿਚ ਇਸਨੂੰ ਆਪਣੇ ਸੰਤੋਖ ਦੇ ਲਈ ਸਿੱਧ ਕਰ ਸਕਦੇ ਹੋ। ਜਦੋਂ ਤੁਸੀਂ ਇਸ ਪੁਸਤਕ ਵਿਚ ਦਿੱਤੇ ਗਏ ਅਧਿਐਨਾਂ ਨੂੰ ਕਰੋਗੇ। ਤੁਸੀਂ ਇਹ ਦੇਖੋਗੇ ਕਿ ਉਹ ਪ੍ਰਯੋਗ ਜਿਹੜੇ ਪਹਿਲੀ ਵਾਰ ਯਤਨ ਦੁਆਰਾ ਕੀਤੇ ਜਾਂਦੇ ਹਨ, ਸੌਖੇ ਬਣ ਜਾਂਦੇ ਹਨ। ਜਦੋਂ ਉਨ੍ਹਾਂ ਦੀ ਦੁਹਰਾਈ ਕੀਤੀ ਜਾਂਦੀ ਹੈ ਅਤੇ ਕੁਝ ਸਮੇਂ ਬਾਅਦ ਤਾਂ ਤੁਸੀਂ ਇਹ ਸਮਝ ਵੀ ਨਹੀਂ ਸਕਦੇ ਕਿ ਇਨ੍ਹਾਂ ਨੂੰ ਕਰਨ ਵਿਚ ਯਤਨ ਦੀ ਜ਼ਰੂਰਤ ਪਈ ਹੀ ਕਿਉਂ ਸੀ।

ਜੇਕਰ ਅਸੀਂ ਇਹ ਅਨੁਭਵ ਕਰ ਲਈਏ ਕਿ ਇਕ ਮਾਸਪੇਸ਼ੀ ਦੀ ਤਰ੍ਹਾਂ ਯਾਦਾਸ਼ਤ ਵਿਕਸਿਤ ਕੀਤੀ ਜਾ ਸਕਦੀ ਹੈ ਤਾਂ ਸਾਨੂੰ ਇਸ ਤੱਥ ਨੂੰ ਵੀ ਸਵੀਕਾਰ ਕਰਨਾ ਪਵੇਗਾ ਕਿ ਮਾਸਪੇਸ਼ੀ ਦੀ ਤਰ੍ਹਾਂ ਹੀ ਇਸਦੀ ਕੁਸ਼ਲਤਾ ਵੀ ਘੱਟ ਹੋ ਸਕਦੀ ਹੈ ਜੇ ਕਰ ਇਸਨੂੰ ਚੰਗੀ ਤਰ੍ਹਾਂ ਕੰਮ ਵਿਚ ਨਾ ਲਿਆਂਦਾ ਜਾਵੇ।

ਅਸੀਂ ਸਾਰੇ ਇਸ ਗੱਲ ਨੂੰ ਜਾਣਦੇ ਹਾਂ ਕਿ ਇਕ ਬੀਮਾਰੀ ਜਿਸਦੇ ਕਾਰਨ ਸਾਨੂੰ ਬਿਸਤਰੇ ਤੇ ਕਈ ਹਫਤਿਆਂ ਤੱਕ ਪਏ ਰਹਿਣਾ ਪੈਂਦਾ ਹੈ, ਸਾਡਾ ਤੁਰਨਾ ਬਹੁਤ ਮੁਸ਼ਕਲ ਕਰ ਦਿੰਦੀ ਹੈ। ਪੈਰਾਂ ਦੀਆਂ ਮਾਸ ਪੇਸ਼ੀਆਂ ਤੁਰਨਾ ਭੁੱਲ ਜਾਂਦੀਆਂ ਹਨ, ਅਤੇ ਸਾਨੂੰ ਤੁਰਨਾ ਦੁਬਾਰਾ ਸਿੱਖਣਾ ਪੈਂਦਾ ਹੈ - ਬਹੁਤ ਕੁਝ ਉਸੇ ਤਰ੍ਹਾਂ ਜਿਵੇਂ ਕਿ ਇਕ ਛੋਟਾ ਬੱਚਾ ਪਹਿਲੀ ਵਾਰ ਤੁਰਨ ਦੀ ਕੁਸ਼ਲਤਾ ਨੂੰ ਸਿੱਖਦਾ ਹੈ।

ਸਾਨੂੰ ਕਿਉਂ ਹੈਰਾਨ ਹੋਣਾ ਚਾਹੀਦਾ ਹੈ ਜਦੋਂ ਕਿ ਅਜਿਹੀ ਹੀ ਗੱਲ ਸਾਡੀ ਯਾਦਾਸ਼ਤ ਦੇ ਨਾਲ ਹੋ ਜਾਂਦੀ ਹੈ ਉਹ ਵੀ ਆਪਣੀ ਭਰੋਸੇਯੋਗਤਾ ਉਸ ਹਾਲਤ ਵਿਚ ਗੁਆ ਦਿੰਦੀ ਹੈ ਜਦੋਂ ਅਸੀਂ ਇਸਦਾ ਪ੍ਰਯੋਗ ਨਹੀਂ ਕਰਦੇ? ਇਕ ਔਸਤ ਸਿਆਣਾ ਵਿਅਕਤੀ ਸਦਾ ਆਪਣੀ ਯਾਦਾਸ਼ਤ ਤੇ ਵਿਸ਼ਵਾਸ ਕਰਨ ਤੋਂ ਡਰਦਾ ਹੈ। ਕਈ ਤਰ੍ਹਾਂ ਦੀਆਂ ਪੁਸਤਕਾਂ, ਕੈਲੰਡਰ, ਮੁਲਕਾਤ ਦੀਆਂ ਡਾਇਰੀਆਂ, ਟੈਲੀਫੋਨ ਸੂਚੀ, ਯਾਦਾਸ਼ਤ ਦੇ ਪਰਚੇ, ਡੈਸਕ ਨੋਟਸ ਆਦਿ ਹੁੰਦੇ ਹਨ - ਇਹ ਸਭ ਸਾਡੀ ਯਾਦਾਸ਼ਤ ਦੇ ਭਾਰ ਨੂੰ ਘੱਟ ਕਰਨ ਦੇ ਲਈ ਹੁੰਦੇ ਹਨ ਅਤੇ ਇਸ ਲਈ ਇਹ ਸਭ ਗਲਤ ਦਿਸ਼ਾ ਵਿਚ ਕੰਮ ਕਰਦੇ ਹਨ।

ਥੋਰਨਡਾਇਕ ਨਾਮਕ ਪ੍ਰਸਿੱਧ ਮਨੋਵਿਗਿਆਨਕ ਨੇ ਯਾਦਾਸ਼ਤ ਅਤੇ ਉਮਰ ਨਾਲ ਸਬੰਧਤ ਪ੍ਰੀਖਿਆਵਾਂ ਤੇ ਆਪਣਾ ਬਹੁਤ ਸਾਰਾ ਸਮਾਂ ਲਗਾਇਆ ਸੀ। ਉਸਨੇ ਇਹ ਪਾਇਆ ਕਿ ਸਾਡੇ ਜੀਵਨ ਦੇ ਅੰਤਿਮ ਭਾਗ ਨੂੰ ਛੱਡ ਕੇ, ਸਾਡੀ ਵੱਧਦੀ ਹੋਈ ਉਮਰ ਵਿਚ ਕਮੀ ਜਾਂ ਪਤਨ ਹੋਣ ਦਾ ਕੋਈ ਪ੍ਰਕ੍ਰਿਤਕ ਕਾਰਨ ਨਹੀਂ ਹੁੰਦਾ। ਜੇਕਰ ਉਸ ਸਮੇਂ ਤੋਂ ਪਹਿਲਾਂ ਸਾਡੀ ਯਾਦਾਸ਼ਤ ਘੱਟ ਹੋ ਜਾਂਦੀ ਹੈ, ਤਾਂ ਸਾਨੂੰ ਖੁਦ ਨੂੰ ਹੀ ਉਸਦਾ ਦੋਸ਼ੀ ਮੰਨਣਾ ਚਾਹੀਦਾ ਹੈ। ਸਾਨੂੰ ਇਹ ਸਵੀਕਾਰਨਾ ਚਾਹੀਦਾ ਹੈ ਕਿ ਜਮਾਤ ਛੱਡਣ ਤੋਂ ਬਾਅਦ ਅਸੀਂ ਅਕਸਰ ਕਿਸੇ ਵੀ ਚੀਜ਼ ਨੂੰ ਸਿੱਖਣ ਦੀ ਚਿੰਤਾ ਨਹੀਂ ਕਰਦੇ। ਅਸਲ ਅਰਥ ਵਿਚ ਸਿੱਖਣਾ ਸਿਰਫ ਪੜ੍ਹਨਾ ਨਹੀਂ ਹੈ ਜੋ ਸਿਰਫ ਕ੍ਰਿਆ ਰਹਿਤ ਅਤੇ ਸਵੀਕਾਰ ਕਰਨ ਵਰਗਾ ਹੁੰਦਾ ਹੈ।

ਵਿਵਹਾਰਕ ਨਿਪੁੰਨ ਜੀਵਨ ਵਿਚ, ਅਭਿਨੈ ਅਤੇ ਉਸ ਵਰਗੇ ਕਾਰੋਬਾਰਾਂ ਨੂੰ ਛੱਡ ਕੇ ਸਿੱਖਣ ਦੇ ਲਈ ਕੋਈ ਉਤਸ਼ਾਹਿਤ ਨਹੀਂ ਹੁੰਦਾ। ਇਸ ਨਾਲ ਉਤਮ ਯਾਦਾਸ਼ਤ ਦੀਆਂ ਤਕਨੀਕਾਂ ਦਾ ਹਾਸਾ ਹੁੰਦਾ ਹੈ ਜੋ ਲਗਾਤਾਰ ਵਿਵਹਾਰ ਨਾਲ ਸਬੰਧਤ ਹੁੰਦੀਆਂ ਹਨ। ਜਿਵੇਂ ਕਿ ਮੈਂ ਉੱਪਰ ਦੱਸਿਆ ਹੈ ਅਸੀਂ ਆਪਣੀ ਯਾਦਾਸ਼ਤ ਨੂੰ ਧੁੰਦਲਾ ਬਨਾਉਣ ਤੋਂ ਡਰਦੇ ਹਾਂ ਅਤੇ ਸਾਡੇ ਵਿਚੋਂ ਕਈ ਇਹ ਸੋਚਦੇ ਹਨ ਕਿ ਨਾਮਾਂ, ਪਤਿਆਂ, ਟੈਲੀਫੋਨ ਨੰਬਰਾਂ ਅਤੇ ਮੁਲਾਕਾਤਾ ਨੂੰ ਯਾਦ ਰੱਖਣਾ ਸਮੇਂ ਨੂੰ ਬਰਬਾਦ ਕਰਨਾ ਹੈ, ਉਨ੍ਹਾਂ ਨੂੰ ਤਾਂ ਬਹੁਤ ਸਰਲਤਾਪੂਰਵਕ ਨੋਟ ਬੁਕਾਂ ਜਾਂ ਡਾਇਰੀਆਂ ਵਿਚ ਲਿਖਿਆ ਜਾ ਸਕਦਾ ਹੈ।

ਰੋਜ਼ ਲੋਕ ਪੈਦਲ ਘੁੰਮਦੇ ਹਨ ਜਦੋਂ ਕਿ ਉਨ੍ਹਾਂ ਦੇ ਲਈ ਕਾਰ ਜਾਂ ਬੱਸ ਦਾ ਉਪਯੋਗ ਕਰਨਾ ਬਹੁਤ ਸੌਖਾ ਹੋ ਸਕਦਾ ਹੈ। ਉਹ ਅਜਿਹਾ ਇਸ ਲਈ ਕਰਦੇ ਹਨ ਕਿਉਂਕਿ ਘੁੰਮਣਾ ਸਿਹਤ ਵਧਾਉਣਾ ਹੈ ਅਤੇ ਉਹ ਆਪਣੀਆਂ ਮਾਸਪੇਸ਼ੀਆਂ ਦੀ ਸ਼ਕਤੀ ਨੂੰ ਵਧਾਉਣ ਜਾਂ ਘੱਟ ਤੋਂ ਘੱਟ ਉਨਾ ਤਾਂ ਬਣਾਈ ਰੱਖਣਾ ਹੀ ਚਾਹੁੰਦੇ ਹਨ ਪਰ ਦੂਜੇ ਪਾਸੇ ਛੋਟੀ-ਛੋਟੀ ਚੀਜ਼ ਨੂੰ ਲਿਖ ਕੇ ਉਹ ਆਪਣੀ ਯਾਦਾਸ਼ਤ ਦੀ ਸ਼ਕਤੀ ਨੂੰ ਕਮਜ਼ੋਰ ਬਣਾਉਂਦੇ ਹਨ। ਜੇਕਰ ਉਹ ਲੰਬੇ ਸਮੇਂ ਤੋਂ ਬਾਅਦ ਕਿਸੇ ਚੀਜ਼ ਨੂੰ ਯਾਦ ਕਰਨ ਦਾ ਜਤਨ ਕਰਦੇ ਹਨ, ਤਾਂ ਉਹ ਉਸਨੂੰ ਭੁੱਲ ਸਕਦੇ ਹਨ। ਫਲਸਰੂਪ ਉਹ ਆਪਣੀ ਯਾਦਾਸ਼ਤ ਵਿਚ ਹੋਰ ਜ਼ਿਆਦਾ ਅਵਿਸ਼ਵਾਸ ਕਰਨ ਲੱਗਦੇ ਹਨ। ਅੰਤ ਵਿਚ ਉਹ ਆਪਣੀ ਯਾਦਾਸ਼ਤ ਨੂੰ ਪੂਰਣ ਰੂਪ ਵਿਚ ਅਸਫਲ ਪਾ ਕੇ ਹੈਰਾਨ ਹੋ ਜਾਂਦੇ ਹਨ। ਉਹ ਇਹ ਮਹਿਸੂਸ ਨਹੀਂ ਕਰਦੇ ਕਿ ਉਹ ਖੁਦ ਹੀ ਤਾਂ ਇਸਦੇ ਲਈ ਉੱਤਰਦਾਈ ਰਹੇ ਹਨ। ਮਨੋਵਿਗਿਆਨਕ ਕਾਰਨਾਂ ਤੋਂ ਬਿਨਾਂ, ਇਹ ਸਭ ਇਸ ਤੱਥ ਤੋਂ ਪਤਾ ਲੱਗਦਾ ਹੈ ਕਿ ਲੋਕ ਪਿਛਲੇ ਮਹੀਨੇ ਜਾਂ ਪਿਛਲੇ ਹਫਤੇ ਵਾਪਰੀਆਂ ਮਹੱਤਵਪੂਰਨ ਘਟਨਾਵਾਂ ਨੂੰ ਭੁੱਲ ਜਾਂਦੇ ਹਨ ਜਦੋਂ ਕਿ ਉਹ ਪਿਛਲੇ 30 ਜਾਂ 40 ਸਾਲ ਪਹਿਲਾਂ ਵਾਪਰੀਆਂ ਘਟਨਾਵਾਂ ਨੂੰ - ਇੱਥੋਂ ਤੱਕ ਕਿ ਗੈਰ ਮਹੱਤਵਪੂਰਨ ਘਟਨਾਵਾਂ ਨੂੰ ਵੀ, ਪੂਰਨ ਰੂਪ ਵਿਚ ਯਾਦ ਕਰ ਸਕਦੇ ਹਨ।

4

ਯਾਦ ਕਰਨ ਦੀ ਪ੍ਰਕ੍ਰਿਆ

ਵਸਤੂਆਂ ਵਿਚ ਦਿਲਚਸਪੀ ਦਾ ਸਾਡੀ ਯਾਦਾਸ਼ਤ ਦੇ ਬਹੁਤ ਜ਼ਿਆਦਾ ਮਹੱਤਵ ਹੁੰਦਾ ਹੈ ਪਰ ਪ੍ਰਾਪਤ ਕਰਨ ਦੇ ਸਾਧਨ ਵੀ ਸਮਾਨ ਰੂਪ ਨਾਲ ਮਹੱਤਵਪੂਰਨ ਹਨ। ਸਾਨੂੰ ਅੱਖ ਦਾ ਦਿਮਾਗ ਰੱਖਣ ਵਾਲਿਆਂ, ਕੰਨ ਦਾ ਦਿਮਾਗ ਰੱਖਣ ਵਾਲਿਆਂ ਅਤੇ ਮਾਸਪੇਸ਼ੀਆਂ ਦੀ ਧੜਕਣ ਦਾ ਦਿਮਾਗ ਰੱਖਣ ਵਾਲਿਆਂ ਦੇ ਵਿਚਕਾਰ ਅੰਤਰ ਕਰਨਾ ਪਵੇਗਾ।

ਅਸੀਂ ਅੱਖ ਦੇ ਦਿਮਾਗ ਵਾਲਾ ਵਿਅਕਤੀ ਉਸਨੂੰ ਕਹਾਂਗੇ ਜੇਕਰ ਉਹ ਅੱਖਾਂ ਨਾਲ ਦੇਖੀਆਂ ਗਈਆਂ ਚੀਜ਼ਾਂ ਨੂੰ ਸਭ ਤੋਂ ਚੰਗੀ ਤਰ੍ਹਾਂ ਯਾਦ ਰੱਖਦਾ ਹੈ।

ਅਸੀਂ ਕੰਨ ਦੇ ਦਿਮਾਗ ਵਾਲਾ ਵਿਅਕਤੀ ਉਸਨੂੰ ਕਹਾਂਗੇ ਜੇਕਰ ਉਹ ਕੰਨਾਂ ਦੇ ਮਾਧਿਅਮ ਨਾਲ ਸੁਣ ਕੇ ਚੀਜ਼ਾਂ ਨੂੰ ਸਭ ਤੋਂ ਚੰਗੀ ਤਰ੍ਹਾਂ ਯਾਦ ਰੱਖਦਾ ਹੈ।

ਅਸੀਂ ਮਾਸਪੇਸ਼ੀਆਂ ਦੀ ਹਰਕਤ ਦਾ ਦਿਮਾਗ ਰੱਖਣ ਵਾਲਾ ਉਸਨੂੰ ਕਹਾਂਗੇ ਜੋ ਇਕ ਵਿਸ਼ੇਸ਼ ਕੰਮ ਨੂੰ ਖੁਦ ਕਰਕੇ ਸਭ ਤੋਂ ਚੰਗੀ ਤਰ੍ਹਾਂ ਸਿੱਖਦਾ ਹੈ ਜਿਵੇਂ ਲਿਖ ਕੇ, ਕੋਈ ਵਾਜਾ ਵਜਾ ਕੇ ਜਾਂ ਸਰੀਰ ਤੇ ਕੋਈ ਗਤੀ ਕਰਕੇ ਜਿਵੇਂ ਪਿੰਨ ਚੁਭੋ ਕੇ ਜਾਂ ਕਿਸੇ ਕੀਟਾਣੂ ਦੇ ਡੰਗ ਨਾਲ ਖੁਦ ਨੂੰ ਕਟਵਾ ਕੇ।

ਇਹ ਸਪੱਸ਼ਟ ਹੀ ਹੈ ਕਿ ਅੱਖ ਦੇ ਦਿਮਾਗ ਵਾਲਾ ਵਿਅਕਤੀ ਸਭ ਤੋਂ ਜ਼ਿਆਦਾ ਲਾਭ ਪ੍ਰਾਪਤ ਕਰਦਾ ਹੈ ਕਿਉਂਕਿ ਇਹ ਪੁਸਤਕਾਂ ਵਿਚ ਛਪੇ ਸ਼ਬਦਾਂ ਨੂੰ ਪੜ੍ਹ ਸਕਦਾ ਹੈ ਅਤੇ ਉਸਦੀ ਯਾਦਾਸ਼ਤ ਛਪੇ ਹੋਏ ਸ਼ਬਦਾਂ, ਵਾਕਾਂ ਅਤੇ ਪੈਰ੍ਹਾਗ੍ਰਾਫਾਂ ਨੂੰ ਧਾਰਨ ਕਰੀ ਰੱਖਦੀ ਹੈ।

ਜੇਕਰ ਉਹ ਇਕ ਸਿਨੇਮਾ ਜਾਂਦਾ ਹੈ ਤਾਂ ਉਹ ਪਰਦੇ ਤੇ ਹੋਣ ਵਾਲੇ ਕੰਮਾਂ ਅਤੇ ਘਟਨਾਵਾਂ ਨੂੰ ਦੇਖ ਕੇ ਉਨ੍ਹਾਂ ਨੂੰ ਯਾਦ ਰੱਖ ਸਕਦਾ ਹੈ, ਜਦੋਂ ਕਿ ਬੋਲਿਆ ਹੋਇਆ ਸ਼ਬਦ ਧੁੰਦਲਾ ਹੋ ਜਾਂਦਾ ਹੈ ਜਾਂ ਹਲਕਾ ਹੋ ਕੇ ਖਤਮ ਹੋ ਜਾਂਦਾ ਹੈ।

ਉਸਦੀ ਤੁਲਨਾ ਵਿਚ ਕੰਨ ਦੇ ਦਿਮਾਗ ਵਾਲਾ ਵਿਅਕਤੀ ਪੁਸਤਕਾਂ ਦੀ ਤੁਲਨਾ ਵਿਆਖਿਆ ਕਰਨ ਤੋਂ ਜ਼ਿਆਦਾ ਲਾਭ ਉਠਾਉਂਦਾ ਹੈ, ਕਿਉਂਕਿ ਉਸਦੀ ਯਾਦਾਸ਼ਤ ਕੰਨਾਂ ਦੁਆਰਾ ਫੜੀ ਗਈ ਹਰੇਕ ਆਵਾਜ਼ ਨੂੰ ਧਾਰਨ ਕਰਦੀ ਹੈ। ਉਹ ਇਕ ਗੱਲਬਾਤ ਨੂੰ ਉਵੇਂ ਹੀ ਮੌਖਿਕ ਰੂਪ ਨਾਲ ਦੁਹਰਾ ਸਕਦਾ ਹੈ ਪਰ ਉਸਨੂੰ ਗੱਲਬਾਤ ਕਰਨ ਵਾਲੇ ਵਿਅਕਤੀ ਦੀ ਬਣਾਵਟ ਦਾ ਵਰਣਨ ਕਰਨ ਵਿਚ ਔਖਿਆਈ ਹੋ ਸਕਦੀ ਹੈ। ਜੇ

23

ਕਰ ਉਹ ਸਿਨੇਮਾ (ਫ਼ਿਲਮ) ਦੇਖਦਾ ਹੈ ਤਾਂ ਸ਼ਬਦਾਂ ਅਤੇ ਸੰਗੀਤ ਦੀ ਆਵਾਜ਼ ਉਸਦੇ ਨਾਲ ਰੁਕੇਗੀ ਪਰ ਕ੍ਰਿਆਵਾਂ ਨੂੰ ਉਹ ਛੇਤੀ ਹੀ ਭੁੱਲ ਜਾਵੇਗਾ।

ਮਾਸਪੇਸ਼ੀਆਂ ਦੇ ਦਿਮਾਗ ਹੋਣ ਨਾਲ ਮਤਲਬ ਹੈ ਕਿ ਬਾਕੀ ਇੰਦਰੀਆਂ ਜਿਵੇਂ ਛੂਹਣਾ, ਸੁੰਘਣਾ ਅਤੇ ਚੱਖਣਾ ਦੇ ਦੁਆਰਾ ਯਾਦਾਸ਼ਤ ਬਣਾਈ ਰੱਖਣਾ। ਉਹ ਲੋਕ ਸਾਡੇ ਵਿੱਚੋਂ ਜ਼ਿਆਦਾਤਰ ਦੀ ਤੁਲਨਾ ਵਿਚ ਦੇਖਣ ਅਤੇ ਭਾਸ਼ਣ ਸੁਨਣ ਵਿਚ ਬਹੁਤ ਪਿੱਛੇ ਰਹਿੰਦੇ ਹਨ ਜਦੋਂ ਕਿ ਇਸਦੇ ਕਈ ਝਗੜੇ ਵੀ ਹੁੰਦੇ ਹਨ। ਇਕ ਦ੍ਰਿਸ਼ਟੀਹੀਨ ਵਿਅਕਤੀ, ਦ੍ਰਿਸ਼ਟੀ ਤੋਂ ਵਾਂਝਾ ਹੋਣ ਤੇ ਅਕਸਰ ਹੋਰ ਸਾਰੀਆਂ ਇੰਦਰੀਆਂ ਨੂੰ ਇਕ ਵਰਣਨਯੋਗ ਸੀਮਾ ਤੱਕ ਵਿਕਸਿਤ ਕਰ ਲੈਂਦਾ ਹੈ। ਇਹ ਤੱਥ ਮਹੱਤਵਪੂਰਨ ਹੈ ਕਿਉਂਕਿ ਇਹ ਔਖੀ ਜਾਂਚ ਤੋਂ ਬਿਨਾਂ ਹੀ ਦੱਸ ਦਿੰਦਾ ਹੈ ਕਿ ਹਰੇਕ ਇੰਦਰੀ ਦਾ ਵਿਕਾਸ ਕੀਤਾ ਜਾ ਸਕਦਾ ਹੈ ਅਤੇ ਉਸਨੂੰ ਸਿੱਧ ਕੀਤਾ ਜਾ ਸਕਦਾ ਹੈ।

ਇਹ ਸਮਝਣਾ ਜ਼ਰੂਰੀ ਹੈ ਕਿ ਕੋਈ ਵੀ ਮਨੁੱਖ ਸੌ ਫ਼ੀਸਦੀ ਨਾ ਤਾਂ ਅੱਖ ਦੇ ਦਿਮਾਗ ਵਾਲਾ ਜਾਂ ਕੰਨ ਦੇ ਦਿਮਾਗ ਵਾਲਾ ਜਾਂ ਮਾਸਪੇਸ਼ੀ ਦੇ ਦਿਮਾਗ ਵਾਲਾ ਹੁੰਦਾ ਹੈ। ਅਕਸਰ ਅਸੀਂ ਇਨ੍ਹਾਂ ਸਾਰੇ ਗੁਣਾਂ ਨੂੰ ਰੱਖਦੇ ਹਾਂ, ਅਤੇ ਪ੍ਰਸ਼ਨ ਤਾਂ ਸਿਰਫ ਇਹੀ ਹੁੰਦਾ ਹੈ ਕਿ ਇਕ ਵਿਅਕਤੀ ਵਿਚ ਇਨ੍ਹਾਂ ਵਿੱਚੋਂ ਕਿਸ ਦੀ ਪ੍ਰਧਾਨਤਾ ਹੈ। ਅਸੀਂ ਜਾਣਦੇ ਹਾਂ ਕਿ ਲਗਭਗ 60 ਤੋਂ 80 ਪ੍ਰਤੀਸ਼ਤ ਵਿਅਕਤੀ ਅੱਖ ਦੇ ਦਿਮਾਗ ਵਾਲੇ ਹੁੰਦੇ ਹਨ, ਜਦੋਂ ਕਿ ਬਾਕੀ ਵਿਅਕਤੀ ਦੂਜੀਆਂ ਦੋ ਸ਼੍ਰੇਣੀਆਂ ਦੇ ਹੁੰਦੇ ਹਨ।

ਉਨ੍ਹਾਂ ਲੋਕਾਂ ਵਿੱਚੋਂ ਪ੍ਰਮੁੱਖ ਰੂਪ ਵਿਚ ਕੰਨ ਵਾਲੇ ਦਿਮਾਗ ਦੇ ਹੁੰਦੇ ਹਨ, ਸੰਗੀਤ ਵਿਚ ਮਾਹਿਰ ਸਭ ਤੋਂ ਜ਼ਿਆਦਾ ਹੁੰਦੇ ਹਨ, ਵਿਸ਼ੇਸ਼ ਕਰਕੇ ਉਹ ਲੋਕ ਜਿਹੜੇ ਇਕ ਰਚਨਾ ਨੂੰ ਜਿਵੇਂ ਉਨ੍ਹਾਂ ਨੇ ਸੁਣਿਆ ਹੈ, ਦੁਹਰਾ ਸਕਦੇ ਹਨ।

ਇਹ ਦਿਲਚਸਪ ਜਾਣਕਾਰੀ ਹੈ ਪਸ਼ੂਆਂ ਵਿਚ ਵੀ ਇਹ ਤਿੰਨ ਸ਼੍ਰੇਣੀਆਂ ਪਾਈਆਂ ਜਾਂਦੀਆਂ ਹਨ। ਉਦਾਹਰਣ ਦੇ ਤੌਰ ਤੇ, ਇੱਲ ਦਾ ਦਿਮਾਗ ਪੂਰਣ ਰੂਪ ਵਿਚ ਉਸਦੀ ਸ਼ਾਨਦਾਰ ਦ੍ਰਿਸ਼ਟੀ ਤੇ ਨਿਰਭਰ ਹੁੰਦਾ ਹੈ, ਜੋ ਕਿ ਬਹੁਤ ਉਚਾਈ ਤੋਂ ਵੀ ਆਪਣੇ ਸ਼ਿਕਾਰ ਨੂੰ ਦੇਖ ਲੈਂਦੀ ਹੈ। ਹਿਰਨ ਦਾ ਦਿਮਾਗ ਪ੍ਰਮੁੱਖ ਰੂਪ ਵਿਚ ਉਸਦੇ ਕੰਨਾਂ ਤੇ ਅਧਾਰਿਤ ਹੁੰਦਾ ਹੈ ਜੋ ਕਿਸੇ ਵੀ ਚੀਜ਼ ਦੀ ਥੋੜ੍ਹੀ ਜਿਹੀ ਆਵਾਜ਼ ਨੂੰ ਫੜ ਲੈਂਦਾ ਹੈ। ਜਦੋਂ ਕਿ ਕੁੱਤੇ ਦੀ ਸੁੰਘਣ ਦੀ ਇੰਦਰੀ ਬਹੁਤ ਵਿਕਸਿਤ ਹੁੰਦੀ ਹੈ ਜੋ ਉਸਦੀ ਦੇਖਣ ਅਤੇ ਸੁਨਣ ਦੀਆਂ ਸ਼ਕਤੀਆਂ ਤੋਂ ਵੀ ਵਧ ਕੇ ਹੁੰਦੀ ਹੈ।

ਹਾਲਾਂਕਿ ਕਿਸੇ ਸਮੱਗਰੀ ਨੂੰ ਸਿੱਖਣ ਅਤੇ ਯਾਦ ਕਰਨ ਦਾ ਸਾਡਾ ਤਰੀਕਾ ਕਾਫੀ ਸੀਮਾ ਤੱਕ ਸਾਡੀ ਸ਼੍ਰੇਣੀ ਤੇ ਨਿਰਭਰ ਕਰਦਾ ਹੈ, ਇਸ ਲਈ ਇਹ ਹੈਰਾਨੀਜਨਕ ਤੱਥ ਹੈ ਕਿ ਬਹੁਤ ਘੱਟ ਲੋਕ ਇਹ ਜਾਣਦੇ ਹਨ ਕਿ ਉਹ ਕਿਸੇ ਸ਼੍ਰੇਣੀ ਦੇ ਹਨ। ਇਹ ਤਾਂ ਪੂਰਣ ਰੂਪ ਵਿਚ ਪ੍ਰਕਿਤਕ ਹੀ ਹੈ ਕਿ ਇਕ ਵਿਅਕਤੀ ਜੋ ਪ੍ਰਮੁੱਖ ਰੂਪ ਵਿਚ ਅੱਖ ਦੇ ਦਿਮਾਗ ਵਾਲਾ ਹੈ, ਉਹ ਸ਼ਕਲਾਂ ਨੂੰ ਦੇਖ ਕੇ ਜ਼ਿਆਦਾ ਤੋਂ ਜ਼ਿਆਦਾ ਸਿੱਖਣ ਦਾ ਯਤਨ ਕਰਦਾ ਹੈ ਅਤੇ ਇਕ ਵਿਦਿਆਰਥੀ ਜੋ ਪ੍ਰਮੁੱਖ ਰੂਪ ਵਿਚ ਕੰਨ ਦੇ ਦਿਮਾਗ ਵਾਲਾ ਹੈ। ਉਹ ਆਪਣੇ ਸਮੇਂ ਦਾ ਜ਼ਿਆਦਾ ਉੱਤਮ ਉਪਾਅ ਉਦੋਂ ਕਰਦਾ ਹੈ ਜਦੋਂ ਉਹ ਜ਼ਿਆਦਾ ਤੋਂ ਜ਼ਿਆਦਾ ਸੰਭਵ ਹੋ ਸਕਣ ਵਾਲੇ ਭਾਸ਼ਣਾਂ ਨੂੰ ਸੁਣਦਾ ਹੈ ਅਤੇ ਆਪਣੇ ਅਧਿਆਪਕ ਦੀ ਆਵਾਜ਼ ਨੂੰ ਸੁਣਦਾ ਹੈ। ਜਿਵੇਂ ਕਿ ਮੈਂ ਉੱਪਰ ਦੱਸ ਦੱਸ ਚੁੱਕਾ ਹਾਂ ਕਿ ਕੋਈ ਵੀ ਵਿਅਕਤੀ 100 ਪ੍ਰਤੀਸ਼ਤ ਅੱਖ ਜਾਂ ਕੰਨ ਦੇ ਦਿਮਾਗ ਵਾਲਾ ਨਹੀਂ ਹੁੰਦਾ, ਇਸ ਲਈ ਜੋ ਵਿਦਿਆਰਥੀ ਪੁਸਤਕਾਂ ਤੋਂ ਲਿਖਦਾ ਹੈ ਅਤੇ ਜੋਰ ਨਾਲ ਪੜ੍ਹਦਾ ਹੈ ਉਸਨੂੰ ਜ਼ਿਆਦਾ

ਤੋਂ ਜ਼ਿਆਦਾ ਲਾਭ ਮਿਲਦਾ ਹੈ ਜੇਕਰ ਉਹ ਅਜਿਹਾ ਕਰਦਾ ਹੈ ਤਾਂ ਉਸਦਾ ਕੰਨ ਉਸਦੀ ਅੱਖ ਦੀ ਸਹਾਇਤਾ ਦੇ ਲਈ ਆਉਂਦਾ ਹੈ ਅਤੇ ਉਹ ਆਪਣੇ ਦਿਮਾਗ ਤੱਕ ਪਹੁੰਚਣ ਦੇ ਇਕ ਦੀ ਬਜਾਏ ਦੋ ਰਸਤੇ ਖੋਲ੍ਹ ਦਿੰਦਾ ਹੈ।

ਮਾਸਪੇਸ਼ੀ ਵਾਲਾ ਵਿਅਕਤੀ ਉਦੋਂ ਸਰਵੋਤਮ ਬਣਦਾ ਹੈ ਜਦੋਂ ਕਿ ਉਹ ਜਿੱਥੋਂ ਤੱਕ ਸੰਭਵ ਹੋ ਸਕੇ ਜ਼ਿਆਦਾ ਤੋਂ ਜ਼ਿਆਦਾ ਲਿਖ ਲੈਂਦਾ ਹੈ। ਜੇਕਰ ਉਹ ਅੱਖ ਅਤੇ ਮਾਸਪੇਸ਼ੀ ਵਾਲੇ ਦਿਮਾਗ ਦਾ ਵਿਅਕਤੀ ਹੈ ਤਾਂ ਉਹ ਆਪਣੀਆਂ ਪੁਸਤਕਾਂ ਤੋਂ ਨਕਲ ਕਰ ਸਕਦਾ ਹੈ। ਜੇਕਰ ਉਹ ਕੰਨ ਅਤੇ ਮਾਸਪੇਸ਼ੀ ਵਾਲੇ ਦਿਮਾਗ ਵਾਲਾ ਵਿਅਕਤੀ ਹੈ ਤਾਂ ਉਸਨੂੰ ਭਾਸ਼ਣ ਸੁਣਨ ਸਮੇਂ ਨੋਟਸ ਲੈਣੇ ਚਾਹੀਦੇ ਹਨ। ਜੋ ਵੀ ਹੋਵੇ ਇਕ ਵਿਅਕਤੀ ਦੇ ਲਈ ਇਹ ਜਾਣਨਾ ਲਾਭਦਾਇਕ ਹੁੰਦਾ ਹੈ ਕਿ ਉਹ ਕਿਸ ਸ਼੍ਰੇਣੀ ਦਾ ਹੈ ਅਤੇ ਉਸਨੂੰ ਉਸਦੇ ਅਨੁਸਾਰ ਆਪਣੇ ਸਿੱਖਣ ਅਤੇ ਯਾਦ ਕਰਨ ਨੂੰ ਸੰਚਾਲਿਤ ਕਰਨਾ ਚਾਹੀਦਾ ਹੈ।

ਜਿਵੇਂ ਕਿ ਮੈਂ ਉੱਪਰ ਦੱਸ ਚੁੱਕਾ ਹਾਂ, ਜਿੱਥੋਂ ਤੱਕ ਗ੍ਰਹਿਣ ਦਾ ਸਬੰਧ ਹੈ, ਅਜਿਹੇ ਜ਼ਿਆਦਾ ਲੋਕ ਨਹੀਂ ਹਨ ਜੋ ਆਪਣੀਆਂ ਸ਼੍ਰੇਣੀਆਂ ਨੂੰ ਜਾਣਦੇ ਹੋਣ। ਇਕ ਸੰਗੀਤਕਾਰ ਤੋਂ ਇਹ ਪੁੱਛੋ ਕਿ ਉਹ ਕਿਵੇਂ ਇਕ ਰਚਨਾ ਨੂੰ ਯਾਦ ਕਰਦਾ ਹੈ, ਜ਼ਿਆਦਾਤਰ ਮਾਮਲਿਆਂ ਵਿਚ ਉਹ ਕਹੇਗਾ ਕਿ, 'ਮੈਨੂੰ ਪਤਾ ਨਹੀਂ ਹੈ।' ਪਰ ਜੇਕਰ ਤੁਸੀਂ ਜ਼ੋਰ ਦਿਓ ਕਿ ਉਹ ਦੱਸੇ ਕਿ ਉਸਦੇ ਦਿਮਾਗ ਵਿਚ ਕੀ ਚੱਲ ਰਿਹਾ ਹੈ ਜਦੋਕਿ ਉਹ ਸਾਜ ਨੂੰ ਵਜਾ ਰਿਹਾ ਹੈ, ਤਾਂ ਤੁਹਾਨੂੰ ਵਿਭਿੰਨ ਪ੍ਰਕਾਰ ਦੇ ਉੱਤਰ ਸੁਣਨ ਲਈ ਮਿਲ ਸਕਦੇ ਹਨ।

ਇਕ ਪਿਆਨੋਵਾਦਕ ਇਹ ਕਹੇਗਾ ਕਿ ਪਿਆਨੋ ਵਜਾਉਂਦੇ ਸਮੇਂ ਉਹ ਆਪਣੀ ਮਾਨਸਿਕ ਅੱਖ ਤੇ ਸਕੋਰ ਨੂੰ ਦੇਖ ਰਿਹਾ ਹੈ ਜਾਂ ਉਨ੍ਹਾਂ ਦੀ ਕਲਪਨਾ ਕਰ ਰਿਹਾ ਹੈ। ਉਹ ਅੱਖ ਦੇ ਦਿਮਾਗ ਵਾਲਾ ਵਿਅਕਤੀ ਹੈ ਅਤੇ ਉਹ ਬਿਨਾ ਮੁਸ਼ਕਲ ਤੋਂ ਤੁਹਾਨੂੰ ਦੱਸ ਦੇਵੇ ਗਾ ਕਿ ਕਦੋਂ ਪੰਨਾ ਪਰਤਿਆ ਜਾਵੇ। ਇਸਦੀ ਤੁਲਨਾ ਵਿਚ ਕੰਨ ਦੇ ਦਿਮਾਗ ਵਾਲਾ ਸੰਗੀਤਕਾਰ ਆਪਣੇ ਕੰਨ ਦੇ ਅਨੁਸਾਰ ਚੱਲਦਾ ਹੈ ਅਤੇ ਇਹ ਸੰਭਵ ਹੈ ਕਿ ਉਸਨੇ ਕਦੀ ਸਕੋਰ ਨੂੰ ਦੇਖਿਆ ਨਾ ਹੋਵੇ ਜਾਂ ਉਹ ਉਸਨੂੰ ਪੜ੍ਹ ਨਾ ਸਕੇ ਜੇਕਰ ਉਹ ਉਸਦੇ ਕੋਲ ਹੈ, ਕਿਉਂਕਿ ਉਹ ਸੰਗੀਤ ਦੀਆਂ ਮਾਤ੍ਰਾਵਾਂ ਨਹੀਂ ਰੱਖਦਾ। ਮਾਸਪੇਸ਼ੀ ਦੇ ਦਿਮਾਗ ਵਾਲਾ ਵਿਅਕਤੀ ਉਸ ਰਚਨਾ ਨੂੰ ਵਜਾ ਸਕੇਗਾ ਹਾਲਾਂਕਿ ਪਿਆਨੋ ਚੁੱਪ ਹੋਵੇ। ਉਹ ਨਾ ਤਾਂ ਸਕੋਰ ਅਤੇ ਨਾ ਧੁਨ ਦੇ ਨਿਰਭਰ ਕਰਦਾ ਹੈ। ਜੋ ਕੁਝ ਉਹ ਸਭ ਤੋਂ ਉੱਤਮ ਢੰਗ ਨਾਲ ਯਾਦ ਰੱਖਦਾ ਹੈ ਉਹ ਹੈ ਉਸਦੇ ਹੱਥਾਂ ਦਾ ਚੱਲਣਾ। ਪਿਆਨੋਵਾਦਕ ਦਾ ਯੰਤਰਵਤ ਭਾਗ ਕੰਮ ਹੈ।

ਮੈਨੂੰ ਇਹ ਅਕਸਰ ਪੁੱਛਿਆ ਗਿਆ ਹੈ ਕਿ ਅਸੀਂ ਕਿਵੇਂ ਆਪਣੀ ਕਿਸਮ ਜਾਂ ਵਰਗ ਨੂੰ ਜਾਣ ਸਕਦੇ ਹਾਂ? ਜੇਕਰ ਅਸੀਂ ਇਸਨੂੰ ਨਹੀਂ ਜਾਣਦੇ। ਇਸਦੇ ਦੋ ਤਰੀਕੇ ਹਨ ਜਿਨ੍ਹਾਂ ਨੂੰ ਮੈਂ ਤੁਹਾਨੂੰ ਸੁਣਾ ਸਕਦਾ ਹਾਂ, ਉਨ੍ਹਾਂ ਵਿਚੋਂ ਇਕ ਉੱਤਮ ਤਰ੍ਹਾਂ ਨਾਲ ਕੰਮ ਕਰਦਾ ਹੈ ਜੇਕਰ ਤੁਸੀਂ ਖ਼ੁਦ ਜਾਂਚ ਕਰਨਾ ਚਾਹੁੰਦੇ ਹੋ। ਦੂਜਾ ਉਦੋਂ ਚੰਗੀ ਤਰ੍ਹਾਂ ਕੰਮ ਕਰਦਾ ਹੈ ਜਦੋਂ ਤੁਸੀਂ ਕਿਸੇ ਹੋਰ ਦਾ ਜਿਵੇਂ ਆਪਣੇ ਮਿੱਤਰ ਦੀ ਜਾਂਚ ਕਰਨਾ ਚਾਹੁੰਦੇ ਹੋ।

ਜੇਕਰ ਤੁਸੀਂ ਖ਼ੁਦ ਦੀ ਪ੍ਰੀਖਿਆ ਲੈਣਾ ਚਾਹੁੰਦੇ ਹੋ ਤਾਂ ਸਮਾਨ ਲੰਬਾਈ ਦੇ ਦੋ ਅਨੁਛੇਦ ਚੁਣੋ - ਹਰੇਕ ਅੱਧੇ ਪੰਨੇ ਦਾ ਹੋਵੇ। ਪਹਿਲੇ ਅਨੁਛੇਦ ਨੂੰ ਚੁੱਪਚਾਪ ਪੜ੍ਹੋ। ਕਿੰਨਾ ਸਮਾਂ ਉਸਨੂੰ ਪੜ੍ਹਨ ਵਿਚ ਲੱਗਦਾ ਹੈ ਉਸਨੂੰ ਚੈੱਕ ਕਰੋ। ਉਸਤੋਂ ਬਾਅਦ ਇਕ ਕਾਗਜ਼ ਤੇ ਉਹ ਲਿਖੋ ਜੋ ਕੁਝ ਤੁਹਾਨੂੰ ਯਾਦ ਰਹਿ ਗਿਆ ਹੈ।

ਅਜਿਹਾ ਕਰਨ ਤੋਂ ਬਾਅਦ ਕਿਸੇ ਹੋਰ ਵਿਅਕਤੀ ਨੂੰ ਕਹੋ ਕਿ ਉਹ ਤੁਹਾਨੂੰ ਦੂਜਾ ਪੈਰ੍ਹਾਗ੍ਰਾਫ਼ ਸੁਣਾਵੇ। ਉਸਨੂੰ ਪੜ੍ਹਨ ਵਿਚ ਉਨਾ ਹੀ ਸਮਾਂ ਲੱਗਣਾ ਚਾਹੀਦਾ ਹੈ ਜਿੰਨਾ ਸਮਾਂ ਤੁਹਾਨੂੰ ਪਹਿਲਾ ਅਨੁਛੇਦ ਪੜ੍ਹਨ ਵਿਚ ਲੱਗਾ ਸੀ। ਜਦੋਂ ਤੁਹਾਡਾ ਮਿੱਤਰ ਉਸਨੂੰ ਪੜ੍ਹ ਲਵੇ ਤਾਂ ਇਕ ਕਾਗਜ਼ ਤੇ ਲਿਖੋ ਜੋ ਕੁਝ ਤੁਹਾਨੂੰ ਯਾਦ ਰਹਿ ਗਿਆ ਹੈ। ਉਸਤੋਂ ਬਾਅਦ ਉਨ੍ਹਾਂ ਦੋਨੋਂ ਕਾਗਜ਼ਾਂ ਦੀ ਤੁਲਨਾ ਕਰੋ ਅਤੇ ਇਹ ਦੇਖੋ ਕਿ ਕੀ ਤੁਸੀਂ ਖ਼ੁਦ ਦੁਆਰਾ ਪੜ੍ਹੇ ਗਏ ਜਾਂ ਸੁਣੇ ਗਏ ਅਨੁਛੇਦ ਦਾ ਜ਼ਿਆਦਾ ਭਾਗ ਯਾਦ ਕਰ ਸਕੋ।

ਇਸ ਪ੍ਰਯੋਗ ਨੂੰ ਘੱਟ ਤੋਂ ਘੱਟ ਤਿੰਨ ਵਾਰ ਦੁਹਰਾਉਣਾ ਚਾਹੀਦਾ ਹੈ। ਹਰੇਕ ਨਵੇਂ ਪ੍ਰਯੋਗ ਵਿਚ ਸਮਾਗਰੀ ਦੀ ਲੰਬਾਈ ਵਿਚ ਪਰਿਵਰਤਨ ਹੋਣਾ ਚਾਹੀਦਾ ਹੈ। ਜੇਕਰ ਤੁਸੀਂ ਪਹਿਲੀ ਵਾਰ ਅੱਧਾ ਪੰਨਾ ਲਿਆ ਸੀ ਤਾਂ ਦੂਜੀ ਵਾਰ ਇਕ ਪੂਰਾ ਪੰਨਾ ਲਓ ਅਤੇ ਤੀਜੀ ਵਾਰ ਦੋ ਪੰਨੇ ਲਓ। ਹਰੇਕ ਵਾਰ ਪੜ੍ਹਨ ਅਤੇ ਸੁਣਨ ਦੀ ਸਮਾਗਰੀ ਸਮਾਨ ਲੰਬਾਈ ਦੀ ਹੋਣੀ ਚਾਹੀਦੀ ਹੈ।

ਇਸਦਾ ਨਤੀਜਾ ਤੁਹਾਡੇ ਲਈ ਸੌਖਾ ਹੋਵੇਗਾ। ਜੇਕਰ ਤੁਸੀਂ ਆਪਣੇ ਦੁਆਰਾ ਪੜ੍ਹੇ ਗਏ ਅਨੁਛੇਦਾਂ ਦਾ ਜ਼ਿਆਦਾ ਭਾਗ ਯਾਦ ਕਰ ਸਕਦੇ ਹੋ ਤਾਂ ਇਸਦਾ ਅਰਥ ਇਹ ਹੋਇਆ ਕਿ ਤੁਸੀਂ ਪ੍ਰਮੁੱਖ ਰੂਪ ਵਿਚ ਅੱਖ ਦੇ ਦਿਮਾਗ ਵਾਲੇ ਹੋ। ਜੇਕਰ ਤੁਸੀਂ ਸੁਣੇ ਗਏ ਅਨੁਛੇਦਾਂ ਦਾ ਜ਼ਿਆਦਾ ਭਾਗ ਯਾਦ ਰੱਖ ਸਕਦੇ ਹੋ ਤਾਂ ਇਸਦਾ ਅਰਥ ਇਹ ਹੋਇਆ ਕਿ ਤੁਸੀਂ ਕੰਨ ਦੇ ਦਿਮਾਗ ਵਾਲੇ ਹੋ।

ਜੇਕਰ ਤੁਸੀਂ ਇਹ ਜਾਂਚ ਕਰਨਾ ਚਾਹੁੰਦੇ ਹੋ ਕਿ ਕੀ ਤੁਸੀਂ ਮਾਸਪੇਸ਼ੀ ਦੇ ਦਿਮਾਗ ਵਾਲੇ ਹੋ ਤਾਂ ਇਕ ਹੋਰ ਪਰਖ ਦੇ ਲਈ ਅਨੁਛੇਦਾਂ ਦੀ ਨਕਲ ਕਰੋ।

ਕਿਸੇ ਵਿਅਕਤੀ ਦੀ ਪਰਖ ਕਰਨਾ ਤੁਲਨਾਤਮਕ ਜ਼ਿਆਦਾ ਸੌਖਾ ਹੁੰਦਾ ਹੈ ਵਿਸ਼ੇਸ਼ ਤੌਰ ਤੇ ਉਦੋਂ ਜਦੋਂ ਕਿ ਉਹ ਨਹੀਂ ਜਾਣਦਾ ਹੈ ਕਿ ਜਾਂਚ ਦਾ ਕੀ ਅਰਥ ਹੈ। ਮੈਂ ਤੁਹਾਨੂੰ ਦਸ ਸ਼ਬਦਾਂ ਦੀ ਸੂਚੀ ਦੇ ਰਿਹਾ ਹਾਂ ਜਿਨ੍ਹਾਂ ਨੂੰ ਤੁਸੀਂ ਉਸਨੂੰ ਪੜ੍ਹ ਕੇ ਸੁਣਾ ਸਕਦੇ ਹੋ। ਉਸਨੂੰ ਕਹੋ ਕਿ ਉਹ ਇਕ ਕਾਗਜ਼ ਤੇ ਪਹਿਲੇ ਉਸ ਸ਼ਬਦ (ਜੇਕਰ ਉਹ ਨਾਂ ਜਾਂ ਕਿਰਿਆ ਹੈ ਤਾਂ ਚੰਗਾ ਹੋਵੇਗਾ), ਨੂੰ ਲਿਖੇ ਜੋ ਉਸਦੇ ਦਿਮਾਗ ਵਿਚ ਆਉਂਦਾ ਹੋਵੇ ਜਦੋਂ ਉਹ ਤੁਹਾਡੇ ਬੋਲਣ ਤੇ ਇਕ ਸ਼ਬਦ ਨੂੰ ਸੁਣਦਾ ਹੋਵੇ।

ਇੱਥੇ ਦਸ ਸ਼ਬਦ ਹਨ -

Wall, cake, book, noise, file, river, letter, bind, flag ਅਤੇ hat ਇਨ੍ਹਾਂ ਸ਼ਬਦਾਂ ਨੂੰ ਦੇਖੋ ਜਿਨ੍ਹਾਂ ਨੂੰ ਤੁਹਾਡੇ ਪ੍ਰਤੀਯੋਗੀ ਨੇ ਲਿਖਿਆ ਹੈ। ਸਧਾਰਣ ਰੂਪ ਨਾਲ ਦੋ ਸੰਭਾਵਨਾਵਾਂ ਹਨ-

(ੳ)   ਉਸਨੇ ਇਸ ਤਰ੍ਹਾਂ ਦੇ ਸ਼ਬਦ ਲਿਖੇ ਹੋਣਗੇ -

1. Picture, paper, ceiling.
2. Flour, sugar, icing.
3. Page, illustration, test.
4. Propelfer, music, serene
5. Paper, drawer, box.
6. Water, boat, fishing.
7. Envelope, stamp, typewriter.
8. Feater, wings, egg.

9. Cloth, mast, signal.

10. Ribbon, straw, felt.

(ਅ)   ਉਸਨੇ ਸ਼ਬਦਾਂ ਨੂੰ ਇਸ ਤਰ੍ਹਾਂ ਲਿਖਿਆ ਹੋਵੇਗਾ :-

1. Hall, ball, value, valt.

2. Make, bake.

3. Look, book, bag.

4. Pose, choice, moist.

5. Pile, mile, fine, fire.

6. Liver, ginger.

7. Letter, Ladder, ledger, lecture.

8. Flirt, Hurt, Birth.

9. Bag, drag.

10. Bat, chat, flat.

ਇਹ ਸਾਰੇ ਸ਼ਬਦ ਸਿਰਫ ਉਦਾਹਰਣ ਹਨ ਅਤੇ ਤੁਹਾਡੇ ਪ੍ਰਤਿਯੋਗੀ ਦੁਆਰਾ ਲਿਖੇ ਗਏ ਸ਼ਬਦਾਂ ਦੀ ਵਿਭਿੰਨਤਾ ਅਸੀਮਤ ਹੋ ਸਕਦੀ ਹੈ।

ਪਰ ਉਸਦਾ ਜਿਵੇਂ ਦਾ ਵੀ ਜਵਾਬ ਦਿੱਤਾ ਹੋਵੇ, ਉਸਦੇ ਉੱਤਰ ਦੇ ਸਰਵੇਖਣ ਤੋਂ ਇਹ ਪਤਾ ਲੱਗੇਗਾ ਕਿ ਕੀ ਜ਼ਿਆਦਾਤਰ ਸ਼ਬਦ ਪਹਿਲੇ ਸਮੂਹ ਦੇ ਹਨ ਜਾਂ ਉਹ ਦੂਜੇ ਸਮੂਹ ਦੇ ਹਨ।

ਤੁਸੀਂ ਦੇਖੋਗੇ ਕਿ ਪਹਿਲੇ ਸਮੂਹ ਵਿਚ ਮੇਰੇ ਦੁਆਰਾ ਦਿੱਤੇ ਗਏ ਸ਼ਬਦ ਅਜਿਹੇ ਹਨ ਜੋ ਕਲਪਨਾ ਰੱਖਣ ਵਾਲਾ ਵਿਅਕਤੀ ਦੇਖ ਸਕਦਾ ਹੈ ਜਿਵੇਂ - wall, cake, book ਆਦਿ। ਦੂਜੇ ਸਮੂਹ ਵਿਚ ਦਿੱਤੇ ਗਏ ਸ਼ਬਦ ਅਜਿਹੇ ਹਨ ਜੋ ਇਨ੍ਹਾਂ ਸ਼ਬਦਾਂ ਦੀ ਆਵਾਜ਼ ਦੇ ਸਮਾਨ ਹਨ ਜਿਨ੍ਹਾਂ ਨੂੰ ਤੁਸੀਂ ਬੋਲਿਆ ਸੀ। ਇਸ ਲਈ ਜੇਕਰ ਤੁਸੀਂ ਆਪਣੇ ਪ੍ਰਤੀਯੋਗੀ ਦੇ ਕਾਗਜ਼ ਨੂੰ ਚੈੱਕ ਕਰੋ ਤਾਂ ਤੁਹਾਨੂੰ ਉਸਦੇ ਦੁਆਰਾ ਲਿਖੇ ਗਏ ਅਤੇ ਉਸਨੂੰ ਦਿੱਤੇ ਗਏ ਸ਼ਬਦਾਂ ਦੀ ਤੁਲਨਾ ਕਰਨੀ ਚਾਹੀਦੀ ਹੈ। ਜੇਕਰ ਤੁਸੀਂ ਪ੍ਰਤੀਯੋਗੀ ਦੇ ਕਾਗਜ਼ਾਂ ਨੂੰ ਚੈੱਕ ਕਰੋ ਤਾਂ ਤੁਹਾਨੂੰ ਉਸਦੇ ਦੁਆਰਾ ਲਿਖੇ ਅਤੇ ਤੁਹਾਡੇ ਦੁਆਰਾ ਉਸਨੂੰ ਬੋਲੇ ਗਏ ਸ਼ਬਦਾਂ ਦੀ ਤੁਲਨਾ ਕਰਨੀ ਚਾਹੀਦੀ ਹੈ। ਜੇਕਰ ਤੁਸੀਂ ਇਹ ਵੇਖਦੇ ਹੋ ਕਿ ਜ਼ਿਆਦਾਤਰ ਸ਼ਬਦ ਪਹਿਲੇ ਸਮੂਹ ਦੇ ਹਨ ਤਾਂ ਤੁਹਾਡਾ ਪ੍ਰਤੀਯੋਗੀ ਪ੍ਰਮੁੱਖ ਰੂਪ ਵਿਚ ਅੱਖ ਦੇ ਦਿਮਾਗ ਵਾਲਾ ਹੈ। ਜੇਕਰ ਤੁਸੀਂ ਇਹ ਦੇਖੋ ਕਿ ਜ਼ਿਆਦਾਤਰ ਸ਼ਬਦ ਦੂਜੇ ਵਰਗ ਦੇ ਹਨ ਤਾਂ ਤੁਹਾਡਾ ਪ੍ਰਤੀਯੋਗੀ ਪ੍ਰਮੁੱਖ ਰੂਪ ਵਿਚ ਕੰਨ ਦੇ ਦਿਮਾਗ ਵਾਲਾ ਹੈ। ਇਨ੍ਹਾਂ ਦੋਹਾਂ ਸਮੂਹਾਂ ਦੇ ਸ਼ਬਦਾਂ ਨੂੰ ਚੈੱਕ ਕਰਕੇ ਤੁਸੀਂ ਉਸਦੇ ਅੱਖ ਦੇ ਦਿਮਾਗ ਅਤੇ ਕੰਨ ਦੇ ਦਿਮਾਗ ਦਾ ਅਨੁਮਾਨਤ ਪ੍ਰਤੀਸ਼ਤ ਵੀ ਜਾਣ ਸਕਦੇ ਹੋ।

ਤੁਸੀਂ ਇਹ ਵੀ ਦੇਖ ਸਕਦੇ ਹੋ ਕਿ ਤੁਹਾਡੇ ਪ੍ਰਤੀਯੋਗੀ ਦੇ ਲਈ ਜਾਂਚ ਦੇ ਮੰਤਵ ਨੂੰ ਪਹਿਲਾਂ ਤੋਂ ਨਾ ਜਾਨਣਾ ਕਿਉਂ ਲਾਭਦਾਇਕ ਰਿਹਾ ਹੈ। ਜੇਕਰ ਉਹ ਉਸਨੂੰ ਪਹਿਲਾਂ ਤੋਂ ਜਾਣਦਾ ਹੁੰਦਾ ਤਾਂ ਉਹ ਉਨ੍ਹਾਂ ਸ਼ਬਦਾਂ ਦੇ ਸਮੂਹ ਸਬੰਧ ਦੇ ਬਾਰੇ ਵਿਚ ਜਾਗਰੂਕ ਹੋ ਗਿਆ ਹੁੰਦਾ। ਉਹ ਇਹ ਦੇਖਣ ਦਾ ਧਿਆਨ ਰੱਖਦਾ ਹੈ ਕਿ ਕੀ ਉਹ ਦੇਖਣ ਵਾਲੇ ਸ਼ਬਦ ਸਮੂਹਾਂ ਨੂੰ ਦੇ ਰਿਹਾ ਹੈ ਜਾਂ ਸੁਨਣ ਵਾਲੇ ਸ਼ਬਦ ਸਮੂਹਾਂ ਨੂੰ, ਅਤੇ ਅਜਿਹਾ ਧਿਆਨ ਰੱਖਣਾ ਜਾਂਚ ਦੇ ਉਦੇਸ਼ ਦੇ ਲਈ ਹਾਨੀਕਾਰਕ ਹੈ।

3

ਉਤਮ ਯਾਦਾਸ਼ਤ ਦੇ ਲਈ ਦਸ ਸਿਧਾਂਤ

ਚੰਗੀ ਤਰ੍ਹਾਂ ਯਾਦ ਰੱਖਣ ਦੇ ਲਈ ਅਤੇ ਪ੍ਰਭਾਵ ਪੂਰਣ ਢੰਗ ਨਾਲ ਯਾਦ ਕਰਨ ਦੇ ਲਈ ਸਾਨੂੰ ਹੇਠ ਲਿਖੇ ਦਸ ਸਿਧਾਂਤਾਂ ਦਾ ਧਿਆਨ ਨਾਲ ਪਾਲਣ ਕਰਨਾ ਚਾਹੀਦਾ ਹੈ।

1. ਸਹਿਚਾਰਿਤਾ

ਅਸੀਂ ਇਹ ਜਾਣਦੇ ਹਾਂ ਕਿ ਇਕ ਲਾਈਨ ਕੀ ਹੁੰਦੀ ਹੈ। ਜੇਕਰ ਅਸੀਂ ਚਾਰ ਬਰਾਬਰ ਲਾਈਨਾਂ ਨੂੰ ਇਕ ਕੋਨੇ ਤੋਂ ਇਕ ਕੋਨੇ ਨਾਲ ਮਿਲਾਈਏ ਤਾਂ ਅਸੀਂ ਵਰਗ ਬਣਾ ਲੈਂਦੇ ਹਾਂ। ਜੇਕਰ ਛੇ ਵਰਗਾਂ ਨੂੰ ਨਾਲ ਮਿਲਾਈਏ ਤਾਂ ਇਕ ਕਿਯੂਬ (Cube) ਬਣ ਜਾਂਦੀ ਹੈ। ਇਹ ਕਿੰਨਾਂ ਸੌਖਾ ਹੈ। ਪਰ ਬਿਨਾਂ ਇਹ ਜਾਣੇ ਕਿ ਇਕ ਲਾਈਨ ਕੀ ਹੈ ਅਤੇ ਇਕ ਵਰਗ ਕੀ ਹੈ ਕੋਈ ਵੀ ਇਹ ਨਹੀਂ ਜਾਣ ਸਕਦਾ ਕਿ ਇਕ ਕਿਯੂਬ ਕੀ ਹੈ।

ਜਿਹੜੀ ਗੱਲ ਜਮੇਟਰੀ (Geometry) ਵਿਚ ਸਹੀ ਹੈ ਉਹੀ ਜੀਵਨ ਦੀ ਹਰੇਕ ਪੱਖ ਵਿਚ ਸਹੀ ਹੈ। ਅਸੀਂ ਹਰੇਕ ਨਵੀਂ ਚੀਜ਼ ਨੂੰ ਸਿੱਖਦੇ ਅਤੇ ਯਾਦ ਰੱਖਦੇ ਹਾਂ ਸਿਰਫ ਉਸਦੇ ਪਹਿਲਾਂ ਤੋਂ ਜਾਣੀ ਹੋਈ ਚੀਜ਼ ਦੇ ਨਾਲ ਜੋੜ ਕੇ ਗਿਆਨ ਪ੍ਰਾਪਤੀ ਦੀ ਕੋਈ ਹੋਰ ਵਿਧੀ ਨਹੀਂ ਹੈ।

ਜੇਕਰ ਤੁਸੀਂ ਸੰਸਕ੍ਰਿਤ ਸ਼ਬਦਾਂ ਨੂੰ ਸਿੱਖਣ ਦੇ ਬਾਰੇ ਵਿਚ ਸੋਚੋ ਤਾਂ ਤੁਸੀਂ ਤੁਰੰਤ ਇਸ ਕਥਨ ਦੀ ਸੱਚਾਈ ਨੂੰ ਦੇਖ ਸਕੋਗੇ। ਇਹ ਸਿੱਖਣ ਦੇ ਲਈ ਪਾਣੀ ਸੰਸਕ੍ਰਿਤ ਵਿਚ 'ਜਲ' ਹੁੰਦਾ ਹੈ, ਤਾਂ ਸਾਨੂੰ ਪਾਣੀ ਅਤੇ ਜਲ ਦੇ ਵਿਚਕਾਰ ਇਕ ਸਬੰਧ ਬਨਾਉਣਾ ਪਵੇਗਾ ਅਤੇ ਜੇਕਰ ਇਹ ਸਬੰਧ ਮਜ਼ਬੂਤ ਹੋਵੇਗਾ ਤਾਂ ਹੀ ਜ਼ਰੂਰਤ ਪੈਣ ਤੇ ਅਸੀਂ ਉਸ ਸੰਸਕ੍ਰਿਤ ਸ਼ਬਦ ਨੂੰ ਦੱਸ ਸਕਾਂਗੇ। ਇਕ ਵਾਰ ਸਾਡੇ ਦਿਮਾਗ ਵਿਚ ਪਾਣੀ ਅਤੇ ਜਲ ਦੇ ਵਿਚਕਾਰਲਾ ਰਸਤਾ ਦ੍ਰਿੜਾਪੂਰਵਕ ਸਥਾਪਿਤ ਹੋ ਜਾਵੇ, ਤਾਂ ਇਨ੍ਹਾਂ ਵਿਚੋਂ ਕਿਸੇ ਵੀ ਸ਼ਬਦ ਨੂੰ ਯਾਦ ਕਰ ਸਕਦੇ ਹਾਂ।

ਮੈਂ ਚੰਗੀ ਤਰ੍ਹਾਂ ਜਾਣਦਾ ਹਾਂ ਕਿ ਹੁਣ ਤੱਕ ਤੁਸੀਂ ਅਜਿਹਾ ਸਬੰਧ (ਸਹਿਚਾਰਿਤਾ) ਨਹੀਂ ਬਣਾਇਆ ਹੈ। ਕਈ ਵਾਰ ਅਸੀਂ ਅਜਿਹੀ ਸਹਿਚਾਰਿਤਾ ਬਣਾਉਣ ਦੇ ਬਾਰੇ ਵਿਚ

ਜਾਗ੍ਰਤ ਨਹੀਂ ਹੁੰਦੇ। ਅਸੀਂ ਅਜਿਹਾ ਅਨਜਾਣ ਰੂਪ ਨਾਲ ਕਰਦੇ ਹਾਂ। ਜਿਵੇਂ ਇਕ ਛੋਟਾ ਬਾਲਕ daddy ਸ਼ਬਦ ਨੂੰ ਆਪਣੇ ਪਿਤਾ ਨਾਲ ਜੋੜ ਲੈਂਦਾ ਹੈ। ਇਸ ਸਬੰਧ ਜਾਂ ਸਹਿਚਾਰਿਤਾ ਨੂੰ ਜਾਣੇ ਬਿਨਾਂ। ਅਗਲੇ ਅਧਿਆਇ ਵਿਚ ਅਸੀਂ ਦੇਖਾਂਗੇ ਕਿ ਜਾਗ੍ਰਿਤ ਰੂਪ ਨਾਲ ਅਜਿਹੀ ਸਹਿਚਾਰਿਤਾ ਬਨਾਉਣਾ ਹਿਤਕਾਰੀ ਰਹਿੰਦੀ ਹੈ ਜੋ ਸਾਡੀ ਵਿਅਕਤੀਗਤ ਯਾਦ ਦੀ ਕਿਸਮ ਅਤੇ ਉਸਦੀ ਜ਼ਰੂਰਤ ਦੇ ਅਨੁਕੂਲ ਹੋਵੇ।

2. ਯਾਦਾਸ਼ਤ ਵਿਚ ਵਿਸ਼ਵਾਸ

ਤੁਹਾਨੂੰ ਆਪਣੀ ਯਾਦਾਸ਼ਤ ਤੇ ਵਿਸ਼ਵਾਸ ਰੱਖਣਾ ਚਾਹੀਦਾ ਹੈ। ਕੁਝ ਕਰਨ ਤੋਂ ਪਹਿਲਾਂ ਤੁਹਾਨੂੰ ਆਪਣੀ ਯਾਦਾਸ਼ਤ ਵਿਚ ਵਿਸ਼ਵਾਸ ਰੱਖਣਾ ਚਾਹੀਦਾ ਹੈ। ਆਪਣੀ ਯਾਦਾਸ਼ਤ ਵਿਚ ਹੇਠ ਲਿਖੇ ਸ਼ਬਦ ਦ੍ਰਿੜਤਾਪੂਰਵਕ ਸਥਾਪਿਤ ਹੋ ਜਾਣਾ ਚਾਹੀਦਾ ਹੈ।

"ਮੇਰਾ ਦਿਮਾਗ ਇਸ ਸੰਸਾਰ ਦੇ ਸਭ ਤੋਂ ਉੱਤਮ ਕੰਪਿਊਟਰ ਤੋਂ ਵੀ ਜ਼ਿਆਦਾ ਚੰਗਾ ਹੈ।"

ਜੇਕਰ ਤੁਸੀਂ ਇਹ ਸੋਚਦੇ ਹੋ ਕਿ ਤੁਸੀਂ ਕਿਸੇ ਚੀਜ਼ ਨੂੰ ਚੰਗੀ ਤਰ੍ਹਾਂ ਯਾਦ ਨਹੀਂ ਰੱਖ ਸਕੋਗੇ ਤਾਂ ਤੁਸੀਂ ਉਸ ਨੂੰ ਚੰਗੀ ਤਰ੍ਹਾਂ ਯਾਦ ਨਹੀਂ ਰੱਖ ਸਕਦੇ। ਤੁਸੀਂ 45 ਸਾਲ ਤੋਂ ਜ਼ਿਆਦਾ ਉਮਰ ਦੇ ਲੋਕਾਂ ਨੂੰ ਇਹ ਕਹਿੰਦੇ ਹੋਏ ਸੁਣਿਆ ਹੋਵੇਗਾ। ਮਾਫ ਕਰੋ, ਮੇਰੀ ਯਾਦਾਸ਼ਤ ਕਮਜ਼ੋਰ ਹੈ। ਜਾਂ ਕਿਸੇ ਨੂੰ ਇਹ ਕਹਿੰਦੇ ਹੋਏ ਸੁਣਿਆ ਹੋਵੇਗਾ ਕਿ ਮੈਨੂੰ ਤੁਹਾਡਾ ਨਾਂ ਯਾਦ ਨਹੀਂ ਆ ਰਿਹਾ ਹੈ। ਜਾਂ ਮੇਰੀ ਯਾਦਾਸ਼ਤ ਖਰਾਬ ਹੈ।

ਸਵੇਰੇ ਉੱਠਣ ਤੋਂ ਪਹਿਲਾਂ ਅਤੇ ਉਸਤੋਂ ਬਾਅਦ ਸਾਨੂੰ ਖੁਦ ਨੂੰ ਕਹਿਣਾ ਚਾਹੀਦਾ। "ਮੈਂ ਆਪਣੀ ਯਾਦਾਸ਼ਤ ਦਾ ਵਿਸ਼ਵਾਸ ਕਰਦਾ ਹਾਂ ਕਿਉਂਕਿ ਮੈਂ ਜਾਣਦਾ ਹਾਂ ਕਿ ਇਹ ਇਕ ਕੰਪਿਊਟਰ ਦੀ ਤਰ੍ਹਾਂ ਹੀ ਕੰਮ ਕਰ ਸਕਦੀ ਹੈ।"

ਆਪਣੀ ਯਾਦਾਸ਼ਤ ਵਿਚ ਆਪਣੇ ਵਿਸ਼ਵਾਸ ਨੂੰ ਸੁਧਾਰਨ ਦੇ ਉੱਤਮ ਤਰੀਕਿਆਂ ਵਿੱਚੋਂ ਇਕ ਹੈ "ਖੁਦ ਸੁਝਾਅ" ਜਾਂ ਖੁਦ ਵਾਰ-ਵਾਰ ਦੁਹਰਾਉਣਾ ਕਿ "ਮੈਂ ਜ਼ਿਆਦਾ ਚੰਗੀ ਤਰ੍ਹਾਂ ਯਾਦ ਰੱਖ ਸਕਦਾ ਹਾਂ।"

ਇਹ ਸੋਚੋ ਕਿ ਜੇਕਰ ਤੁਸੀਂ ਹਰੇਕ ਨੂੰ ਇਹ ਕਹਿੰਦੇ ਹੋ ਕਿ "ਮੇਰੀ ਯਾਦਾਸ਼ਤ ਖਰਾਬ ਹੈ" ਤਾਂ ਫਿਰ ਤੁਸੀਂ ਇਹ ਕਿਵੇਂ ਆਸ ਕਰ ਸਕਦੇ ਹੋ ਕਿ ਤੁਹਾਡੀ ਯਾਦਾਸ਼ਤ ਤੁਹਾਨੂੰ ਉੱਤਮ ਸੇਵਾ ਦੇ ਸਕਦੀ ਹੈ। ਆਪਣੀ ਯਾਦਾਸ਼ਤ ਵਿਚ ਆਤਮ ਵਿਸ਼ਵਾਸ ਰੱਖਣਾ ਏਨਾ ਮਹੱਤਵਪੂਰਨ ਹੈ ਕਿ ਮੈਂ ਚਾਹੁੰਦਾ ਹਾਂ ਕਿ ਤੁਸੀਂ ਇਸ ਵਾਕ ਨੂੰ ਹੇਠ ਲਿਖੇ ਖਾਲੀ ਸਥਾਨ ਵਿਚ ਲਿਖੋ।

....

....

....

....

3. ਧਿਆਨ ਕੇਂਦ੍ਰਿਤ ਕਰਨਾ

ਧਿਆਨ ਦੇ ਕੇਂਦਰੀਕਰਣ ਦਾ ਅਰਥ ਹੈ ਇਕ ਸਮੇਂ ਵਿਚ ਇਕ ਹੀ ਵਸਤੂ ਤੇ ਦ੍ਰਿੜ੍ਹਤਾ ਨਾਲ ਵਿਚਾਰ ਕਰਨਾ। ਜੋ ਕੁਝ ਤੁਸੀਂ ਦੇਖ ਜਾਂ ਸੁਣ ਰਹੇ ਹੋ ਉਸਤੋਂ ਬਿਨਾਂ ਹੋਰ ਹਰੇਕ ਚੀਜ਼ ਨੂੰ ਆਪਣੇ ਦਿਮਾਗ ਵਿਚੋਂ ਮਿਟਾ ਜਾਂ ਹਟਾ ਦਿਓ। ਆਪਣੇ ਵਿਚਾਰਾਂ ਨੂੰ ਭਟਕਣ ਨਾ ਦਿਓ। ਅੰਤ ਵਿਚ ਇਹ ਦੇਖੋ ਕਿ ਤੁਹਾਡੀ ਯਾਦਾਸ਼ਤ ਤੁਹਾਡਾ ਮਾਨਸਿਕ ਬੈਂਕ ਹੈ ਜੇਕਰ ਤੁਸੀਂ ਅਜਿਹਾ ਕਰ ਸਕਦੇ ਹੋ ਤਾਂ ਤੁਸੀਂ ਧਿਆਨ ਕੇਂਦ੍ਰਿਤ ਕਰ ਰਹੇ ਹੋ। ਜਿਸ ਤਰ੍ਹਾਂ ਅਸੀਂ ਜਿੰਨਾਂ ਜ਼ਿਆਦਾ ਇਕ ਗਧੇ ਨੂੰ ਖਿੱਚਦੇ ਹਾਂ ਉਨਾਂ ਹੀ ਜ਼ਿਆਦਾ ਉਹ ਅਵਰੋਧ ਕਰਦਾ ਹੈ। ਅਜਿਹਾ ਹੀ ਧਿਆਨ ਕੇਂਦਰੀਕਰਣ ਦੇ ਬਾਰੇ ਵਿਚ ਹੈ, ਅਰਥਾਤ ਜਿੰਨਾਂ ਜ਼ਿਆਦਾ ਤੁਸੀਂ ਬਿਖਰੇ ਵਿਚਾਰਾਂ ਤੇ ਧਿਆਨ ਕੇਂਦ੍ਰਿਤ ਕਰਨਾ ਚਾਹੁੰਦੇ ਹੋ ਉਨਾ ਹੀ ਤੁਹਾਡੇ ਵਿਚਾਰ ਇੱਧਰ-ਉੱਧਰ ਭੱਜਦੇ ਹਨ। ਇਕ ਗਧੇ ਨੂੰ ਅੱਗੇ ਚਲਾਉਣ ਦਾ ਢੰਗ ਇਹ ਹੈ ਕਿ ਉਸਦੇ ਅੱਗੇ ਸਬਜੀ ਲਟਕਾਓ ਅਤੇ ਉਹ ਤੁਹਾਡੇ ਪਿੱਛੇ ਚੱਲੇਗਾ ਜਿੱਥੇ ਕਿਤੇ ਵੀ ਤੁਸੀਂ ਉਸਨੂੰ ਲੈ ਜਾਣਾ ਚਾਹੋਗੇ। ਇਸ ਲਈ ਇਕ ਵਿਸ਼ੇਸ਼ ਵਿਸ਼ੇ ਤੇ ਧਿਆਨ ਕੇਂਦ੍ਰਿਤ ਕਰਨ ਲਈ ਸਾਨੂੰ ਉਸ ਵਿਸ਼ੇ ਵਿਚ ਦਿਲਚਸਪੀ ਦਾ ਨਿਰਮਾਣ ਕਰਨਾ ਚਾਹੀਦਾ ਹੈ।

4. ਇੰਦਰੀਆਂ ਦੀਆਂ ਸ਼ਕਤੀਆਂ

ਜੋ ਕੁਝ ਤੁਸੀਂ ਆਪਣੀ ਯਾਦਾਸ਼ਤ ਵਿਚ ਜਮਾਂ ਕਰਨਾ ਅਤੇ ਬਾਦ ਵਿਚ ਕੱਢਣਾ ਚਾਹੁੰਦੇ ਹੋ ਉਸਨੂੰ ਤੁਹਾਨੂੰ ਸਪੱਸ਼ਟ ਰੂਪ ਵਿਚ ਦੇਖਣਾ ਅਤੇ ਸੁਣਨਾ ਚਾਹੀਦਾ ਹੈ। ਯਾਦ ਕੀਤੇ ਜਾਣ ਵਾਲੀ ਵਸਤੂ ਤੇ ਆਪਣਾ ਧਿਆਨ ਕੇਂਦ੍ਰਿਤ ਕਰੋ ਅਤੇ ਉਸਨੂੰ ਆਪਣੀ ਕਲਪਨਾ ਵਿਚ ਦੇਖੋ, ਸੁਣੋ ਅਤੇ ਹੋ ਸਕੇ ਤਾਂ ਉਸਦਾ ਸੁਆਦ ਲਓ ਜਾਂ ਉਸਨੂੰ ਅਨੁਭਵ ਕਰੋ। ਜਦੋਂ ਤੁਸੀਂ ਆਪਣੀਆਂ ਇੰਦਰੀਆਂ ਨੂੰ ਇਸ ਵਿਚ ਸ਼ਾਮਲ ਕਰਦੇ ਹੋ ਤਾਂ ਉਨ੍ਹਾਂ ਦੇ ਪ੍ਰਭਾਵ ਸਦਾ ਤੀਖੇ ਹੁੰਦੇ ਹਨ ਅਤੇ ਸਰਲਤਾਪੂਰਵਕ ਭੁਲਾਏ ਨਹੀਂ ਜਾਂਦੇ। ਕਿਸੇ ਚੀਜ਼ ਨੂੰ ਯਾਦ ਕਰਦੇ ਜਾਂ ਸਿੱਖਦੇ ਸਮੇਂ ਹੇਠ ਲਿਖੀਆਂ ਸਾਰੀਆਂ ਛੇ ਇੰਦਰੀਆਂ ਨੂੰ ਉਸ ਵਿਚ ਸ਼ਾਮਲ ਕਰਨ ਦਾ ਜਤਨ ਕਰੋ।

1. ਸੁਣਨ ਦੀਆਂ ਇੰਦਰੀਆਂ (Sense of hearing)
2. ਦੇਖਣ ਦੀਆਂ ਇੰਦਰੀਆਂ (Sense of vision)
3. ਸੁੰਘਣ ਦੀਆਂ ਇੰਦਰੀਆਂ (Sense of smell)
4. ਚਖਣ ਦੀਆਂ ਇੰਦਰੀਆਂ (Sense of taste)
5. ਛੂਹਣ ਦੀਆਂ ਇੰਦਰੀਆਂ (Sense of touch)
6. ਗਤੀ ਸੰਵੇਦਨ ਇੰਦਰੀਆਂ (Sense of Kinesthesia)

ਅਰਥਾਤ ਸਰੀਰਕ ਸਥਿਤੀ ਅਤੇ ਗਤੀ ਦੇ ਪ੍ਰਤੀ ਜਾਗਰੂਕ ਹੋਣਾ।

5. ਰੰਗ

ਅਸੀਂ ਸਾਰੇ ਸੁਪਨੇ ਦੇਖਦੇ ਹਾਂ ਅਤੇ ਕਦੀ-ਕਦੀ ਦਿਨ ਵਿਚ ਵੀ ਸੁਪਨੇ ਦੇਖਦੇ ਹਾਂ। ਕਦੀ-ਕਦੀ ਅਸੀਂ ਆਪਣੇ ਸੁਪਨਿਆਂ ਦੀ ਮਿੱਤਰਾਂ ਦੇ ਨਾਲ ਚਰਚਾ ਕਰਦੇ ਹਾਂ, ਪਰ

ਕੀ ਤੁਸੀਂ ਕਦੀ ਇਸ ਗੱਲ ਤੇ ਧਿਆਨ ਦਿੱਤਾ ਹੈ ਕਿ ਕੀ ਤੁਹਾਡਾ ਸੁਪਨਾ ਰੰਗੀਨ ਸੀ ਜਾਂ ਕਾਲਾ -ਸਫੇਦ।

ਇਹ ਵਿਸ਼ਲੇਸ਼ਣ ਕਰਨ ਦਾ ਯਤਨ ਕਰੋ ਕਿ ਕੀ ਤੁਹਾਡਾ ਸੁਪਨਾ ਰੰਗੀਨ ਸੀ ਜਾਂ ਕਾਲਾ ਅਤੇ ਸਫੇਦ। ਦੁਬਾਰਾ ਇਹ ਧਿਆਨ ਨਾਲ ਦੇਖਣ ਦਾ ਯਤਨ ਕਰੋ ਕਿ ਤੁਹਾਡਾ ਸੁਪਨਾ ਕਿਹੜੇ ਰੰਗਾਂ ਦਾ ਸੀ, ਉਸ ਤੋਂ ਪਿੱਛੋਂ ਇਹ ਵਿਸ਼ਲੇਸ਼ਣ ਕਰਨ ਦਾ ਯਤਨ ਕਰੋ ਕਿ ਕੀ ਉਹ ਸੁਪਨਾ ਬਹੁਤ ਸਪੱਸ਼ਟ ਸੀ ਜਾਂ ਧੁੰਦਲਾ ਸੀ। ਜੇਕਰ ਉਹ ਧੁੰਦਲਾ ਸੀ ਤਾਂ ਦੁਬਾਰਾ ਆਪਣੀ ਕਲਪਨਾ ਦੇ ਪਰਦੇ ਤੇ ਉਸਨੂੰ ਜਿੰਨਾ ਸੰਭਵ ਹੋਵੇ ਸਪੱਸ਼ਟਤਾ ਨਾਲ ਦੇਖਣ ਦਾ ਯਤਨ ਕਰੋ। ਜਿੱਥੋਂ ਤੱਕ ਸੰਭਵ ਹੋਵੇ, ਆਪਣੇ ਚਿੱਤਰ ਅਤੇ ਧਿਆਨ ਨੂੰ ਜ਼ਿਆਦਾ ਯਾਦ ਰੱਖਣਯੋਗ ਬਨਾਉਣ ਦੇ ਲਈ ਰੰਗਾਂ ਦੀ ਵਿਭਿੰਨਤਾ ਦਾ ਪ੍ਰਯੋਗ ਕਰੋ।

6. ਵਧਾ-ਚੜ੍ਹਾ ਕੇ ਪੇਸ਼ ਕਰਨਾ

ਸਾਡੇ ਦਿਮਾਗ ਦੀ ਇਹ ਵਿਸ਼ੇਸ਼ਤਾ ਹੈ ਕਿ ਉਹ ਵਧਾ-ਚੜ੍ਹਾ ਕੇ ਕਹੀਆਂ ਗਈਆਂ ਗੱਲਾਂ ਨੂੰ ਜ਼ਿਆਦਾ ਜਲਦੀ ਯਾਦ ਰੱਖ ਲੈਂਦਾ ਹੈ ਅਤੇ ਉਨ੍ਹਾਂ ਨੂੰ ਸਾਡੇ ਜਾਗ੍ਰਤ ਦਿਮਾਗ ਵਿਚ ਜ਼ਿਆਦਾ ਲੰਬੇ ਸਮੇਂ ਤੱਕ ਸਥਿਰ ਰੱਖਦਾ ਹੈ।

ਤਾਂ ਫਿਰ ਕਿਉਂ ਨਾ ਇਸ ਵਿਸ਼ਲੇਸ਼ਣ ਨੂੰ ਸਕਾਰਾਤਮਕ ਭਾਵ (Positive Sense) ਵਿਚ ਕੰਮ ਵਿਚ ਲਈਏ। ਕਿਉਂ ਨਾ ਦਿਮਾਗ ਦੀ ਇਸ ਸੁੰਦਰਤਾ ਨੂੰ ਅਸੀਂ ਚੀਜ਼ਾਂ ਤੋਂ ਜ਼ਿਆਦਾ ਲੰਬੇ ਸਮੇਂ ਤੱਕ ਯਾਦ ਰੱਖਣ ਦੇ ਲਈ ਕੰਮ ਵਿਚ ਲਈਏ?

ਇਸ ਲਈ ਜਿੱਥੋਂ ਤੱਕ ਸੰਭਵ ਹੋਵੇ ਮਾਨਸਿਕ ਚਿੱਤਰ ਨੂੰ ਡ੍ਰੌਂ ਰੂਪ ਵਿਚ ਦੇਖਣ ਦਾ ਯਤਨ ਕਰੋ।

ਇਹ ਕਲਪਨਾ ਕਰੋ ਕਿ ਇਕ ਮੋਟੇ ਆਦਮੀ ਨੂੰ ਅਸੀਂ ਕਿਵੇਂ ਭੁੱਲ ਸਕਾਂਗੇ ਜੇ ਕਰ ਅਸੀਂ ਉਸਦੇ ਪੇਟ ਦੀ ਇਕ ਵੱਡੇ ਭਾਂਡੇ ਅਤੇ ਚਿਹਰੇ ਦੀ ਫੁਟਬਾਲ ਦੇ ਰੂਪ ਵਿਚ ਦਿਮਾਗ ਵਿਚ ਤਸਵੀਰ ਬਣਾਓ।

7. ਚਿੱਤਰ

ਜੋ ਕੁਝ ਤੁਸੀਂ ਯਾਦ ਰੱਖਣਾ ਚਾਹੁੰਦੇ ਹੋ ਉਸਦੀ ਇਕ ਮਾਨਸਿਕ ਤਸਵੀਰ (Mental Picture) ਬਨਾਉਣ ਦਾ ਯਤਨ ਕਰੋ। ਵਿਚਾਰ, ਤਾਰੀਖ, ਸਿਧਾਂਤ ਜਾਂ ਕਿਸੇ ਵੀ ਚੀਜ਼ ਨੂੰ ਇਕ ਮਾਨਸਿਕ ਤਸਵੀਰ ਬਣਾਓ ਕਿਉਂਕਿ ਮਾਨਸਿਕ ਤਸਵੀਰ ਬਨਾਉਣ ਨਾਲ ਯਾਦ ਕਰਨ ਦੀ ਪ੍ਰਕਿਆ ਤੇਜ ਹੁੰਦੀ ਹੈ।

8. ਸੈਕਸ

ਸੈਕਸ ਇਕ ਸਧਾਰਣ ਦਿਲਚਸਪੀ ਦਾ ਵਿਸ਼ਾ ਹੈ। ਇਸ ਖੇਤਰ ਵਿਚ ਸਾਰਿਆਂ ਦਾ ਉੱਤਮ ਯਾਦਾਸ਼ਤ ਹੁੰਦੀ ਹੈ। ਇਸ ਲਈ ਜਿੱਥੇ ਕਿਤੇ ਸਮਾਂ ਹੋਵੇ ਸੈਕਸ ਨੂੰ ਯਾਦਾਸ਼ਤ ਦੇ ਇਕ ਸਹਾਇਕ ਦੇ ਰੂਪ ਵਿਚ ਪ੍ਰਯੋਗ ਵਿਚ ਲਿਆਓ।

9. ਅਜੀਬੋ-ਗਰੀਬ ਗੱਲਾਂ

ਮਨ ਲਓ ਕਿ ਤੁਸੀਂ ਇਕ ਵਿਦਿਆਰਥੀ ਹੋ ਅਤੇ ਇਕ ਦਿਨ ਤੁਹਾਡੇ ਅਧਿਆਪਕ ਆਪਣੇ ਸਿਰ ਤੇ ਹੈਲਮੇਟ ਪਾ ਕੇ ਆਪਣਾ ਭਾਸ਼ਣ ਦਿੰਦੇ ਹਨ। ਤੁਸੀਂ ਮੇਰੇ ਨਾਲ ਸਹਿਮਤ ਹੋਵੋਗੇ ਕਿ ਤੁਸੀਂ ਉਸ ਦਿਨ ਨੂੰ ਕਦੀ ਨਹੀਂ ਭੁੱਲ ਸਕੋਗੇ। ਉਹ ਇਕ ਅਜੀਬੋ-ਗਰੀਬ ਗੱਲ ਸੀ।

ਦਿਮਾਗ ਦੀ ਇਹ ਸੁੰਦਰਤਾ ਹੈ ਕਿ ਉਹ ਅਜੀਬੋ-ਗਰੀਬ ਚੀਜ਼ਾਂ ਨੂੰ ਛੇਤੀ ਸਵੀਕਾਰ ਕਰ ਲੈਂਦਾ ਹੈ ਅਤੇ ਲੰਬੇ ਸਮੇਂ ਤੱਕ ਯਾਦ ਰੱਖਦਾ ਹੈ। ਇਸ ਲਈ ਕਿਉਂ ਨਾ ਅਸੀਂ ਇਸਦਾ ਪ੍ਰਯੋਗ ਚੀਜ਼ਾਂ ਨੂੰ ਯਾਦ ਕਰਨ ਵਿਚ ਕਰੀਏ?

ਜੀਵਨ ਵਿਚ ਕੋਈ ਵੀ ਚੀਜ਼ ਏਨੀ ਬੇਕਾਰ ਜਾਂ ਗੰਭੀਰ ਨਹੀਂ ਹੁੰਦੀ ਕਿ ਉਸਨੂੰ ਯਾਦ ਕਰਨ ਜੋਗ ਦਿਲਚਸਪ ਨਾ ਬਣਾਇਆ ਜਾ ਸਕੇ। ਜਦੋਂ ਅਸੀਂ ਕਿਸੇ ਚੀਜ਼ ਨੂੰ ਹਾਸੇ ਰੂਪ ਵਿਚ ਕਹਿੰਦੇ ਹਾਂ ਤਾਂ ਉਹ ਯਾਦ ਕਰਨ ਜੋਗ ਬਣ ਜਾਂਦੀ ਹੈ। ਜਦੋਂ ਕੋਈ ਚੀਜ਼ ਹਾਸਮਈ ਹੁੰਦੀ ਹੈ ਤਾਂ ਉਸਨੂੰ ਯਾਦ ਰੱਖਣਾ ਅਨੰਦਮਈ ਕ੍ਰਿਆ ਬਣ ਜਾਂਦਾ ਹੈ।

10. ਵਿਚਾਰ

ਤੁਸੀਂ ਇਹ ਮੰਨੋਗੇ ਕਿ ਨਿਰਾਕਾਰ ਗੱਲਾਂ ਨੂੰ ਯਾਦ ਰੱਖਣਾ ਬਹੁਤ ਮੁਸ਼ਕਲ ਹੁੰਦਾ ਹੈ। ਇਸ ਲਈ ਇਹ ਜ਼ਰੂਰੀ ਹੈ ਕਿ ਨਿਰਾਕਾਰ ਵਿਚਾਰਾਂ ਨੂੰ ਕਿਸੇ ਮਾਨਸਿਕ ਤਸਵੀਰ ਵਿਚ ਬਦਲ ਦਿੱਤਾ ਜਾਵੇ ਅਤੇ ਉਦੋਂ ਇਹ ਮਾਨਸਿਕ ਤਸਵੀਰ ਸਾਨੂੰ ਉਨਾਂ ਨਿਰਾਕਾਰ ਵਿਚਾਰਾਂ ਨੂੰ ਯਾਦ ਰੱਖਣ ਵਿਚ ਮਦਦ ਕਰੇਗੀ।

ਮੂਲ ਅਧਾਰਤ ਅਸੀਂ ਆਪਣੀ ਯਾਦਾਸ਼ਤ ਵਿਚ ਕੋਈ ਵੀ ਗੱਲ ਜਮਾਂ ਨਹੀਂ ਕਰ ਸਕਦੇ ਜਦੋਂ ਤੱਕ ਕਿ ਅਸੀਂ ਉਸਨੂੰ ਕਿਸੇ ਅਜਿਹੀ ਚੀਜ਼ ਵਿਚ ਬਦਲ ਨਾ ਦਈਏ ਜਿਸਨੂੰ ਅਸੀਂ ਦੇਖ ਸਕੀਏ ਜਾਂ ਵਰਨਣ ਕਰ ਸਕੀਏ। ਵਿਦੇਸ਼ੀ ਮੁਦਰਾ ਨੂੰ ਆਪਣੇ ਖਾਤੇ ਵਿਚ ਜਮਾਂ ਕਰ ਕਰਨ ਤੋਂ ਪਹਿਲਾਂ ਸਾਨੂੰ ਉਸਨੂੰ ਉਸਦੇ ਬਰਾਬਰ ਮੁੱਲ ਦੀ ਭਾਰਤੀ ਮੁਦਰਾ ਵਿਚ ਤਾਂ ਬਦਲਨਾ ਹੀ ਪਵੇਗਾ।

ਇਸ ਪ੍ਰਕਾਰ ਇਕ ਨਿਰਾਕਾਰ ਵਿਚਾਰ ਨੂੰ ਆਪਣੀ ਯਾਦਾਸ਼ਤ ਵਿਚ ਜਮਾਂ ਕਰਨ ਦੇ ਲਈ ਇਹ ਜ਼ਰੂਰੀ ਹੈ ਕਿ ਉਸਨੂੰ ਕਿਸੇ ਇਕ ਰੂਪ ਵਿਚ ਬਦਲਿਆ ਜਾਵੇ, ਜਿਸਨੂੰ ਅਸੀਂ ਸਮਝ ਸਕੀਏ ਜਿਸਨੂੰ ਅਸੀਂ ਦੇਖ ਸਕੀਏ, ਤਾਂ ਹੀ ਸਾਡਾ ਦਿਮਾਗ ਉਸਨੂੰ ਪ੍ਰਭਾਵਪੂਰਣ ਢੰਗ ਨਾਲ ਗ੍ਰਹਿਣ ਕਰੇਗਾ।

☐ **6**

ਦ੍ਰਿੜ ਇਕਾਗਰਤਾ ਵਿਚ 'ਆਈ' ਤੱਤ

ਕੀ ਤੁਹਾਡੇ ਕੋਲ ਮਹਾਨ ਇਕਾਗਰ ਸ਼ਕਤੀ ਹੈ? ਅਸੀਂ ਇਹ ਪ੍ਰਸ਼ਨ ਪਿਛਲੇ ਤਿੰਨ ਸਾਲਾਂ ਵਿਚ ਲਗਭਗ 50,000 ਵਿਦਿਆਰਥੀਆਂ ਨੂੰ ਕੀਤਾ। 99 ਪ੍ਰਤੀਸ਼ਤ ਵਿਦਿਆਰਥੀਆਂ ਦਾ ਉੱਤਰ ਨਾਂਹ ਵਿਚ ਸੀ।

ਆਓ ਇਸਦਾ ਮਤਲਬ ਸਮਝੀਏ

ਜਦੋਂ ਅਸੀਂ ਆਪਣੀ ਪਸੰਦ ਦੀ ਫਿਲਮ ਦੇਖਣ ਜਾਂਦੇ ਹਾਂ ਉਦੋਂ ਅਸੀਂ ਤਿੰਨ ਘੰਟੇ ਉਸੇ ਵਿਚ ਅੱਖਾਂ ਧੱਸੀ ਬੈਠੇ ਰਹਿੰਦੇ ਹਾਂ। ਅਸੀਂ ਸ਼ਾਇਦ ਹੀ ਜਾਣਦੇ ਹਾਂ ਜਾਂ ਜਾਨਣ ਦੀ ਕੋਸ਼ਿਸ਼ ਕਰਦੇ ਹਾਂ ਕਿ ਸਾਡੇ ਨਾਲ ਕੌਣ ਬੈਠਾ ਹੈ ਅਤੇ ਕਦੋਂ ਉੱਠ ਕੇ ਚਲਾ ਗਿਆ ਹੈ। ਇਸੇ ਤਰ੍ਹਾਂ ਕ੍ਰਿਕੇਟ ਮੈਚ ਦੇ ਦੌਰਾਨ ਖਾਣਾ-ਪੀਣਾ ਅਤੇ ਸਭ ਕੁਝ ਛੱਡ ਕੇ ਇਕ ਟਕ ਦੇ ਖਦੇ ਰਹਿੰਦੇ ਹਾਂ ਅਤੇ ਆਪਣੇ ਆਪ ਨੂੰ ਪੂਰੀ ਤਰ੍ਹਾਂ ਨਾਲ ਉਸੇ ਵਿਚ ਲਗਾ ਦਿੰਦੇ ਹਾਂ। ਪਰ ਜੇਕਰ ਅਸੀਂ ਪੜ੍ਹ ਰਹੇ ਹੋਈਏ, ਤਾਂ ਧਿਆਨ ਦੂਜੇ ਪਾਸੇ ਜਾਣ ਵਿਚ ਜ਼ਿਆਦਾ ਸਮਾਂ ਨਹੀਂ ਲੱਗਦਾ। ਜੇਕਰ ਮੀਲਾਂ ਦੂਰ ਸੰਗਤ ਵਜ ਰਿਹਾ ਹੋਵੇ ਤਾਂ ਜਿਵੇਂ ਪੜ੍ਹਾਈ ਵਿੱਚੋਂ ਧਿਆਨ ਹਟਣ ਦਾ ਬਹਾਨਾ ਮਿਲ ਜਾਵੇ, ਸਾਡਾ ਧਿਆਨ ਤੁਰੰਤ ਪੜ੍ਹਾਈ ਵਿੱਚੋਂ ਹਟ ਜਾਂਦਾ ਹੈ।

ਇਹ ਸਾਰੇ ਅਨੁਭਵ ਇਹੀ ਦੱਸਦੇ ਹਨ ਕਿ ਇਕਾਗਰਤਾ ਕਿਸੇ ਵਿਸ਼ੇ ਵਿਚ ਦਿਲਚਸਪੀ ਹੋਣ ਤੋਂ ਇਲਾਵਾ ਹੋਰ ਕੁਝ ਨਹੀਂ ਹੈ।

ਕਿਸੇ ਵਿਸ਼ੇ ਨੂੰ ਚੰਗੀ ਤਰ੍ਹਾਂ ਸਿੱਖਣਾ ਜਾਂ ਸਮਝ ਵਿਚ ਆਉਣਾ ਇਸ ਗੱਲ ਤੇ ਨਿਰਭਰ ਕਰਦਾ ਹੈ ਕਿ ਅਸੀਂ ਕਿੰਨੀ ਮਾਤਰਾ ਵਿਚ ਆਪਣਾ ਧਿਆਨ ਇਕਾਗਰ ਉਸ ਵਿਸ਼ੇ ਵਿਚ ਕਰਦੇ ਹਾਂ ਅਤੇ ਇਕਾਗਰਤਾ ਇਸ ਗੱਲ ਤੇ ਨਿਰਭਰ ਕਰਦੀ ਹੈ ਕਿ ਅਸੀਂ ਉਸ ਵਿਸ਼ੇ ਵਿਚ ਕਿੰਨੀ ਮਾਤਰਾ ਵਿਚ ਦਿਲਚਸਪੀ ਲੈ ਰਹੇ ਹਾਂ।

ਅਗਲਾ ਮਹੱਤਵਪੂਰਨ ਪ੍ਰਸ਼ਨ ਉੱਠਦਾ ਹੈ ਕਿ ਇਕਾਗਰਤਾ ਵਧਾਉਣ ਦੇ ਲਈ ਬੋਰਿੰਗ ਵਿਸ਼ੇ ਵਿਚ ਕਿਸ ਤਰ੍ਹਾਂ ਦਿਲਚਸਪੀ ਪੈਦਾ ਕੀਤੀ ਜਾਵੇ?

ਇਸਨੂੰ ਸਮਝ ਦੇ ਲਈ ਸਾਨੂੰ 'ਦਿਲਚਸਪੀ' ਨੂੰ ਚੰਗੀ ਤਰ੍ਹਾਂ ਸਮਝਣਾ ਪਵੇਗਾ। ਕਲਪਨਾ ਕਰੋ ਕਿ ਤੁਹਾਨੂੰ ਪਿਛਲੇ ਹਫਤੇ ਹੋਈ ਪਾਰਟੀ ਦੇ ਫੋਟੋ ਦਿੱਤੇ ਜਾਂਦੇ ਹਨ ਜਿਸ ਵਿਚ ਤੁਸੀਂ ਵੀ ਸ਼ਾਮਿਲ ਹੋ।

ਤੁਸੀਂ ਉਨ੍ਹਾਂ ਫੋਟੋਆਂ ਵਿਚ ਕੀ ਦੇਖੋਗੇ?

ਜਾਹਿਰ ਹੈ ਉਨ੍ਹਾਂ ਫੋਟੋਆਂ ਵਿਚ ਤੁਸੀਂ ਆਪਣੀ ਫੋਟੋ ਦੇਖਣ ਦੀ ਕੋਸ਼ਿਸ਼ ਕਰੋਗੇ। ਇਸਦਾ ਮਤਲਬ ਜਿਸ ਵਿਸ਼ੇ ਵਿਚ ਅਸੀਂ ਜ਼ਿਆਦਾ ਦਿਲਚਸਪੀ ਲੈਂਦੇ ਹਾਂ ਉਸ ਵਿਚ ਇਕਾਗਰਤਾ ਦਾ ਪੈਮਾਨਾ ਵੀ ਜ਼ਿਆਦਾ ਹੁੰਦਾ ਹੈ। ਅਸੀਂ ਉਸ ਵਿਸ਼ੇ ਨੂੰ ਛੇਤੀ ਸਿੱਖ ਸਕਦੇ ਹਾਂ ਜਿਸ ਵਿਸ਼ੇ ਦੇ ਨਾਲ ਆਪਣੇ ਆਪ ਨੂੰ ਸਬੰਧਤ ਕਰ ਲੈਂਦੇ ਹਾਂ।

ਇਹ ਕਿਵੇਂ ਕਰੀਏ?

ਇਕ ਯਾਦਾਸ਼ਤ ਟੈਸਟ ਦੇ ਦੌਰਾਨ, ਅਸੀਂ ਛੇਵੀਂ ਜਮਾਤ ਦੇ ਵਿਦਿਆਰਥੀਆਂ ਦੇ ਦੋ ਸਮੂਹਾਂ ਨੂੰ "ਪ੍ਰਾਚੀਨ ਮਨੁੱਖ ਅਤੇ ਉਨ੍ਹਾਂ ਦੇ ਵਿਕਾਸ" ਦੇ ਬਾਰੇ ਵਿਚ ਪੜ੍ਹਾਇਆ।

ਪਹਿਲੇ ਸਮੂਹ ਨੂੰ ਕਹਾਣੀ ਇਸ ਤਰ੍ਹਾਂ ਦੱਸੀ :-

"ਪ੍ਰਾਚੀਨ ਮਨੁੱਖ ਗੁਫਾ ਵਿਚ ਰਹਿੰਦੇ ਸਨ। ਉਨ੍ਹਾਂ ਨੇ ਦੋ ਪੱਥਰਾਂ ਨੂੰ ਆਪਸ ਵਿਚ ਰਗੜ ਕੇ ਅੱਗ ਦੀ ਖੋਜ ਕੀਤੀ। ਉਹ ਪੱਤੇ ਅਤੇ ਜਾਨਵਰਾਂ ਦੀ ਖਲ ਪਾਉਂਦੇ ਸਨ...!"

ਅਸੀਂ ਦੂਜੇ ਸਮੂਹ ਦੇ ਵਿਦਿਆਰਥੀਆਂ ਨਾਲ ਆਪਣੇ ਆਪ ਨੂੰ ਆਦਿ ਮਾਨਵ ਸੋਚਣ ਦੇ ਲਈ ਕਿਹਾ ਅਤੇ ਉਨ੍ਹਾਂ ਨੂੰ ਦੱਸਿਆ :-

"ਤੁਸੀਂ ਗੁਫਾ ਵਿਚ ਰਹਿੰਦੇ ਸੀ। ਤੁਸੀਂ ਪੱਥਰਾਂ ਨੂੰ ਰਗੜ ਕੇ ਅੱਗ ਦੀ ਖੋਜ ਕੀਤੀ। ਤੁਸੀਂ ਸਰੀਰ ਤੇ ਪੱਤਿਆਂ ਅਤੇ ਜਾਨਵਰਾਂ ਦੀ ਖਲ ਪਾਉਂਦੇ ਸੀ...!"

ਨਤੀਜਾ

ਦੂਜੇ ਸਮੂਹ ਦੇ ਵਿਦਿਆਰਥੀਆਂ ਨੇ ਪਾਠ ਛੇਤੀ ਸਿੱਖਿਆ ਅਤੇ ਇਕ ਸਾਲ ਬਾਅਦ ਤਕਰੀਬਨ ਠੀਕ ਉਸੇ ਢੰਗ ਨਾਲ ਕਹਾਣੀ ਦੁਹਰਾ ਸਕੇ।

ਮਹੱਤਵਪੂਰਨ ਸੰਕੇਤ : ਆਪਣੇ ਆਪ ਨੂੰ ਸ਼ਾਮਿਲ ਕਰਨਾ

7

ਪੜ੍ਹਨ ਦੇ ਲਈ ਦਿਮਾਗ ਦਾ ਹੁਸ਼ਿਆਰ ਹੋਣਾ

ਵਿਚਾਰ ਕਰੋ ਕਿ ਤੁਸੀਂ ਛੇ ਦਿਨ ਬਾਅਦ ਪ੍ਰੀਖਿਆ ਵਿਚ ਬੈਠਣ ਜਾ ਰਹੇ ਹੋ। ਤੁਸੀਂ ਪੰਜ ਵਿਸ਼ਿਆਂ ਦੀ ਤਿਆਰੀ ਕਰਨੀ ਹੈ। ਤੁਸੀਂ ਹੇਠ ਲਿਖਿਆਂ ਵਿਚੋਂ ਕਿਹੜਾ ਤਰੀਕਾ ਅਪਣਾਓਗੇ?

ਤਰੀਕਾ 1 : ਇਕ ਦਿਨ ਵਿਚ ਇਕ ਵਿਸ਼ਾ ਪੜ੍ਹਿਆ ਜਾਵੇ ਅਤੇ ਛੇਵੇਂ ਦਿਨ ਅੰਤਿਮ ਰੂਪ ਨਾਲ ਸਾਰੇ ਵਿਸ਼ੇ ਦੁਹਰਾਏ ਜਾਣ।

ਤਰੀਕਾ 2 : ਸਾਰੇ ਵਿਸ਼ਿਆਂ ਨੂੰ ਸੰਯੁਕਤ ਰੂਪ ਨਾਲ ਪੜ੍ਹਿਆ ਜਾਵੇ ਜਿਵੇਂ ਦੋ ਘੰਟੇ ਗਣਿਤ, ਫਿਰ ਅਗਲੇ ਦੋ ਘੰਟੇ ਇਤਿਹਾਸ ਆਦਿ।

ਆਓ ਵਿਸ਼ਲੇਸ਼ਣ ਕਰੀਏ ਅਤੇ ਦਿਮਾਗ ਨੂੰ ਸਮਝੀਏ।

ਵਿਸ਼ਲੇਸ਼ਣ

ਜਦੋਂ ਅਸੀਂ ਕੋਈ ਖਾਸ ਵਿਸ਼ਾ ਮਤਲਬ ਗਣਿਤ ਪੜ੍ਹਦੇ ਹਾਂ ਤਾਂ ਦਿਮਾਗ ਦਾ ਇਕ ਖਾਸ ਭਾਗ ਹੋਰ ਭਾਗ ਦੀ ਤੁਲਨਾ ਵਿਚ ਜ਼ਿਆਦਾ ਕੰਮ ਕਰਨ ਲੱਗਦਾ ਹੈ। ਜਦੋਂ ਅਸੀਂ ਇਤਿਹਾਸ ਵੱਲ ਧਿਆਨ ਦਿੰਦੇ ਹਾਂ ਤਾਂ ਦਿਮਾਗ ਦਾ ਦੂਜਾ ਭਾਗ ਕੰਮ ਕਰਨ ਲੱਗ ਜਾਂਦਾ ਹੈ ਅਤੇ ਗਣਿਤ ਪੜ੍ਹਨ ਵਾਲਾ ਭਾਗ ਆਰਾਮ ਵਿਚ ਲੱਗ ਜਾਂਦਾ ਹੈ।

ਇਸ ਤਰ੍ਹਾਂ, ਵਿਸ਼ਾ ਬਦਲ ਕੇ ਪੜ੍ਹਨ ਨਾਲ ਦਿਮਾਗ ਦੇ ਵਿਸ਼ੇਸ਼ ਭਾਗਾ ਨੂੰ ਵਾਰੀ-ਵਾਰੀ ਤਾਜਾ ਹੋਣ ਦਾ ਮੌਕਾ ਮਿਲ ਜਾਂਦਾ ਹੈ ਅਤੇ ਸਾਨੂੰ ਥਕਾਵਟ ਮਹਿਸੂਸ ਨਹੀਂ ਹੁੰਦੀ।

ਨਤੀਜਾ

ਜੇਕਰ ਅਸੀਂ ਪੂਰਾ ਦਿਨ ਇਕ ਹੀ ਵਿਸ਼ੇ ਨੂੰ ਪੜ੍ਹੀਏ ਤਾਂ ਦਿਮਾਗ ਦੇ ਖਾਸ ਭਾਗਾ ਤੇ ਜ਼ਿਆਦਾ ਦਬਾਅ ਪੈਂਦਾ ਹੈ ਜੋ ਕਿ ਕਿਸੇ ਵੀ ਹਾਲਤ ਵਿਚ ਬੇਲੋੜਾ ਹੈ। ਇਸ ਲਈ ਸਾਰੇ ਵਿਸ਼ਿਆਂ ਨੂੰ ਬਦਲ-ਬਦਲ ਕੇ ਸੰਯੁਕਤ ਰੂਪ ਨਾਲ ਪੜ੍ਹੋ। ਜਿਵੇਂ ਦੋ ਤੋਂ ਤਿੰਨ ਘੰਟੇ ਗਣਿਤ ਪੜ੍ਹਨ ਤੋਂ ਬਾਅਦ, ਭੂਗੋਲ। ਫਿਰ ਅਗਲੇ ਦੋ ਘੰਟਿਆਂ ਵਿਚ ਹੋਰ ਵਿਸ਼ੇ।

ਮਹੱਤਵਪੂਰਨ ਸੰਕੇਤ: ਵਿਸ਼ਿਆਂ ਦੀ ਸੰਯੁਕਤ ਚੋਣ

8

ਦੁਹਰਾਉਣਾ - ਇਕ ਜ਼ਰੂਰੀ ਤੱਤ

ਸਾਨੂੰ ਇਹ ਜ਼ਰੂਰੀ ਸਵੀਕਾਰ ਕਰਨਾ ਪਵੇਗਾ ਕਿ :

''ਸਭ ਤੋਂ ਮਜ਼ਬੂਤ ਯਾਦਾਸ਼ਤ ਉਨੀ ਚੰਗੀ ਨਹੀਂ ਜਿੰਨੀ ਕਮਜ਼ੋਰ ਕੜੀ।''

ਜਦੋਂ ਤੱਕ ਅਸੀਂ ਦੁਹਰਾਈਏ ਨਾ, ਕਿਸੇ ਚੀਜ਼ ਨੂੰ ਪੜ੍ਹਨ ਅਤੇ ਸਿੱਖਣ ਦਾ ਕੋਈ ਮਹੱਤਵ ਨਹੀਂ।

ਹਾਲਾਂਕਿ ਅਸੀਂ ਸਾਰੇ ਜਾਣਦੇ ਹਾਂ ਕਿ ਦੁਹਰਾਉਣਾ ਬਹੁਤ ਮਹੱਤਵਪੂਰਨ ਹੈ ਪਰ ਚੰਗੇ ਨਤੀਜੇ ਪ੍ਰਾਪਤ ਕਰਨ ਦੇ ਲਈ, ਵਿਗਿਆਨਕ ਤਰੀਕੇ ਨਾਲ ਦੁਹਰਾਉਣਾ ਜ਼ਿਆਦਾ ਮਹੱਤਵਪੂਰਨ ਹੈ।

ਵਿਗਿਆਨਕ ਵਿਧੀ ਨਾਲ ਦੁਹਰਾਉਣਾ

ਇਸਨੂੰ ਅਸੀਂ ਇਸ ਉਦਾਹਰਣ ਦੀ ਸਹਾਇਤਾ ਨਾਲ ਸਮਝਣ ਦੀ ਕੋਸ਼ਿਸ਼ ਕਰਦੇ ਹਾਂ। ਜੇਕਰ ਅਸੀਂ ਕਿਸੇ ਖਾਸ ਵਿਸ਼ੇ ਨੂੰ ਲਗਭਗ ਦੋ ਘੰਟੇ ਬਾਅਦ ਜਾਦ ਕਰਦੇ ਹਾਂ ਤਾਂ ਇਸਨੂੰ ਕਦੋਂ ਦੁਹਰਾਉਣਾ ਚਾਹੀਦਾ ਹੈ?

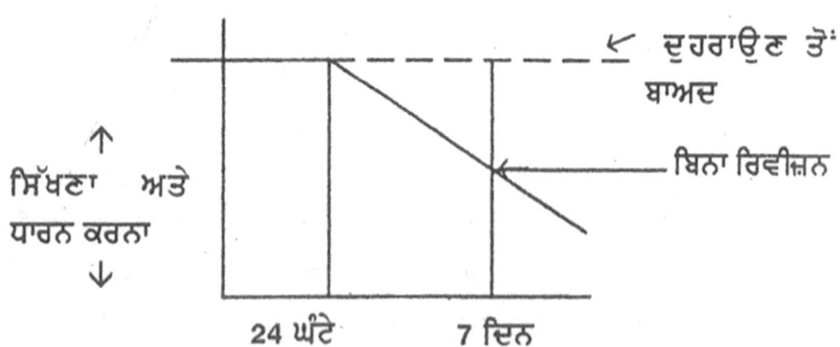

ਵਿਗਿਆਨਕ ਤੌਰ ਤੇ ਕਹੀਏ, ਤਾਂ ਪਹਿਲੀ ਰਿਵੀਜ਼ਨ 24 ਘੰਟੇ ਖਤਮ ਹੋਣ ਤੱਕ ਹੋ ਜਾਣੀ ਚਾਹੀਦੀ ਹੈ।

36

ਅਕਸਰ ਸਾਡਾ ਦਿਮਾਗ ਨਵੀਂ ਸਿੱਖੀ ਹੋਈ ਚੀਜ਼ ਜਾਂ ਸੂਚਨਾ 80-100 ਪ੍ਰਤੀਸ਼ਤ ਤੱਕ ਸਿਰਫ 24 ਘੰਟੇ ਦੇ ਲਈ ਹੀ ਧਾਰਨ ਕਰ ਸਕਦਾ ਹੈ। ਜੇਕਰ ਇਸ ਦੌਰਾਨ ਨਾ ਪੜ੍ਹਿਆ ਜਾਵੇ ਜਾਂ ਦੁਹਰਾਇਆ ਜਾਵੇ ਤਾਂ ਉਨੀ ਛੇਤੀ ਹੀ ਭੁੱਲਣ ਦਾ ਚੱਕਰ ਵੀ ਸ਼ੁਰੂ ਹੋ ਜਾਂਦਾ ਹੈ। ਇਸ ਲਈ, ਪਹਿਲੀ ਰਿਵੀਜ਼ਨ 24 ਘੰਟੇ ਖਤਮ ਹੋਣ ਤੱਕ ਜ਼ਰੂਰ ਹੋ ਜਾਨੀ ਚਾਹੀਦੀ ਹੈ।

24 ਘੰਟੇ ਵਿਚ ਇਕ ਵਾਰ ਦੁਹਰਾਉਣ ਤੋਂ ਬਾਅਦ, ਸਾਡਾ ਦਿਮਾਗ ਇਸ ਸੂਚਨਾ ਨੂੰ ਲਗਭਗ 7 ਦਿਨ ਤੱਕ ਧਾਰਨ ਕਰਨ ਦੀ ਸਮਰੱਥਾ ਰੱਖਦਾ ਹੈ। 7 ਦਿਨ ਤੋਂ ਬਾਅਦ ਭੁੱਲਣ ਦਾ ਚੱਕਰ ਦੁਬਾਰਾ ਤੇਜੀ ਨਾਲ ਸ਼ੁਰੂ ਹੋ ਜਾਂਦਾ ਹੈ। ਇਸ ਲਈ ਅਗਲੀ ਰਿਵੀਜ਼ਨ 7 ਦਿਨ ਤੋਂ ਬਾਅਦ ਜ਼ਰੂਰ ਹੋ ਜਾਨੀ ਚਾਹੀਦੀ ਹੈ।

ਸਭ ਤੋਂ ਦਿਲਚਸਪ ਗੱਲ ਇਹ ਹੈ ਕਿ ਜੇਕਰ ਅਸੀਂ ਇਨ੍ਹਾਂ ਦੋ ਅਵਧੀਆਂ ਵਿਚ ਵਿਗਿਆਨਕ ਤੌਰ ਤੇ ਰਿਵੀਜ਼ਨ ਕਰੀਏ ਜਿਵੇਂ 24 ਘੰਟੇ ਵਿਚ ਪਹਿਲੀ ਅਤੇ 7 ਦਿਨ ਬਾਅਦ ਦੂਜੀ, ਤਾਂ ਸਾਡੇ ਦੁਹਰਾਉਣ ਦਾ ਸਮਾਂ ਸਿਰਫ 10 ਪ੍ਰਤੀਸ਼ਤ ਹੀ ਰਹਿ ਜਾਂਦਾ ਹੈ। ਇਹ ਦਸ ਪ੍ਰਤੀਸ਼ਤ ਉਸ ਸਮੇਂ ਦਾ ਹੈ ਜਿਹੜਾ ਅਸੀਂ ਉਸ ਵਿਸ਼ੇ ਨੂੰ ਸਿੱਖਣ ਵਿਚ ਲਗਾਇਆ ਹੈ।

ਮਹੱਤਵਪੂਰਨ ਸੰਕੇਤ :	24 ਘੰਟੇ/7 ਦਿਨ

9

ਪੜ੍ਹਾਈ ਦੇ ਦੌਰਾਨ – ਆਰਾਮ

ਯੋਜਨਾਬੱਧ ਤਰੀਕੇ ਨਾਲ ਪੜ੍ਹੀ ਹੋਈ ਅਤੇ ਸਿੱਖੀ ਹੋਈ ਚੀਜ਼ ਦਾ ਵਿਸ਼ਾ ਦੁਬਾਰਾ ਯਾਦ ਕਰਨ ਦੀ ਸੰਭਾਵਨਾ ਵਿਚ ਵਾਧਾ ਕਰਦਾ ਹੈ।

ਹਰ 40 ਮਿੰਟ ਤੋਂ 50 ਮਿੰਟ ਦੀ ਪੜ੍ਹਾਈ ਤੋਂ ਬਾਅਦ ਅਰਾਮ ਕਰਨਾ ਲਾਹੇਵੰਦ ਹੁੰਦਾ ਹੈ ਅਤੇ ਇਹ ਅਰਾਮ ਤਕਰੀਬਨ 10 ਮਿੰਟਾ ਦਾ ਹੋ ਸਕਦਾ ਹੈ। 10 ਮਿੰਟ ਦੇ ਅਰਾਮ ਦਾ ਮਤਲਬ ਹੈ, ਇਸ ਦੌਰਾਨ ਪੂਰਾ ਅਰਾਮ। ਨਹੀਂ ਤਾਂ, ਵੱਖ-ਵੱਖ ਪੜ੍ਹਿਆ ਹੋਇਆ ਗਿਆਨ ਅਤੇ ਸੂਚਨਾ ਦਿਮਾਗ ਨੂੰ ਉਲਝਾਈ ਰਖੇਗਾ ਅਤੇ ਯਾਦਾਸ਼ਤ ਪਲਟ ਕੇ ਬੇਚੈਨੀ ਅਤੇ ਗੜਬੜ ਬਣੀ ਰਹੇਗੀ। 10 ਮਿੰਟ ਦੇ ਅਰਾਮ ਦੇ ਦੌਰਾਨ, ਤੁਸੀਂ ਮਨ ਪਸੰਦ ਸੰਗੀਤ ਸੁਣ ਸਕਦੇ ਹੋ ਜਾਂ ਸ਼ਵਾਸ ਪ੍ਰਸ਼ਵਾਸ ਕਿਰਿਆ, ਹਲਕੀ ਅਰਾਮਦਾਇਕ ਕਸਰਤ ਆਦਿ ਕਰ ਸਕਦੇ ਹੋ।

ਅਰਾਮ ਕਿਵੇਂ ਕਾਰਜ ਕਰਦਾ ਹੈ?

ਇਕ ਜਰਮਨ ਖੋਜਕਰਤਾ ਆਪਣੀ ਖੋਜ ਵਿਚ ਇਸ ਨਤੀਜੇ ਤੇ ਪਹੁੰਚਿਆ ਕਿ ਕਿਸੇ ਵੀ ਕੰਮ ਵਿਚ ਕੁਝ ਸਮੇਂ ਦਾ ਅਰਾਮ ਮਨੁੱਖ ਦੀ ਦੁਬਾਰਾ ਯਾਦ ਸਮਰੱਥਾ ਨੂੰ ਵਧਾ ਦਿੰਦਾ ਹੈ। ਜੇਕਰ ਯੋਜਨਾਬੱਧ ਤਰੀਕੇ ਨਾਲ ਕੰਮ ਨੂੰ ਅਨਜਾਮ ਦਿੱਤਾ ਗਿਆ ਹੋਵੇ।

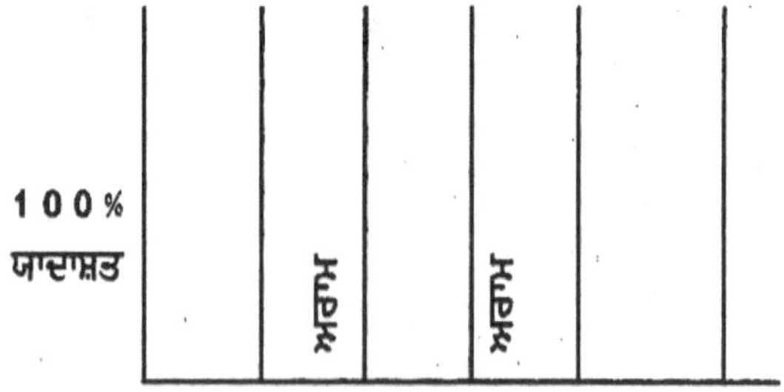

ਧਾਰਨ ਕਰਨ ਵਿਚ ਅਰਾਮ ਇਕ ਸਤੰਭ ਦਾ ਕੰਮ ਕਰਦਾ ਹੈ।

ਮਹੱਤਵਪੂਰਨ ਸੰਕੇਤ : 45 ਮਿੰਟ/10 ਮਿੰਟ

ਸਫਲਤਾ ਦੇ ਲਈ ਖੁਦ ਨੂੰ ਪ੍ਰੇਰਨਾ ਦੇਣਾ

ਅਕਸਰ ਮੈਨੂੰ ਇਸ ਪ੍ਰਸ਼ਨ ਨਾਲ ਸੰਘਰਸ਼ ਕਰਨਾ ਪੈਂਦਾ ਹੈ ਕਿ ਬਾਜ਼ਾਰ ਵਿਚ ਉਪਲਬਧ ਦਿਮਾਗ ਤੇਜ ਕਰਨ ਜਾਂ ਯਾਦਾਸ਼ਤ ਵਧਾਉਣ ਵਾਲੀਆਂ ਦਵਾਈਆਂ ਕਿੰਨੀਆਂ ਪ੍ਰਭਾਵਸ਼ਾਲੀ ਹਨ? ਜਾਂ ਕੀ ਇਹ ਦਵਾਈਆਂ ਜਾਂ ਟਾਨਿਕ ਅਸਲ ਵਿਚ ਸਹਾਇਕ ਹੁੰਦੀਆਂ ਹਨ?

ਦਿਮਾਗ ਤੇਜ ਕਰਨ ਦਾ ਦਾਅਵਾ ਕਰਨ ਵਾਲੀਆਂ ਇਨ੍ਹਾਂ ਦਵਾਈਆਂ ਦੀ ਪ੍ਰਭਾਵਸ਼ੀਲਤਾ ਜਾਨਣ ਦੇ ਲਈ ਅਸੀਂ ਇਕ ਪ੍ਰਯੋਗ ਕੀਤਾ।

ਅਸੀਂ ਤਿੰਨ ਲੋਕਾਂ ਦਾ ਇਕ ਸਮੂਹ ਬਣਾਇਆ ਜੋ ਇਕੋ ਤਰ੍ਹਾਂ ਦੀ ਬੈਕਗ੍ਰਾਉਂਡ ਦੇ ਸਨ। ਅਸੀਂ ਉਨ੍ਹਾਂ ਨੂੰ ਕਿਹਾ ਕਿ ਸਾਡੇ ਕੋਲ ਇਕ ਅਜਿਹਾ ਯਾਦ ਟਾਨਿਕ ਹੈ ਜੋ ਤਿੰਨ ਮਹੀਨੇ ਵਿਚ ਤੁਹਾਡੀ ਯਾਦਾਸ਼ਤ ਸ਼ਕਤੀ ਵਿਚ ਵਾਧਾ ਕਰਨ ਵਿਚ ਸਹਾਇਕ ਹੋਵੇਗਾ। ਫਿਰ ਅਸੀਂ ਇਕ ਛੋਟਾ ਯਾਦਾਸ਼ਤ ਟੈਸਟ ਲਿਆ ਅਤੇ ਉਸ ਗਰੁੱਪ ਵਿਚੋਂ 15 ਲੋਕਾਂ ਨੂੰ ਜਾਣੇ ਪਛਾਣੇ ਬ੍ਰਾਂਡ ਦੀ ਦਵਾਈ ਦਿੱਤੀ ਅਤੇ ਬਾਕੀ 15 ਲੋਕਾਂ ਨੂੰ ਉਸੇ ਬ੍ਰਾਂਡ ਦੀ ਬੋਤਲ ਵਿਚ ਰੰਗੀਨ ਪਾਣੀ ਦਿੱਤਾ। ਇਸ ਤਰ੍ਹਾਂ ਸਾਰੇ ਲੋਕਾਂ ਤਿੰਨ ਮਹੀਨੇ ਤੱਕ ਯਾਦਾਸ਼ਤ ਟਾਨਿਕ ਪਿਆਇਆ।

ਇਸ ਤੋਂ ਬਾਅਦ ਅਸੀਂ ਇਸੇ ਤਰ੍ਹਾਂ ਦਾ ਯਾਦਾਸ਼ਤ ਟੈਸਟ ਲਿਆ।

ਨਤੀਜਾ

ਸਾਰੇ ਲੋਕਾਂ ਨੂੰ ਇਸ ਟੈਸਟ ਵਿਚ ਬਰਾਬਰ ਅੰਕ ਮਿਲੇ।

ਸਿੱਟਾ

ਇਹ ਇਕ ਮਨੋਵਿਗਿਆਨਕ ਕਾਰਨ ਸਿੱਧ ਹੋਇਆ। ਸਾਰਿਆਂ ਨੇ ਇਹ ਵਿਸ਼ਵਾਸ ਕੀਤਾ ਕਿ ਉਹ ਦਿਮਾਗ ਤੇਜ ਕਰਨ ਦੇ ਲਈ ਕੁਝ ਅਲੱਗ ਯਤਨ ਕਰ ਰਹੇ ਹਨ। ਫਲਸਰੂਪ ਯਾਦ-ਸ਼ਕਤੀ ਵਿਚ ਜ਼ਰੂਰ ਕੁਝ ਸੁਧਾਰ ਹੋਵੇਗਾ।

ਇਹ ਉਨ੍ਹਾਂ ਦਾ ਆਤਮ ਵਿਸ਼ਵਾਸ ਹੀ ਸੀ ਅਤੇ ਮਨੋਵਿਗਿਆਨਕ ਤੱਤ ਸੀ ਜਿਸਨੇ ਉਨ੍ਹਾਂ ਨੂੰ ਟੈਸਟ ਵਿਚ ਚੰਗਾ ਕਰਨ ਦੇ ਲਈ ਉਤਸ਼ਾਹਿਤ ਕੀਤਾ।

ਸਾਨੂੰ ਹੇਨਰੀ ਫੋਰਡ ਦੀ ਇਹ ਗੱਲ ਵੀ ਯਾਦ ਰੱਖਣੀ ਚਾਹੀਦੀ ਹੈ ਕਿ ਜਿਹੋ ਜਿਹਾ ਤੁਸੀਂ ਸੋਚਦੇ ਹੋ ਉਹੋ ਜਿਹਾ ਹੀ ਕਰ ਸਕਦੇ ਹੋ। ਜੇਕਰ ਚੰਗਾ ਸੋਚਦੇ ਹੋ ਤਾਂ ਚੰਗਾ ਕਰ ਸਕਦੇ ਹੋ ਨਹੀਂ ਤਾਂ ਇਸਦੇ ਉਲਟ।

ਮਹੱਤਵਪੂਰਨ ਸੰਕੇਤ : ਖੁਦ ਪ੍ਰੇਰਨਾ

11

ਯਾਦਾਸ਼ਤ ਮਕੈਨਿਜ਼ਮ

ਯਾਦ ਕੀ ਹੈ? ਯਾਦ ਕਰਨ ਤੇ ਕੀ ਨਤੀਜਾ ਮਹਿਸੂਸ ਹੁੰਦਾ ਹੈ? ਅਸੀਂ ਕਿਵੇ ' ਯਾਦ ਕਰਦੇ ਹਾਂ? ਕੀ ਤੁਸੀਂ ਆਪਣੀ ਯਾਦਾਸ਼ਤ ਤੋਂ ਯਾਦ ਦੇ ਬਾਰੇ ਵਿਚ ਪ੍ਰਸ਼ਨ ਕੀਤਾ ਹੈ ?

ਉੱਤਰ : ਯਾਦਾਸ਼ਤ ਹੋਰ ਕੁਝ ਵੀ ਨਹੀਂ ਸਗੋਂ ਨਵੇਂ ਵਿਚਾਰ ਅਤੇ ਨਵੀਆਂ ਸੂਚਨਾਵਾਂ ਦਾ ਸੰਬੰਧ, ਪਹਿਲਾਂ ਤੋਂ ਹੀ ਦਿਮਾਗ ਵਿਚ ਸੁਰੱਖਿਅਤ ਵਿਚਾਰਾਂ ਅਤੇ ਸੂਚਨਾਵਾਂ ਦੇ ਨਾਲ ਤਾਲਮੇਲ ਸਥਾਪਿਤ ਕਰਦਾ ਹੈ।

ਸਬੰਧ ਦਾ ਨਿਯਮ

ਅਸੀਂ ਕਈ ਚੀਜ਼ਾਂ ਉਦੋਂ ਹੀ ਸਿੱਖ ਸਕਦੇ ਹਾਂ ਜਦੋਂ ਦਿਮਾਗ ਵਿਚ ਪਹਿਲਾਂ ਤੋਂ ਹੀ ਸੁਰੱਖਿਅਤ ਚੀਜ਼ਾਂ ਦੇ ਨਾਲ ਇਨ੍ਹਾਂ ਨਵੀਆਂ ਚੀਜ਼ਾਂ ਦੀ ਲੜੀ ਜੋੜ ਲੈਂਦੇ ਹਾਂ। ਇਨ੍ਹਾਂ ਵਿਭਿੰਨ ਅੰਕੜਿਆਂ ਦਾ ਸਬੰਧ ਹੀ ਯਾਦਾਸ਼ਤ ਹੈ। ਉਦਾਹਰਣ ਦੇ ਲਈ ਤੁਸੀਂ ਕਦੇ ਆਪਣੇ ਸਕੂਲ ਦੀ ਬਿਲਡਿੰਗ ਕੋਲੋ ਲੰਘਦੇ ਹੋ ਤਾਂ ਤੁਹਾਨੂੰ ਪਿਛਲੀਆਂ ਸਾਰੀਆਂ ਗੱਲਾਂ ਯਾਦ ਆ ਜਾਂਦੀਆਂ ਹਨ। ਕਿਉਂਕਿ ਸਕੂਲ ਬਿਲਡਿੰਗ ਤੁਹਾਡੇ ਪੁਰਾਣੇ ਅਨੁਭਵਾਂ ਨੂੰ ਯਾਦ ਕਰਾਉਂਦੀ ਹੈ। ਸਕੂਲ ਬਿਲਡਿੰਗ ਕਿਸੇ ਨਾ ਕਿਸੇ ਰੂਪ ਵਿਚ ਤੁਹਾਡੇ ਅਨੁਭਵ ਨਾਲ ਜੁੜੀ ਹੋਈ ਹੈ।

ਲੜੀ ਵਿਧੀ

ਮੰਨ ਲਓ ਤੁਸੀਂ ਹੇਠ ਲਿਖੇ ਸ਼ਬਦ ਇਸ ਤਰਤੀਬ ਵਿਚ ਯਾਦ ਰੱਖਣਾ ਚਾਹੁੰਦੇ ਹੋ।

1. ਕੁੱਤਾ   2. ਜੁੱਤੀ   3. ਮੂਵੀ 4. ਡ੍ਰੈਗਨ   5. ਸਾਈਕਲ   6. ਟੈਲੀਫੋਨ 7. ਪੈਨ 8. ਕੋਲਡ ਡ੍ਰਿੰਕ   9. ਚੀਤਾ   10. ਟੇਪ-ਰਿਕਾਰਡਰ

ਵਿਧੀ 1

ਇਕ ਤਰੀਕਾ ਯਾਦ ਕਰਨ ਦਾ ਇਹ ਵੀ ਹੋ ਸਕਦਾ ਹੈ। ਵਾਰ-ਵਾਰ ਦੁਹਰਾਇਆ ਜਾਵੇ। ਇਹ ਦੁਹਰਾਉਣਾ ਪੱਚੀ ਵਾਰ ਵੀ ਹੋ ਸਕਦਾ ਹੈ। ਪੂਰੇ ਤੌਰ ਤੇ ਯਾਦ ਹੋਣ ਵਿਚ 2-3 ਦਿਨ ਵੀ ਲੱਗ ਸਕਦੇ ਹਨ।

40

ਵਿਧੀ 2

ਦੂਜਾ ਤਰੀਕਾ ਇਹ ਹੈ ਕਿ ਦੋ ਸ਼ਬਦਾਂ ਵਿਚ ਸਬੰਧ ਬਣਾਇਆ ਜਾਵੇ। ਉਦਾਹਰਣ ਦੇ ਲਈ, ਸੋਚੋ ਕੁੱਤਾ ਜੁੱਤੀ ਪਾ ਕੇ ਮੂਵੀ ਦੇਖਣ ਜਾ ਰਿਹਾ ਹੈ। ਜਿਸ ਵਿਚ ਡ੍ਰੈਗਨ ਹੈ। ਮੂਵੀ ਵਿਚ ਡ੍ਰੈਗਨ ਸਾਈਕਲ ਚਲਾ ਰਿਹਾ ਹੈ। ਸਾਈਕਲ ਟੈਲੀਫੋਨ ਬੂਥ ਨਾਲ ਟਕਰਾ ਜਾਂਦੀ ਹੈ। ਇਕ ਆਦਮੀ ਪੈਨ ਦੇ ਸਿਰੇ ਨਾਲ ਟੈਲੀਫੋਨ ਦੀ ਮੁਰੰਮਤ ਕਰ ਰਿਹਾ ਹੈ। ਹੁਣ ਜ਼ਰਾ ਸੋਚੋ ਕਿ ਪੈਨ ਵਿਚ ਇੰਕ ਦੀ ਜਗ੍ਹਾ ਕੋਲਡ ਡ੍ਰਿੰਕ ਭਰਿਆ ਹੋਇਆ ਹੈ। ਤੁਸੀਂ ਕੋਲਡ ਡ੍ਰਿੰਕ ਚੀਤੇ ਨੂੰ ਪਰੋਸ ਰਹੇ ਹੋ। ਚੀਤਾ ਟੇਪ ਰਿਕਾਰਡਰ ਦੀ ਧੁਨ ਤੇ ਨੱਚ ਰਿਹਾ ਹੈ।

ਕੀ ਤੁਹਾਨੂੰ ਇਸਨੂੰ ਦੁਬਾਰਾ ਪੜ੍ਹਨ ਦੀ ਜ਼ਰੂਰਤ ਹੈ?

ਕੀ ਇਹ ਸੌਖਾ ਨਹੀਂ ਹੈ? ਨਿਸ਼ਚਿਤ ਰੂਪ ਨਾਲ ਵਿਧੀ 2 ਵਿਧੀ 1 ਦੀ ਤੁਲਨਾ ਵਿਚ ਜ਼ਿਆਦਾ ਵਧੀਆ ਹੈ। ਪਰ ਦੋਨਾਂ ਵਿਚ ਇਕ ਚੀਜ਼ ਸਦਾਰਣ ਹੈ ਉਹ ਹੈ ਸਬੰਧ। ਪਹਿਲੀ ਵਿਧੀ ਵਿਚ ਇਹ ਸ਼ਬਦ, ਅਵਚੇਤਨ ਦਿਮਾਗ ਵਿਚ ਪਹਿਲਾਂ ਤੋਂ ਹਾਜ਼ਰ ਸ਼ਬਦਾਂ ਦੇ ਨਾਲ ਆਪਣੇ ਆਪ ਸਬੰਧ ਸਥਾਪਿਤ ਕਰ ਲੈਂਦੇ ਹਨ। ਪਰ ਬਾਅਦ ਵਿਚ ਕਿਸੇ ਪੱਧਰ ਤੇ ਤੁਸੀਂ ਸ਼ਬਦਾਂ ਦੀ ਤਰਤੀਬ ਨੂੰ ਯਾਦ ਕਰਨ ਵਿਚ ਭੁੱਲ ਵੀ ਸਕਦੇ ਹੋ। ਜਦੋਂ ਕਿ ਦੂਜੀ ਵਿਧੀ ਦੇ ਅੰਤਰਗਤ ਤੁਸੀਂ ਸ਼ਬਦਾਂ ਵਿਚ ਸਬੰਧ ਸਥਾਪਿਤ ਕਰਨ ਦਾ ਜਾਣ ਬੁੱਝ ਕੇ ਯਤਨ ਕਰਦੇ ਹੋ। ਜੋ ਕਿ ਇਕ ਚੇਤਨ ਅਵਸਥਾ ਹੁੰਦੀ ਹੈ।

ਚੇਤਨ ਅਵਸਥਾ ਵਿਚ ਬਿਠਾਇਆ ਗਿਆ ਸਬੰਧ ਅਵਚੇਤਨ ਅਵਸਥਾ ਤੋਂ ਵਧੀਆ ਹੁੰਦਾ ਹੈ।

ਸਿੱਟਾ : ਜੋ ਕੁਝ ਨਵਾਂ ਯਾਦ ਕਰਨਾ ਚਾਹੁੰਦੇ ਹਨ ਉਸਦਾ ਸਬੰਧ ਹਮੇਸ਼ਾਂ ਕਿਸੇ ਹੋਰ ਦੇ ਨਾਲ ਸਥਾਪਿਤ ਕਰਨ ਦੀ ਕੋਸ਼ਿਸ਼ ਕਰੋ।

ਮਹੱਤਵਪੂਰਨ ਸੰਕੇਤ :	ਚੇਤਨਾ ਪੂਰਨ ਸਬੰਧ

12

ਮਨ ਦੀ ਕਲਪਨਾ - ਇਕ ਪੂਰਨ ਧਾਰਨ ਵਿਧੀ

ਹਰੇਕ ਖੋਜ ਨੇ ਅਸਲ ਰੂਪ ਲੈਣ ਤੋਂ ਪਹਿਲਾਂ ਕਲਪਨਾ ਵਿਚ ਸਥਾਨ ਬਣਾਇਆ। ਕਲਪਨਾ ਇਕ ਕਾਰਜਸ਼ਾਲਾ ਹੈ ਜਿੱਥੇ ਮਨੁੱਖ ਦੀਆਂ ਯੋਜਨਾਵਾਂ ਜਨਮ ਲੈਂਦੀਆਂ ਹਨ। ਕਲਪਨਾ ਇਕ ਸ਼ਕਤੀਸ਼ਾਲੀ ਫੋਰਸ ਹੈ। ਜੋ ਸਰੀਰ ਤੋਂ ਉਤਪੰਨ ਦਿਮਾਗ ਤੋਂ ਜ਼ਿਆਦਾ ਸ਼ਕਤੀਸ਼ਾਲੀ ਹੈ। ਕਲਪਨਾ ਵਿਚ ਦਿਮਾਗ ਤੋਂ ਬਾਅਦ ਵੀ ਜਿੰਦਾ ਰਹਿਣ ਦੀ ਸ਼ਕਤੀ ਹੈ।

ਸਿੱਖਣ ਜਾਂ ਯਾਦ ਕਰਨ ਵਿਚ ਇਸ ਸ਼ਕਤੀ ਦਾ ਪ੍ਰਯੋਗ ਕਰੋ।

ਕਾਲਪਨਿਕ ਚਿੱਤਰ :

ਜੋ ਕੁਝ ਤੁਸੀਂ ਪੜ੍ਹਦੇ ਹੋ। ਉਸਨੂੰ ਕਾਲਪਨਿਕ ਚਿੱਤਰ ਵਿਚ ਤਬਦੀਲ ਕਰਨ ਦੀ ਕੋਸ਼ਿਸ਼ ਕਰੋ। ਸਾਡੇ ਦੇਖਣ ਦੀ ਮੈਮਰੀ ਸੁਣਨ ਦੀ ਮੈਮਰੀ ਦੀ ਤੁਲਨਾ ਵਿਚ ਵੀਹ ਗੁਣਾ ਜ਼ਿਆਦਾ ਹੈ। ਕਿਉਂਕਿ ਅੱਖਾਂ ਦੀਆਂ ਕੋਸ਼ਿਕਾਵਾਂ ਜੋ ਦਿਮਾਗ ਦੇ ਨਾਲ ਜੁੜੀਆਂ ਹਨ, ਉਹ ਕੰਨਾਂ ਦੀਆਂ ਕੋਸ਼ਿਕਾਵਾਂ ਦੇ ਮੁਕਾਬਲੇ ਵੀਹ ਗੁਣਾ ਮਜ਼ਬੂਤ ਹਨ। ਕਾਲਪਨਿਕ ਚਿਤਰਣ ਵਿਧੀ ਦਾ ਪ੍ਰਯੋਗ ਇਤਿਹਾਸ ਵਰਗੇ ਵਿਸ਼ਿਆਂ ਵਿਚ ਚੰਗੀ ਤਰ੍ਹਾਂ ਕੀਤਾ ਜਾ ਸਕਦਾ ਹੈ। ਉਦਾਹਰਣ ਦੇ ਲਈ ਜੇਕਰ ਤੁਹਾਨੂੰ ਹੜੱਪਾ ਸਭਿਅਤਾ ਦੇ ਬਾਰੇ ਵਿਚ ਜਾਨਣ ਦੀ ਜ਼ਰੂਰਤ ਹੈ ਤਾਂ ਪੜ੍ਹੋ, ਸਮਝੋ ਅਤੇ ਉਸ ਸਭਿਅਤਾ ਦਾ ਦਿਮਾਗ ਵਿਚ ਚਿਤਰਣ ਕਰੋ ਅਤੇ ਉਸ ਵਿਚ ਰਹਿਣ ਦੀ ਕੋਸ਼ਿਸ਼ ਕਰੋ।

ਇਸ ਗੱਲ ਦਾ ਧਿਆਨ ਰੱਖੋ ਜੋ ਕੁਝ ਤੁਸੀਂ ਪੜ੍ਹਦੇ ਹੋ ਉਸਦੇ ਬਾਰੇ ਵਿਚ ਸਬੰਧ ਸਥਾਪਿਤ ਕਰਨ ਲਈ ਤੁਹਾਡੇ ਕੋਲ ਕੁਝ ਨਾ ਕੁਝ ਚਿਤਰਣ ਜ਼ਰੂਰ ਹੁੰਦਾ ਹੈ। ਸੁਣਨਾ ਸਾਨੂੰ ਸਿੱਖਣ ਵਿਚ ਮਦਦ ਕਰਦਾ ਹੈ ਜਦੋਂ ਕਿ ਦੇਖਣਾ ਅਤੇ ਕਲਪਨਾ ਕਰਨਾ ਲੰਬੇ ਸਮੇਂ ਤੱਕ ਯਾਦ ਰੱਖਣ ਵਿਚ ਮਦਦ ਕਰਦਾ ਹੈ।

ਮਾਨਸਿਕ ਚਿਤਰਣ ਨੇ ਮੈਨੂੰ ਪੂਰਨ ਯਾਦਾਸ਼ਤ ਧਾਰਨ ਕਰਨ ਵਿਚ ਰਾਸ਼ਟਰੀ ਮਸ਼ਹੂਰ ਬਨਾਉਣ ਵਿਚ ਸਹਾਇਤਾ ਕੀਤੀ। ਇਸ ਲਈ ਕਿਸੇ ਵੀ ਚੀਜ਼ ਦਾ ਦਿਮਾਗ ਵਿਚ ਹਮੇਸ਼ਾਂ ਚਿਤਰਣ ਕਰੋ।

ਮਹੱਤਵਪੂਰਨ ਸੰਕੇਤ : ਮਾਨਸਿਕ ਚਿਤਰਣ

⬚ **13**

Acronym – ਯਾਦ ਕਰਨ ਦਾ ਆਸਾਨ ਤਰੀਕਾ

ਜੇਕਰ ਤੁਸੀਂ ਸਿੱਖਣ ਦੇ ਸੱਤ ਸਭ ਤੋਂ ਮਹੱਤਵਪੂਰਨ ਨਿਜਮ ਸਿੱਖਣਾ ਚਾਹੁੰਦੇ ਹੋ, ਉਹ ਇਹ ਹਨ :

1. ਇਕਾਗਰਤਾ (Concentration)
2. ਦਖਲ ਦੇਣ ਦਾ ਨਿਜਮ (Interference law)
3. ਅੰਤਰਾਲ ਵਿਚ ਸਿੱਖਣਾ (Spaced learning)
4. ਦੁਹਰਾਉਣ ਦੀ ਯੋਜਨਾ (Revision Plan)
5. ਮਾਨਸਿਕ ਚਿਤਰਣ (Seeing/Visualization)
6. ਸਬੰਧ ਸਥਾਪਿਤ ਕਰਨਾ (Association)
7. ਸੌਣਾ (Sleep)

ਇਨ੍ਹਾਂ ਨਿਜਮਾਂ ਨੂੰ ਯਾਦ ਕਰਨ ਦੇ ਲਈ, ਸਭ ਤੋਂ ਵਧੀਆ ਤਰੀਕਾ ਹੈ ਕਿ ਹਰ ਸ਼ਬਦ ਦਾ ਪਹਿਲਾ ਅੱਖਰ ਲੈ ਕੇ acronym ਬਣਾਇਆ ਜਾਵੇ।

C - Concentration	I - Interference
R- Revision Plan C-	
U-	S- Spaced learning
A- Association	S- Seeing/Visualization
S- Sleep	

ਸਰਕਸ ਦਾ ASS ਦੇ ਨਾਲ ਯਾਦ ਵਿਚ ਸਬੰਧ ਸਥਾਪਿਤ ਕਰਕੇ ਇਨ੍ਹਾਂ ਸੱਤ ਨਿਜਮਾਂ ਨੂੰ ਅਸਾਨੀ ਨਾਲ ਯਾਦ ਕੀਤਾ ਜਾ ਸਕਦਾ ਹੈ।

ਬਿਨਾ ਪ੍ਰਯੋਗ ਵਿਚ ਰਹੇ ਸ਼ਬਦ C ਜਾਂ U ਦੇ ਬਾਰੇ ਵਿਚ ਪਰੇਸ਼ਾਨ ਹੋਣ ਦੀ ਜ਼ਰੂਰਤ ਨਹੀਂ ਹੈ। ਦੁਬਾਰਾ ਯਾਦਾਸ਼ਤ ਦੇ ਸਮੇਂ ਦਿਮਾਗ ਆਪਣੇ ਆਪ ਇਨ੍ਹਾਂ ਸ਼ਬਦਾਂ ਨੂੰ ਵੱਖ ਕਰ ਲਵੇਗਾ।

ਅਗਲੇ ਸੱਤ ਨਿਜਮਾਂ ਦੇ ਲਈ ਤੁਸੀਂ ਆਪਣਾ ਸ਼ਬਦ (acronym) ਬਨਾਉਣ ਦਾ ਯਤਨ ਕਰੋ।

8. Over learning
9. Reintegration
10. Incomplete learning
11. Mapping
12. Latent Learning
13. Clue Method
14. Concentration Exercise

ਮਹੱਤਵਪੂਰਨ ਸੰਕੇਤ: ਸ਼ਬਦਾਂ ਨੂੰ ਸੰਖੇਪ ਕਰਨਾ

14

ਵਧੀਆ ਯਾਦਾਸ਼ਤ ਦੇ ਲਈ ਸੁਧਾਰ ਪ੍ਰਕ੍ਰਿਆ

ਅਸੀਂ ਇਕ ਕਮਰੇ ਤੋਂ ਦੂਜੇ ਵਿਚ ਕੁਝ ਸਮਾਨ ਲੈਣ ਜਾਂਦੇ ਹਾਂ ਤਾਂ ਕਮਰੇ ਵਿਚ ਜਾਣ ਤੋਂ ਬਾਅਦ ਦੇਖਦੇ ਹਾਂ ਕਿ ਜਿਹੜਾ ਸਮਾਨ ਲੈਣ ਆਏ ਸੀ ਉਹ ਤਾਂ ਭੁੱਲ ਹੀ ਗਏ । ਜੇਕਰ ਵਾਪਸ ਉਸੇ ਕਮਰੇ ਵਿਚ ਆ ਜਾਈਏ ਜਿੱਥੋਂ ਸ਼ੁਰੂ ਕੀਤਾ ਸੀ ਤਾਂ ਆਮ ਤੌਰ ਤੇ ਉਹ ਚੀਜ਼ ਸਾਨੂੰ ਦੁਬਾਰਾ ਯਾਦ ਆ ਜਾਂਦੀ ਹੈ ਜਿਸਨੂੰ ਅਸੀਂ ਲੈਣ ਜਾਣਾ ਸੀ।

ਅਸੀਂ ਫ੍ਰਿਜ਼ ਜਾਂ ਅਲਮਾਰੀ ਵਿਚੋਂ ਕੋਈ ਖਾਸ ਸਮਾਨ ਲੈਣ ਜਾਂਦੇ ਹਾਂ ਪਰ ਦੇਖਦੇ ਹਾਂ ਕਿ ਯਾਦ ਹੀ ਨਹੀਂ ਆ ਰਿਹਾ। ਤਾਂ ਫ੍ਰਿਜ਼/ਅਲਮਾਰੀ ਬੰਦ ਕਰਕੇ 3-4 ਕਦਮ ਚੱਲਦੇ ਹਾਂ ਤਾਂ ਅਚਾਨਕ ਉਹ ਚੀਜ਼ ਯਾਦ ਆ ਜਾਂਦੀ ਹੈ। ਅਖੀਰ ਉਹ ਵਸਤੂ ਪ੍ਰਾਪਤ ਕਰਨ ਵਿਚ ਸਫਲ ਹੋ ਜਾਂਦੇ ਹਾਂ।

ਇਹ ਕੁਝ ਗੱਲਾਂ ਹਨ ਜੋ ਅਕਸਰ ਸੁਣਨ ਵਿਚ ਆਉਂਦੀਆਂ ਹਨ
ਅਜਿਹਾ ਕਿਉਂ ਹੁੰਦਾ ਹੈ?
ਇਸਤੋਂ ਕਿਵੇਂ ਬਚਿਆ ਜਾਵੇ?

ਵਿਸ਼ਲੇਸ਼ਣ

ਵਿਭਿੰਨ ਪ੍ਰਯੋਗਾਂ ਤੋਂ ਇਹ ਸਿੱਧ ਹੁੰਦਾ ਹੈ ਕਿ ਸਾਡਾ ਦਿਮਾਗ ਸੂਚਨਾ ਯਾਦ ਕਰਨ ਵਿਚ ਉਦੋਂ ਵਧੀਆ ਸਥਿਤੀ ਵਿਚ ਹੁੰਦਾ ਹੈ। ਜਦੋਂ ਇਹ ਤੁਹਾਨੂੰ ਉਨ੍ਹਾਂ ਪਰਿਸਥੀਆਂ ਵਿਚ ਦੇਖਦਾ ਹੈ ਜਿਨ੍ਹਾਂ ਵਿਚ ਇਸਨੇ ਉਹ ਸੂਚਨਾ ਯਾਦ ਕੀਤੀ ਸੀ। ਇਸ ਲਈ ਜਦੋਂ ਅਸੀਂ ਸ਼ੁਰੂ ਦੀ ਅਵਸਥਾ ਵਿਚ ਜਾਂਦੇ ਹਾਂ ਤਾਂ ਤੁਰੰਤ ਉਹ ਚੀਜ਼ ਸਾਨੂੰ ਯਾਦ ਆ ਜਾਂਦੀ ਹੈ। ਦਿਮਾਗ ਦਾ ਇਹ ਖਾਸ ਗੁਣ ਹੀ ਹੈ ਜੋ ਸਾਨੂੰ ਉਸ ਤਰ੍ਹਾਂ ਦੀ ਹਾਲਤ ਵਿਚ ਯਾਦ ਕਰਨ ਵਿਚ ਮਦਦ ਕਰਦਾ ਹੈ। ਦਿਮਾਗ ਦੀ ਇਹੀ ਕਿਰਿਆ ਸੁਧਾਰ ਪ੍ਰਕ੍ਰਿਆ ਕਹਾਉਂਦੀ ਹੈ। ਅਜਿਹਾ ਕਿਉਂ ਹੁੰਦਾ ਹੈ ਅਸੀਂ ਕਦੀ-ਕਦੀ ਕੁਝ ਸੈਕਿੰਡਾਂ ਦੇ ਲਈ ਵੀ ਸੂਚਨਾ ਧਾਰਨ ਨਹੀਂ ਕਰ ਸਕਦੇ?

ਉੱਤਰ : ਸਾਡਾ ਦਿਮਾਗ ਇਕ ਸੋਚਣ ਦੀ ਮਸ਼ੀਨ ਹੈ। ਹੋ ਸਕਦਾ ਹੈ ਉਸ ਖਾਸ ਸਮੇਂ ਤੇ, ਤੁਸੀਂ ਕੁਝ ਹੋਰ ਸੋਚਣ ਵਿਚ ਰੁੱਝੇ ਹੋਵੋ। ਜੋ ਪੁਰਾਣੀ ਸੂਚਨਾ ਨੂੰ ਦਿਮਾਗ ਵਿਚ

ਬਣਾਈ ਰੱਖਣ ਵਿਚ ਵਿਘਨ ਪਾਉਂਦੀ ਹੈ। ਇਸਨੂੰ ਦਿਮਾਗੀ ਗੈਰ-ਹਾਜ਼ਰੀ ਦੀ ਅਵਸਥਾ ਕਹਿੰਦੇ ਹਨ।

ਪੜ੍ਹਾਈ ਵਿਚ ਸੁਧਾਰ ਪ੍ਰਕ੍ਰਿਆ ਨੂੰ ਕਿਵੇਂ ਪ੍ਰਯੋਗ ਕਰੀਏ

ਕਦੀ-ਕਦੀ ਪ੍ਰੀਖਿਆ ਭਵਨ ਵਿਚ, ਅਸੀਂ ਉੱਤਰ ਯਾਦ ਕਰਨ ਵਿਚ ਆਪਣੇ ਆਪ ਨੂੰ ਅਸਮਰੱਥ ਮਹਿਸੂਸ ਕਰਦੇ ਹਾਂ ਜਿਸਨੂੰ ਅਸੀਂ ਪਹਿਲਾਂ ਯਾਦ ਕਰ ਲਿਆ ਸੀ। ਅਸੀਂ ਬਹੁਤ ਯਤਨ ਕਰਦੇ ਹਾਂ ਪਰ ਸਾਰੇ ਬੇਕਾਰ। ਅਸੀਂ ਤੁਹਾਡੀ ਇਸ ਵਿਚ ਸਹਾਇਤਾ ਕਰਦੇ ਹਾਂ। ਤੁਸੀਂ ਇਕਾਗਰ ਹੋ ਕੇ ਦਿਮਾਗੀ ਰੂਪ ਵਿਚ ਵਾਪਸ ਉਨ੍ਹਾਂ ਪਰਿਸਥਿਤੀਆਂ ਵਿਚ ਜਾਓ ਜਿਨ੍ਹਾਂ ਵਿਚ ਤੁਸੀਂ ਉਹ ਉੱਤਰ ਯਾਦ ਕੀਤਾ ਸੀ। ਫਿਰ ਮਾਨਸਿਕ ਚਿਤਰਣ ਬਣਾਓ, ਪੁਸਤਕ ਦਾ ਪੰਨਾ ਖੋਲ੍ਹੋ ਜਿਸ ਤੇ ਉੱਤਰ ਲਿਖਿਆ ਹੈ। ਫਿਰ ਮਨ ਹੀ ਮਨ ਪੜ੍ਹੋ। ਇਹ ਸਭ ਕੁਝ ਕਰਨ ਵਿਚ ਤੁਹਾਨੂੰ 10 ਸੈਕਿੰਡ ਤੋਂ ਜ਼ਿਆਦਾ ਨਹੀਂ ਲੱਗਣਗੇ।

ਮਹੱਤਵਪੂਰਨ ਸੰਕੇਤ:	ਦੁਬਾਰਾ ਦਰਸ਼ਨ

□ **15**

ਇਸ ਤੋਂ ਬਿਨਾਂ ਸਿੱਖਣ ਦਾ ਸਿਧਾਂਤ

ਕੋਈ ਵਿਸ਼ਾ ਯਾਦ ਕਰਨ ਕਰਨ ਦੇ ਲਈ ਚੁਣੋ। ਇਸਨੂੰ ਦੁਹਰਾਉਣ ਵਿਚ 15 ਮਿੰਟ ਇਸ ਤਰ੍ਹਾਂ ਲਗਾਓ ਕਿ ਤੁਸੀਂ ਬਿਨਾਂ ਦੇਖੇ ਉਸ ਵਿਸ਼ੇ ਨੂੰ ਠੀਕ ਢੰਗ ਨਾਲ ਯਾਦ ਕਰ ਸਕੋ। ਇਸਤੋਂ ਬਾਅਦ ਹੋਰ ਵਿਸ਼ੇ ਨੂੰ ਲਓ।

ਇਸ ਤੋਂ ਸਿੱਖਣ ਦੇ ਸਿਧਾਂਤ ਦੇ ਅਨੁਸਾਰ ਸਾਨੂੰ ਘੱਟ ਤੋਂ ਘੱਟ ਇਕ ਤਿਹਾਈ ਸਮਾਂ (ਯਾਦ ਕਰਨ ਵਿਚ ਲਗਾਏ ਸਮੇਂ ਦਾ ਭਾਗ) ਉਸੀ ਪਿਛਲੇ ਵਿਸ਼ੇ ਨੂੰ ਦੁਹਰਾਉਣ ਵਿਚ ਹੋਰ ਜ਼ਿਆਦਾ ਲਗਾਉਣਾ ਚਾਹੀਦਾ ਹੈ। ਇਹ ਸਮਾਂ ਯਾਦ ਕਰਨ ਤੋਂ ਤੁਰੰਤ ਬਾਅਦ ਲਗਾਉਣਾ ਹੈ।

ਉਦਾਹਰਣ ਦੇ ਲਈ, ਵਿਸ਼ੇ ਨੂੰ ਦੁਹਰਾਉਣ ਵਿਚ 5 ਮਿੰਟ ਦਾ ਸਮਾਂ (15 ਮਿੰਟ ਦਾ ਇਕ ਤਿਹਾਈ ਭਾਗ) ਹੋਰ ਦਿਓ। ਅਜਿਹਾ ਕਰਨ ਨਾਲ ਅਸੀਂ ਕਾਫੀ ਹੱਦ ਤੱਕ ਰਿਵੀਜ਼ਨ ਟਾਈਮ ਬਚਾ ਸਕਦੇ ਹੋ। ਉਪਰ ਲਿਖੇ ਸਿਧਾਂਤ ਦੇ ਅਨੁਸਾਰ ਸਿੱਖਣ ਵਿਚ ਥੋੜ੍ਹਾ ਜ਼ਿਆਦਾ ਸਮਾਂ ਦੇਣ ਨਾਲ ਉਸ ਵਿਸ਼ੇਸ਼ ਵਿਸ਼ੇ ਨੂੰ ਵਧੀਆ ਰੂਪ ਵਿਚ ਧਾਰਨ ਕਰਨ ਵਿਚ ਸਹਾਇਤਾ ਮਿਲੇਗੀ।

ਅਸੀਂ ਪ੍ਰੀਖਿਆ ਵਿਚ ਸਮੇਂ ਦੀ ਕਮੀ, ਇਸ ਲਈ ਨਹੀਂ ਦੇਖਦੇ ਕਿ ਅਸੀਂ ਤੇਜੀ ਨਾਲ ਲਿਖ ਨਹੀਂ ਸਕਦੇ ਸਗੋਂ ਅਸੀਂ ਤੇਜੀ ਨਾਲ ਯਾਦ ਨਹੀਂ ਕਰ ਸਕਦੇ ਹਾਂ।

ਇਸ ਤੋਂ ਬਿਨਾਂ ਸਿੱਖਣਾ ਛੇਤੀ ਯਾਦ ਕਰਾਉਣ ਵਿਚ ਸਹਾਇਕ ਹੁੰਦਾ ਹੈ।

ਮਹੱਤਵਪੂਰਨ ਸੰਕੇਤ :	ਇਕ ਤਿਹਾਈ ਜ਼ਿਆਦਾ ਸਮਾਂ

16

ਸਪਾਈਡਰ ਨੋਟ

ਨੋਟ ਬਨਾਉਣ ਦਾ ਇਹ ਸਭ ਤੋਂ ਵਧੀਆ ਅਤੇ ਪ੍ਰਭਾਵਸ਼ਾਲੀ ਤਰੀਕਾ ਹੈ। ਅੰਤਿਮ ਨੋਟਸ ਹਮੇਸ਼ਾਂ ਸੰਖੇਪ ਅਤੇ ਸੰਕੇਤਕ ਹੋਣੇ ਚਾਹੀਦੇ ਹਨ। ਨਾਲ ਹੀ ਸਾਰੀਆਂ ਮਹੱਤਵਪੂਰਨ ਸੂਚਨਾਵਾਂ ਇਸ ਵਿਚ ਸ਼ਾਮਲ ਹੋਣੀਆਂ ਚਾਹੀਦੀਆਂ ਹਨ ਤਾਂ ਕਿ ਪ੍ਰੀਖਿਆ ਤੋਂ ਪਹਿਲਾਂ ਅੰਤਿਮ ਵਾਰ ਅਤੇ ਘੱਟ ਸਮੇਂ ਵਿਚ ਦੁਹਰਾਇਆ ਜਾ ਸਕੇ।

ਸਪਾਈਡਰ ਨੋਟ ਬਣਾਉਂਦੇ ਸਮੇਂ, ਪਹਿਲਾ ਵਿਚਾਰ ਕੇਂਦਰ ਵਿਚ ਹੋਣਾ ਚਾਹੀਦਾ ਹੈ ਅਤੇ ਦੂਜਾ ਅਤੇ ਘੱਟ ਮਹੱਤਵਪੂਰਨ ਵਿਚਾਰ ਲੜੀਬੱਧ ਤਰਤੀਬ ਨਾਲ ਬਾਅਦ ਵਿਚ ਆਉਣਾ ਚਾਹੀਦਾ ਹੈ ਤਾਂ ਕਿ ਇਕ ਵਾਰ ਨਿਗਾਹ ਮਾਰਨ ਤੇ ਸੰਪੂਰਨ ਵਿਸ਼ਾ ਯਾਦਾਸ਼ਤ ਵਿਚ ਤੁਰੰਤ ਯਾਦ ਹੋ ਸਕੇ।

(ਜਿਵੇਂ ਕਿ ਅਗਲੇ ਪੰਨੇ ਤੇ ਚਿੱਤਰ ਵਿਚ ਦਿਖਾਇਆ ਗਿਆ ਹੈ।)

ਸਪਾਈਡਰ ਨੋਟਸ ਬਨਾਉਣ ਦੇ ਲਾਭ

1. ਸਬੰਧਤ ਸ਼ਬਦਾਂ ਨੂੰ ਚੁਣੀ ਤਰਤੀਬ ਵਿਚ ਲਿਖ ਕੇ 65 ਪ੍ਰਤੀਸ਼ਤ ਸਮਾਂ ਬਚ ਜਾਂਦਾ ਹੈ।

2. ਸਿਰਫ ਸਬੰਧਤ ਸ਼ਬਦਾਂ ਨੂੰ ਹੀ ਪੜ੍ਹਨ ਨਾਲ 90 ਪ੍ਰਤੀਸ਼ਤ ਸਮੇਂ ਦੀ ਬੱਚਤ ਹੁੰਦੀ ਹੈ।

3. ਤਕਰੀਬਨ 90 ਪ੍ਰਤੀਸ਼ਤ ਦੁਹਰਾਉਣ ਵਿਚ ਲੱਗਣ ਵਾਲੇ ਸਮੇਂ ਦੀ ਬੱਚਤ ਹੁੰਦੀ ਹੈ।

4. ਗੈਰ-ਜ਼ਰੂਰੀ ਮੁੱਖ ਸ਼ਬਦਾਂ ਨੂੰ ਲੱਭਣ ਵਿਚ 85 ਪ੍ਰਤੀਸ਼ਤ ਸਮੇਂ ਦੀ ਬੱਚਤ ਹੁੰਦੀ ਹੈ।

5. ਮੁੱਖ ਸ਼ਬਦਾਂ ਨੂੰ ਅਸਾਨੀ ਨਾਲ ਚੁਣਿਆ ਜਾ ਸਕਦਾ ਹੈ।

6. ਮੁੱਖ ਵਿਸ਼ਿਆਂ ਤੇ ਧਿਆਨ ਕੇਂਦ੍ਰਿਤ ਕੀਤਾ ਜਾ ਸਕਦਾ ਹੈ।

7. ਮੁੱਖ ਸ਼ਬਦਾਂ ਵਿਚ ਜਲਦੀ ਸਬੰਧ ਸਥਾਪਿਤ ਕੀਤਾ ਜਾ ਸਕਦਾ ਹੈ।

8. ਸਾਡਾ ਦਿਮਾਗ ਇਸ ਤਰ੍ਹਾਂ ਨਾਲ ਬਣਾਏ ਗਏ ਨੋਟਸ ਨੂੰ ਜਲਦੀ ਗ੍ਰਹਿਣ ਕਰਦਾ ਹੈ ਅਤੇ ਜ਼ਰੂਰਤ ਪੈਣ ਤੇ ਸਾਰੇ ਨੋਟਸ ਤੁਰੰਤ ਯਾਦ ਕਰ ਸਕਦਾ ਹੈ।

ਮਹੱਤਵਪੂਰਨ ਸੰਕੇਤ : ਸਪਾਈਡਰ ਨੋਟਸ

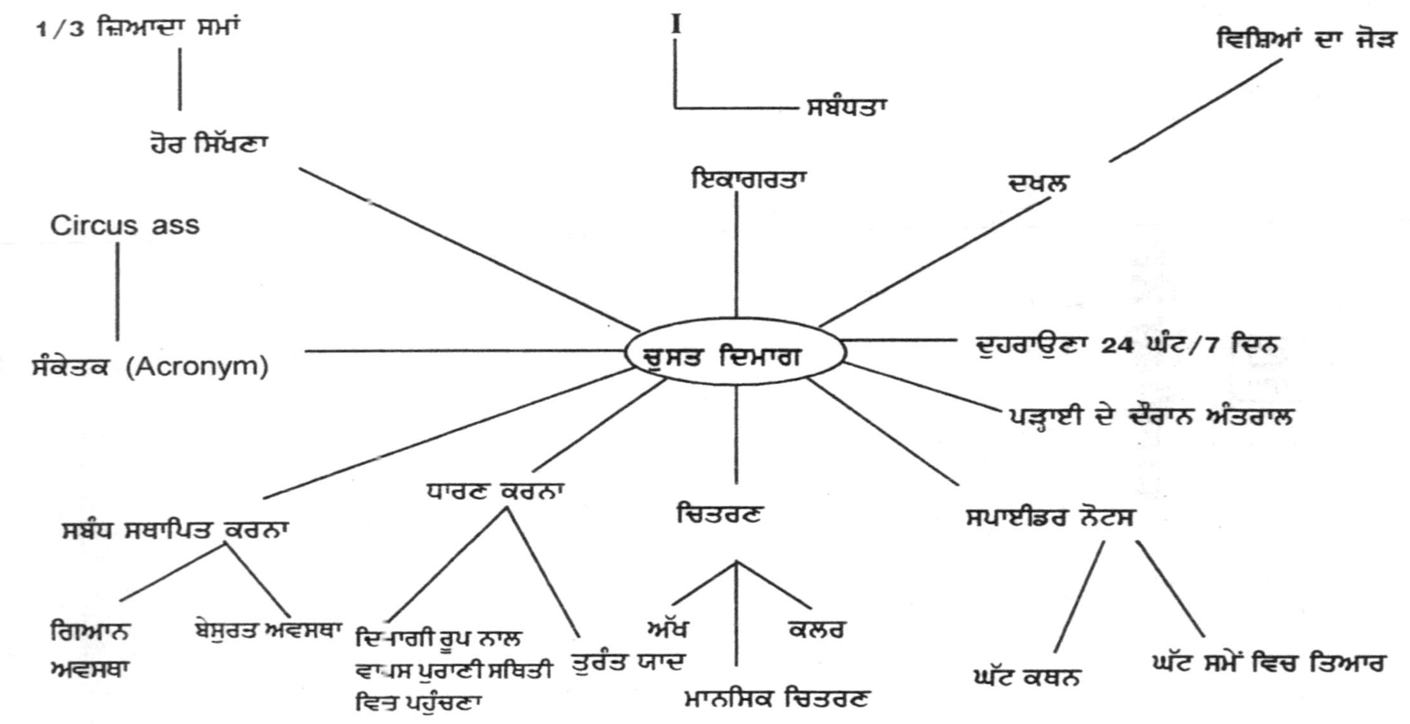

1/3 ਜ਼ਿਆਦਾ ਸਮਾਂ
ਹੋਰ ਸਿੱਖਣਾ
Circus ass
ਸੰਕੇਤਕ (Acronym)
I
ਸਬੰਧਤਾ
ਇਕਾਗਰਤਾ
ਵਿਸ਼ਿਆਂ ਦਾ ਜੋੜ
ਦਖਲ
ਚੁਸਤ ਦਿਮਾਗ
ਦੁਹਰਾਉਣਾ 24 ਘੰਟ/7 ਦਿਨ
ਪੜ੍ਹਾਈ ਦੇ ਦੌਰਾਨ ਅੰਤਰਾਲ
ਸਬੰਧ ਸਥਾਪਿਤ ਕਰਨਾ
ਧਾਰਨ ਕਰਨਾ
ਚਿਤਰਨ
ਸਪਾਈਡਰ ਨੋਟਸ
ਗਿਆਨ ਅਵਸਥਾ
ਬੇਸੁਰਤ ਅਵਸਥਾ
ਦਿਮਾਗੀ ਰੂਪ ਨਾਲ ਵਾਪਸ ਪੁਰਾਣੀ ਸਥਿਤੀ ਵਿਚ ਪਹੁੰਚਣਾ
ਤੁਰੰਤ ਯਾਦ
ਅੱਖ
ਕਲਰ
ਮਾਨਸਿਕ ਚਿਤਰਨ
ਘੱਟ ਕਥਨ
ਘੱਟ ਸਮੇਂ ਵਿਚ ਤਿਆਰ

17

ਅਧੂਰੇ ਕੰਮ ਦਾ ਮਹੱਤਵ

ਅਸਫਲਤਾ ਨਵੀਂ ਸ਼ੁਰੂਆਤ ਨੂੰ ਜਨਮ ਦਿੰਦੀ ਹੈ। ਕਿਸੇ ਨੇ ਠੀਕ ਹੀ ਕਿਹਾ ਹੈ ਸਫਲਤਾ ਪ੍ਰਾਪਤ ਕਰਨ ਦੇ ਲਈ ਅਸਫਲਤਾ ਦੀ ਦਰ ਦੁੱਗਣੀ ਕਰ ਦਿਓ। ਅਸਫਲ ਹੋਣ ਤੇ ਮਨੁੱਖ ਨਵੀਂ ਕੋਸ਼ਿਸ਼ ਕਰਦਾ ਹੈ; ਨਵੇਂ ਵਿਚਾਰਾਂ ਨੂੰ ਜਨਮ ਦਿੰਦਾ ਹੈ; ਨਵੇਂ ਲੋਕਾਂ ਦੇ ਸਬੰਧ ਵਿਚ ਆਉਂਦਾ ਹੈ; ਨਵੇਂ ਸੰਗਠਨ ਅਤੇ ਦੋਸਤੀ ਬਣਾਉਂਦਾ ਹੈ। ਜਦੋਂ ਕਿ ਸਫਲ ਹੋਣ ਤੇ ਦਿਮਾਗ ਤੰਗ ਹੋ ਜਾਂਦਾ ਹੈ।

ਪੜ੍ਹਾਈ ਵਿਚ ਇਸ ਵਿਚਾਰਧਾਰਾ ਨੂੰ ਕਿਵੇਂ ਲਾਗੂ ਕਰੀਏ?

ਇਹ ਨਿਯਮ ਜਾਂ ਵਿਚਾਰਧਾਰਾ ਲੰਬੀ ਵਿਆਖਿਆ ਅਤੇ ਸਾਹਿਤ ਵਿਚ ਵਧੀਆ ਰੂਪ ਵਿਚ ਲਾਗੂ ਹੁੰਦੀ ਹੈ। ਵੱਡੇ ਟਾਪਿਕ ਨੂੰ ਯਾਦ ਕਰਨ ਦਾ ਸਭ ਤੋਂ ਵਧੀਆ ਤਰੀਕਾ ਹੈ ਕਿ ਉਕਤ ਵਿਸ਼ੇ ਨੂੰ ਵਿਭਿੰਨ ਭਾਗਾਂ ਵਿਚ ਵੰਡ ਕੇ ਯਾਦ ਕੀਤਾ ਜਾਵੇ। ਇਸ ਤਰ੍ਹਾਂ ਛੋਟੇ ਹਿੱਸੇ ਵਿਚ ਵੰਡੇ ਹੋਏ ਪਾਠ ਨੂੰ ਯਾਦ ਕਰਨਾ ਜ਼ਿਆਦਾ ਸੌਖਾ ਹੋ ਜਾਂਦਾ ਹੈ। ਇਸ ਤਰ੍ਹਾਂ ਸਾਰੇ ਕਾਰਜ ਨੂੰ ਵੀ ਲਾਭਦਾਇਕ ਬਣਾਇਆ ਜਾ ਸਕਦਾ ਹੈ।

ਮਹੱਤਵਪੂਰਨ ਸੰਕੇਤ : ਅਧੂਰਾ ਕੰਮ

18

ਅੰਦਰੂਨੀ ਸ਼ਕਤੀ ਦੁਆਰਾ ਸਫਲਤਾ

ਮਹਾਨ ਦੌੜਾਕ ਇਸ ਗੱਲ ਨੂੰ ਮੰਨਦੇ ਹਨ ਕਿ ਖੇਡਾਂ ਵਿਚ 60-90 ਪ੍ਰਤੀਸ਼ਤ ਸਫਲਤਾ ਵਿਚ ਮਾਨਸਿਕ ਕਰਤਾ ਦਾ ਵਿਸ਼ੇਸ਼ ਮਹੱਤਵ ਹੈ। ਇਹ ਗੱਲ ਸਿਰਫ ਖੇਡਾਂ ਦੇ ਵਿਸ਼ੇ ਵਿਚ ਹੀ ਸਹੀ ਨਹੀਂ ਹੈ ਬਲਕਿ ਹਰ ਖੇਤਰ ਵਿਚ ਇਹ ਲਾਗੂ ਹੁੰਦੀ ਹੈ। ਇਹ ਗੱਲ ਸਿਰਫ ਖੇਡਾਂ ਦੇ ਵਿਸ਼ੇ ਵਿਚ ਹੀ ਸਹੀ ਨਹੀਂ ਹੈ ਸਗੋਂ ਹਰ ਖੇਤਰ ਵਿਚ ਲਾਗੂ ਹੁੰਦੀ ਹੈ। ਅੰਦਰੂਨੀ ਸ਼ਕਤੀ ਅਤੇ ਖੁਦ ਸੁਝਾਅ ਸਾਨੂੰ ਆਪਣੀ ਮੰਜ਼ਿਲ ਤੱਕ ਵਧੀਆ ਢੰਗ ਨਾਲ ਅਤੇ ਛੇਤੀ ਪਹੁੰਚਾ ਸਕਦੇ ਹਨ।

ਪ੍ਰੀਖਿਆ ਵਿਚ ਅੰਦਰੂਨੀ ਸ਼ਕਤੀ ਕਿਵੇਂ ਪ੍ਰਯੋਗ ਕਰੀਏ?

ਪ੍ਰੀਖਿਆ ਸ਼ੁਰੂ ਹੋਣ ਤੋਂ ਇਕ ਰਾਤ ਪਹਿਲਾਂ, ਯਾਦ ਕਰਨ ਦੇ ਲਈ ਅੰਦਰੂਨੀ ਸ਼ਕਤੀ ਦਾ ਪੰਜ ਮਿੰਟ ਦੇ ਲਈ ਪ੍ਰਯੋਗ ਕਰੋ ਅਤੇ ਹੇਠ ਲਿਖੀਆਂ ਗੱਲਾਂ ਨੂੰ ਅਪਣਾਓ :-

1. ਆਪਣੀਆਂ ਅੱਖਾਂ ਬੰਦ ਕਰੋ ਅਤੇ ਸੋਚੋ ਕਿ ਤੁਸੀਂ ਪ੍ਰੀਖਿਆ ਕੇਂਦਰ ਤੱਕ ਜਾ ਰਹੇ ਹੋ ਅਤੇ ਸੀਟ ਲੱਭ ਕੇ ਬੈਠ ਜਾਂਦੇ ਹੋ।

2. ਇਹ ਮਹਿਸੂਸ ਕਰੋ ਕਿ ਪ੍ਰੀਖਿਆ ਲੈਣ ਵਾਲਾ ਤੁਹਾਡੇ ਵੱਲ ਆਉਂਦਾ ਹੈ ਅਤੇ ਤੁਹਾਨੂੰ ਪ੍ਰਸ਼ਨ-ਪੱਤਰ ਅਤੇ ਉੱਤਰ-ਕਾਪੀ ਦੇ ਦਿੰਦਾ ਹੈ।

3. ਹੁਣ ਤੁਸੀਂ ਦਿਮਾਗੀ ਰੂਪ ਨਾਲ ਪ੍ਰੀਖਿਆ ਨਿਯਮ ਅਤੇ ਪ੍ਰਸ਼ਨ ਪੜ੍ਹਦੇ ਹੋ।

4. ਹੁਣ ਤੁਸੀਂ ਖੁਦ ਨੂੰ ਸੁਝਾਅ ਦਿਓ ਅਤੇ ਸੋਚੋ ਕਿ ਤੁਸੀਂ ਹਰ ਪ੍ਰਸ਼ਨ ਦਾ ਉੱਤਰ ਠੀਕ-ਠੀਕ ਦੇ ਰਹੇ ਹੋ ਅਤੇ ਸਮੇਂ ਸਿਰ ਸਾਰੇ ਪ੍ਰਸ਼ਨ ਖਤਮ ਕਰ ਲੈਂਦੇ ਹੋ।

ਪ੍ਰੀਖਿਆ ਤੋਂ ਪਹਿਲਾਂ ਇਸ ਤਰ੍ਹਾਂ ਅਭਿਆਸ ਤੁਹਾਡੇ ਵਿਚ ਆਤਮ ਸਨਮਾਨ ਪੈਦਾ ਕਰੇਗਾ ਨਾਲ ਹੀ ਤੁਹਾਡੀ ਕਾਰਜ ਸਮਰੱਥਾ ਵਿਚ ਵੀ ਸੁਧਾਰ ਆਵੇਗਾ।

ਮਹੱਤਵਪੂਰਨ ਸੰਕੇਤ :	ਦਿਮਾਗੀ ਅਭਿਆਸ

$$\boxed{19}$$

ਵਿਚਾਰ ਸ਼ਕਤੀ ਦਾ ਵਿਕਾਸ

ਕਦੀ-ਕਦੀ ਅਸੀਂ ਇਹ ਸੋਚ ਕੇ ਪਰੇਸ਼ਾਨ ਹੋ ਜਾਂਦੇ ਹਾਂ ਕਿ ਗਲੀ ਨੰ. ਤਿੰਨ ਸੀ ਜਾਂ ਚਾਰ। ਅਸੀਂ ਇਹ ਨਹੀਂ ਯਾਦ ਕਰ ਸਕਦੇ ਕਿ ਦੋਸਤ ਦੀ ਕੱਲ੍ਹ ਪਾਈ ਹੋਈ ਕਮੀਜ਼ ਦਾ ਰੰਗ ਕਿਹੜਾ ਸੀ? ਜਾਂ ਘੜੀ ਕਿਤੇ ਰੱਖ ਕੇ ਭੁੱਲ ਗਏ? ਲਾਇਬ੍ਰੇਰੀ ਦੇ ਕਿਸ ਪਾਸੇ ਭੌਤਿਕ ਦੀ ਪੁਸਤਕ ਰੱਖੀ ਹੈ?

ਇਹ ਸਭ ਸਧਾਰਣ ਗੱਲਾਂ ਹਨ ਜਿਨ੍ਹਾਂ ਨੂੰ ਆਮ ਤੌਰ ਤੇ ਅਸੀਂ ਭੁੱਲ ਜਾਂਦੇ ਹਾਂ।

ਉਪਾਅ :-

ਸਾਨੂੰ ਆਪਣੀ ਵਿਚਾਰ ਸ਼ਕਤੀ ਪੈਦਾ ਕਰਨ ਦੀ ਜ਼ਰੂਰਤ ਹੈ। ਹੇਠ ਲਿਖੀ ਦਿਮਾਗੀ ਕਸਰਤ ਨਿਸ਼ਚਿਤ ਰੂਪ ਨਾਲ ਇਸ ਸਮੱਸਿਆ ਤੋਂ ਛੁਟਕਾਰਾ ਦੁਆਉਣ ਵਿਚ ਮਦਦ ਕਰੇਗੀ :-

1. ਦੁਕਾਨ ਦੇ ਸ਼ੀਸ਼ੇ ਵਿਚੋਂ ਦੇਖੋ ਅਤੇ ਅੰਦਾਜ਼ਾ ਲਗਾਓ ਕਿ ਕਿੰਨੀਆਂ ਵਸਤੂਆਂ ਪ੍ਰਦਰਸ਼ਨ ਦੇ ਲਈ ਰੱਖੀਆਂ ਹਨ।

2. ਕਿਤਾਬਾਂ, ਪੈਨਾਂ, ਗਿਲਾਸ ਆਦਿ ਦੇ ਭਾਰ ਦਾ ਅੰਦਾਜ਼ਾ ਲਗਾਓ।

3. ਅੱਖਾਂ ਬੰਦ ਕਰਕੇ ਵਿਭਿੰਨ ਵਸਤੂਆਂ ਨੂੰ ਛੂਹਣ ਅਤੇ ਪਹਿਚਾਨਣ ਦੀ ਕੋਸ਼ਿਸ਼ ਕਰੋ। ਇਸਤੋਂ ਬਾਅਦ ਅੰਦਾਜ਼ਾ ਲਗਾਓ ਕਿ ਕਿਸ ਮੇਟੀਰੀਅਲ ਦਾ ਇਸਤੇਮਾਲ ਹੋਇਆ ਹੈ? ਅਤੇ ਉਨ੍ਹਾਂ ਦੀ ਗੁਣਵੱਤਾ ਨੂੰ ਪਛਾਨਣ ਦੀ ਕੋਸ਼ਿਸ਼ ਕਰੋ।

4. ਜਦੋਂ ਤੁਸੀਂ ਸੈਰ ਕਰੋ ਤਾਂ ਆਪਣੇ ਅੰਦਰ ਦੂਰੀ ਦਾ ਅੰਦਾਜ਼ਾ ਲਗਾਉਣ ਦੀ ਯੋਗਤਾ ਦਾ ਵਿਕਾਸ ਕਰੋ। ਮੰਜ਼ਿਲ ਤੇ ਪਹੁੰਚਣ ਲਈ ਕਿੰਨੇ ਕਦਮ ਤੁਰਨਾ ਪਵੇਗਾ ਇਸ ਗੱਲ ਦਾ ਅੰਦਾਜ਼ਾ ਲਗਾਓ। ਇਸ ਤੋਂ ਬਾਅਦ ਆਪਣੇ ਕਦਮ ਗਿਣੋ ਅਤੇ ਜਾਂਚ ਕਰੋ। ਜੇ ਕਰ ਅੰਦਾਜ਼ਾ ਗਲਤ ਨਿਕਲੇ ਤਾਂ ਅਗਲੀ ਵਾਰ ਵਧੀਆ ਕਰਨ ਦੀ ਕੋਸ਼ਿਸ਼ ਕਰੋ।

ਮਹੱਤਵਪੂਰਨ ਸੰਕੇਤ : ਅੰਦਾਜ਼ਾ

20

ਇੰਦਰੀਆਂ ਦਾ ਪ੍ਰਯੋਗ

ਡਾ. ਬੁਨੋ ਫੋਸਟ ਦੇ ਅਨੁਸਾਰ, ਔਸਤਨ ਸਾਨੂੰ ਯਾਦ ਰਹਿੰਦਾ ਹੈ :-

- 25 ਪ੍ਰਤੀਸ਼ਤ ਜੋ ਕੁਝ ਅਸੀਂ ਪੜ੍ਹਦੇ ਹਾਂ, ਦੇ ਕਾਰਨ!
- 35 ਪ੍ਰਤੀਸ਼ਤ ਜੋ ਕੁਝ ਅਸੀਂ ਸੁਣਦੇ ਹਾਂ।
- 50 ਪ੍ਰਤੀਸ਼ਤ ਜੋ ਕੁਝ ਅਸੀਂ ਦੇਖਦੇ ਹਾਂ।
- 60 ਪ੍ਰਤੀਸ਼ਤ ਜੋ ਕੁਝ ਅਸੀਂ ਕਹਿੰਦੇ ਹਾਂ।
- 75 ਪ੍ਰਤੀਸ਼ਤ ਜੋ ਕੁਝ ਅਸੀਂ ਕਰਦੇ ਹਾਂ।
- 95 ਪ੍ਰਤੀਸ਼ਤ ਜੋ ਕੁਝ ਅਸੀਂ ਪੜ੍ਹਦੇ, ਸੁਣਦੇ, ਦੇਖਦੇ-ਬੋਲਦੇ ਅਤੇ ਕਰਦੇ ਹਾਂ।

ਇਸ ਲਈ, ਕਿਉਂ ਨਾ ਇੰਦਰੀਆਂ ਦਾ ਵਧੀਆ ਉਪਯੋਗ ਕੀਤਾ ਜਾਵੇ।

ਆਪਣੀਆਂ ਇੰਦਰੀਆਂ ਦਾ ਵਧੀਆ ਇਸਤੇਮਾਲ ਕਰਨ ਵਾਲਿਆਂ ਵਿਚ ਰੂਸੀ ਪੱਤਰਕਾਰ ਸੋਲੋਮਨ ਪ੍ਰਮੁਖ ਹਨ। ਉਨ੍ਹਾਂ ਦੀ ਏਨੀ ਤੇਜ਼ ਯਾਦਾਸ਼ਤ ਸੀ ਕਿ ਜੇਕਰ ਉਨ੍ਹਾਂ ਨੂੰ 15 ਸਾਲ ਪਹਿਲਾਂ ਦੇ ਕਿਸੇ ਖਾਸ ਦਿਨ ਦੇ ਬਾਰੇ ਵਿਚ ਪੁੱਛਿਆ ਜਾਂਦਾ ਸੀ ਤਾਂ ਉਹ ਕੁਝ ਪਲ ਦੇ ਲਈ ਮੌਨ ਰਹਿ ਕੇ ਉਸ ਦਿਨ ਦੀ ਘਟਨਾ ਦਾ ਬ੍ਰਿਤਾਂਤ ਹੂ-ਬ-ਹੂ ਦੇ ਦਿੰਦੇ ਸਨ। ਇਥੋਂ ਤੱਕ ਕਿ ਉਸ ਦਿਨ ਹਾਜ਼ਰ ਲੋਕਾਂ ਕੀ ਅਤੇ ਕਿਸ ਰੰਗ ਦੀ ਪੁਸ਼ਾਕ ਪਾਈ ਹੋਈ ਸੀ ਅਤੇ ਉਸ ਸਮੇਂ ਉਥੇ ਕੌਣ-ਕੌਣ ਮੌਜੂਦ ਸੀ।

ਇਸਦਾ ਰਾਜ ਇਹ ਸੀ ਕਿ ਕਮਾਲ ਦੀ ਮਾਨਸਿਕ ਚਿਤਰਣ ਅਤੇ ਅਵਿਸ਼ਵਾਸਯੋਗ ਬੌਧਿਕ ਸਮਰੱਥਾ ਰਖਦੇ ਸਨ।

ਜਦੋਂ ਕਦੀ ਸੋਲੋਮਨ ਨੂੰ ਕੋਈ ਸੂਚਨਾ ਦਿੱਤੀ ਜਾਂਦੀ ਸੀ ਉਹ ਬਹੁਤ ਹੀ ਵਿਧੀਪੂਰਵਕ ਆਪਣੇ ਜ਼ਹਿਨ ਵਿਚ ਸਟੋਰ ਕਰ ਲੈਂਦੇ ਸਨ। ਫਲਸਰੂਪ ਜ਼ਰੂਰਤ ਦੇ ਸਮੇਂ ਉਹ ਗੁਲਾ ਉਨ੍ਹਾਂ ਨੂੰ ਤੁਰੰਤ ਯਾਦ ਹੋ ਜਾਂਦੀ ਸੀ।

ਜਿੰਨੇ ਪ੍ਰਭਾਵ ਪੂਰਣ ਤਰੀਕੇ ਨਾਲ ਗਿਆਨ ਇੰਦਰੀਆਂ ਦਾ ਪ੍ਰਯੋਗ ਕੀਤਾ ਜਾਵੇਗਾ ਉਨਾ ਹੀ ਵਧੀਆ ਯਾਦ ਕਰਨਾ, ਸਿੱਖਣਾ ਅਤੇ ਧਾਰਨ ਕਰਨਾ ਸੰਭਵ ਹੋ ਸਕੇ ਗਾ। ਇਸ ਲਈ ਮਾਨਸਿਕ ਚਿਤਰਣ ਨੂੰ, ਆਵਾਜ਼ ਅਤੇ ਅਹਿਸਾਸ ਨਾਲ ਸਬੰਧਿਤ ਕਰੋ ਫਿਰ ਜੇਕਰ ਸੰਭਵ ਹੋਵੇ ਤਾਂ ਮਹਿਕ ਅਤੇ ਦਿਲਚਸਪੀ ਦੇ ਨਾਲ ਸਬੰਧ ਜੋੜੋ। ਜਿੰਨੀਆਂ ਜ਼ਿਆਦਾ ਸੂਚਨਾਵਾਂ ਸਬੰਧਿਤ ਹੋਣਗੀਆਂ ਉਨਾ ਹੀ ਉਨ੍ਹਾਂ ਨੂੰ ਖਿੱਚ ਦੁਆਰਾ ਯਾਦ ਕਰਨ ਸੌਖਾ ਹੋਵੇਗਾ। ਸੋਲੋਮਨ ਇਸ ਪ੍ਰਕਿਰਿਆ ਦੇ ਸਭ ਤੋਂ ਵਧੀਆ ਉਦਾਹਰਣ ਹਨ।

ਮਹੱਤਵਪੂਰਨ ਸੰਕੇਤ : ਦੇਖੋ, ਸੁੰਘੋ, ਅਹਿਸਾਸ ਕਰੋ, ਸੁਣੋ, ਦਿਲਚਸਪ

21

ਉਤਸ਼ਾਹਿਤ ਮਹਿਸੂਸ ਕਰਨਾ

ਮੌਜ-ਮਸਤੀ ਜੀਵਨ ਨੂੰ ਪ੍ਰਸੰਨ ਕਰਦੀ ਹੈ ਅਤੇ ਉਤਸ਼ਾਹ ਪੈਦਾ ਕਰਦੀ ਹੈ। ਇਹ ਸਾਨੂੰ ਚੰਗਾ ਅਹਿਸਾਸ ਕਰਾਉਂਦੀ ਹੈ ਅਤੇ ਆਪਣੇ ਅਨੁਭਵਾਂ ਤੋਂ ਜ਼ਿਆਦਾ ਤੋਂ ਜ਼ਿਆਦਾ ਸਿੱਖਣ ਯੋਗ ਬਣਾਉਂਦੀ ਹੈ। ਇਸ ਸਰਵੇ ਦੇ ਅਨੁਸਾਰ, ਵਿਭਿੰਨ ਖੇਤਰਾਂ ਦੇ ਲੋਕਾਂ ਜਿਵੇਂ ਆਰਟਿਸਟ, ਦੌੜਾਕ, ਡਾਕਟਰ, ਇੰਜੀਨੀਅਰ, ਸੰਗੀਤਕਾਰ ਆਦਿ ਤੋਂ ਜਦੋਂ ਇਹ ਪੁੱਛਿਆ ਗਿਆ ਕਿ ਜਦੋਂ ਉਹ ਆਪਣੇ ਕੰਮ ਨੂੰ ਮੰਜ਼ਿਲ ਤੇ ਪਹੁੰਚਾ ਲੈਂਦੇ ਹਨ ਤਾਂ ਉਨ੍ਹਾਂ ਨੂੰ ਕਿਹੋ ਜਿਹਾ ਮਹਿਸੂਸ ਹੁੰਦਾ ਹੈ ਅਤੇ ਕਿਸ ਤਰ੍ਹਾਂ ਖ਼ੁਸ਼ੀ ਮਹਿਸੂਸ ਕਰਦੇ ਹਨ। ਹੈਰਾਨੀ ਦੀ ਗੱਲ ਇਹ ਹੈ ਕਿ ਸਭ ਦਾ ਉੱਤਰ ਲਗਭਗ ਇਕੋ ਜਿਹਾ ਸੀ ਹਾਲਾਂਕਿ ਉਹ ਵਿਭਿੰਨ ਕਿੱਤਿਆਂ ਨਾਲ ਸਬੰਧ ਰੱਖਦੇ ਸਨ।

ਜਦੋਂ ਤੁਸੀਂ ਪ੍ਰਸੰਨ ਹੋਣ ਦੀ ਸਥਿਤੀ ਵਿਚ ਹੁੰਦੇ ਹੋ ਤਾਂ ਉਸ ਦੌਰਾਨ ਤੁਸੀਂ ਜਿਸ ਕੰਮ ਵਿਚ ਲੱਗੇ ਹੁੰਦੇ ਹੋ ਤੁਹਾਡਾ ਸਬੰਧ ਬਾਹਰ ਦੀ ਦੁਨੀਆ ਤੋਂ ਹਟ ਜਾਂਦਾ ਹੈ। ਚੇਤਨਾ, ਆਤਮ-ਜਾਗ੍ਰਤ, ਸ਼ੱਕ ਆਦਿ ਸਭ ਲੀਨ ਹੋ ਜਾਂਦੇ ਹਨ ਅਤੇ ਸਮੇਂ ਦਾ ਲਗਭਗ ਗਿਆਨ ਹੀ ਨਹੀਂ ਰਹਿੰਦਾ।

ਸਾਡੇ ਲਈ ਇਹ ਮਹੱਤਵਪੂਰਨ ਹੈ ਕਿ ਅਸੀਂ ਆਪਣੇ ਲਈ ਇਸ ਤਰ੍ਹਾਂ ਦੇ ਦਿਲਚਸਪ ਪਲ ਪੈਦਾ ਕਰੀਏ ਕਿ ਸਾਡੇ ਅਨੁਭਵ ਖ਼ੁਸ਼ੀ ਵਾਲੇ ਹੋ ਜਾਣ ਅਤੇ ਆਪਣੇ ਆਪ ਨੂੰ ਇਸ ਮਾਹੌਲ ਵਿਚ ਹੀ ਦਿਮਾਗੀ ਕੰਮਾਂ ਵਿਚ ਲਗਾ ਦਈਏ। ਇਸ ਤਰ੍ਹਾਂ ਦੇ ਅਨੁਭਵ ਕਦੇ ਨਾ ਭੁੱਲਣ ਵਾਲੇ ਸਿੱਧ ਹੋਣਗੇ।

ਅਜਿਹਾ ਮਾਨਸਿਕ ਕੰਮ ਜੋ ਤੁਹਾਨੂੰ ਸੁਖੀ ਅਹਿਸਾਸ ਕਰਵਾਏ ਇਨਾਮ ਮਿਲਣ ਵਰਗਾ ਹੁੰਦਾ ਹੋਵੇਗਾ ਅਤੇ ਸਾਡੇ ਦਿਮਾਗ ਵਿਚ ਅਨੁਕੂਲ ਬਦਲਾਓ ਪੈਦਾ ਕਰਨ ਵਾਲਾ ਹੋਵੇਗਾ। ਇਸ ਸੁਖੀ ਅਹਿਸਾਸ ਦੇ ਦੌਰਾਨ ਜੋ ਯਾਦਾਸ਼ਤ ਬਣੇਗੀ ਉਹ ਮਾਨਸਿਕ ਕੰਮ ਕਰਨ ਵਿਚ ਸਹਾਇਕ ਹੋਵੇਗੀ ਅਤੇ ਅਗਲੀ ਵਾਰ ਇੱਕ ਹੀ ਕੋਸ਼ਿਸ਼ ਵਿਚ ਯਾਦ ਹੋ ਜਾਵੇਗੀ।

ਮਹੱਤਵਪੂਰਨ ਸੰਕੇਤ : ਅਨੰਦਮਈ (ਮੌਜ)

22

ਸਿਰਜਨਾਤਮਕ ਭਾਗ

ਸਾਡਾ ਦਿਮਾਗ ਦੋ ਭਾਗਾਂ ਵਿਚ ਵੰਡਿਆ ਹੁੰਦਾ ਹੈ। ਖੱਬਾ ਭਾਗ ਤਰਕ ਸੰਗਤ ਹਿੱਸਾ ਅਤੇ ਸੱਜਾ ਭਾਗ ਯਾਨੀ ਸਿਰਜਨਾਤਮਕ ਹਿੱਸਾ।

ਲੜੀਬੱਧ ਸੋਚ

ਗਿਨਣਾ

ਰਟਣਾ

ਵਿਸ਼ਲੇਸ਼ਣ

ਵਾਦ

ਸੁਪਨਾ

ਕਾਲਪਨਿਕ ਅਵਸਥਾ

ਕਲਪਨਾ

ਰੰਗ

ਸਿਰਜਨਾ

ਚਾਹੇ ਵਿਦਿਆਰਥੀ ਹੋਣ, ਅਧਿਆਪਕ ਹੋਣ ਜਾਂ ਪ੍ਰੋਫੈਸ਼ਨਲ ਹੋਣ ਸਾਰੇ ਆਪਣਾ ਜ਼ਿਆਦਾਤਰ ਦਿਮਾਗ ਵਾਦ-ਵਿਵਾਦ ਵਾਲੇ ਵਿਸ਼ਿਆਂ ਵਿਚ ਲਗਾਉਂਦੇ ਹਨ। ਮਤਲਬ ਦਿਮਾਗ ਦਾ ਸਿਰਫ ਖੱਬਾ ਹਿੱਸਾ ਹੀ ਜ਼ਿਆਦਾ ਪ੍ਰਯੋਗ ਵਿਚ ਲਿਆਉਂਦੇ ਹਨ। ਇਸ ਤਰ੍ਹਾਂ ਅਸੀਂ ਸ਼ਾਇਦ ਹੀ ਕਦੀ ਸਿਰਜਨਾ ਕਰ ਸਕਦੇ ਹਾਂ ਜਾਂ ਸਿਰਜਨਾਤਮਕ ਹੋ ਸਕਦੇ ਹਾਂ।

ਜੇਕਰ ਲਗਾਤਾਰ ਦਿਮਾਗ ਦੇ ਇਕ ਹਿੱਸੇ ਨੂੰ ਪ੍ਰਯੋਗ ਵਿਚ ਨਾ ਲਿਆਂਦਾ ਜਾਵੇ ਤਾਂ ਉਸਦੇ ਤੀਖੇ ਨਾ ਰਹਿਣ ਦੀ ਸੰਭਾਵਨਾ ਬਣ ਜਾਂਦੀ ਹੈ। ਮਤਲਬ ਉਹ ਭਾਗ ਬੇਕਾਰ ਹੋ ਜਾਂਦਾ ਹੈ।

ਸਾਡਾ ਤੁਹਾਨੂੰ ਇਹ ਸੁਝਾਅ ਹੈ ਕਿ ਰੋਜ਼ਾਨਾ ਕੁਝ ਸਿਰਜਨਾਤਮਕ ਕਰੋ ਤਾਂ ਕਿ ਤੰਦਰੁਸਤ ਦਿਮਾਗ ਵਿਚ ਸੰਤੁਲਨ ਬਣਿਆ ਰਹੇ।

ਅਭਿਆਸ 1

ਅਗਲੇ 2 ਮਿੰਟ ਤੱਕ, ਜਿੰਨਾ ਜਲਦੀ ਹੋ ਸਕੇ, ਇਕ ਪੇਪਰ ਕਲਿਪ ਨੂੰ ਕਿੰਨੇ ਤਰ੍ਹਾਂ ਨਾਲ ਪ੍ਰਯੋਗ ਵਿਚ ਲਿਆਂਦਾ ਜਾ ਸਕਦਾ ਹੈ ਸੋਚੋ। ਇਸ ਅਭਿਆਸ ਦੇ ਖਤਮ ਹੋਣ ਤੇ ਨਤੀਜੇ ਦੀ ਜਾਂਚ ਕਰੋ।

ਜੇਕਰ ਤੁਹਾਡਾ ਸਕੋਰ :

3 ਤੋਂ 5 ਦੇ ਵਿਚਕਾਰ ਹੈ ਤਾਂ ਔਸਤ ਪੱਧਰ

7 ਤੋਂ 8 ਦੇ ਵਿਚਕਾਰ ਹੈ ਤਾਂ ਚੰਗੀ ਸਿਰਜਨਾ ਕਰਨ ਵਾਲਾ

12 ਹੈ ਤਾਂ ਜੀਨੀਅਸ

16 ਹੈ ਤਾਂ ਤੁਸੀਂ ਸ਼ਾਇਦ ਐਡੀਸਨ ਪੱਧਰ ਦੇ ਹੋ

ਦਿਮਾਗ ਤੇ ਜ਼ੋਰ ਦਿਓ।

ਪ੍ਰਸ਼ਨ ਤੇ ਦੁਬਾਰਾ ਧਿਆਨ ਦਿਓ। ਪੇਪਰ ਕਲਿੱਪ ਦਾ ਕਿਹੜਾ-ਕਿਹੜਾ ਇਸਤੇਮਾਲ ਹੋ ਸਕਦਾ ਹੈ ਸੋਚੋ। ਜ਼ਿਆਦਾ ਜ਼ਿੱਦੀ ਦਿਮਾਗ ਇਹ ਸੋਚਣ ਲੱਗ ਜਾਵੇਗਾ ਕਿ ਕਲਿੱਪ ਦਾ ਸਾਈਜ਼ ਕੀ ਹੈ? ਉਹ ਕਿਸ ਪੱਧਰ ਦਾ ਹੈ? ਸਧਾਰਣ ਹੈ ਜਾਂ ਪੱਧਰੀ ਹੈ। ਇਹੀ ਦਿਮਾਗ ਇਹ ਵੀ ਸੋਚ ਸਕਦਾ ਹੈ ਕਲਿੱਪ ਕਿਸ ਮੈਟੀਰੀਅਲ ਦਾ ਬਣਿਆ ਹੈ। ਸਧਾਰਣ ਸਮਝ ਇਸ ਤੋਂ ਕੁਝ ਵੱਖ ਵੀ ਸੋਚ ਸਕਦੀ ਹੈ। ਉਹ ਕਿਸੇ ਪਾਸੇ ਅਤੇ ਥੋੜ੍ਹਾ ਹੱਟ ਕੇ ਨਤੀਜੇ ਤੇ ਪਹੁੰਚ ਸਕਦੀ ਹੈ।

ਸਿਰਜਨਾਤਮਕ ਬੁੱਧੀ ਦੇ ਲੋਕ ਆਪਣੀ ਸੋਚ ਵਿਚ ਖੁੱਲ੍ਹਾਪਨ ਰੱਖਦੇ ਹਨ ਉਹ ਕਿਸੇ ਦਾਇਰੇ ਵਿਚ ਰਹਿ ਕੇ ਨਹੀਂ ਸੋਚਦੇ। ਉਹ ਉਪਰ ਲਿਖੇ ਪ੍ਰਸ਼ਨਾਂ ਵਿਚ ਪੈ ਕੇ ਆਪਣਾ ਸਮਾਂ ਵਿਅਰਥ ਨਹੀਂ ਗੁਆਉਂਦੇ ਸਗੋਂ ਆਪਣੀ ਬੁੱਧੀ ਤੇ ਜ਼ੋਰ ਦੇ ਕੇ ਅਤੇ ਯਾਦਾਸ਼ਤ ਦਾ ਵਧੀਆ ਇਸਤੇਮਾਲ ਕਰਦੇ ਹੋਏ ਤਹਿ ਤੇ ਪਹੁੰਚਣ ਦੀ ਕੋਸ਼ਿਸ਼ ਕਰਦੇ ਹਨ।

ਇਸ ਤਰ੍ਹਾਂ ਦੇ ਦਿਮਾਗ ਵਾਲਿਆਂ ਨੂੰ ਇਸ ਗੱਲ ਨਾਲ ਕੋਈ ਮਤਲਬ ਨਹੀਂ ਕਿ ਕਲਿੱਪ ਕਿਸ ਮੈਟੀਰੀਅਲ ਦਾ ਹੈ, ਸਾਈਜ਼ ਕੀ ਹੈ ਆਦਿ। ਉਹ ਤਾਂ ਤੁਰੰਤ ਕਲਿੱਪ ਦੇ ਪ੍ਰਯੋਗ ਦੀ ਲਿਸਟ ਬਣਾ ਦੇਣਗੇ।

ਇਸ ਤਰ੍ਹਾਂ ਪੈਨ, ਗਿਲਾਸ ਅਤੇ ਟੈਲੀਫੋਨ ਬੂਥ ਵਰਗੇ ਵਿਸ਼ਾ ਵਸਤੂ ਨੂੰ ਸੋਚਦੇ ਹੋਏ ਉਪਰੋਕਤ ਅਭਿਆਸ ਵਾਂਗ ਕਰੋ।

ਅਭਿਆਸ 2

 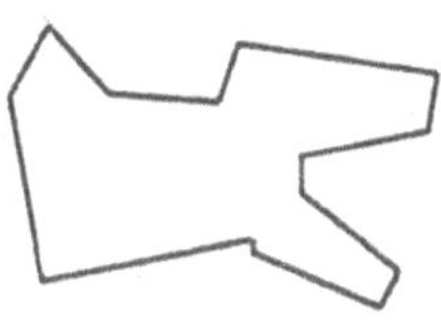

ਅਚਾਨਕ ਬਣਾਏ ਚਿੱਤਰਾਂ ਨੂੰ ਧਿਆਨ ਨਾਲ ਦੇਖੋ ਅਤੇ ਸੋਚੋ ਕਿ ਇਨ੍ਹਾਂ ਨਾਲ ਮਿਲਦੀ ਜੁਲਦੀ ਬਣਾਵਟ ਦਾ ਕੋਈ ਪਦਾਰਥ, ਵਸਤੂ ਜਾਂ ਕੁਝ ਹੋਰ ਦੇਖਿਆ ਹੈ।

ਮਹੱਤਵਪੂਰਨ ਸੰਕੇਤ : ਸੀਮਾਵਾਂ ਤੋਂ ਬਾਹਰ ਨਿਕਲੋ

23

ਕਿਸੇ ਦਾ ਨਾਂ ਕਿਵੇਂ ਯਾਦ ਰਖੀਏ?

ਮੈਂ ਜਾਣਦਾ ਹਾਂ ਤੁਸੀਂ ਟੈਲਕੋ ਵਿਚ ਕੰਮ ਕਰਦੇ ਹੋ। ਪ੍ਰੀਤ ਵਿਹਾਰ ਵਿਚ ਰਹਿੰਦੇ ਹੋ ਅਤੇ ਅਸੀਂ ਦੋ ਮਹੀਨੇ ਪਹਿਲਾਂ ਇੰਡੀਆ ਹੈਬੀਟੇਟ ਸੈਂਟਰ ਵਿਚ ਮਿਲੇ ਸੀ ਪਰ ਮਾਫ ਕਰਨਾ ਸ੍ਰੀਮਾਨ ਮੈਨੂੰ ਤੁਹਾਡਾ ਨਾਮ ਯਾਦ ਨਹੀਂ ਆ ਰਿਹਾ।

ਕੀ ਤੁਹਾਡੇ ਨਾਲ ਕਦੀ ਅਜਿਹਾ ਹੋਇਆ ਹੈ?

ਇਹ ਜ਼ਰੂਰੀ ਨਹੀਂ ਹੈ ਕਿ ਹਰ ਕਿਸੇ ਦਾ ਨਾਮ ਯਾਦ ਰਹੇ। ਪਰ ਇਹ ਹਮੇਸ਼ਾਂ ਲਾਭਦਾਇਕ ਰਹਿੰਦਾ ਹੈ ਕਿ ਅਗਲੀ ਵਾਰ ਜਦੋਂ ਵੀ ਤੁਸੀਂ ਮਿਲੋ ਤੁਸੀਂ ਉਸਨੂੰ ਨਾਮ ਨਾਲ ਸੰਬੋਧਿਤ ਕਰੋ। ਕਿਉਂਕਿ ਹਰ ਕੋਈ ਚਾਹੁੰਦਾ ਹੈ ਕਿ ਲੋਕ ਮਿਲਣ ਤਾਂ ਉਸਦੇ ਕੰਨ ਵਿਚ ਉਸਦਾ ਨਾਮ ਸੁਣਾਈ ਦੇਵੇ।

ਮੈਂ ਨਾਮ ਕਿਵੇਂ ਯਾਦ ਰਖਦਾ ਹਾਂ?

ਜਦੋਂ ਮੈਂ ਕਿਸੇ ਨੂੰ ਮਿਲਦਾ ਹਾਂ ਜਾਂ ਕੋਈ ਨਾਂ ਸੁਣਦਾ ਹਾਂ। ਮੰਨ ਲਓ ਉਹ ਨਾਮ ਸੰਜੇ ਹੈ ਤਾਂ ਤੁਰੰਤ ਮੈਂ ਹੇਠ ਲਿਖੀ ਦਿਮਾਗੀ ਪ੍ਰਕਿਆ ਤੋਂ ਲੰਘਦਾ ਹਾਂ।

ਪ੍ਰਕਿਆ 1 : ਮੈਂ ਇਸ ਨਾਮ ਨਾਲ ਮਿਲਦੇ ਜੁਲਦੇ ਅਜਿਹੇ ਨਾਮ ਨੂੰ ਪਛਾਨਣ ਦੀ ਕੋਸ਼ਿਸ਼ ਕਰਦਾ ਹਾਂ ਜਿਨ੍ਹਾਂ ਨੂੰ ਮੈਂ ਪਹਿਲਾਂ ਤੋਂ ਜਾਣਦਾ ਹਾਂ। ਜਿਵੇਂ ਐਕਟਰ ਸੰਜੇ ਦੱਤ ਜਾਂ ਮੇਰਾ ਦੋਸਤ ਸੰਜੇ ਪਾਲ।

ਪ੍ਰਕਿਆ 2 : ਮੈਂ ਇਨ੍ਹਾਂ ਜਾਣੇ ਪਛਾਣੇ ਨਾਮਾਂ ਦੇ ਨਾਲ ਨਵੇਂ ਨਾਮ ਦੇ ਵਿਅਕਤੀ ਦੇ ਨਾਲ ਸਬੰਧ ਸਥਾਪਿਤ ਕਰਨ ਦੀ ਕੋਸ਼ਿਸ਼ ਕਰਦਾ ਹਾਂ। ਮੈਂ ਮਾਨਸਿਕ ਚਿਤਰਣ ਬਣਾਉਂਦਾ ਹਾਂ ਕਿ ਦੋਨੋਂ ਖੜ੍ਹੇ ਹੋਏ ਹਨ ਜਾਂ ਇਕੱਠੇ ਡਾਂਸ ਕਰ ਰਹੇ ਹਨ ਜਾਂ ਹੋਰ ਕੋਈ ਕੰਮ ਇਕੱਠੇ ਕਰ ਰਹੇ ਹਨ। ਇਹ ਸਾਰੀ ਪ੍ਰਕਿਆ 2-3 ਸੈਕਿੰਡ ਤੋਂ ਜ਼ਿਆਦਾ ਨਹੀਂ ਲੈਂਦੀ। ਹੁਣ ਮੈਂ ਨਾਮ ਅਤੇ ਉਸ ਵਿਅਕਤੀ ਦੀ ਯਾਦਾਸ਼ਤ ਦੇ ਹੇਠ ਲਿਖੇ ਮੂਲ ਸਿਧਾਂਤਾਂ ਦਾ ਪ੍ਰਯੋਗ ਕਰਦੇ ਹੋਏ ਯਾਦ ਕਰ ਸਕਾਂਗਾ।

56

1. ਸਬੰਧ ਸਥਾਪਿਤ ਕਰਨਾ।

2. ਵਿਸ਼ੇਸ਼ ਤਰੀਕੇ ਨਾਲ ਕੰਮ ਨੂੰ ਕਰਨਾ।

3. ਮਾਨਸਿਕ ਚਿਤਰਣ।

ਇਨ੍ਹਾਂ ਸਿਧਾਂਤਾਂ ਨੂੰ ਪ੍ਰਯੋਗ ਵਿਚ ਲਿਆਉਂਦੇ ਹੋਏ :

1. ਨਾਮ ਸਪੱਸ਼ਟ ਰੂਪ ਨਾਲ ਸੁਣੋ।

2. ਮੁਲਾਕਾਤ ਤੋਂ ਬਾਅਦ ਤੁਰੰਤ ਨਾਮ ਨੂੰ ਦੁਹਰਾਓ।

3. ਨਾਮ ਕਈ ਵਾਰ ਦੁਹਰਾਓ।

4. ਦੇਖੋ ਕਿ ਨਾਮ ਦਾ ਕੋਈ ਅਰਥ ਹੈ।

5. ਚੇਹਰੇ ਦੇ ਨਾਲ ਨਾਮ ਨੂੰ ਜੋੜੋ।

ਮਹੱਤਵਪੂਰਨ ਸੰਕੇਤ : ਧਿਆਨਪੂਰਵਕ ਰਹੋ

24

ਚੰਗੀ ਨੀਂਦ ਦੇ ਲਈ ਤਕਨੀਕ

ਚੰਗੀ ਪੜ੍ਹਾਈ ਦੇ ਲਈ ਚੰਗੀ ਨੀਂਦ ਬਹੁਤ ਜ਼ਰੂਰੀ ਹੈ। ਅਕਸਰ ਵਿਦਿਆਰਥੀ ਇਹ ਸ਼ਿਕਾਇਤ ਕਰਦੇ ਹਨ ਕਿ ਉਨ੍ਹਾਂ ਨੂੰ ਨੀਂਦ ਨਹੀਂ ਆਉਂਦੀ। ਕੀ ਅਜਿਹਾ ਕੋਈ ਤਰੀਕਾ ਹੈ ਕਿ ਬਿਸਤਰੇ ਤੇ ਪੈਂਦਿਆਂ ਹੀ ਨੀਂਦ ਆ ਜਾਵੇ?

ਇਸ ਪ੍ਰਸ਼ਨ ਦਾ ਉੱਤਰ ਲੈਣ ਦੇ ਲਈ ਮੈਂ ਪ੍ਰਭਾਵਪੂਰਨ ਨੀਂਦ ਅਤੇ ਨੀਂਦ ਦੀਆਂ ਆਦਤਾਂ ਦੇ ਲਈ ਬਹੁਤ ਸਾਰੀਆਂ ਕਿਤਾਬਾਂ ਪੜ੍ਹੀਆਂ ਅਤੇ ਆਪਣੇ ਪ੍ਰਾਪਤ ਗਿਆਨ ਦੀ ਸਮੀਖਿਆ ਕੀਤੀ। ਉਨ੍ਹਾਂ ਵਿਚੋਂ ਕੁਝ ਸੁਝਾਅ ਹੇਠ ਲਿਖੇ ਹਨ :-

1. ਸੌਣ ਤੋਂ ਪਹਿਲਾਂ ਥੋੜ੍ਹੀ ਦੇਰ ਦੇ ਲਈ ਧਿਆਨ ਲਗਾਓ।

2. ਕੋਈ ਦਿਲਚਸਪ ਕਿਤਾਬ ਨੂੰ ਪੜ੍ਹੋ।

3. ਆਪਣੇ ਦਿਮਾਗ ਵਿਚ ਕਾਲੇ ਰੰਗ ਦਾ ਜਾਂ ਬਿਨਾ ਰੰਗ ਦਾ ਮਾਨਸਿਕ ਚਿਤਰਣ ਕਰੋ।

4. ਸੌਣ ਤੋਂ ਠੀਕ ਪਹਿਲਾਂ ਦੁੱਧ ਪੀਣ ਦੀ ਆਦਤ ਪਾਓ।

ਜਦੋਂ ਉੱਪਰ ਲਿਖੇ ਸੁਝਾਵਾਂ ਨਾਲ ਕੋਈ ਲਾਭ ਨਹੀਂ ਹੋਇਆ ਤਾਂ ਮੈਨੂੰ ਇਕ ਹੋਰ ਸੂਤਰ ਦਾ ਪਤਾ ਲੱਗਾ। ਜਿਸਦੇ ਅਨੁਸਾਰ, ਜਦੋਂ ਤੁਸੀਂ ਬਿਸਤਰੇ ਤੇ ਪਏ ਹੋਵੇ ਤਾਂ ਬੱਤੀ ਬੰਦ ਕਰਕੇ ਆਪਣੀਆਂ ਅੱਖਾਂ ਬੰਦ ਕਰ ਲਓ ਅਤੇ ਸੋਚੋ ਕਿ ਅੱਜ ਰਾਤ ਮੈਂ ਨਹੀਂ ਸੌਵਾਂਗਾ। ਇਸ ਤਰ੍ਹਾਂ ਲਗਾਤਾਰ ਪੰਜ ਮਿੰਟ ਤੱਕ ਇਹ ਗੱਲ ਸੋਚਦੇ ਰਹੋ ਕਿ ਮੈਂ ਅੱਜ ਰਾਤ ਨਹੀਂ ਸੌਵਾਂਗਾ। ਅਜਿਹਾ ਕਰਦੇ ਹੋਏ ਪੰਜ ਮਿੰਟ ਦੇ ਅੰਦਰ ਤੁਹਾਨੂੰ ਨੀਂਦ ਆ ਜਾਵੇ ਗੀ। ਜਿਸ ਸਿਧਾਂਤ ਨੂੰ ਅਸੀਂ ਉੱਪਰ ਅਪਣਾਇਆ ਹੋ ਸਕਦਾ ਹੈ ਉਸਦੇ ਨਾਲ ਸਾਰੇ ਸਹਿਮਤ ਨਾ ਹੋਣ ਪਰ ਇਕ ਗੱਲ ਪਰਖੀ ਹੋਈ ਹੈ ਕਿ ਤੁਹਾਨੂੰ ਡੂੰਘੀ ਨੀਂਦ ਜ਼ਰੂਰ ਆਵੇ ਗੀ। ਸਾਡੇ ਕਈ ਵਿਦਿਆਰਥੀ ਨੇ ਇਸ ਤੋਂ ਲਾਭ ਪ੍ਰਾਪਤ ਕੀਤਾ ਹੈ।

ਤਾਂ ਕਿਉਂ ਨਾ ਰਾਤ ਨੂੰ ਹੀ ਕੋਸ਼ਿਸ਼ ਕੀਤੀ ਜਾਵੇ ਤੁਹਾਨੂੰ ਤੁਹਾਡੀ ਸਮੱਸਿਆ ਦਾ ਹਲ ਮਿਲ ਜਾਵੇਗਾ।

ਮਹੱਤਵਪੂਰਨ ਸੰਕੇਤ : ਉਲਟਾ ਸੋਚੋ

25

ਮੋਟਰ ਮਾਈਂਡ

ਇਹ ਤਾਂ ਤੁਸੀਂ ਪਹਿਲਾਂ ਤੋਂ ਹੀ ਜਾਣਦੇ ਹੋ ਕਿ ਕਸਰਤ ਸਰੀਰ ਨੂੰ ਮਜ਼ਬੂਤ ਬਣਾਉਂਦੀ ਹੈ ਸਰੀਰ ਦੀ ਬਣਾਵਟ ਨੂੰ ਵਧੀਆ ਬਣਾਉਂਦੀ ਹੈ ਅਤੇ ਸਰੀਰ ਨੂੰ ਇਸ ਲਾਇਕ ਬਣਾਉਂਦੀ ਹੈ ਕਿ ਸਰੀਰ ਮਿਲਣ ਵਾਲੇ ਪੌਸ਼ਟਿਕ ਪਦਾਰਥ ਅਤੇ ਆਕਸੀਜਨ ਨੂੰ ਵਧੀਆ ਰੂਪ ਨਾਲ ਗ੍ਰਹਿਣ ਕਰ ਸਕੇ।

ਸਾਡੇ ਵਿਚੋਂ ਕੁਝ ਇਹ ਸੋਚਦੇ ਹਨ ਕਿ ਕਿਹੜੀ ਕਸਰਤ ਕਰਨ ਨਾਲ ਸਰੀਰ ਦਾ ਕਿਹੜਾ ਹਿੱਸਾ ਪ੍ਰਭਾਵਿਤ ਹੋ ਰਿਹਾ ਹੈ ਅਤੇ ਉਸ ਪ੍ਰਭਾਵ ਤੇ ਕੌਣ ਧਿਆਨ ਦੇ ਰਿਹਾ ਹੈ ਜ਼ਾਹਿਰ ਹੈ ਸਾਡਾ ਦਿਮਾਗ ਹੀ ਇਹ ਸਾਰੇ ਕੰਮ ਕਰ ਰਿਹਾ ਹੈ।

ਸਰੀਰ ਤੇ ਪੈਣ ਵਾਲੇ ਪ੍ਰਭਾਵ ਤੇ ਧਿਆਨ ਦਿਮਾਗ ਹੀ ਕਰਦਾ ਹੈ।

ਜਦੋਂ ਤੁਸੀਂ ਕਸਰਤ ਕਰਦੇ ਹੋ ਤਾਂ ਦਿਮਾਗ ਦੀਆਂ ਕੋਸ਼ਿਕਾਵਾਂ ਜੋ ਕੰਮ ਤੇ ਨਿਯੰਤ੍ਰਣ ਰੱਖਦੀਆਂ ਹਨ ਚੁਸਤ ਹੋ ਜਾਂਦੀਆਂ ਹਨ ਅਤੇ ਸੈਲਯੂਰ ਯਾਦਾਸ਼ਤ ਦਾ ਵਿਕਾਸ ਕਰਦੇ ਹਨ।

ਜੇਕਰ ਤੁਸੀਂ ਕਿਸੇ ਅਜਿਹੇ ਕੰਮ ਵਿਚ ਰੁੱਝੇ ਹੋ ਜਿਵੇਂ ਪਿਆਨੋ ਵਜਾਉਣਾ, ਸਾਈਕਲ ਚਲਾਉਣਾ, ਨਿਤ ਕਰਨਾ ਜਾਂ ਕੁਝ ਹੋਰ, ਇਨ੍ਹਾਂ ਸਾਰੇ ਕੰਮਾਂ ਦੇ ਲਈ ਤੁਹਾਡੀਆਂ ਸਰੀਰਕ ਕੋਸ਼ਿਕਾਂ ਨੂੰ ਆਪਸ ਵਿਚ ਸਬੰਧਤ ਕਰਨ ਦੀ ਜ਼ਰੂਰਤ ਪੈਂਦੀ ਹੈ। ਤੁਸੀਂ ਇਹ ਦੇ ਖੋਗੇ ਕਿ ਨਿਯਮਿਤ ਅਭਿਆਸ ਨਾਲ ਤੁਸੀਂ ਉਸ ਕੰਮ ਦੇ ਜਾਣਕਾਰ ਹੁੰਦੇ ਜਾਂਦੇ ਹੋ ਅਤੇ ਘੱਟ ਗਲਤੀ ਕਰਦੇ ਹੋ।

ਤੁਹਾਡੀ ਇਸ ਸਫਲਤਾ ਦਾ ਆਧਾਰ ਤੁਹਾਡਾ ਦਿਮਾਗ ਹੈ ਨਾ ਕਿ ਤੁਹਾਡੀਆਂ ਮਾਸਪੇਸ਼ੀਆਂ। ਤੁਹਾਡੀਆਂ ਸਬੰਧਤ ਕੋਸ਼ਕਾਵਾਂ ਅਤੇ ਕੋਸ਼ਿਕਾ ਉਸ ਵਿਸ਼ੇਸ਼ ਕੰਮ ਦੇ ਲਈ ਯਾਦਾਸ਼ਤ ਦਾ ਵਿਕਾਸ ਕਰਦੇ ਹਨ ਫਲਸਰੂਪ ਤੁਸੀਂ ਉਸ ਵਿਸ਼ੇਸ਼ ਕੰਮ ਵਿਚ ਨਿਪੁੰਨਤਾ ਜਾਂ ਵਿਸ਼ੇਸ਼ ਕੁਸ਼ਲਤਾ ਪ੍ਰਾਪਤ ਕਰ ਲੈਂਦੇ ਹੋ। ਇਸ ਤਰ੍ਹਾਂ ਤੁਸੀਂ ਜਿੰਨਾ ਜ਼ਿਆਦਾ ਨਵੀਆਂ ਚੀਜ਼ਾਂ ਸਿੱਖਣ ਦੀ ਕੋਸ਼ਿਸ਼ ਕਰਦੇ ਹੋ ਉਨਾ ਜ਼ਿਆਦਾ ਦਿਮਾਗ ਦੀਆਂ ਕੋਸ਼ਿਕਾਵਾਂ ਚੁਸਤ ਹੋ ਕੇ ਅਭਿਆਸ ਵਿਚ ਨਿਪੁੰਨਤਾ ਹਾਸਲ ਕਰਾ ਦਿੰਦੀਆਂ ਹਨ।

ਇਸ ਤਰ੍ਹਾਂ ਸਰੀਰਕ ਕਸਰਤ ਪੂਰੇ ਸਰੀਰ ਨੂੰ ਚੁਸਤ ਦਰੁਸਤ ਰੱਖਣ ਲਈ ਜ਼ਰੂਰੀ ਹੈ।

ਮਹੱਤਵਪੂਰਨ ਸੰਕੇਤ : ਸਰੀਰਕ ਕਸਰਤ

26

ਮੈਂ ਆਪਣੀਆਂ ਚਾਬੀਆਂ ਕਿੱਥੇ ਰੱਖੀਆਂ?

ਮੈਂ ਕੱਲ੍ਹ ਹੀ ਆਪਣੀਆਂ ਕਿਤਾਬਾਂ ਕਿਤੇ ਰੱਖੀਆਂ ਸਨ। ਮੈਨੂੰ ਮਿਲ ਨਹੀਂ ਰਹੀਆਂ। ਚਸ਼ਮਾ, ਪੈਨਸਿਲ ਕਿੱਥੇ ਰੱਖੀਆਂ ਹਨ ਉਹ ਵੀ ਨਹੀਂ ਮਿਲ ਰਹੀਆਂ।

ਤਕਰੀਬਨ ਰੋਜ਼ ਅਸੀਂ ਆਪਣਾ ਬਹੁਤ ਕੀਮਤੀ ਸਮਾਂ ਜ਼ਰੂਰਤ ਦੀਆਂ ਚੀਜ਼ਾਂ ਲੱਭਣ ਵਿਚ ਲਗਾ ਦਿੰਦੇ ਹਾਂ। ਇਹ ਇਕ ਆਮ ਭੁੱਲਣ ਦੀ ਸਮੱਸਿਆ ਹੈ। ਜਿਸ ਤੋਂ ਅਸੀਂ ਛੁਟਕਾਰਾ ਪਾਉਣਾ ਚਾਹੁੰਦੇ ਹਾਂ।

ਅਜਿਹਾ ਕਿਉਂ ਹੁੰਦਾ ਹੈ?

ਇਸ ਨੂੰ ਕਹਿੰਦੇ ਹਨ ਧਿਆਨ ਦਾ ਬੇਧਿਆਨ ਰਹਿਣਾ। ਇਸ ਸਮੱਸਿਆ ਨੂੰ ਅਸੀਂ ਇਕ ਤਰਕ ਸੰਗਤ ਨਜ਼ਰੀਏ ਨਾਲ ਦੇਖਦੇ ਹਾਂ। ਜਦੋਂ ਤੁਸੀਂ ਆਪਣੀਆਂ ਚਾਬੀਆਂ ਰੱਖ ਰਹੇ ਸੀ ਸੰਭਵ ਹੈ ਤੁਹਾਡਾ ਦਿਮਾਗ ਕੁਝ ਹੋਰ ਸੋਚ ਰਿਹਾ ਹੋਵੇਗਾ। ਇਸ ਤਰ੍ਹਾਂ ਤੁਹਾਡੇ ਦਿਮਾਗ ਨੇ ਇਹ ਧਿਆਨ ਨਹੀਂ ਦਿੱਤਾ ਕਿ ਚਾਬੀਆਂ ਕਿੱਥੇ ਰੱਖੀਆਂ ਹਨ। ਜਦੋਂ ਤੁਸੀਂ ਧਿਆਨ ਹੀ ਨਹੀਂ ਦਿੱਤਾ ਤਾਂ ਇਹ ਉਮੀਦ ਕਿਉਂ ਰੱਖਣੀ ਚਾਹੀਦੀ ਹੈ ਕਿ ਤੁਹਾਨੂੰ ਯਾਦ ਆ ਜਾਵੇ।

ਦਿਮਾਗ ਦੇ ਬੇਧਿਆਨੇ ਹੋਣ ਦੀ ਸਥਿਤੀ ਉਦੋਂ ਪੈਦਾ ਹੁੰਦੀ ਹੈ ਜਦੋਂ ਤੁਹਾਡੇ ਉੱਤੇ ਕੰਮ ਦਾ ਜ਼ਿਆਦਾ ਭਾਰ ਹੋਵੇ ਜਾਂ ਤੁਸੀਂ ਕਈ ਕੰਮ ਇਕੱਠੇ ਕਰਨ ਦੀ ਕੋਸ਼ਿਸ਼ ਕਰਦੇ ਹੋ ਜਾਂ ਤੁਸੀਂ ਕਿਸੇ ਕਾਰਨ ਚਿੰਤਾਗ੍ਰਾਹ ਹੋਵੋ। ਉੱਪਰ ਲਿਖੀਆਂ ਸਾਰੀਆਂ ਗੱਲਾਂ ਵਿਚ ਦਿਮਾਗ ਪਹਿਲਾਂ ਤੋਂ ਹੀ ਕਿਤੇ ਹੋਰ ਰੁਝਿਆ ਹੋਇਆ ਸੀ। ਇਸ ਲਈ ਇਹ ਧਿਆਨ ਨਹੀਂ ਰਹਿ ਸਕਿਆ ਕਿ ਅਸੀਂ ਚਾਬੀਆਂ ਕਿੱਥੇ ਰੱਖ ਰਹੇ ਹਾਂ।

ਹਲ

ਤੁਸੀਂ ਹੇਠ ਲਿਖੇ ਕਦਮ ਚੁੱਕੇ ਕੇ ਬੇਧਿਆਨੇ ਦਿਮਾਗ ਦੀ ਸਮੱਸਿਆ ਤੋਂ ਬਚ ਸਕਦੇ ਹੋ।

1. ਉਨ੍ਹਾਂ ਪਰਿਸਥਿਤੀਆਂ ਤੋਂ ਬਚਣ ਦੀ ਕੋਸ਼ਿਸ਼ ਕਰੋ ਜਿਨ੍ਹਾਂ ਦੇ ਕਾਰਨ ਬੇ ਧਿਆਨ ਦਿਮਾਗ ਦੀ ਸਮੱਸਿਆ ਪੈਦਾ ਹੁੰਦੀ ਹੈ ਅਤੇ ਕੋਸ਼ਿਸ਼ ਕਰੋ ਕਿ ਤੁਸੀਂ ਕੰਮ ਤਰਤੀਬ ਅਨੁਸਾਰ ਕਰੋ।

2. ਚਿੰਤਾ ਮੁਕਤ ਰਹੋ।

3. ਜਿਸ ਸਮੇਂ ਤੁਸੀਂ ਕੁਝ ਯਾਦ ਨਹੀਂ ਕਰ ਸਕਦੇ ਤਾਂ ਘਬਰਾਉਣ ਦਾ ਜ਼ਰੂਰਤ ਨਹੀਂ। ਖੁੱਲ੍ਹੇ ਦਿਮਾਗ ਨਾਲ ਇਹ ਸੋਚੋ ਕਿ ਤੁਸੀਂ ਕੁਝ ਸਮਾਂ ਪਹਿਲਾਂ ਕਿਸ ਘਟਨਾ ਤਰਤੀਬ ਤੋਂ ਗੁਜਰੇ ਹੋ। ਅੰਦਾਜ਼ਾ ਲਗਾਓ ਕਿ ਜਿਸ ਚੀਜ਼ ਨੂੰ ਤੁਸੀਂ ਲੱਭ ਰਹੇ ਹੋ ਉਸਤੋਂ ਪਹਿਲਾਂ ਅੜੇ ਬਾਅਦ ਦੀਆਂ ਪਰਿਸਥਿਤੀਆਂ ਦੇ ਬਾਰੇ ਵਿਚ ਸੋਚੋ।

ਇਹ ਅਭਿਆਸ ਤੁਹਾਨੂੰ ਆਪਣੇ ਆਪ ਉਸ ਚੀਜ਼ ਦੇ ਨਜ਼ਦੀਕ ਲੈ ਆਵੇਗਾ ਜਾਂ ਯਾਦ ਕਰਾ ਦੇਵੇਗਾ ਜਿਸਨੂੰ ਤੁਸੀਂ ਰੱਖ ਕੇ ਭੁੱਲ ਗਏ ਹੋ।

ਮਹੱਤਵਪੂਰਨ ਸੰਕੇਤ : ਹਾਜ਼ਰ ਦਿਮਾਗ

॥27॥ ਯਾਦਾਸ਼ਤ ਨੂੰ ਤਾਜ਼ਗੀ ਦੇਣ ਵਾਲਾ

ਕੀ ਤੁਸੀਂ ਜਾਣਦੇ ਹੋ ਕਿ ਸਾਡੇ ਜੀਵਨ ਦੇ ਲਈ ਦੋ ਮਹੱਤਵਪੂਰਨ ਚੀਜ਼ਾਂ ਕੀ ਹਨ? ਜੀ ਹਾਂ, ਇਹ ਹਨ, ਹਵਾ ਅਤੇ ਪਾਣੀ।

ਜਿੱਥੋਂ ਤੱਕ ਪਾਣੀ ਦਾ ਸਬੰਧ ਹੈ ਇਹ ਸਾਡੇ ਸਾਰੇ ਸਰੀਰ ਵਿਚ ਪਾਇਆ ਜਾਂਦਾ ਹੈ। ਪਰ ਕੁਝ ਅੰਗ ਅਜਿਹੇ ਹਨ ਜਿਨ੍ਹਾਂ ਵਿਚ ਜ਼ਿਆਦਾ ਮਾਤਰਾ ਵਿਚ ਪਾਇਆ ਜਾਂਦਾ ਹੈ। ਜਿਵੇਂ ਫੇਫੜੇ, ਦਿਮਾਗ, ਪਾਚਕ ਰਸ, ਲਾਰ ਆਦਿ।

ਇਹ ਸਾਰੇ ਅੰਗ ਉਦੋਂ ਹੀ ਵਧੀਆ ਢੰਗ ਨਾਲ ਕੰਮ ਕਰਦੇ ਹਨ ਜੇਕਰ ਇਨ੍ਹਾਂ ਨੂੰ ਕਾਫੀ ਮਾਤਰਾ ਵਿਚ ਪਾਣੀ ਮਿਲਦਾ ਰਹੇ। ਦਿਮਾਗ ਜੋ ਰਸਾਇਣਿਕ ਤੱਤ ਬਣਾਉਂਦਾ ਹੈ ਪਾਣੀ ਟ੍ਰਾਂਸਪੋਰਟ ਕਰਨ ਵਿਚ ਸਹਾਇਤਾ ਕਰਦਾ ਹੈ। ਇਸ ਤਰ੍ਹਾਂ ਸੂਚਨਾ ਸਰੀਰ ਦੇ ਵਿਭਿੰਨ ਭਾਗਾਂ ਤੱਕ ਪਹੁੰਚ ਜਾਂਦੀ ਹੈ। ਜੇਕਰ ਤੁਸੀਂ ਇਹ ਚਾਹੁੰਦੇ ਹੋ ਕਿ ਦਿਮਾਗ ਚੰਗੀ ਤਰ੍ਹਾਂ ਆਪਣੇ ਕੰਮ ਨੂੰ ਆਪਣੀ ਮੰਜ਼ਿਲ ਤੱਕ ਲੈ ਜਾਵੇ ਤਾਂ ਜ਼ਿਆਦਾ ਮਾਤਰਾ ਵਿਚ ਪਾਣੀ ਪੀਓ। ਰੋਜ਼ਾਨਾ ਘੱਟ ਤੋਂ ਘੱਟ ਅੱਠ ਤੋਂ ਦਸ ਗਿਲਾਸ ਪਾਣੀ ਜ਼ਰੂਰ ਪੀਓ। ਜੇਕਰ ਤੁਸੀਂ ਥਕਾਵਟ ਮਹਿਸੂਸ ਕਰ ਰਹੇ ਹੋ, ਪਸੀਨੇ ਨਾਲ ਭਿੱਜੇ ਹੋਏ ਹੋ ਤਾਂ ਤੁਰੰਤ ਪਾਣੀ ਪੀਣਾ ਤੁਹਾਨੂੰ ਤਾਜ਼ਗੀ ਪ੍ਰਦਾਨ ਕਰੇਗਾ।

ਮੈਂ ਤੁਹਾਨੂੰ ਇਸਦੇ ਹੋਰ ਫਾਇਦੇ ਦੱਸਦਾ ਹਾਂ। ਪਾਣੀ ਸਰੀਰ ਦੇ ਪ੍ਰਮੁੱਖ ਦ੍ਰਵਾ ਨੂੰ ਨਿਸ਼ਚਿਤ ਮਾਤਰਾ ਵਿਚ ਬਣਾਈ ਰੱਖਦਾ ਹੈ। ਇਹ ਸਾਡੇ ਸਰੀਰਕ ਤਾਪਮਾਨ ਨਾਲ ਸੰਤੁਲਨ ਰੱਖਦਾ ਹੈ ਅਤੇ ਹਾਨੀਕਾਰਕ ਰਸਾਇਣਾਂ ਜਿਵੇਂ ਪਿਸ਼ਾਬ, ਪਸੀਨੇ ਦੇ ਮਾਧਿਅਮ ਨਾਲ ਸਰੀਰ ਤੋਂ ਬਾਹਰ ਕੱਢਦਾ ਹੈ। ਇਸਤੋਂ ਇਲਾਵਾ ਸਰੀਰ ਦੀ ਚਮੜੀ ਨੂੰ ਮੁਲਾਇਮ ਰੱਖਦਾ ਹੈ। ਕੀ ਇਹ ਦਿਮਾਗ ਅਤੇ ਸਰੀਰ ਨੂੰ ਸੁੰਦਰ ਬਣਾਈ ਰੱਖਣ ਦਾ ਸੌਖਾ ਤਰੀਕਾ ਨਹੀਂ ਹੈ? ਪਾਣੀ ਸਾਡੀਆਂ ਅੰਤੜੀਆਂ ਵਿਚ ਜੰਮੇ ਹੋਏ ਮਲ ਅਤੇ ਹੋਰ ਗੰਦਗੀ ਨੂੰ ਸਰੀਰ ਤੋਂ ਬਾਹਰ ਕੱਢਣ ਵਿਚ ਮਦਦ ਕਰਦਾ ਹੈ ਇਸ ਤਰ੍ਹਾਂ ਸਾਡੀ ਪਾਚਨ ਪ੍ਰਕਿਰਿਆ ਤੰਦਰੁਸਤ ਬਣੀ ਰਹਿੰਦੀ ਹੈ। ਜਿਸ ਨਾਲ ਸਾਡੇ ਸਰੀਰ ਦੇ ਜ਼ਰੂਰੀ ਅੰਗਾਂ ਨੂੰ ਊਰਜਾ ਮਿਲਣ ਵਿਚ ਮਦਦ ਮਿਲਦੀ ਹੈ ਅਤੇ ਅਸੀਂ ਠੀਕ ਢੰਗ ਨਾਲ ਕੰਮ ਕਰ ਸਕਦੇ ਹਾਂ। ਕੁਲ ਮਿਲਾ ਕੇ ਸਾਰੀ ਪ੍ਰਕਿਰਿਆ ਸਾਡੇ ਦਿਮਾਗ ਨੂੰ ਵਧੀਆ ਢੰਗ ਨਾਲ ਸੋਚਣ, ਸਮਝਣ, ਯਾਦ ਕਰਨ ਅਤੇ ਗ੍ਰਹਿਣ ਕਰਨ ਵਿਚ ਸਹਾਇਤਾ ਕਰਦੀ ਹੈ।

ਇਸ ਲਈ ਹਮੇਸ਼ਾਂ ਪਾਣੀ ਦੀ ਬੋਤਲ ਆਪਣੇ ਨਾਲ ਰੱਖੋ। ਤਾਂ ਕਿ ਜਦੋਂ ਕਦੀ ਪਾਣੀ ਦੀ ਜ਼ਰੂਰਤ ਮਹਿਸੂਸ ਹੋਵੇ ਤਾਂ ਇਹ ਤੁਹਾਡੇ ਕੋਲ ਹੋਵੇ। ਜੇਕਰ ਤੁਸੀਂ ਪੜ੍ਹਨ ਦੇ ਲਈ ਬੈਠੇ ਹੋ ਤਾਂ ਬੋਤਲ ਮੇਜ਼ ਤੇ ਰੱਖੋ ਅਤੇ ਥੋੜ੍ਹੇ ਅੰਤਰ ਤੋਂ ਬਾਅਦ ਪਾਣੀ ਪੀਂਦੇ ਰਹੋ। ਤੁਸੀਂ ਪ੍ਰੀਖਿਆ ਭਵਨ ਵਿਚ ਵੀ ਪਾਣੀ ਦੀ ਬੋਤਲ ਨਾਲ ਲੈ ਜਾ ਸਕਦੇ ਹੋ।

ਮਹੱਤਵਪੂਰਨ ਸੰਕੇਤ : ਪਾਣੀ

28

ਸਵੇਰ ਦਾ ਨਾਸ਼ਤਾ ਜ਼ਰੂਰ ਕਰੋ

ਸਵੇਰ ਦਾ ਨਾਸ਼ਤਾ ਠੀਕ ਤਰ੍ਹਾਂ ਕਰਨ ਨਾਲ ਤੁਹਾਡੀ ਕਾਰਜ ਸਮਰੱਥਾ ਅਤੇ ਸੋਚਣ ਦੀ ਸਮਰੱਥਾ ਵਿਚ ਹੈਰਾਨੀ ਜਨਕ ਸੁਧਾਰ ਹੁੰਦਾ ਹੈ। ਕਈ ਅਧਿਐਨਾਂ ਤੋਂ ਇਹ ਸਿੱਧ ਹੋਇਆ ਹੈ ਕਿ ਯਾਦ ਸਬੰਧਤ ਪ੍ਰੀਖਿਆ ਵਿਚ ਉਨ੍ਹਾਂ ਬੱਚਿਆਂ ਨੇ ਜਾਂ ਪ੍ਰਤੀਯੋਗੀਆਂ ਨੇ ਵਧੀਆ ਪ੍ਰਦਰਸ਼ਨ ਕੀਤਾ ਜਿਨ੍ਹਾਂ ਨੇ ਆਪਣਾ ਨਿਯਮ ਅਨੁਸਾਰ ਨਾਸ਼ਤਾ ਕੀਤਾ ਸੀ।

ਜਿਹੜੇ ਪ੍ਰਤੀਯੋਗੀ ਪ੍ਰੀਖਿਆ ਦੇ ਦਿਨਾਂ ਵਿਚ ਘਬਰਾਹਟ ਦੇ ਕਾਰਨ ਨਾਸ਼ਤਾ ਨਹੀਂ ਕਰਦੇ ਉਹ ਆਪਣੇ ਪ੍ਰਦਰਸ਼ਨ ਵਿਚ ਔਸਤ ਜਾਂ ਔਸਤ ਤੋਂ ਘੱਟ ਰਹੇ।

ਜੇਕਰ ਤੁਸੀਂ ਜਲਦੀ ਵਿਚ ਹੋ। ਨਾਸ਼ਤਾ ਨਹੀਂ ਬਣਿਆ ਹੈ ਜਾਂ ਇਸ ਸਥਿਤੀ ਵਿਚ ਨਹੀਂ ਹੋ ਕਿ ਨਾਸ਼ਤਾ ਕਰ ਸਕੋ ਤਾਂ ਤੁਸੀਂ ਚਰਬੀ ਰਹਿਤ ਦੁੱਧ, ਜੂਸ, ਬਿਸਕੁਟ ਜਾਂ ਡਰਾਈ ਫਰੂਟ ਲੈ ਸਕਦੇ ਹੋ। ਪਰ ਕਿਸੇ ਵੀ ਹਾਲਤ ਵਿਚ ਨਾਸ਼ਤੇ ਦੀ ਛੁੱਟੀ ਨਾ ਕਰੋ। ਇਹ ਤੁਹਾਡੇ ਖੂਨ ਵਿਚ ਗੁਲੂਕੋਜ਼ ਦੇ ਪੱਧਰ ਨੂੰ ਬਣਾਈ ਰੱਖੇਗਾ। ਇਸ ਤੋਂ ਜਿਹੜੀ ਊਰਜਾ ਪ੍ਰਾਪਤ ਹੋਵੇਗੀ ਉਹ ਤੁਹਾਡੇ ਪ੍ਰਦਰਸ਼ਨ ਨੂੰ ਵਧੀਆ ਕਰੇਗੀ ਅਤੇ ਤੁਹਾਡਾ ਸਰੀਰ ਅਤੇ ਦਿਮਾਗ ਤੁਹਾਨੂੰ ਹਰ ਕੰਮ ਵਿਚ ਵਧੀਆ ਢੰਗ ਵਿਚ ਮਦਦ ਕਰੇਗਾ।

ਇਸ ਲਈ ਦਿਨ ਦਾ ਮਹੱਤਵਪੂਰਨ ਭੋਜਨ ਜ਼ਰੂਰ ਲਓ।

ਮਹੱਤਵਪੂਰਨ ਸੰਕੇਤ : ਸਵੇਰ ਦਾ ਨਾਸ਼ਤਾ

29

ਯਾਦਾਸ਼ਤ ਫਲ

ਸੇਬ ਆਇਰਨ ਨਾਲ ਭਰਪੂਰ ਹੁੰਦਾ ਹੈ ਅਤੇ ਇਸ ਵਿਚ ਹੋਰ ਪੌਸ਼ਟਿਕ ਖਣਿਜ ਵੀ ਹੁੰਦੇ ਹਨ। ਜੋ ਦਿਮਾਗ ਨੂੰ ਕ੍ਰਿਆਸ਼ੀਲ ਬਣਾਈ ਰੱਖਣ ਵਿਚ ਮਦਦ ਕਰਦੇ ਹਨ। ਵਿਭਿੰਨ ਖੋਜਾਂ ਤੋਂ ਇਹ ਸਿੱਧ ਹੋਇਆ ਹੈ ਕਿ ਦਿਮਾਗ ਨੂੰ ਕ੍ਰਿਆਸ਼ੀਲ ਬਣਾਈ ਰੱਖਣ ਦੇ ਲਈ ਜਿਨ੍ਹਾਂ ਜ਼ਰੂਰੀ ਤੱਤਾਂ ਦੀ ਜ਼ਰੂਰਤ ਹੁੰਦੀ ਹੈ ਉਹ ਸੇਬ ਵਿਚ ਮੌਜੂਦ ਹੁੰਦੇ ਹਨ ਅਤੇ ਹਰ ਰੋਜ਼ ਇਹ ਪਦਾਰਥ ਲੈਣ ਨਾਲ ਯਾਦਾਸ਼ਤ ਵਿਚ ਸੁਧਾਰ ਹੁੰਦਾ ਹੈ। ਤੁਸੀਂ ਇਹ ਜ਼ਰੂਰੀ ਖਣਿਜ ਸੇਬ, ਅੰਗੂਰ, ਅੰਜੀਰ, ਚੈਰੀ, ਗਾਜਰ, ਆਲੂ ਅਤੇ ਇਲਾਇਚੀ ਰਾਹੀਂ ਪ੍ਰਾਪਤ ਕਰ ਸਕਦੇ ਹੋ। ਰੋਜ਼ਾਨਾ ਇਕ ਸੇਬ ਖਾਓ ਡਾਕਟਰ ਨੂੰ ਦੂਰ ਰੱਖੋ ਅਤੇ ਆਪਣੀ ਯਾਦਾਸ਼ਤ ਨੂੰ ਤਾਜਾ ਰੱਖੋ।

ਮਹੱਤਵਪੂਰਨ ਸੰਕੇਤ : ਸੇਬ

30

ਅਲੰਕਾਰਿਕ ਸੋਚ

ਮੰਨ ਲਓ ਤੁਸੀਂ ਦਿਲ ਅਤੇ ਫੇਫੜਿਆਂ ਦੇ ਕੰਮਾਂ ਦੇ ਬਾਰੇ ਵਿਚ ਪੜ੍ਹ ਰਹੇ ਹੋ। ਇਸਦੇ ਲਈ ਇਕ ਤਰੀਕਾ ਤਾਂ ਇਹ ਹੈ ਕਿ ਤੁਸੀਂ ਹਰੇਕ ਅੰਗ ਦੇ ਬਾਰੇ ਵਿਚ ਅਤੇ ਕੰਮਾਂ ਨੂੰ ਨੋਟ ਕਰ ਲਓ। ਦੂਜਾ ਤਰੀਕਾ ਇਹ ਹੈ ਕਿ ਤੁਸੀਂ ਇਨ੍ਹਾਂ ਦੇ ਬਾਰੇ ਵਿਚ ਇਕ ਰੇਖਾ ਚਿੱਤਰ ਬਣਾ ਲਓ। ਇਸਨੂੰ ਚਿਤਰਿਤ ਸੋਚ ਕਿਹਾ ਜਾਂਦਾ ਹੈ।

ਮੰਨ ਲਓ ਕਿ ਇਕ ਚੱਕਰ ਦਿਲ ਨੂੰ ਦਰਸਾਉਂਦਾ ਹੈ ਜਦੋਂ ਕਿ ਫੇਫੜੇ ਦੇ ਅੰਡਾਕਾਰ ਅਕਾਰ ਹਨ ਇਹ ਸਾਰੀਆਂ ਚੀਜ਼ਾਂ ਸਰੀਰ ਦੇ ਵੱਡੇ ਚਿੱਤਰ ਵਿਚ ਠੀਕ ਢੰਗ ਨਾਲ ਵਿਵਸਥਿਤ ਹਨ।

ਹੁਣ ਇਸ ਚਿੱਤਰ ਵਿਚ ਇਹ ਦਿਖਾਓ ਅਸ਼ੁੱਧ ਖੂਨ ਦਿਲ ਤੋਂ ਬਾਹਰ ਨਿਕਲ ਕੇ ਫੇਫੜਿਆਂ ਵੱਲ ਜਾ ਰਿਹਾ ਹੈ ਜਿੱਥੇ ਆਕਸੀਜਨ ਗ੍ਰਹਿਣ ਕੀਤੀ ਜਾਂਦੀ ਹੈ ਅਤੇ ਕਾਰਬਨ ਡਾਇਅਕਸਾਈਡ ਬਾਹਰ ਨਿਕਲਦੀ ਹੈ। ਹੁਣ ਲਾਲ ਸੰਕੇਤ ਵਾਪਸ ਦਿਲ ਵੱਲ ਆਉਂਦੇ ਦਿਖਾਓ ਇਸਦਾ ਮਤਲਬ ਸ਼ੁੱਧ ਖੂਨ ਵਾਪਸ ਦਿਲ ਵਿਚ ਆ ਰਿਹਾ ਹੈ ਅਤੇ ਫਿਰ ਵਿਭਿੰਨ ਅੰਗਾਂ ਵਿਚ ਪਹੁੰਚ ਰਿਹਾ ਹੈ।

ਇਸ ਤਰ੍ਹਾਂ ਠੀਕ ਇਹ ਮਾਨ ਚਿੱਤਰ ਅਤੇ ਚਾਰਟ ਦੁਆਰਾ ਕੀਤਾ ਜਾ ਸਕਦਾ ਹੈ। ਇਸਤੋਂ ਪਿੱਛੋਂ ਇਹ ਦੱਸਣਾ ਹੈ ਕਿ ਵਿਭਿੰਨ ਸੂਚਨਾ ਇਕਾਈਆਂ ਨੂੰ ਇਕ ਇਕ ਕਰਕੇ ਇਕੱਠਾ ਕਰਕੇ ਵਧੀਆ ਢੰਗ ਨਾਲ ਪ੍ਰਦਰਸ਼ਿਤ ਕੀਤਾ ਜਾ ਸਕਦਾ ਹੈ। ਇਹ ਕੋਈ ਮਤਲਬ ਨਹੀਂ ਰੱਖਦਾ ਕਿ ਸੂਚਨਾਵਾਂ ਕਿਹੜੇ ਸ੍ਰੋਤਾਂ ਤੋਂ ਪ੍ਰਾਪਤ ਹੋ ਰਹੀਆਂ ਹਨ।

ਬਿੰਦੂਆਂ, ਰੇਖਾਵਾਂ, ਬ੍ਰਿਤਾਂਤ ਅਤੇ ਸੰਕੇਤਾਂ ਦੇ ਮਾਧਿਅਮ ਨਾਲ ਸੋਚੋ ਨਾ ਕਿ ਸ਼ਬਦਾਂ ਜਾਂ ਮੁਹਾਵਰਿਆਂ ਦੀ ਭਾਸ਼ਾ ਵਿਚ।

ਮਹੱਤਵਪੂਰਨ ਸੰਕੇਤ :	ਰੇਖਾ ਚਿੱਤਰ

65

31

ਆਪਣੇ ਆਪ ਨਾਲ ਗੱਲ ਕਰਨਾ

ਦਿਮਾਗ ਨੂੰ ਇੱਧਰ-ਉੱਧਰ ਭਟਕਣ ਅਤੇ ਵਿਚਾਰਾਂ ਨੂੰ ਇੱਧਰ-ਉੱਧਰ ਦੌੜਾਉਣ ਤੋਂ ਬਚਾਣ ਦੇ ਲਈ, ਆਪਣੇ ਆਪ ਨਾਲ ਗੱਲ ਕਰਨ ਦੀ ਕੋਸ਼ਿਸ਼ ਕਰੋ ਤਾਂ ਕਿ ਇਕਾਗਰ ਹੋਣ ਵਿਚ ਸਹਾਇਤਾ ਮਿਲੇ ਅਤੇ ਯਾਦ ਕਰਨਾ ਸੌਖਾ ਹੋ ਜਾਵੇ। ਉਦਾਹਰਣ ਦੇ ਲਈ ਜਦੋਂ ਤੁਸੀਂ ਮਾਰਕੀਟ ਦੇ ਕੋਲ ਆਪਣੀ ਕਾਰ ਪਾਰਕ ਕਰੋ ਤਾਂ ਕਾਰ ਤੋਂ ਬਾਹਰ ਆ ਕੇ ਆਪਣੇ ਆਪ ਨਾਲ ਗੱਲ ਕਰੋ ਕਿ ਤੁਸੀਂ ਗਲੀ ਵਿਚੋਂ ਨਿਕਲ ਕੇ ਜਾ ਰਹੇ ਹੋ। ਆਪਣੀ ਕਾਰ ਦੀ ਚਾਬੀ ਹੁਣ ਕਿੱਥੇ ਰੱਖ ਰਹੇ ਹੋ। ਤੁਸੀਂ ਕੀ ਕਰਨ ਜਾ ਰਹੇ ਹੋ। ਕਿਹੜੀ ਦੁਕਾਨ ਵਿਚ ਪਿਛਲੀ ਵਾਰ ਗਏ ਸੀ।

ਜਦੋਂ ਤੁਸੀਂ ਆਪਣੇ ਕੰਮ ਤੋਂ ਵਿਹਲੇ ਹੋ ਚੁੱਕੇ ਹੋ ਤਾਂ ਇਹ ਸਾਰਾ ਵਰਣਨ ਪਲਟਾ ਕੇ, ਉਲਟੀ ਦਿਸ਼ਾ ਵਿਚ ਚੱਲੋ ਤਾਂ ਤੁਸੀਂ ਬਹੁਤ ਅਸਾਨੀ ਨਾਲ ਪਾਰਕ ਕੀਤੀ ਹੋਈ ਕਾਰ ਲੱਭ ਸਕੋਗੇ। ਆਪਣੀ ਰੱਖੀ ਹੋਈ ਚੀਜ਼ ਨੂੰ ਯਾਦ ਕਰਨਾ, ਜਾਂ ਗੁਆਚੀ ਹੋਈ ਚੀਜ਼ ਨੂੰ ਯਾਦ ਕਰਨਾ ਬਹੁਤ ਸੌਖਾ ਹੈ ਜੇਕਰ ਤੁਸੀਂ ਆਪਣੇ ਦਿਮਾਗ ਨੂੰ ਜਾਣ ਬੁੱਝ ਕੇ ਜਾਣਿਆ ਹੋਇਆ ਉਹੀ ਪਰਿਸਥਿਤੀਆਂ ਨੂੰ ਯਾਦ ਕਰਵਾਓ ਜਿਨ੍ਹਾਂ ਵਿਚੋਂ ਤੁਸੀਂ ਹੋ ਕੇ ਲੰਘੇ ਹੋ। ਇਸ ਨਾਲ ਤੁਹਾਨੂੰ ਯਾਦ ਕਰਨ ਵਿਚ ਸਹਾਇਤਾ ਮਿਲੇਗੀ ਕਿ ਕੀ ਤੁਸੀਂ ਸਮੇ ਸਿਰ ਦਵਾਈ ਲੈ ਲਈ ਹੈ, ਜਾਂ ਤੁਸੀਂ ਪਹਿਲਾਂ ਹੀ ਕਿਸੇ ਨੂੰ ਕੁਝ ਦੇ ਦਿੱਤਾ ਹੈ ਜਾਂ ਤੁਸੀਂ ਪਰਸ, ਲੰਚ ਬਾਕਸ, ਪੈਨ, ਕਿਤਾਬ ਆਪਣੇ ਬੈਗ ਵਿਚ ਰੱਖ ਲਈ ਹੈ ਜਾਂ ਕੁਝ ਅਜਿਹੀਆਂ ਗੱਲਾਂ ਜੋ ਤੁਸੀਂ ਭੱਜ-ਦੌੜ ਵਿਚ ਅਕਸਰ ਭੁੱਲ ਜਾਂਦੇ ਹੋ। ਯਾਦ ਰੱਖਣ ਦੇ ਲਈ ਆਪਣੀਆਂ ਕਿਰਿਆਵਾਂ ਨੂੰ ਅਤੇ ਵਿਚਾਰਾਂ ਨੂੰ ਕ੍ਰਿਆ ਰੂਪ (verbalize) ਕਰੋ।

<table>
<tr><td>ਮਹੱਤਵਪੂਰਨ ਸੰਕੇਤ :</td><td>ਵਰਬਲਾਈਜੇਸ਼ਨ</td></tr>
</table>

☐ **32**

ਸਮਰੱਥਾ ਅਨੁਸਾਰ ਕਾਰਜ ਸਮਾਂ

ਸੌਣ ਲਈ ਜਾਣ ਅਤੇ ਉੱਠਣ ਦੇ ਸਮੇਂ, ਲੋਕਾਂ ਵਿਚ ਵੱਖ-ਵੱਖ ਸਮੇਂ ਵਿਚ ਅਲੱਗ ਪੱਧਰ ਦੀ ਚੁਸਤੀ-ਫੁਰਤੀ ਹੁੰਦੀ ਹੈ। ਅਜਿਹੇ ਲੋਕ ਜੋ ਦੇਰ ਨਾਲ ਸੌਂਦੇ ਹਨ ਅਤੇ ਦੇਰ ਨਾਲ ਉੱਠਦੇ ਹਨ ਉਹ ਕਿਸੇ ਖਾਸ ਸਮੇਂ ਤੇ ਦਿਮਾਗੀ ਰੂਪ ਵਿਚ ਤੇਜ ਹੁੰਦੇ ਹਨ, ਉਨ੍ਹਾਂ ਲੋਕਾਂ ਦੀ ਤੁਲਨਾ ਵਿਚ ਜਿਹੜੇ ਜਲਦੀ ਸੌਂਦੇ ਹਨ ਅਤੇ ਜਲਦੀ ਉੱਠਦੇ ਹਨ।

ਇਹ ਸਭ ਮੁੱਖ ਰੂਪ ਨਾਲ ਇਸ ਗੱਲ ਤੇ ਨਿਰਭਰ ਕਰਦਾ ਹੈ ਕਿ ਤੁਸੀਂ ਵਧੀਆ ਨੀਂਦ ਲਈ ਹੈ, ਸਾਰੇ ਦਿਨ ਵਿਚ ਤੁਸੀਂ ਕੀ ਖਾਂਦੇ ਹੋ, ਤੁਹਾਡਾ ਕ੍ਰਿਆਕਲਾਪ ਕਿਸ ਪੱਧਰ ਦਾ ਹੈ ਅਤੇ ਜੋਬਨ ਸਮੇਂ ਤੁਸੀਂ ਕਿੰਨੇ ਸਹੀ ਸੀ ਅਤੇ ਕਿੰਨੀ ਦੇਰ ਚੁਸਤ-ਦਰੁਸਤ ਰਹਿ ਸਕਦੇ ਹੋ।

ਹਰ ਇਕ ਦਾ ਚੁਸਤ ਰਹਿਣ ਦਾ ਆਪਣਾ ਢੰਗ ਹੈ। ਜੇਕਰ ਤੁਸੀਂ ਆਪਣੀ ਸਮਰੱਥਾ ਦਾ ਭਰਪੂਰ ਇਸਤੇਮਾਲ ਕਰਨਾ ਚਾਹੁੰਦੇ ਹੋ ਤਾਂ ਤੁਹਾਨੂੰ ਇਹ ਜ਼ਰੂਰ ਜਾਨਣਾ ਪਵੇਗਾ ਕਿ ਤੁਹਾਡੀ ਸਰਵ ਸ਼੍ਰੇਸ਼ਠ ਚੁਸਤ ਰਹਿਣ ਦੀ ਉੱਚਤਮ ਸੀਮਾ ਕੀ ਹੈ ਕਿਸ ਸਮੇਂ ਤੇ ਤੁਸੀਂ ਆਪਣੀ ਊਰਜਾ ਦਾ ਸਭ ਤੋਂ ਵਧੀਆ ਇਸਤੇਮਾਲ ਕਰ ਸਕਦੇ ਹੋ। ਅਤੇ ਉਸ. ਸਮੇਂ ਨੂੰ ਪਛਾਣੋ ਅਤੇ ਧਿਆਨ ਕਰੋ ਕਿ ਕਿਸ ਸਮੇਂ ਵਿਚ ਤੁਹਾਡੀ ਸਮਰੱਥਾ ਨਿਊਨਤਮ ਹੁੰਦੀ ਹੈ। ਆਪਣੀ ਸਮਰੱਥਾ ਪੱਧਰ ਦੀ ਕੁਝ ਦਿਨਾਂ ਤੱਕ ਸਾਰਣੀ ਬਣਾਓ। ਜਿਸ ਨਾਲ ਤੁਹਾਨੂੰ ਆਪਣੇ ਚੁਸਤ-ਦਰੁਸਤ ਰਹਿਣ ਦੇ ਨਿਊਨਤਮ ਪੱਧਰ ਅਤੇ ਜ਼ਿਆਦਾਤਰ ਪੱਧਰ ਨੂੰ ਜਾਣਕਾਰੀ ਹੋ ਜਾਵੇ। ਇਸ ਨਾਲ ਤੁਹਾਨੂੰ ਇਹ ਫਾਇਦਾ ਹੋਵੇਗਾ ਕਿ ਜਦੋਂ ਤੁਹਾਡੀ ਜਮਾਂ ਊਰਜਾ ਜ਼ਿਆਦਾ ਹੋਵੇਗੀ ਉਸ ਸਮੇਂ ਤੇ ਤੁਸੀਂ ਕੋਈ ਸਿਰਜਨਾਤਮਕ ਕੰਮ, ਦਿਮਾਗੀ ਕੰਮ ਜਾਂ ਯਾਦਾਸ਼ਤ ਸਬੰਧੀ ਕੰਮ ਵਧੀਆ ਢੰਗ ਨਾਲ ਕਰ ਸਕੋਗੇ, ਅਤੇ ਇਸਦੀ ਪ੍ਰਭਾਵ ਪੂਰਣਤਾ ਜ਼ਿਆਦਾ ਹੋਵੇਗੀ। ਇਸ ਤਰ੍ਹਾਂ ਤੁਸੀਂ ਆਪਣੇ ਕੰਮ ਨੂੰ ਬਦਲ ਕੇ ਕੇ ਪ੍ਰਥਮਤਾ ਦੇ ਅਨੁਸਾਰ ਕੰਮ ਕਰਨ ਦੇ ਲਈ ਸਮਾਂ ਸਾਰਣੀ ਬਣਾ ਸਕਦੇ ਹੋ।

ਜ਼ਿਆਦਾਤਰ ਚੁਸਤੀ ਨੂੰ ਧਿਆਨ ਵਿਚ ਰੱਖਦੇ ਹੋਏ ਆਪਣੀ ਦਿਮਾਗੀ ਸ਼ਕਤੀ ਦਾ ਵਧੀਆ ਪ੍ਰਯੋਗ ਕਰੋ।

ਮਹੱਤਵਪੂਰਨ ਸੰਕੇਤ : ਉੱਚ ਸਾਵਧਾਨੀ ਸਮਾਂ

67

33

ਗਿਆਨ ਵਧਾਉਣ ਵਾਲਾ ਵਾਦ-ਵਿਵਾਦ

ਆਪਣੇ ਦੋਸਤ ਦੇ ਨਾਲ ਕਿਸੇ ਚਲੰਤ ਜਾਂ ਸਮੇਂ ਸਬੰਧੀ ਵਿਸ਼ੇ ਤੇ ਵਾਦ-ਵਿਵਾਦ ਕਰੋ ਇਸਦੇ ਲਈ ਪੱਖ ਵਿਚ ਜਾਂ ਵਿਰੋਧ ਵਿਚ ਪੁਆਇੰਟ ਨੂੰ ਲਿਖ ਲਓ। ਨਾਲ ਹੀ ਬਹਿਸ ਦੇ ਹੋਰ ਬਿੰਦੂਆਂ ਨੂੰ ਵੀ ਨੋਟ ਕਰ ਲਓ। ਇਸਤੋਂ ਬਾਅਦ ਕਾਰਣ ਦੱਸਦੇ ਹੋਏ ਸੋਚ ਵਿਚਾਰ ਕਰੋ।

ਜੇਕਰ ਤੁਸੀਂ ਕਿਸੇ ਵਿਸ਼ੇ ਦੇ ਦੋਨਾਂ ਪੱਖਾਂ ਤੇ ਬਹਿਸ ਕਰਨ ਦੀ ਕੋਸ਼ਿਸ਼ ਕਰੋਗੇ ਤਾਂ ਇਸ ਨਾਲ ਤੁਹਾਡੀ ਵਿਚਾਰ ਬੁੱਧੀ ਦਾ ਵਿਕਾਸ ਹੋਵੇਗਾ। ਇਸ ਪ੍ਰਕ੍ਰਿਆ ਦੇ ਦੌਰਾਨ ਆਪਣੇ ਦਿਮਾਗ ਤੇ ਜੋਰ ਪਾਓ ਅਤੇ ਇਸਨੂੰ ਤੇਜ ਅਤੇ ਕੇਂਦ੍ਰਿਤ ਕਰੋ।

ਆਪਣੀ ਲੰਬੀ ਅਵਧੀ ਯਾਦਾਸ਼ਤ ਦੇ ਵਿਕਾਸ ਦੇ ਲਈ ਆਪਣੇ ਦੋਸਤ ਨੂੰ ਦੁਬਾਰਾ ਬੁਲਾਓ ਅਤੇ ਇਸੀ ਵਿਸ਼ੇ ਤੇ ਦੁਬਾਰਾ ਬਹਿਸ ਕਰੋ। ਇਸ ਵਾਰ ਨੋਟ ਕੀਤੇ ਹੋਏ ਬਿੰਦੂਆਂ ਤੋਂ ਹਟ ਕੇ ਬਹਿਸ ਕਰੋ। ਇਸ ਨਾਲ ਤੁਹਾਡੀ ਵਾਰਤਾਲਾਪ ਕੁਸ਼ਲਤਾ ਵਿਚ ਸੁਧਾਰ ਹੋਵੇਗਾ।

ਗਿਆਨ ਵਧਾਉਣ ਵਾਲੇ ਵਾਦ-ਵਿਵਾਦ ਦੇ ਦੁਆਰਾ ਆਪਣੀ ਵਿਚਾਰ ਬੁੱਧੀ ਤੇਜ ਕਰੋ।

ਮਹੱਤਵਪੂਰਨ ਸੰਕੇਤ : ਵਾਦ-ਵਿਵਾਦ

34

ਯਾਦਾਸ਼ਤ ਸੰਕੇਤ

ਅਸੀਂ ਸਦੀਆਂ ਤੋਂ ਇਹ ਤਰੀਕਾ ਅਪਣਾਉਂਦੇ ਆਏ ਹਾਂ ਕਿ ਜੇਕਰ ਕੁਝ ਯਾਦ ਰੱਖਣਾ ਹੈ ਤਾਂ ਗੱਠ ਬੰਨ੍ਹ ਲੈਂਦੇ ਸੀ ਜਾਂ ਤਾਂ ਧਾਗਾ ਬਾਂਹ ਤੇ ਬੰਨ੍ਹ ਲਿਆ, ਕਦੀ ਰੁਮਾਲ ਨੂੰ ਗੱਠ ਮਾਰ ਲਈ, ਔਰਤਾਂ ਸਾੜੀ ਦੇ ਪੱਲੇ ਨੂੰ ਗੱਠ ਲਗਾ ਲੈਂਦੀਆਂ ਹਨ। ਕਾਫੀ ਹੱਦ ਤੱਕ ਇਹ ਤਰੀਕਾ ਅੱਜ ਵੀ ਅਪਣਾਇਆ ਜਾਂਦਾ ਹੈ। ਪਰ ਮੰਨ ਲਓ ਕਿ ਤੁਹਾਡੇ ਕੋਲ ਧਾਗਾ ਜਾਂ ਰੁਮਾਲ ਮੌਜੂਦ ਨਹੀਂ ਹੈ ਤਾਂ ਤੁਸੀਂ ਹੇਠ ਲਿਖੀ ਕੁਝ ਹੋਰ ਤਕਨੀਕ ਅਪਣਾਓਗੇ।

ਕੁਝ ਲੋਕ ਜਦੋਂ ਜ਼ਰੂਰੀ ਕੰਮ ਦੇ ਕਾਰਨ ਲਿਖਣ ਵਿਚ ਅਸਮਰੱਥ ਹੁੰਦੇ ਹਨ ਜਾਂ ਪੈਨ, ਪੈਨਸਿਲ ਨਹੀਂ ਹੁੰਦਾ ਹੈ, ਤਾਂ ਉਹ ਆਪਣੀ ਵਿਆਹ ਦੀ ਅੰਗੂਠੀ ਹੀ ਘੁੰਮਾ ਦਿੰਦੇ ਹਨ। ਕਈ ਵਾਰ ਘਬਰਾਹਟ ਵਿਚ ਅੱਧੀ ਰਾਤ ਨੂੰ ਹੀ ਉੱਠ ਜਾਂਦੇ ਹਨ।

ਕਿਸੇ ਖਾਸ ਸਮੇਂ ਦੇ ਲਈ ਘਰ ਜਾਂ ਆਫਿਸ ਵਿਚ ਘੜੀ ਤੇ ਅਲਾਰਮ ਸੈੱਟ ਕਰੋ। ਚਾਕ ਨਾਲ ਸ਼ੀਸ਼ੇ ਤੇ ਲਿਖੋ ਆਪਣੇ ਆਪ ਨੂੰ ਯਾਦ ਕਰਾਉਣ ਵਾਲੀ ਮਸ਼ੀਨ ਦੇ ਸਹਾਰੇ ਛੱਡ ਦਿਓ।

ਮਹੱਤਵਪੂਰਨ ਸੰਕੇਤ :	ਰਿਮਾਈਂਡਰਜ਼

35

ਕੈਫੀਨ - ਯਾਦ ਉਤੇਜਕ

ਘੱਟ ਮਾਤਰਾ ਵਿਚ ਕੈਫੀਨ ਮਤਲਬ ਇਕ ਜਾਂ ਦੋ ਕੱਪ ਕੌਫੀ ਰੋਜ਼ਾਨਾ, ਤੁਹਾਡੀ ਘੱਟ ਅਵਧੀ ਯਾਦਾਸ਼ਤ ਨੂੰ ਚੁਸਤ ਕਰੇਗੀ ਪਰ ਅਜਿਹਾ ਉਦੋ ਹੋਵੇਗਾ ਜਦੋਂ ਤੁਸੀਂ ਸੁਸਤ ਥੱਕਿਆ ਹੋਇਆ ਮਹਿਸੂਸ ਕਰ ਰਹੇ ਹੋਵੋ। ਸਵੇਰ ਦੇ ਸਮੇਂ ਜਦੋਂ ਤੁਸੀਂ ਨਿੱਤਨੇਮ ਦੇ ਲਈ ਤਿਆਰੀ ਕਰ ਰਹੇ ਹੋਵੋ। ਉਦੋਂ ਕੌਫੀ ਲੈਣਾ ਜ਼ਿਆਦਾ ਲਾਭਦਾਇਕ ਹੋਵੇਗਾ। ਜਦੋਂ ਤੁਸੀਂ ਪਹਿਲਾਂ ਤੋਂ ਹੀ ਚੁਸਤ-ਦਰੁਸਤ ਮਹਿਸੂਸ ਕਰ ਰਹੇ ਹੋਵੋ ਉਦੋਂ ਕੌਫੀ ਪੀ ਕੇ ਯਾਦਾਸ਼ਤ ਤੇ ਜ਼ਿਆਦਾ ਦਬਾਓ ਪਾਉਣਾ ਹਾਨੀਕਾਰਕ ਸਿੱਧ ਹੋ ਸਕਦਾ ਹੈ। ਇਸ ਨਾਲ ਤੁਹਾਡੀ ਤੇਜ ਯਾਦਾਸ਼ਤ ਤੇ ਉਲਟ ਪ੍ਰਭਾਵ ਪੈ ਸਕਦਾ ਹੈ।

ਸੇਰੇਟੋਨਾਈਨ ਰਸਾਇਣ ਜੋ ਦਿਮਾਗ ਵਿਚ ਸੰਦੇਸ਼ ਵਾਹਕ ਦਾ ਕੰਮ ਕਰਦਾ ਹੈ, ਘੱਟ ਅਵਧੀ ਯਾਦਾਸ਼ਤ ਦੇ ਵਿਕਾਸ ਵਿਚ ਸਹਾਇਕ ਹੁੰਦਾ ਹੈ। ਕੈਫੀਨ ਪਦਾਰਥ ਇਸੇ ਰਸਾਇਣ ਪਦਾਰਥ ਤੇ ਪ੍ਰਭਾਵ ਪਾਉਂਦਾ ਹੈ।

ਕੈਫੀਨ ਦਾ ਸ੍ਰੋਤ ਸਿਰਫ ਕੌਫੀ ਹੀ ਨਹੀਂ ਹੁੰਦਾ ਸਗੋਂ ਚਾਹ, ਕਾਰਬੋਨੇਟਿਡ ਸੋਡਾ ਜਿਵੇਂ ਕੋਕਾ ਕੋਲਾ, ਕੌਫੀ ਸ਼ਾਮਲ ਆਈਸਕਰੀਮ ਅਤੇ ਯੋਗਰਟ ਵੀ ਹੁੰਦਾ ਹੈ। ਇਸ ਲਈ ਇਨ੍ਹਾਂ ਪਦਾਰਥਾਂ ਦੀ ਵਰਤੋਂ ਕਰਨ ਤੋਂ ਪਹਿਲਾਂ ਤੁਹਾਨੂੰ ਇਨ੍ਹਾਂ ਦੇ ਯਾਦਾਸ਼ਤ ਤੇ ਪੈਣ ਵਾਲੇ ਪ੍ਰਭਾਵ ਦੇ ਬਾਰੇ ਵਿਚ ਜ਼ਰੂਰ ਸੋਚ ਲੈਣਾ ਚਾਹੀਦਾ ਹੈ।

ਤੁਹਾਡੀ ਯਾਦਾਸ਼ਤ ਵਿਕਾਸ ਜਾਂ ਕਮਜ਼ੋਰੀ ਇਸ ਗੱਲ ਤੇ ਨਿਰਭਰ ਕਰਦੀ ਹੈ ਕਿ ਤੁਸੀਂ ਕਿਸ ਸਮੇਂ 'ਕੌਫੀ' ਦਾ ਕੱਪ ਲੈ ਰਹੇ ਹੋ।

ਮਹੱਤਵਪੂਰਨ ਸੰਕੇਤ :	ਕੈਫੀਨ ਪਦਾਰਥ

36

ਭੋਜਨਾਂ ਦੇ ਵਿਚ ਜਲ ਸੇਵਨ

ਜੇਕਰ ਤੁਸੀਂ ਮੰਦਬੁੱਧੀ ਜਾਂ ਸੁਸਤ ਮਹਿਸੂਸ ਕਰਦੇ ਹੋ ਅਤੇ ਤੁਹਾਡੀ ਕਾਰਜ ਸਮਰੱਥਾ ਕਮਜ਼ੋਰ ਹੋ ਰਹੀ ਹੈ ਤਾਂ ਜਲ ਸੇਵਨ ਕਰੋ। ਇਸ ਨਾਲ ਤੁਹਾਡੀ ਕਾਰਜ ਸਮਰੱਥਾ ਅਤੇ ਯਾਦਾਸ਼ਤ ਤਾਜਾ ਹੋਵੇਗੀ।

ਕਈ ਵਾਰ ਲੰਚ ਦੇ ਕੁਝ ਘੰਟਿਆਂ ਬਾਅਦ ਅਸੀਂ ਇਹ ਮਹਿਸੂਸ ਕਰਦੇ ਹਾਂ ਕਿ ਕੰਮ ਕਰਦੇ-ਕਰਦੇ ਸਾਡੇ ਉਤਸ਼ਾਹ ਵਿਚ ਕਮੀ ਆ ਗਈ ਹੈ।

ਤਾਜੇ ਫਲ ਜਿਵੇਂ ਕੇਲਾ, ਸੇਬ, ਸੰਤਰਾ ਜਾਂ ਸਲਾਦ, ਯੋਗਰਟ ਜਾਂ ਦਹੀ ਜੂਸ, ਕਾਰਨ ਫਲੇਕ, ਬਿਸਕੁਟ ਕੁਝ ਵੀ ਲੈ ਸਕਦੇ ਹੋ। ਇਹ ਤੁਹਾਨੂੰ ਤੰਦਰੁਸਤ ਰੱਖਣ ਤੋਂ ਇਲਾਵਾ ਤੁਹਾਡੇ ਦਿਮਾਗ ਨੂੰ ਤਾਜਗੀ ਅਤੇ ਫੁਰਤੀ ਪ੍ਰਦਾਨ ਕਰਨਗੇ।

ਜੇਕਰ ਤੁਸੀਂ ਵਿਚਕਾਰ ਜਲ ਸੇਵਨ ਕਰਦੇ ਹੋ ਤਾਂ ਤੁਹਾਡਾ ਸਰੀਰ ਅਤੇ ਦਿਮਾਗ ਤਰੋ-ਤਾਜਾ ਮਹਿਸੂਸ ਕਰਨਗੇ।

<table>
<tr><td>ਮਹੱਤਵਪੂਰਨ ਸੰਕੇਤ :</td><td>ਜਲ ਸੇਵਨ</td></tr>
</table>

37

ਡੂੰਘੀ ਸ਼ਵਾਸ- ਪ੍ਰਸ਼ਵਾਸ ਵਿਧੀ

ਜੇਕਰ ਤੁਸੀਂ ਨਰਵਸ ਮਹਿਸੂਸ ਕਰ ਰਹੇ ਹੋ ਤਾਂ ਆਪਣੇ ਭਟਕਦੇ ਵਿਚਾਰਾਂ ਤੇ ਨਿਯੰਤ੍ਰਣ ਦੇ ਲਈ ਕੁਝ ਡੂੰਘਾ ਸਾਹ ਲਓ। ਇਸ ਤਕਨੀਕ ਦਾ ਇਸਤੇਮਾਲ ਆਰਟਿਸਟ, ਐਕਟਰ, ਬੁਲਾਰਾ ਸਟੇਜ ਤੇ ਜਾਣ ਤੋਂ ਪਹਿਲਾਂ ਕਰਦੇ ਹਨ।

ਵਿਧੀ : ਅਰਾਮਦਾਇਕ ਸਥਿਤੀ ਵਿਚ ਬੈਠੇ ਆਪਣੇ ਮੋਢੇ, ਗਰਦਨ, ਲੱਤਾਂ, ਬਾਂਹਾਂ, ਤਨਾਓ ਤੋਂ ਬਿਨਾਂ ਰੱਖੋ। ਮੂੰਹ ਬੰਦ ਰੱਖਦੇ ਹੋਏ ਆਵਾਜ਼ ਕਰਦੇ ਹੋਏ ਨੱਕ ਵਿਚੋਂ ਡੂੰਘਾ ਸਾਹ ਲਓ। ਸਾਹ ਉਦੋਂ ਤੱਕ ਲਓ ਜਦੋਂ ਤੱਕ ਫੇਫੜੇ ਪੂਰੀ ਤਰ੍ਹਾਂ ਹਵਾ ਨਾਲ ਨਾ ਭਰ ਜਾਣ। ਹੁਣ ਸਾਹ ਥੋੜ੍ਹੀ ਦੇਰ ਰੋਕ ਕੇ ਰੱਖੋ। ਫਿਰ ਹੌਲੀ-ਹੌਲੀ ਨੱਕ ਵਿਚੋਂ ਹਵਾ ਬਾਹਰ ਕੱਢ ਦਿਓ ਅਤੇ ਫੇਫੜੇ ਪੂਰੀ ਤਰ੍ਹਾਂ ਖਾਲੀ ਕਰ ਦਿਓ। ਸਾਹ ਲੈਣ ਅਤੇ ਕੱਢਣ ਦਾ ਅਨੁਪਾਤ 1:4:2 ਨੂੰ ਅਪਣਾਓ। ਪਰ ਜ਼ਰੂਰਤ ਅਨੁਸਾਰ ਇਸ ਅਨੁਪਾਤ ਨੂੰ ਬਦਲ ਕੇ 1:2:1 ਕਰ ਸਕਦੇ ਹੋ। ਇਹ ਪ੍ਰਾਣਾਯਾਮ ਕਹਾਉਂਦਾ ਹੈ।

ਇਹ ਬਿਲਕੁਲ ਸੱਚ ਹੈ ਕਿ ਦਿਮਾਗ ਜਦੋਂ ਆਰਾਮ ਦੀ ਸਥਿਤੀ ਵਿਚ ਹੁੰਦਾ ਹੈ ਉਦੋਂ ਯਾਦਾਸ਼ਤ ਉੱਚ ਪੱਧਰ ਤੇ ਹੁੰਦੀ ਹੈ। ਇਸ ਆਰਾਮਦਾਇਕ ਸਥਿਤੀ ਨੂੰ ਪਾਉਣ ਦੇ ਲਈ ਪ੍ਰਾਣਾਯਾਮ ਦਾ ਅਭਿਆਸ ਕਰੋ। ਪ੍ਰਾਣਾਯਾਮ ਦੇ ਦੁਆਰਾ ਤੁਸੀਂ ਨਿਸ਼ਚਿਤ ਹੀ ਨਾਮ, ਚੇਹਰੇ, ਸਥਾਨ ਅਤੇ ਹੋਰ ਜ਼ਰੂਰੀ ਸੂਚਨਾਵਾਂ ਵਧੀਆ ਢੰਗ ਨਾਲ ਯਾਦ ਕਰ ਸਕੋਗੇ।

ਮਹੱਤਵਪੂਰਨ ਸੰਕੇਤ : ਪ੍ਰਾਣਾਯਾਮ

ਬਿਨਾਂ ਨੋਟਸ ਤੋਂ ਭਾਸ਼ਣ ਦੇਣਾ

38

ਲੋਕਾਂ ਦੇ ਸਮੂਹ ਦੇ ਸਾਹਮਣੇ ਭਾਸ਼ਣ ਦੇਣ ਵਿਚ ਕਿਹੋ ਜਿਹਾ ਮਹਿਸੂਸ ਹੁੰਦਾ ਹੈ? ਹੋਰਾਂ ਦੀ ਤਰ੍ਹਾਂ ਤੁਸੀਂ ਵੀ ਸ਼ਾਇਦ ਇਸ ਗੱਲ ਨੂੰ ਜ਼ਿਆਦਾ ਗੰਭੀਰਤਾ ਨਾਲ ਨਾ ਲਓ। ਇਸ ਵਿਚ ਹੈਰਾਨੀ ਦੀ ਗੱਲ ਨਹੀਂ ਕਿਉਂਕਿ ਅੰਦਰ ਦੀ ਘਬਰਾਹਟ ਭਾਸ਼ਣ ਨਮ ਤੋਂ ਹੀ ਦੂਰ ਭੱਜਦੀ ਹੈ। ਭਾਸ਼ਣ ਦੇ ਦੌਰਾਨ ਘਬਰਾਹਟ ਦੇ ਕਾਰਨ, ਜ਼ਰੂਰੀ ਗੱਲਾਂ ਭੁੱਲਣ ਦਾ ਡਰ ਬਣਿਆ ਰਹਿੰਦਾ ਹੈ।

ਇਸਦਾ ਇਕ ਉਪਾਅ ਹੈ ਕਿ ਲੋਕ ਤਕਰੀਰ ਲਿਖ ਕੇ ਲੈ ਜਾਣ। ਇਸ ਵਿਚ ਬੁਰਾਈ ਵੀ ਕੀ ਹੈ ਕਿ ਤੁਸੀਂ ਆਪਣੇ ਲਿਖੇ ਹੋਏ ਨੂੰ ਪੜ੍ਹੋ ਜਿਸ ਵਿਚ ਤੁਸੀਂ ਆਪਣੇ ਵਿਚਾਰਾਂ ਨੂੰ ਸੁਚੱਜੇ ਢੰਗ ਨਾਲ ਲਿਖਿਆ ਹੈ। ਪਰ ਮੇਰੀ ਰਾਏ ਇਸ ਵਿਚ ਭਿੰਨ ਹੈ ਮੈਂ ਇਹ ਮੰਨਦਾ ਹਾਂ ਕਿ ਲਿਖਿਆ ਹੋਇਆ ਦੋਸ਼ਪੂਰਨ ਹੁੰਦਾ ਹੈ। ਸਭ ਤੋਂ ਵੱਡਾ ਦੋਸ਼ ਤਾਂ ਇਹ ਹੈ ਕਿ ਇਸ ਵਿਚ ਬੁਲਾਰੇ ਅਤੇ ਸ੍ਰੋਤੇ ਵਿਚ ਸਬੰਧ ਸਥਾਪਿਤ ਨਹੀਂ ਹੋ ਸਕਦਾ। ਲਿਖੇ ਹੋਏ ਵਿਚ ਇਹ ਤੱਤ ਗਾਇਬ ਹੋ ਜਾਂਦਾ ਹੈ।

ਤਾਂ ਕਿਸ ਪ੍ਰਕਾਰ ਬਿਨਾਂ ਨੋਟਸ ਤੋਂ ਬੋਲਿਆ ਜਾਵੇ?

ਹੱਲ : ਮੰਨ ਲਓ ਤੁਸੀਂ 'ਵਧੀਆ ਰਹਿਨੁਮਾਈ ਕੀ ਹੋਵੇ' ਵਿਸ਼ੇ ਤੇ ਬੋਲਣਾ ਹੈ।

ਸੁਝਾਅ – 1 : ਸਾਨੂੰ ਵਿਸ਼ੇ ਨਾਲ ਸਬੰਧਤ ਸਮੱਗਰੀ ਇਕੱਠੀ ਕਰਕੇ ਉਸ ਤੇ ਵਿਚਾਰ ਜ਼ਰੂਰ ਕਰਨਾ ਪਵੇਗਾ।

ਸੁਝਾਅ – 2 : ਫਿਰ ਇਸ ਸਮੱਗਰੀ ਨੂੰ ਸ੍ਰੇਣੀਬੱਧ ਕਰੋਗੇ ਕਿ ਭੂਮਿਕਾ ਵਿਚ ਕੀ ਕਹਿਣਾ ਹੈ, ਉਸਤੋਂ ਬਾਅਦ ਕੀ ਬੋਲਣਾ ਹੈ ਅਤੇ ਸਮਾਪਤ ਕਰਦੇ ਸਮੇਂ ਕੀ ਬੋਲਣਾ ਹੈ।

ਸੁਝਾਅ – 3 : ਮਹੱਤਵਪੂਰਨ ਸੰਕੇਤਾਂ ਨੂੰ ਪਛਾਣੋ ਅਤੇ ਇਨ੍ਹਾਂ ਸੰਕੇਤਾਂ ਨੂੰ ਸੁਚੱਜੇ ਢੰਗ ਨਾਲ ਵਿਵਸਥਿਤ ਕਰੋ।

ਮੰਨ ਲਓ ਭਾਸ਼ਣ ਦੇ ਲਈ ਮੁੱਖ ਸੰਕੇਤ ਹੇਠ ਲਿਖੇ ਹਨ :

1. ਅਟੁੱਟ ਸਾਹਸ
2. ਆਤਮ ਨਿਯੰਤ੍ਰਣ

3. ਨਿਆਂ ਪਸੰਦ

4. ਯੋਜਨਾ ਲਾਗੂਕਰਨ

5. ਉਦੇਸ਼ ਵਿਚ ਸਪੱਸ਼ਟਤਾ

6. ਜ਼ਿਆਦਾ ਤੋਂ ਜ਼ਿਆਦਾ ਕਰਨ ਦੀ ਆਦਤ

7. ਆਕਰਸ਼ਕ ਸੂਝ-ਬੂਝ ਅਤੇ ਦਇਆਵਾਨ

8. ਵਿਸ਼ੇ ਦੀ ਜਾਂ ਸਮੱਸਿਆਵਾਂ ਦੀ ਡੂੰਘੀ ਪਰਖ

9. ਜ਼ਿੰਮੇਵਾਰੀ ਨਿਭਾਉਣ ਲਈ ਉਤਸੁਕ

10. ਸੰਗਠਨ ਪਸੰਦ

ਸੁਝਾਅ – 4 : ਹੁਣ ਇਨ੍ਹਾਂ 10 ਮਹੱਤਵਪੂਰਨ ਸੰਕੇਤਾਂ ਨੂੰ ਯਾਦਾਸ਼ਤ ਵਿਚ ਇਕੱਠਾ ਕਰ ਲਓ। ਉਦਾਹਰਨ ਦੇ ਲਈ ਛੇਵਾਂ ਪੁਆਇੰਟ 'ਜ਼ਿਆਦਾ ਕਰਨ ਦੀ ਆਦਤ' ਦਾ ਮੇਜ਼ ਦੇ ਨਾਲ ਸਬੰਧ ਸਥਾਪਿਤ ਕਰੋ। ਇਸਦਾ ਮਤਲਬ ਹੈ ਕਿ ਤੁਹਾਡੇ ਧਿਆਨ ਵਿਚ ਇਹ ਬੈਠ ਗਿਆ ਹੈ ਕਿ ਇਕ ਕੁਸ਼ਲ ਨੇਤਾ ਨੂੰ ਮੇਜ਼ ਤੇ ਬੈਠ ਕੇ ਜ਼ਿਆਦਾ ਤੋਂ ਜ਼ਿਆਦਾ ਕੰਮ ਕਰਨਾ ਪੈਂਦਾ ਹੈ।

ਇਹ ਨਾ ਭੁੱਲੋ ਕਿ ਅੱਜ ਦੇ ਕੁਸ਼ਲ ਬੁਲਾਰੇ ਨੂੰ ਕਈ ਅਭਿਆਸਾਂ ਤੋਂ ਹੋ ਕੇ ਲੰਘਣਾ ਪੈਂਦਾ ਹੈ। ਪਹਿਲੀ ਵਾਰ ਵਿਚ ਕੋਈ ਸਫਲ ਬੁਲਾਰਾ ਨਹੀਂ ਬਣ ਸਕਦਾ। ਇਸ ਅਧਿਆਇ ਵਿਚ ਤੁਹਾਨੂੰ ਕੁਝ ਆਧਾਰਭੂਤ ਗੱਲਾਂ ਦੱਸੀਆਂ ਗਈਆਂ ਹਨ ਜੋ ਤੁਹਾਡੇ ਲਈ ਨਿਰਸੰਦੇਹ ਲਾਭਦਾਇਕ ਸਾਬਤ ਹੋਣਗੀਆਂ।

ਜੇਕਰ 'ਯਾਦਾਸ਼ਤ ਸੰਗ੍ਰਹਿ ਸਥਾਨ' ਵਿਧੀ ਨੂੰ ਵਧੀਆ ਢੰਗ ਨਾਲ ਪ੍ਰਯੋਗ ਵਿਚ ਲਿਆਓ ਤਾਂ ਤੁਸੀਂ ਜਦੋਂ ਵੀ ਕਦੀ ਤੁਹਾਨੂੰ ਮੌਕਾ ਮਿਲੇਗਾ ਤਾਂ ਤੁਸੀਂ ਭਾਸ਼ਣ ਦੇ ਸਕੋਗੇ।

ਮਹੱਤਵਪੂਰਨ ਸੰਕੇਤ :	ਦਿਮਾਗੀ ਨੋਟਸ

39

ਕਮਜ਼ੋਰ ਹਿੱਸਾ

ਜੇਕਰ ਤੁਸੀਂ ਘਰ ਦਾ ਦਰਵਾਜ਼ਾ ਖੋਲ੍ਹਣ ਦੇ ਲਈ ਪੁੱਠੇ ਹੱਥ ਦੀ ਵਰਤੋਂ ਕਰੋ (ਜਿਹੜੇ ਲੋਕ ਖੱਬੇ ਹੱਥ ਨਾਲ ਜ਼ਿਆਦਾ ਕੰਮ ਕਰਦੇ ਹਨ ਉਨ੍ਹਾਂ ਦੇ ਲਈ ਸੱਜਾ ਹੱਥ ਪੁੱਠਾ ਹੋਵੇਗਾ) ਤਾਂ ਤੁਹਾਡੀ ਯਾਦਾਸ਼ਤ ਉਨੀ ਸਹਾਇਕ ਨਾ ਹੋਵੇ ਜਿੰਨੀ ਸਧਾਰਣ ਹੁੰਦੀ ਹੈ। ਕੀ ਤੁਸੀਂ ਕਦੀ ਪੁੱਠੇ ਹੱਥ ਨਾਲ ਦਸਤਖਤ ਕਰਨ ਦੀ ਕੋਸ਼ਿਸ਼ ਕੀਤੀ ਹੈ? ਧਿਆਨ ਦਿਓ ਪਹਿਲਾ ਨਾਮ ਲਿਖਣਾ ਵੀ ਕਿੰਨਾ ਮੁਸ਼ਕਲ ਹੁੰਦਾ ਹੈ। ਬਹੁਤ ਸੌਖੀ ਦਿਖਣ ਵਾਲੀ ਕਿਰਿਆ ਦੇ ਨਾਲ ਸੰਘਰਸ਼ ਕਰਨ ਨਾਲ ਦਿਮਾਗ ਦੇ ਉਹ ਅੰਸ਼ ਚੌਕਸ ਹੋਣ ਦੀ ਕੋਸ਼ਿਸ਼ ਕਰਦੇ ਹਨ ਜਿਨ੍ਹਾਂ ਨੂੰ ਜਾਂ ਤਾਂ ਅਸੀਂ ਪ੍ਰਯੋਗ ਹੀ ਨਹੀਂ ਕਰ ਸਕਦੇ ਜਾਂ ਘੱਟ ਪ੍ਰਯੋਗ ਕਰਦੇ ਹਾਂ। ਇਹ ਅੰਸ਼ ਵੀ ਆਪਣੀ ਮਹੱਤਵਪੂਰਨ ਭੂਮਿਕਾ ਨਿਭਾਉਣਾ ਚਾਹੁੰਦੇ ਹਨ।

ਕੋਈ ਅਜਿਹੀ ਰੋਜ਼ਾਨਾ ਦੀ ਆਦਤ ਅਪਨਾਓ ਜਿਵੇਂ ਤੁਸੀਂ ਟੂਥਬੁਰਸ਼ ਕਰਦੇ ਹੋ, ਆਪਣੀ ਸ਼ਰਟ ਦਾ ਬਟਨ ਲਗਾਉਂਦੇ ਹੋ, ਜੁੱਤੀ ਬੰਨ੍ਹਦੇ ਹੋ। ਸਧਾਰਣ ਤੌਰ ਤੇ ਤੁਸੀਂ ਆਦਤ ਅਨੁਸਾਰ ਸੱਜਾ ਹੱਥ ਪ੍ਰਯੋਗ ਵਿਚ ਲਿਆਉਂਦੇ ਹੋ ਇਨ੍ਹਾਂ ਕਿਰਿਆਵਾਂ ਨੂੰ ਤੁਸੀਂ ਪੁੱਠੇ ਹੱਥ ਨਾਲ ਕਰਕੇ ਦੇਖੋ ਤਾਂ ਤੁਹਾਡਾ ਦਿਮਾਗ ਤੁਰੰਤ ਸਧਾਰਣ ਕ੍ਰਿਆ ਦੇ ਸਮਾਨ ਅੰਤਰ ਕਿਰਿਆ ਦਰਜ ਕਰੇਗਾ। ਇਸ ਤਰ੍ਹਾਂ ਤੁਹਾਡੇ ਦਿਮਾਗ ਦੇ ਸੁੱਤੇ ਭਾਗ ਚੌਕਸ ਹੋ ਕੇ ਕੰਮ ਕਰਨ ਲੱਗਣਗੇ ਅਤੇ ਜਿਸਦਾ ਮਤਲਬ ਹੈ ਦਿਮਾਗ ਦਾ ਚਾਰੋ ਤਰਫਾ ਵਿਕਾਸ ਅਤੇ ਕਸਰਤ।

ਆਪਣੀ ਰੋਜ਼ਾਨਾ ਦੀ ਜ਼ਿੰਦਗੀ ਵਿਚ ਪੁੱਠੇ ਹੱਥ ਨਾਲ ਅਜਿਹੀਆਂ ਕ੍ਰਿਆਵਾਂ ਨੂੰ ਕਰਨ ਦੀ ਕੋਸ਼ਿਸ਼ ਕਰੋ ਜੋ ਅਕਸਰ ਤੁਸੀਂ ਸਿੱਧੇ ਹੱਥ ਨਾਲ ਕਰਦੇ ਹੋ। ਇਸ ਤਰ੍ਹਾਂ ਬਦਲਾਓ ਲਿਆਉਣ ਨਾਲ ਹੋ ਸਕਦਾ ਹੈ ਕਿ ਤੁਰੰਤ ਨਤੀਜੇ ਸਾਹਮਣੇ ਨਾ ਆਉਣ ਪਰ ਏਨਾਂ ਜ਼ਰੂਰ ਹੈ ਕਿ ਹੌਲੀ-ਹੌਲੀ ਬਦਲਾਓ ਮਹਿਸੂਸ ਕਰੋਗੇ।

ਜਾਹਰ ਹੈ ਇਸ ਕਿਰਿਆ ਵਿਚ ਜਰਾ ਵੀ ਖਤਰਾ ਨਹੀਂ ਹੈ ਪਰ ਇਸਦਾ ਇਹ ਮਤਲਬ ਨਹੀਂ ਕਿ ਤੁਸੀਂ ਕਿਸੇ ਤਿੱਖੀ ਵਸਤੂ ਦਾ ਇਸਤੇਮਾਲ ਕਰਨਾ ਸ਼ੁਰੂ ਕਰ ਦਿਓ ਫਿਰ ਦੁਖੀ ਨਤੀਜੇ ਭੁਗਤੋ। ਇਸਦੇ ਲਈ ਤੁਹਾਨੂੰ ਥੋੜ੍ਹਾ ਜਿਹਾ ਸਾਵਧਾਨ ਰਹਿਣਾ ਪਵੇਗਾ।

ਮਹੱਤਵਪੂਰਨ ਸੰਕੇਤ : ਖੱਬਾ ਹੱਥ

40

ਊਰਜਾਵਾਨ ਹੋਣ ਦੇ ਲਈ ਸੈਰ ਸਪਾਟਾ ਕਰੋ

ਕੁਦਰਤੀ ਸੁੰਦਰਤਾ ਵਿਚ ਜਾਣ ਅਤੇ ਸੈਰ ਕਰਨ ਨਾਲ ਤੁਹਾਡੀ ਯਾਦਾਸ਼ਤ ਊਰਜਾਵਾਨ ਹੋਵੇਗੀ, ਤੁਸੀਂ ਆਰਾਮਦਾਇਕ ਮਹਿਸੂਸ ਕਰੋਗੇ, ਵਿਸ਼ਲੇਸ਼ਣ ਸ਼ਕਤੀ ਦਾ ਵਿਕਾਸ ਹੋਵੇਗਾ ਅਤੇ ਇਕਾਗਰਤਾ ਤੇਜ ਹੋਵੇਗੀ।

ਯਾਦਾਸ਼ਤ ਤੇ ਜਿਹੜੀ ਜ਼ਰੂਰੀ ਰੂਪ ਨਾਲ ਲਾਗੂ ਹੁੰਦੀ ਹੈ ਉਹ ਹੈ ਧਿਆਨ ਦਾ ਵੰਡਿਆ ਜਾਣਾ। ਜੇਕਰ ਤੁਸੀਂ ਕੁਝ ਸਮਾਂ ਸੈਰ ਸਪਾਟੇ ਦੇ ਲਈ ਜਾਂਦੇ ਹੋ ਤਾਂ ਤੁਹਾਡੀ ਬੈਟਰੀ ਰੀਚਾਰਜ ਹੋ ਜਾਵੇਗੀ ਅਤੇ ਤੁਸੀਂ ਫੁਰਤੀ ਦਾਇਕ ਮਹਿਸੂਸ ਕਰੋਗੇ ਫਲਸਰੂਪ ਤੁਹਾਡੀ ਯਾਦਾਸ਼ਤ ਦਾ ਵਿਕਾਸ ਹੋਵੇਗਾ।

ਕੁਦਰਤ ਦੇ ਨੇੜੇ ਜਾਣ ਦਾ ਕੋਈ ਅਜਿਹਾ ਸਥਾਨ ਲੱਭੋ ਜਿੱਥੇ ਤੁਸੀਂ ਆਪਣੇ ਕਾਰਜ ਸਥਾਨ ਜਾਂ ਘਰੋ ਪੈਦਲ ਜਾ ਸਕੋ।

ਉਹ ਸਥਾਨ ਝੀਲ ਦੇ ਨਜ਼ਦੀਕ ਕੋਈ ਚੱਟਾਨ, ਕੋਈ ਸ਼ਾਂਤ ਪਾਰਕ ਹੋ ਸਕਦਾ ਹੈ। ਹਫ਼ਤੇ ਵਿਚ ਘੱਟੋ ਘੱਟ ਅੱਧੇ ਘੰਟੇ ਦਾ ਸਮਾਂ ਜ਼ਰੂਰ ਕੱਢੋ ਅਤੇ ਦਿਮਾਗ ਵਿਚ ਅਜਿਹੀ ਕੋਈ ਚੀਜ਼ ਨਾ ਲੈ ਜਾਓ ਜੋ ਤੁਹਾਨੂੰ ਉੱਥੇ ਵੀ ਪਰੇਸ਼ਾਨ ਕਰੇ। ਕੋਈ ਕਿਤਾਬ ਜਾਂ ਸਟੀਰੀਓ ਵੀ ਨਾ ਲਿਜਾਓ।

ਹੁਣ ਤੁਸੀਂ ਪਾਰਕ ਵਿਚ ਜਾਣ ਤੋਂ ਬਾਅਦ ਆਪਣੀਆਂ ਇੰਦਰੀਆਂ ਤੇ ਦਬਾਅ ਨਾ ਪਾਓ ਆਰਾਮ ਨਾਲ ਰਹਿਣ ਦਿਓ। ਕਿਸੇ ਇਕ ਚੀਜ਼ ਨੂੰ ਵੀ ਜ਼ਿਆਦਾ ਧਿਆਨ ਨਾਲ ਨਾ ਦੇਖੋ। ਮਨ ਹੀ ਮਨ ਸੋਚੋ ਕਿ ਤੁਸੀਂ ਕਦਰਤ ਦੀ ਗੋਦ ਵਿਚ ਹੋ। ਤੁਹਾਨੂੰ ਚਿੜੀਆਂ ਦਾ ਚਹਿਚਹਾਉਣਾ, ਚੜ੍ਹਦੇ ਸੂਰਜ ਦੀ ਲਾਲੀ, ਹਰੇ ਭਰੇ ਪੱਤੇ ਬਹੁਤ ਚੰਗੇ ਲੱਗਣਗੇ। ਤੁਸੀਂ ਆਪਣੇ ਆਪ ਨੂੰ ਬਹੁਤ ਊਰਜਾਵਾਨ ਮਹਿਸੂਸ ਕਰੋਗੇ ਤੁਹਾਡਾ ਦਿਮਾਗ, ਯਾਦਾਸ਼ਤ ਸਰੀਰ ਉਤਸ਼ਾਹਿਤ ਮਹਿਸੂਸ ਕਰਨਗੇ। ਕਿਉਂਕਿ ਤੁਸੀਂ ਭੀੜ-ਭੜੱਕੇ, ਰੌਲੇ-ਰੱਪੇ, ਭਾਵਨਾਤਮਕ ਦਾਇਰੇ ਤੋਂ ਦੂਰ ਇਕਾਂਤ ਸਥਾਨ ਵਿਚ ਹੋਵੋਗੇ। ਇਸ ਪ੍ਰਕਾਰ ਇਸ ਸਥਾਨ ਤੇ ਹਰ ਪਲ ਦਾ ਅਨੰਦ ਲਓ। ਤੁਹਾਨੂੰ ਦਿਮਾਗ ਅਤੇ ਸਰੀਰ ਵਿਚ ਸੰਤੁਲਨ ਬਣਦਾ ਮਹਿਸੂਸ ਹੋਵੇਗਾ।

ਮਹੱਤਵਪੂਰਨ ਸੰਕੇਤ : ਨਵਾਂ ਸਥਾਨ

41

ਰੁਟੀਨ ਬਦਲੋ

ਰੋਜ਼ਾਨਾ ਇਕੋ ਜਿਹਾ ਨਿਤਨੇਮ ਬੋਰ ਕਰਦਾ ਹੈ ਇਕ ਤਰ੍ਹਾਂ ਨਾਲ ਚੇਤਨਾ ਖਾਲੀ ਕਰਦੀ ਹੈ। ਆਪਣੇ ਆਪ ਨੂੰ ਤੇਜ ਤਿੱਖਾ ਅਤੇ ਉਤਸ਼ਾਹਿਤ ਕਰਨ ਦੇ ਲਈ ਆਪਣੀ ਰੁਟੀਨ ਵਿਚ ਥੋੜ੍ਹਾ ਜਿਹਾ ਬਦਲਾਓ ਲਿਆਓ।

ਇਸਦੇ ਲਈ ਇਹ ਕਰਨਾ ਜ਼ਰੂਰੀ ਨਹੀਂ ਕਿ ਤੁਸੀਂ ਹਰ ਮਹੀਨੇ ਆਪਣੀ ਨੌਕਰੀ ਬਦਲੋ ਜਾਂ ਇਕ ਸ਼ਹਿਰ ਤੋਂ ਦੂਜੇ ਸ਼ਹਿਰ ਵਿਚ ਘੁੰਮੋ। ਥੋੜ੍ਹਾ ਜਿਹਾ ਨਿਤਨੇਮ ਵਿਚ ਪਰਿਵਰਤਨ ਤੁਹਾਡੇ ਅੰਦਰ ਉਤਸ਼ਾਹ ਦਾ ਸੰਚਾਰ ਕਰ ਸਕਦਾ ਹੈ ਤੁਹਾਡਾ ਦਿਮਾਗ ਲਾਈਟ ਬਲਬ ਦੀ ਤਰ੍ਹਾਂ ਚਮਕ ਮਹਿਸੂਸ ਕਰੇਗਾ। ਸਾਡਾ ਦਿਮਾਗ ਕੁਝ ਨਵਾਂ ਕਰਨ ਦੇ ਲਈ ਲਾਲਸਾ ਕਰਦਾ ਰਹਿੰਦਾ ਹੈ ਜੇਕਰ ਅਸੀਂ ਕੁਝ ਨਵਾਂ ਕਰਨ ਦੀ ਕੋਸ਼ਿਸ਼ ਕਰੀਏ ਤਾਂ ਅਨਰਜੀ ਲੇਬਲ ਵਿਚ ਉਮੀਦ ਭਰਿਆ ਉਤਸ਼ਾਹ ਨਜ਼ਰ ਆਵੇਗਾ। ਜਿਵੇਂ ਤੁਸੀਂ ਆਪਣੇ ਘਰ ਦੀ ਵਿਵਸਥਾ ਬਦਲ ਸਕਦੇ ਹੋ। ਫਰਨੀਚਰ ਦੇ ਸਥਾਨ ਵਿਚ ਪਰਿਵਰਤਨ ਕਰ ਸਕਦੇ ਹੋ। ਘੜੀ ਦੂਜੇ ਹੱਥ ਵਿਚ ਬੰਨ੍ਹ ਸਕਦੇ ਹੋ। ਕੰਮ ਕਰਨ ਦਾ ਕੋਈ ਨਵਾਂ ਤਰੀਕਾ ਅਪਣਾ ਸਕਦੇ ਹੋ। ਇਸ ਤਰ੍ਹਾਂ ਦਾ ਬਦਲਾਓ ਤੁਹਾਡੇ ਦਿਮਾਗ ਵਿਚ ਨਵੇਂ ਕੁਨੈਕਸ਼ਨ ਸਥਾਪਿਤ ਕਰਨ ਵਿਚ ਸਹਾਇਤਾ ਕਰੇਗਾ।

ਇਹ ਬਦਲਾਓ, ਤੁਹਾਨੂੰ ਤੁਰੰਤ 50 ਨਾਮ ਯਾਦ ਕਰਨ ਵਿਚ ਹੋ ਸਕਦਾ ਹੈ ਮਦਦ ਨਾ ਕਰਨ ਜਾਂ ਵੱਡਾ ਅਧਿਆਇ ਯਾਦ ਕਰਨ ਵਿਚ ਸਫਲਤਾ ਨਾ ਮਿਲੇ ਪਰ ਤੁਹਾਡੇ ਦਿਮਾਗ ਨੂੰ ਚੁਸਤ ਅਤੇ ਊਰਜਾਵਾਨ ਮਹਿਸੂਸ ਕਰਨ ਵਿਚ ਜ਼ਰੂਰ ਮਦਦ ਕਰਨਗੇ। ਇਸਦਾ ਨਤੀਜਾ ਇਹ ਹੋਵੇਗਾ ਕਿ ਤੁਹਾਡੀ ਕਾਰਜ ਸਮਰੱਥਾ ਵਿਚ ਹੈਰਾਨੀਜਨਕ ਸੁਧਾਰ ਹੋਵੇਗਾ। ਤੁਹਾਡੇ ਦਿਮਾਗ ਵਿਚ ਨਵੇਂ-ਨਵੇਂ ਵਿਚਾਰ ਪੈਦਾ ਹੋਣਗੇ ਕੁਝ ਨਵਾਂ ਕਰਨ ਦੇ ਲਈ ਮਨ ਉਤਸ਼ਾਹਿਤ ਰਹੇਗਾ। ਚਿਹਰੇ ਤੇ ਚਮਕ ਮਹਿਸੂਸ ਹੋਵੇਗੀ। ਸਿਰਜਨਾਤਮਕ ਕੰਮ ਕਰਨ ਵਿਚ ਮਦਦ ਮਿਲੇ ਗੀ ਅਤੇ ਵਿਭਿੰਨ ਚੀਜ਼ਾਂ ਵਿਚ ਸਬੰਧ ਸਥਾਪਿਤ ਕਰਨ ਦੀ ਸਮਰੱਥਾ ਦਾ ਵਿਕਾਸ ਹੋਵੇਗਾ। ਕੁਲ ਮਿਲਾ ਕੇ ਤੁਹਾਡੇ ਦਿਮਾਗ ਦਾ ਚਹੁਮੁਖੀ ਵਿਕਾਸ ਹੋਵੇਗਾ।

ਮਹੱਤਵਪੂਰਨ ਸੰਕੇਤ : ਰੁਟੀਨ ਵਿਚ ਬਦਲਾਓ।

ਸੁੰਘਣ ਦੀ ਯਾਦ ਸ਼ਕਤੀ

ਵਿਭਿੰਨ ਤਰ੍ਹਾਂ ਦੀ ਯਾਦਾਸ਼ਤ ਬਣਾਈ ਰੱਖਣ ਲਈ ਆਪਣੀ ਯਾਦਾਸ਼ਤ ਨੂੰ ਮਹਿਕ ਨਾਲ ਲਿੰਕ ਕਰੋ। ਇਸ ਨਾਲ ਤੁਹਾਡੇ ਲੱਭਣ, ਸੋਚਣ, ਸਮਝਣ ਪਛਾਨਣ ਦੀ ਸ਼ਕਤੀ ਦਾ ਵਿਕਾਸ ਹੋਵੇਗਾ।

ਇਤਰ ਜਾਂ ਮਹਿਕ ਨੂੰ ਆਪਣਾ ਯਾਦਾਸ਼ਤ ਰੱਖਿਅਕ ਸਮਝੋ। ਜੇਕਰ ਤੁਸੀਂ ਕਿਸੇ ਖਾਸ ਮਹਿਕ ਨੂੰ ਕਿਸੇ ਖਾਸ ਵਸਤੂ ਨਾਲ ਸਬੰਧ ਜੋੜ ਕੇ ਮਹਿਸੂਸ ਕਰੋ ਤਾਂ ਤੁਹਾਡਾ ਦਿਮਾਗ ਉਨ੍ਹਾਂ ਵਿਸ਼ੇਸ਼ ਵਸਤੂਆਂ ਨਾਲ ਸਬੰਧਤ ਸੂਚਨਾ ਹਮੇਸ਼ਾਂ ਦੇ ਲਈ ਧਾਰਨ ਕਰ ਲਵੇਗਾ। ਕਿਉਂਕਿ ਦਿਮਾਗ ਵਿਚ ਇਹ ਸਮਰੱਥਾ ਕਮਾਲ ਦੀ ਹੁੰਦੀ ਹੈ।

ਮਹਿਕ ਇਕ ਸਭ ਤੋਂ ਮਹੱਤਵਪੂਰਨ ਅਤੇ ਜ਼ਰੂਰੀ ਇੰਦਰੀਆਂ ਗੁਣ ਹਨ ਜਿਸਨੂੰ ਦਿਮਾਗ ਤੁਰੰਤ ਗ੍ਰਹਿਣ ਕਰ ਲੈਂਦਾ ਹੈ। ਕੁਝ ਨਿਸ਼ਚਿਤ ਦਿਮਾਗ ਸਬੰਧੀ ਕੋਸ਼ਿਕਾਵਾਂ ਨੱਕ ਦੁਆਰਾ ਸਿੱਧੇ ਰੂਪ ਨਾਲ ਜੁੜੀਆਂ ਹੁੰਦੀਆਂ ਹਨ ਜੋ ਸਾਨੂੰ ਤੁਰੰਤ ਸਿੱਖਣ ਜਾਂ ਯਾਦ ਕਰਨ ਵਿਚ ਮਦਦ ਕਰਦੀਆਂ ਹਨ। ਹੋਰ ਇੰਦਰੀਆਂ ਜਿਨ੍ਹਾਂ ਦਾ ਦਿਮਾਗ ਨਾਲ ਸਬੰਧ ਸਿੱਧਾ ਨਾ ਹੋ ਕੇ ਚੈਨਲਾਂ ਦੇ ਮਾਧਿਅਮ ਨਾਲ ਹੈ ਜਦੋਂ ਕਿ ਮਹਿਕ ਸਿੱਧੇ ਰੂਪ ਨਾਲ ਦਿਮਾਗ ਨਾਲ ਜੁੜੀ ਹੈ। ਜਿਵੇਂ ਰਾਸ਼ਟਰਪਤੀ ਦੇ ਆਫਿਸ ਵਿਚ ਲਾਲ ਟੈਲੀਫੋਨ ਰੱਖਿਆ ਹੈ ਜਿਸਦਾ ਸਿੱਧਾ ਸਬੰਧ ਮਾਸਕੋ ਨਾਲ ਹੈ।

ਤੁਸੀਂ ਆਪਣੇ ਜੀਵਨ ਵਿਚ ਹੋਣ ਵਾਲੀਆਂ ਘਟਨਾਵਾਂ ਨੂੰ ਸੁਗੰਧ ਨਾਲ ਜੋੜ ਸਕਦੇ ਹੋ। ਉਦਾਹਰਣ ਦੇ ਲਈ ਹਰ ਸਾਲ ਕ੍ਰਿਸਮਿਸ ਦੇ ਮੌਕੇ ਤੇ ਜੋ ਕੇਕ ਤਿਆਰ ਕਰਦੇ ਹਨ ਜਿੰਨਾ ਉਤਸ਼ਾਹ ਉਸ ਸਮੇਂ ਲਗਾਇਆ ਸੀ ਉਸੀ ਜੋਰ ਨਾਲ ਉਵੇਂ ਦਾ ਹੀ ਤਿਆਰ ਕਰੋ। ਦੋਸਤ ਦੇ ਫੋਨ ਕਰਨ ਤੋਂ ਪਹਿਲਾਂ ਸੰਤਰਾ ਛਿੱਲੋ। ਜਦੋਂ ਕੋਈ ਕ੍ਰਾਸਵਰਡ ਪਜ਼ਲ ਖੇਲੋ, ਵਨੀਲਾ ਖ਼ੁਸ਼ਬੂਦਾਰ ਮੋਮਬੱਤੀ ਜਗਾਓ।

ਆਪਣੇ ਆਪ ਅਨੁਭਵਾਂ ਨੂੰ ਖ਼ੁਸ਼ਬੂ ਜਾਂ ਮਹਿਕ ਨਾਲ ਜੋੜੋ ਅਤੇ ਦਿਮਾਗ ਨੂੰ ਲੰਬੀ ਅਵਧੀ ਧਾਰਨ ਕਰਨ ਵਿਚ ਮਦਦ ਕਰੋ।

ਮਹੱਤਵਪੂਰਨ ਸੰਕੇਤ : ਖ਼ੁਸ਼ਬੂ ਯਾਦਾਸ਼ਤ

ਚੰਗੀ ਪੜ੍ਹਾਈ ਦੇ ਲਈ ਚੰਗੀ ਨੀਂਦ

ਕੀ ਮੈਨੂੰ ਰਾਤ ਦੇਰ ਤੱਕ ਪੜ੍ਹਨਾ ਚਾਹੀਦਾ ਹੈ ਜਾਂ ਸਵੇਰੇ ਛੇਤੀ ਉੱਠ ਕੇ ਪੜ੍ਹਨ ਦੀ ਆਦਤ ਪਾਉਣੀ ਚਾਹੀਦੀ ਹੈ? ਇਕ ਵਿਦਿਆਰਥੀ ਦੇ ਲਈ ਕਿੰਨੇ ਘੰਟੇ ਸੌਣਾ ਕਾਫੀ ਹੁੰਦਾ ਹੈ। ਪ੍ਰੀਖਿਆ ਦੇ ਦਿਨਾਂ ਵਿਚ ਸੌਣ ਦੇ ਸਮੇਂ ਵਿਚ ਕਟੌਤੀ ਕਰਨ ਨਾਲ ਕੀ ਅਸਲ ਵਿਚ ਹੀ ਕੋਈ ਲਾਭ ਹੁੰਦਾ ਹੈ? ਕੀ ਦੁਪਹਿਰ ਵਿਚ ਇਕ ਨੀਂਦ ਲੈ ਲੈਣੀ ਚਾਹੀਦੀ ਹੈ?

ਸਾਨੂੰ ਇਨ੍ਹਾਂ ਪ੍ਰਸ਼ਨਾਂ ਦਾ ਸਹੀ ਉੱਤਰ ਪਤਾ ਹੋਣਾ ਚਾਹੀਦਾ ਹੈ ਤਾਂ ਕਿ ਪ੍ਰਭਾਵ ਪੂਰਣ ਢੰਗ ਨਾਲ ਆਪਣੀ ਪੜ੍ਹਾਈ ਕਰ ਸਕੀਏ। ਪੜ੍ਹਾਈ ਦੇ ਲਈ ਨੀਂਦ ਦੇ ਮਹੱਤਵ ਨੂੰ ਹੇਠ ਲਿਖੇ ਬਿੰਦੂਆਂ ਨਾਲ ਸਮਝਣਾ ਜ਼ਰੂਰੀ ਹੈ।

ਨੀਂਦ ਜ਼ਰੂਰੀ ਪ੍ਰੋਟੀਨ ਬਣਾਉਂਦੀ ਹੈ

ਨੀਂਦ ਦੇ ਦੌਰਾਨ ਦਿਮਾਗ ਦੇ ਸਾਰੇ ਭਾਗ ਆਰਾਮ ਨਹੀਂ ਕਰ ਰਹੇ ਹੁੰਦੇ ਦਿਮਾਗ ਦੇ ਕੁਝ ਨਿਸ਼ਚਿਤ ਭਾਗਾਂ ਵਿਚ ਇਲੈਕਟ੍ਰੀਕਲ ਕਿਰਿਆ ਕਲਾਪ, ਆਕਸੀਜਨ, ਉਪਭੋਗ ਅਤੇ ਊਰਜਾ ਖਰਚ ਹੁੰਦੀ ਹੈ। ਇਨ੍ਹਾਂ ਕਿਰਿਆ ਕਲਾਪਾਂ ਦੇ ਦੌਰਾਨ ਦਿਮਾਗੀ ਕੋਸ਼ਿਕਾਵਾਂ ਪ੍ਰੋਟੀਨ ਬਣਾਉਂਦੀਆਂ ਹਨ। ਇਹੀ ਪ੍ਰੋਟੀਨ ਯਾਦਾਸ਼ਤ ਇਕੱਤਰ ਕਰਨ ਵਿਚ ਸਹਾਇਕ ਹੁੰਦਾ ਹੈ। ਇਸ ਲਈ ਇਹ ਜ਼ਰੂਰੀ ਹੈ ਕਿ ਤੁਸੀਂ ਪੂਰੀ ਨੀਂਦ ਲਓ ਤਾਂ ਕਿ ਪ੍ਰੋਟੀਨ ਉਤਪਾਦਨ ਹੋ ਸਕੇ। ਕਿਉਂਕਿ ਪ੍ਰੋਟੀਨ ਦਾ ਬਣਨਾ ਅਤੇ ਵਿਗੜਨਾ ਰੋਜ਼ਾਨਾ ਦੀ ਪ੍ਰਕਿਆ ਹੈ। ਜੇਕਰ ਪੁਰਾਣੇ ਪ੍ਰੋਟੀਨ ਦੀ ਜਗ੍ਹਾ, ਨਵੇਂ ਪ੍ਰੋਟੀਨ ਨਾ ਲਏਏ ਤਾਂ ਸਾਰੀ ਯਾਦਾਸ਼ਤ ਹੌਲੀ-ਹੌਲੀ ਖਤਮ ਹੋ ਜਾਵੇਗੀ। ਇਸ ਲਈ ਪ੍ਰੋਟੀਨ ਪ੍ਰਕਿਆ ਦੁਆਰਾ ਯਾਦਾਸ਼ਤ ਧਾਰਨ ਕਰਨ ਦੇ ਲਈ ਨੀਂਦ ਦਾ ਆਪਣਾ ਮਹੱਤਵ ਹੈ।

ਨੀਂਦ ਸੂਚਨਾ ਸੁਚੱਜੀ ਤਰ੍ਹਾਂ ਵਿਵਸਥਿਤ ਕਰਦੀ ਹੈ

ਦਿਨ ਦੇ ਦੌਰਾਨ ਜੋ ਵੀ ਸੂਚਨਾ ਅਸੀਂ ਪ੍ਰਾਪਤ ਕਰਦੇ ਹਾਂ ਨੀਂਦ ਉਸਨੂੰ ਵਿਵਸਥਿਤ ਕਰਦੀ ਹੈ। ਜੋ ਕੁਝ ਅਸੀਂ ਦੇਖਦੇ ਹਾਂ, ਸੁਣਦੇ ਹਾਂ, ਸੁੰਘਦੇ ਹਾਂ, ਟੇਸਟ ਕਰਦੇ ਹਾਂ ਜਾਂ ਛੂੰਹਦੇ ਹਾਂ ਤਾਂ ਵਿਭਿੰਨ ਤਰ੍ਹਾਂ ਦੀਆਂ ਸੂਚਨਾਵਾਂ ਦਿਮਾਗ ਤੱਕ ਪਹੁੰਚਦੀਆਂ ਹਨ। ਨੀਂਦ ਇਨ੍ਹਾਂ ਸੂਚਨਾਵਾਂ ਨੂੰ ਨਾੜੀ ਸਟੋਰੇਜ ਵਿਚ ਅਸਾਨ ਯੋਜਨਾ ਤਹਿਤ ਵਿਵਸਥਿਤ ਕਰਦੀ ਹੈ। ਇਸ ਲਈ ਚੰਗੀ ਨੀਂਦ ਦੇ ਨਾਲ ਕੋਈ ਸਮਝੌਤਾ ਕਦੀ ਨਾ ਕਰੋ। ਸਾਨੂੰ ਚੰਗੀ ਨੀਂਦ ਜ਼ਰੂਰ ਲੈਣੀ ਚਾਹੀਦੀ ਹੈ ਕਿੰਨੀ ਨੀਂਦ ਹੋਵੇ ਇਹ ਵਿਅਕਤੀ ਤੇ ਨਿਰਭਰ ਕਰਦਾ ਹੈ ਕਿ ਉਹ ਕਿੰਨਾ ਸਰੀਰਕ ਅਤੇ ਮਾਨਸਿਕ ਕੰਮ ਕਰਦਾ ਹੈ ਅਤੇ ਕਿਸ ਤਰ੍ਹਾਂ ਦਾ ਭੋਜਨ

ਖਾਂਦਾ ਹੈ। ਵਿਦਿਆਰਥੀ ਦੇ ਲਈ ਛੇ ਤੋਂ ਅੱਠ ਘੰਟੇ ਦੀ ਨੀਂਦ ਹੋਣੀ ਚਾਹੀਦੀ ਹੈ। ਇਹ ਵੀ ਯਾਦ ਰੱਖੋ ਪੂਰੀ ਨੀਂਦ ਨਾ ਲੈਣ ਨਾਲ ਸੂਚਨਾ ਨੂੰ ਲੰਬੀ ਅਵਧੀ ਯਾਦਾਸ਼ਤ ਵਿਚ ਭੇਜਣ ਦੀ ਸਮਰੱਥਾ ਵੀ ਕਮਜ਼ੋਰ ਹੁੰਦੀ ਹੈ।

ਦੁਪਹਿਰ ਦੀ ਨੀਂਦ

ਦੁਪਹਿਰ ਦੀ ਨੀਂਦ ਦਾ ਮਤਲਬ 24 ਘੰਟ ਵਿਚ ਦੋ ਤਾਜ਼ੀਆਂ ਸਵੇਰ ਦਾ ਹੋਣਾ। ਸਵੇਰ ਦਾ ਕੰਮ ਕਰਨ ਤੋਂ ਬਾਅਦ ਜਦੋਂ ਦਿਮਾਗ ਸੁਸਤ ਅਵਸਥਾ ਵਿਚ ਹੁੰਦਾ ਹੈ ਤਾਂ 30 ਤੋਂ 45 ਮਿੰਟ ਦੀ ਨੀਂਦ ਦਿਮਾਗ ਨੂੰ ਉਰਜਾਵਾਨ ਬਣਾ ਦਿੰਦੀ ਹੈ। ਹਾਲਾਂਕਿ ਇਹ ਨੀਂਦ ਸਰੀਰਕ ਰੂਪ ਨਾਲ ਸੁਸਤ ਕਰ ਦਿੰਦੀ ਹੈ ਪਰ ਦਿਮਾਗ ਨੂੰ ਉਰਜਾਵਾਨ ਬਣਾ ਦਿੰਦੀ ਹੈ। ਜੇਕਰ ਤੁਹਾਡੀ ਨੌਕਰੀ ਇਸ ਤਰ੍ਹਾਂ ਦੀ ਹੈ ਜਿਸ ਵਿਚ ਤੁਹਾਡੇ ਲਈ ਦੁਪਹਿਰ ਦੀ ਨੀਂਦ ਲੈਣਾ ਸੰਭਵ ਨਾ ਹੋਵੇ ਤਾਂ ਪਰੇਸ਼ਾਨ ਹੋਣ ਦੀ ਜ਼ਰੂਰਤ ਨਹੀਂ ਤੁਸੀਂ ਕੁਝ ਸਮਾਂ ਸ਼ਾਂਤ ਭਾਵ ਵਿਚ ਜਾਂ ਧਿਆਨ ਮੁਦਰਾ ਵਿਚ ਬੈਠ ਸਕਦੇ ਹੋ। ਇਸ ਨਾਲ ਵੀ ਯਾਦਾਸ਼ਤ ਤਾਜ਼ਾ ਮਹਿਸੂਸ ਕਰੇਗੀ।

ਉਨੀਂਦਰੇ ਦੀ ਸਥਿਤੀ ਤੇ ਕਾਬੂ

ਜੇਕਰ ਤੁਹਾਨੂੰ ਰਾਤ ਨੂੰ ਨੀਂਦ ਆਉਣ ਵਿਚ ਪਰੇਸ਼ਾਨੀ ਹੈ ਤਾਂ ਇਸਦੇ ਉਪਾਅ ਦੇ ਲਈ ਕੁਝ ਸੁਝਾਅ ਇਸ ਤਰ੍ਹਾਂ ਹਨ।

1. ਰਾਤ ਨੂੰ ਖਾਣਾ ਖਾਣ ਤੋਂ ਬਾਅਦ ਜਾਂ ਦੇਰ ਰਾਤ ਨੂੰ ਚਾਹ ਜਾਂ ਕੌਫੀ ਪੀਣਾ ਗੰਭੀਰ ਸਮੱਸਿਆ ਪੈਦਾ ਕਰ ਸਕਦਾ ਹੈ। ਜੇਕਰ ਤੁਸੀਂ ਦਿਨ ਵਿਚ ਜ਼ਿਆਦਾ ਕੈਫੀਨ ਸੇਵਨ ਕੀਤਾ ਹੈ ਤਾਂ ਉਹ ਵੀ ਤੁਹਾਡੀ ਨੀਂਦ ਵਿਚ ਰੁਕਾਵਟ ਹੋ ਸਕਦਾ ਹੈ।

2. ਜ਼ਿਆਦਾ ਪ੍ਰੋਟੀਨ ਵਾਲੇ ਭੋਜਨ ਤੋਂ ਬਚੋ : ਜੇਕਰ ਤੁਹਾਨੂੰ ਰਾਤ ਨੂੰ ਸੌਣ ਵਿਚ ਪਰੇਸ਼ਾਨੀ ਹੁੰਦੀ ਹੈ ਤਾਂ ਸੌਣ ਤੋਂ ਠੀਕ ਪਹਿਲਾਂ ਜ਼ਿਆਦਾ ਪ੍ਰੋਟੀਨ ਵਾਲੇ ਭੋਜਨ ਦਾ ਸੇਵਨ ਨਾ ਕਰੋ।

3. ਸੌਣ ਦੇ ਸਮੇਂ ਦਾ ਪਾਲਣ : ਜੇਕਰ ਤੁਹਾਡੇ ਸੌਣ ਦੇ ਸਮੇਂ ਵਿਚ ਬਦਲਾਓ ਹੁੰਦਾ ਰਹਿੰਦਾ ਹੈ ਤਾਂ ਇਹ ਵੀ ਉਨੀਂਦਰੇ ਦਾ ਕਾਰਣ ਹੁੰਦਾ ਹੈ। ਇਸ ਲਈ ਸੌਣ ਦਾ ਸਮਾਂ ਨਿਸ਼ਚਿਤ ਕਰ ਲਓ।

ਅੰਤ ਜ਼ਿਆਦਾ ਲਾਭਕਾਰੀ ਹੁੰਦਾ ਹੈ

ਇਹ ਦਿਮਾਗ ਦਾ ਗੁਣ ਹੁੰਦਾ ਹੈ ਕਿ ਇਹ ਵਿਚਕਾਰ ਪ੍ਰਾਪਤ ਸੂਚਨਾ ਦੇ ਮੁਕਾਬਲੇ ਪਹਿਲੀ ਅਤੇ ਆਖਰ ਵਿਚ ਪ੍ਰਾਪਤ ਸੂਚਨਾ ਨੂੰ ਧਾਰਣ ਕਰਦਾ ਹੈ। ਜਦੋਂ ਅਸੀਂ ਕੋਈ ਲੈਕਚਰ ਜਾਂ ਸੈਮੀਨਾਰ ਸੁਣ ਰਹੇ ਹੁੰਦੇ ਹਾਂ ਤਾਂ ਅਸੀਂ ਪਹਿਲੀਆਂ ਅਤੇ ਅਖੀਰਲੀਆਂ ਗੱਲਾਂ ਨੂੰ ਜ਼ਿਆਦਾ ਯਾਦ ਕਰ ਸਕਦੇ ਹਾਂ। ਇਸੀ ਤਰ੍ਹਾਂ ਫਿਲਮ ਦੇਖਣ ਦੇ ਦੌਰਾਨ ਵੀ ਅਜਿਹਾ ਹੀ ਹੁੰਦਾ ਹੈ। ਸੌਣ ਜਾਣ ਤੋਂ ਪਹਿਲਾਂ ਦਾ ਆਖਰੀ ਘੰਟਾ ਅਤੇ ਸੌਂ ਕੇ ਉੱਠਣ ਤੋਂ ਬਾਅਦ ਦਾ ਪਹਿਲਾ ਘੰਟਾ ਜ਼ਿਆਦਾ ਮਹੱਤਵਪੂਰਨ ਹੁੰਦਾ ਹੈ। ਇਨ੍ਹਾਂ ਦੋਨੋਂ ਸਮਿਆਂ ਨੂੰ ਪੜ੍ਹਾਈ ਦੇ ਲਈ ਇਸਤੇਮਾਲ ਕਰੋ। ਜੇਕਰ ਤੁਸੀਂ ਕੁਝ ਦੁਹਰਾਉਣਾ ਹੈ ਤਾਂ ਸੌਣ ਤੋਂ ਪਹਿਲਾਂ ਦਾ ਸਮਾਂ ਜ਼ਿਆਦਾ ਮਹੱਤਵਪੂਰਨ ਹੈ। ਸਵੇਰ ਦੇ ਸਮੇਂ ਕਿਉਂਕਿ ਦਿਮਾਗ ਜ਼ਿਆਦਾ ਚੁਸਤ-ਦਰੁਸਤ ਹੁੰਦਾ ਹੈ ਸਵੇਰ ਦੇ ਸਮੇਂ ਨੂੰ ਨਵਾਂ ਟਾਪਿਕ ਯਾਦ ਕਰਨ ਵਿਚ ਲਗਾਓ।

ਮਹੱਤਵਪੂਰਨ ਸੰਕੇਤ : ਪ੍ਰੋਟੀਨ, ਦੁਪਹਿਰ ਦੀ ਨੀਂਦ, ਨਿਯਮ, ਸੁਚੱਜੇ ਤੌਰ ਤੇ ਵਿਵਸਥਿਤ

44

ਜਿਹੇ ਜਿਹੀ ਸੋਚ ਉਹੋ ਜਿਹਾ ਹੋਵੇਗਾ

ਤੁਹਾਡਾ ਬੇਸੂਰਤ ਮਨ, ਕੀ ਸਹੀ ਹੈ ਅਤੇ ਕੀ ਸਹੀ ਨਜ਼ਰ ਆ ਰਿਹਾ ਹੈ, ਮੈ ਫਰਕ ਨਹੀਂ ਕਰ ਸਕਦਾ।

ਇਸ ਰਚਨਾ ਵਿਚ ਅਸੀਂ ਸੱਚੀਆਂ ਘਟਨਾਵਾਂ ਇਕੱਤਰ ਕੀਤੀਆਂ ਹਨ ਜਿਸ ਨਾਲ ਤੁਹਾਨੂੰ ਇਹ ਮਹਿਸੂਸ ਹੋਵੇਗਾ ਕਿ ਜਿਵੇਂ ਦਾ ਅਸੀਂ ਸੋਚਦੇ ਹਾਂ ਉਹੋ ਜਿਹਾ ਹੀ ਹੋਣ ਦੀ ਸੰਭਾਵਨਾ ਹੈ।

ਘਟਨਾ – 1 : ''ਰੈਫ੍ਰਿਜਰੇਟਰ ਕਾਰ ਵਿਚ ਜੰਮਣ ਨਾਲ ਮੌਤ'' ਇਹ ਘਟਨਾ 1964 ਦੀ ਹੈ। ਹਾਲਾਂਕਿ ਇਹ ਖ਼ਬਰ ਥੋੜ੍ਹੀ ਭਰੋਸੇਹੀਣ ਲੱਗਦੀ ਹੈ ਪਰ ਘਟਨਾ ਤਰਤੀਬ ਅਜਿਹੀ ਬਣੀ ਕਿ ਇਹੀ ਸੱਚ ਸੀ। ਇਕ ਆਦਮੀ ਇਸ ਕਾਰ ਵਿਚ ਦਰਵਾਜੇ ਦੇ ਅਚਾਨਕ ਬੰਦ ਹੋਣ ਜਾਣ ਨਾਲ ਫਸ ਗਿਆ। ਜਦੋਂ ਉਸ ਨੂੰ ਕੱਢਿਆ ਗਿਆ ਤਾਂ ਸਰੀਰਕ ਸੁਰਾਗ ਕੁਝ ਇਸ ਤਰ੍ਹਾਂ ਮਿਲੇ ਕਿ ਉਸਦੀ ਮੌਤ ਜੰਮਣ ਨਾਲ ਹੋ ਗਈ ਸੀ। ਹਾਲਾਂਕਿ ਰੈਫ੍ਰਿਜਰੇਟਰ ਯੂਨਿਟ ਨੂੰ ਬੰਦ ਕਰ ਦਿੱਤਾ ਗਿਆ ਸੀ ਪਰ ਉਸ ਵਿਅਕਤੀ ਨੇ ਘਬਰਾਹਟ ਵਿਚ ਅਜਿਹਾ ਸੋਚਿਆ ਕਿ ਹੁਣ ਸਾਹਮਣੇ ਮੌਤ ਨਿਸ਼ਚਿਤ ਹੈ। ਦਿਮਾਗ ਵਿਚ ਇਸ ਤਰ੍ਹਾਂ ਦੇ ਸਰੀਰਕ ਬਦਲਾਅ ਹੋਏ ਜਿਸ ਕਾਰਨ ਉਸਦੀ ਮੌਤ ਹੋ ਗਈ। ਜੇਕਰ ਉਹ ਪਰਿਸਥਿਤੀ ਨਾਲ ਲੜਨ ਦੀ ਹਿੰਮਤ ਕਰ ਸਕਦਾ ਤਾਂ ਸ਼ਾਇਦ ਅਜਿਹਾ ਸੰਭਵ ਨਾ ਸਕਦਾ।

ਘਟਨਾ – 2 : ਡਾ. ਰੋਸੇਨਥਲ ਜੋ ਕੈਲੀਫੋਰਨੀਆਂ ਦੇ ਮਨੋਵਿਗਿਆਨੀ ਸਨ। ਉਨ੍ਹਾਂ ਨੇ ਪਬਲਿਕ ਸਕੂਲ ਦੇ ਵਿਦਿਆਰਥੀਆਂ ਦਾ ਜ਼ੂ ਟੈਸਟ ਲਿਆ। ਉਨ੍ਹਾਂ ਨੇ ਬੱਚਿਆਂ ਨੂੰ ਦੋ ਗਰੁੱਪਾਂ ਵਿਚ ਵੰਡ ਦਿੱਤਾ ਅਤੇ ਨਤੀਜੇ ਵੱਲ ਧਿਆਨ ਨਹੀਂ ਦਿੱਤਾ। ਉਨ੍ਹਾਂ ਨੇ ਅਧਿਆਪਕ ਨੂੰ ਕਿਹਾ ਕਿ ਪਹਿਲਾ ਗਰੁੱਪ ਦੂਜੇ ਗਰੁੱਪ ਦੀ ਤੁਲਨਾ ਵਿਚ ਹੁਸ਼ਿਆਰ ਹੈ। ਜਦੋਂ ਕਿ ਅਸਲ ਵਿਚ ਦੋਨੋਂ ਗਰੁੱਪਾਂ ਵਿਚ ਕੋਈ ਫਰਕ ਨਹੀਂ ਸੀ। ਬੱਚਿਆਂ ਦੇ ਸਿੱਟੇ ਦੇ ਬਾਰੇ ਵਿਚ ਕਦੀ ਨਹੀਂ ਦੱਸਿਆ ਗਿਆ ਅਤੇ ਅਧਿਆਪਕ ਨੂੰ ਕਿਹਾ ਗਿਆ ਕਿ ਉਹ ਵਿਦਿਆਰਥੀਆਂ ਨੂੰ ਬਰਾਬਰ ਸਮਝਣ। ਅੱਠ ਮਹੀਨੇ ਬਾਅਦ ਜਦੋਂ ਦੋਨੋਂ ਸਮੂਹਾਂ ਦੇ ਗ੍ਰੇਡਾਂ ਦੀ ਸਮੀਖਿਆ ਲਈ ਗਈ ਤਾਂ ਪਹਿਲੇ ਗਰੁੱਪ ਦੇ ਬੱਚਿਆਂ ਦੇ ਗ੍ਰੇਡ 28 ਪ੍ਰਤੀਸ਼ਤ

ਵਧੀਆ ਪਾਏ ਗਏ ਅਤੇ ਉਨ੍ਹਾਂ ਦਾ ਸਧਾਰਣ ਗਿਆਨ ਦੂਜੇ ਸਮੂਹ ਦੀ ਤੁਲਨਾ ਵਿਚ ਜ਼ਿਆਦਾ ਮਾਪਿਆ ਗਿਆ। ਬਿਨਾਂ ਕੁਝ ਕਹੇ ਉਸ ਅਧਿਆਪਕ ਨੇ ਪਹਿਲੇ ਸਮੂਹ ਦੇ ਬੱਚਿਆਂ ਵੱਲ ਨਰਮ ਰਵੱਈਆ ਰੱਖਿਆ ਅਤੇ ਉਸਨੇ ਸੋਚਿਆ ਕਿ ਇਨ੍ਹਾਂ ਬੱਚਿਆਂ ਦਾ ਤਾਂ ਗਿਆਨ ਵਧੀਆ ਹੀ ਹੈ। ਉਸ ਅਧਿਆਪਕ ਨੇ ਇਨ੍ਹਾਂ ਬੱਚਿਆਂ ਦੇ ਸਬੰਧ ਵਿਚ ਵਧੀਆ ਗਿਆਨ ਮਾਹੌਲ ਬਣਾ ਦਿੱਤਾ। ਜਿਸ ਕਾਰਨ ਅਜਿਹਾ ਹੋਇਆ।

ਘਟਨਾ - 3 : ਬੁਲਗਾਰੀਆ ਵਿਚ ਪਹਿਲੀ ਜਮਾਤ ਦੇ ਬੱਚਿਆਂ ਨੂੰ ਕਵਿਤਾ ਯਾਦ ਕਰਨ ਦੇ ਲਈ ਕਿਹਾ ਗਿਆ। ਦੂਜੀ ਜਮਾਤ ਦੇ ਬੱਚਿਆਂ ਨੂੰ ਵੀ ਇਹੀ ਕਿਹਾ ਗਿਆ ਪਰ ਨਾਲ ਹੀ ਕਿਹਾ ਗਿਆ ਕਿ ਇਹ ਕਵਿਤਾ ਕਿਸੇ ਜਾਣੇ ਪਛਾਣੇ ਕਵੀ ਦੀ ਹੈ। ਇਸਦਾ ਨਤੀਜਾ ਇਹ ਹੋਇਆ ਕਿ ਦੂਜੀ ਜਮਾਤ ਦੇ ਬੱਚਿਆਂ ਨੇ ਪਹਿਲੀ ਜਮਾਤ ਦੇ ਬੱਚਿਆਂ ਦੇ ਮੁਕਾਬਲੇ 60 ਪ੍ਰਤੀਸ਼ਤ ਜ਼ਿਆਦਾ ਯਾਦ ਕਰ ਲਿਆ। ਇਸਦਾ ਕਾਰਨ ਇਹ ਸੀ ਕਿ ਦੂਜੇ ਸਮੂਹ ਦੇ ਬੱਚਿਆਂ ਦੇ ਦਿਮਾਗ ਨੇ ਕਵੀ ਦੀ ਪ੍ਰਸਿੱਧੀ ਨੂੰ ਧਿਆਨ ਵਿਚ ਰੱਖ ਕੇ ਕਵਿਤਾ ਯਾਦ ਕੀਤੀ। ਅਸੀਂ ਇਹ ਸੋਚ ਕੇ ਕੰਮ ਨਹੀਂ ਕਰਦੇ ਕਿ ਅਸਲ ਵਿਚ ਕੀ ਹੈ ਸਗੋਂ ਅਸੀਂ ਇਹ ਧਿਆਨ ਰੱਖ ਕੇ ਕੰਮ ਕਰਦੇ ਹਾਂ ਕਿ ਅਸੀਂ ਉਸ ਵਿਸ਼ੇਸ਼ ਕੰਮ ਦੇ ਬਾਰੇ ਵਿਚ ਕੀ ਸੋਚਦੇ ਹਾਂ ਉਸਨੂੰ ਕਿਸ ਤਰ੍ਹਾਂ ਲੈਂਦੇ ਹਾਂ ਅਤੇ ਕਿਸ ਤਰ੍ਹਾਂ ਕਲਪਨਾ ਕਰਦੇ ਹਾਂ। ਨੈਪੋਲੀਅਨ ਦੇ ਅਨੁਸਾਰ, ਕਲਪਨਾ ਸ਼ਕਤੀ ਸੰਸਾਰ ਤੇ ਰਾਜ ਕਰਦੀ ਹੈ। ਨੈਪੋਲੀਅਨ ਯੁੱਧ ਤੋਂ ਪਹਿਲਾਂ ਆਪਣੇ ਦੁਸ਼ਮਣ ਦੇ ਬਾਰੇ ਇਕ ਹਫਤਾ ਪਹਿਲਾਂ ਹੀ ਯੋਜਨਾ ਬਣਾ ਲੈਂਦਾ ਸੀ। ਦੁਸ਼ਮਣ ਦੇ ਗੁਣ, ਦੋਸ਼ਾਂ ਦਾ ਬਰੀਕੀ ਨਾਲ ਅਧਿਐਨ ਕਰ ਲੈਂਦਾ ਸੀ। ਇਸ ਤਰ੍ਹਾਂ ਉਹ ਆਪਣੇ ਸਮੇਂ ਤੋਂ 105 ਸਾਲ ਅੱਗੇ ਸੀ। ਇਸ ਲਈ, ਜੇਕਰ ਤੁਸੀਂ ਆਪਣੇ ਉਦੇਸ਼ ਵਿਚ ਕਾਮਯਾਬ ਹੋਣਾ ਚਾਹੁੰਦੇ ਹੋ ਤਾਂ ਪਹਿਲਾਂ ਦਿਮਾਗੀ ਰੂਪ ਨਾਲ ਕਾਮਯਾਬ ਹੋਵੋ। ਜਿੰਨਾਂ ਸੰਭਵ ਹੋਵੇ ਸਾਰੀ ਪ੍ਰਕਿਆ ਦੀ ਰਿਹਰਸਲ ਕਰ ਲਓ।

ਮਹੱਤਪੂਰਨ ਸੰਕੇਤ : ਮਾਨਸਿਕ ਸ਼ਕਤੀ

45

ਤਨਾਓ ਮੁਕਤੀ ਦੇ ਉਪਾਅ

ਤਨਾਓ ਤੋਂ ਤੁਰੰਤ ਆਰਾਮ ਦੇ ਲਈ ਛੇ ਕਦਮ

ਤਨਾਓ ਸਾਡੀ ਕਾਰਜ ਸਮਰੱਥਾ ਨੂੰ ਘੱਟ ਕਰਦਾ ਹੀ ਹੈ ਸਾਡੀ ਪੜ੍ਹਾਈ ਤੇ ਵੀ ਪ੍ਰਤੀਕੁਲ ਅਸਰ ਪਾਉਂਦਾ ਹੈ। ਅਗਲੀ ਵਾਰ ਜੇਕਰ ਤੁਸੀਂ ਆਪਣੇ ਆਪ ਨੂੰ ਤਨਾਓ ਵਿਚ ਮਹਿਸੂਸ ਕਰੋ ਤਾਂ ਤੁਰੰਤ ਲਾਭ ਦੇ ਲਈ ਹੇਠ ਲਿਖੇ ਛੇ ਉਪਾਵਾਂ ਤੇ ਵਿਚਾਰ ਕਰੋ।

1. ਵਿਭਿੰਨ ਅਧਿਐਨਾਂ ਦੇ ਅਨੁਸਾਰ ਚਿੰਤਾ ਤੁਹਾਨੂੰ ਤਨਾਓ ਗ੍ਰਸਤ ਕਰਦੀ ਹੈ ਅਤੇ ਤੁਹਾਡੇ ਪੇਟ ਦੀਆਂ ਨਾੜੀਆਂ ਤੇ ਹਾਨੀਕਾਰਕ ਪ੍ਰਭਾਵ ਪਾਉਂਦੀ ਹੈ ਫਲਸਰੂਪ ਤੁਹਾਡੀ ਪਾਚਨ ਸ਼ਕਤੀ ਸਧਾਰਣ ਤੋਂ ਅਸਧਾਰਣ ਹੋ ਜਾਂਦੀ ਹੈ ਜੋ ਅਕਸਰ ਅਲਸਰ ਨੂੰ ਜਨਮ ਦਿੰਦੀ ਹੈ।

ਡਾ. ਅਲੇਕਸ ਦੇ ਅਨੁਸਾਰ, ਜੋ ਚਿੰਤਾ ਨਾਲ ਲੜਨਾ ਨਹੀਂ ਜਾਣਦੇ ਉਹ ਚਿਤਾ ਵਿਚ ਪਹੁੰਚ ਜਾਂਦੇ ਹਨ। ਇਸ ਲਈ ਚਿੰਤਾ ਕਰਨਾ ਛੱਡੋ।

2. ਚਿੰਤਾ ਦਾ ਸਭ ਤੋਂ ਹਾਨੀਕਾਰਕ ਪ੍ਰਭਾਵ ਇਹ ਹੈ ਕਿ ਸਾਡੀ ਸੋਚਣ ਸਮਝਣ ਦੀ ਸ਼ਕਤੀ ਦਾ ਹਾਸ ਹੁੰਦਾ ਹੈ। ਜਦੋਂ ਅਸੀਂ ਚਿੰਤਾ ਗ੍ਰਸਤ ਹੁੰਦੇ ਹਾਂ ਤਾਂ ਸਾਡਾ ਦਿਮਾਗ ਇੱਧਰ-ਉੱਧਰ ਭੱਜਦਾ ਹੈ ਪੁੱਠੀਆਂ ਗੱਲਾਂ ਸੋਚਣ ਲੱਗਦਾ ਹੈ ਜਿਸ ਕਾਰਨ ਅਸੀਂ ਫੈਸਲਾ ਨਹੀਂ ਲੈ ਸਕਦੇ। ਪਰ ਜਦੋਂ ਅਸੀਂ ਭੈੜੀ ਤੋਂ ਭੈੜੀ ਪਰਿਸਥਿਤੀ ਦੇ ਲਈ ਤਿਆਰ ਹੁੰਦੇ ਹਾਂ ਤਾਂ ਇਹ ਪਰਿਸਥਿਤੀਆਂ ਸਾਡਾ ਕੁਝ ਨਹੀਂ ਵਿਗਾੜ ਸਕਦੀਆਂ ਅਤੇ ਅਸੀਂ ਪਰੇਸ਼ਾਨੀਆਂ ਨੂੰ ਵਧੀਆ ਢੰਗ ਨਾਲ ਸੁਲਝਾ ਲੈਂਦੇ ਹਾਂ।

3. ਭਿਅੰਕਰ ਪਰਿਸਥਿਤੀ ਦਾ ਨਿੱਡਰਤਾ ਨਾਲ ਵਿਸ਼ਲੇਸ਼ਣ ਕਰੀਏ ਅਤੇ ਈਮਾਨਦਾਰੀ ਨਾਲ ਸੋਚੀਏ ਕਿ ਜ਼ਿਆਦਾਂ ਤੋਂ ਜ਼ਿਆਦਾ ਕੀ ਮਾੜਾ ਹੋ ਜਾਵੇਗਾ। ਇਸਤੋਂ ਬਾਅਦ ਸ਼ਾਂਤ ਦਿਮਾਗ ਨਾਲ ਅਤੇ ਸੰਪੂਰਨ ਊਰਜਾ ਦੇ ਨਾਲ ਉਸ ਭਿਅੰਕਰ ਸਥਿਤੀ ਦਾ ਸਾਹਮਣਾ ਕਰੋ ਅਤੇ ਉਸ ਤੋਂ ਬਾਹਰ ਨਿਕਲਣ ਦੀ ਕੋਸ਼ਿਸ਼ ਕਰੋ।

4. ਹੇਠਾਂ ਲਿਖੇ ਵਾਕਾਂ ਨੂੰ ਧਿਆਨ ਨਾਲ ਪੜ੍ਹੋ।

ਵਿਅਕਤੀ ਉਨ੍ਹਾਂ ਘਟਨਾ ਤੋਂ ਜ਼ਖਮੀ ਨਹੀਂ ਹੁੰਦਾ ਜਿੰਨਾਂ ਉਹ ਸੋਚ ਕੇ ਹੁੰਦਾ ਹੈ ਕਿ ਇਹ ਕੀ ਹੋ ਗਿਆ?

ਆਪਣੇ ਵਿਚਾਰਾਂ ਨੂੰ ਬਦਲਣ ਦੇ ਲਈ ਹੇਠ ਲਿਖੀਆਂ ਤਕਨੀਕਾਂ ਅਪਣਾਓ। ਅਸੀਂ ਜੋ ਕੁਝ ਵੀ ਮਨ ਹੀ ਮਨ ਸੋਚਦੇ ਹਾਂ ਉਸ ਨੂੰ ਕਰਮ ਦੁਆਰਾ ਮੰਜ਼ਿਲ ਤੇ ਲੈ ਜਾਣ ਦੀ ਕੋਸ਼ਿਸ਼ ਕਰਦੇ ਹਾਂ ਕਿਉਂਕਿ ਕਰਮ ਸਾਡੀ ਇੱਛਾ ਦੇ ਸਿੱਧਾ ਨਿਯੰਤ੍ਰਣ ਵਿਚ ਹੁੰਦਾ ਹੈ। ਜੇਕਰ ਵਿਚਾਰ ਜਾਂ ਇੱਛਾ ਉੱਚ ਹੈ ਅਤੇ ਉਤਸ਼ਾਹਿਤ ਹੈ ਤਾਂ ਕਰਮ ਵੀ ਉਵੇਂ ਦੇ ਹੀ ਹੋਣਗੇ।

ਇਸ ਲਈ ਤੁਸੀਂ ਕਰਮ ਇਸ ਤਰ੍ਹਾਂ ਕਰੋ ਜਿਵੇਂ ਤੁਸੀਂ ਬਹੁਤ ਖੁਸ਼ ਹੋ। ਇਵੇਂ ਖੁਸ਼ੀ ਨਾਲ ਗੱਲ ਕਰੋ ਜਾਂ ਚੱਲੋ ਜਿਵੇਂ ਕਿ ਤੁਸੀਂ ਪਹਿਲਾਂ ਤੋਂ ਹੀ ਖੁਸ਼ ਹੋ। ਜੇਕਰ ਸੰਭਵ ਹੋਵੇ ਤਾਂ ਕੁਝ ਪਲ ਦੇ ਲਈ ਨੱਚੋ ਕਰੋ।

5. ਕਿਉਂਕਿ ਤੁਹਾਡੇ ਕੋਲ ਵਧੀਆ ਜੁੱਤੀ ਨਹੀਂ ਹੈ ਇਸ ਲਈ ਤੁਸੀਂ ਪ੍ਰੇਸ਼ਾਨ ਹੋ ਤਾਂ ਜਾ ਕੇ ਸੜਕ ਤੇ ਦੇਖੋ ਅਜਿਹੇ ਬਹੁਤ ਸਾਰੇ ਮਿਲ ਜਾਣਗੇ ਜਿਨ੍ਹਾਂ ਦੇ ਕੋਲ ਪਾਉਣ ਦੇ ਲਈ ਕੁਝ ਨਹੀਂ ਹੈ। ਇਸ ਨੂੰ ਰੋਜ਼ ਸਵੇਰ ਪੜ੍ਹੋ ਤੁਹਾਨੂੰ ਇਸ ਗੱਲ ਦੇ ਲਈ ਕਦੀ ਦੁਖ ਨਹੀਂ ਹੋਵੇਗਾ ਕਿ ਤੁਹਾਡੇ ਕੋਲ ਕਿਸੇ ਚੀਜ਼ ਦੀ ਕਮੀ ਹੈ।

6. ਮਾਨਸਿਕ ਚਿਤਰਣ ਤਕਨੀਕ : ਤੁਸੀਂ ਆਪਣੇ ਅੰਦਰ ਜ਼ਿੰਦਗੀ ਦੇ ਉਨ੍ਹਾਂ ਪਲਾਂ ਨੂੰ ਸਮੇਟ ਕੇ ਰੱਖੋ ਜਿਨ੍ਹਾਂ ਵਿਚ ਤੁਸੀਂ ਬਹੁਤ ਖੁਸ਼ ਸੀ। ਅਗਲੀ ਵਾਰ ਤੁਸੀਂ ਜਦੋਂ ਵੀ ਤਨਾਓ ਗ੍ਰਸਤ ਹੋਵੇ ਤਾਂ ਉਨ੍ਹਾਂ ਪਲਾਂ ਵਿਚ ਵਾਪਸ ਆ ਜਾਓ ਜਿਨ੍ਹਾਂ ਦਾ ਤੁਹਾਡੇ ਸੁਖ ਅਨੁਭਵ ਕੀਤਾ ਸੀ। ਖੁਸ਼ੀ ਵਾਲੇ ਮਾਹੌਲ ਨੂੰ ਮਹਿਸੂਸ ਕਰਨ ਦੀ ਕੋਸ਼ਿਸ਼ ਕਰੋ।

ਜੋ ਅਸੀਂ ਹਾਂ ਉਹੋ ਜਿਹਾ ਨਹੀਂ ਸੋਚਦੇ, ਪਰ ਜਿਵੇਂ ਦਾ ਅਸੀਂ ਸੋਚਦੇ ਹਾਂ ਉਵੇ 'ਹੋ ਜਾਂਦਾ ਹੈ। ਇਸ ਲਈ ਜਦੋਂ ਵੀ ਤੁਸੀਂ ਤਨਾਓ ਗ੍ਰਸਤ ਹੋਵੇ ਤੁਰੰਤ ਅਰਾਮ ਦੇ ਲਈ ਇਨ੍ਹਾਂ ਉਪਾਵਾਂ ਨੂੰ ਅਪਣਾਓ।

ਮਹੱਤਵਪੂਰਨ ਸੰਕੇਤ : ਚਿੰਤਾ ਕਰਨੀ ਛੱਡੋ

46

ਪਲੇਸੇਬੋ - ਡਮੀ ਦਵਾਈ

ਡਾਕਟਰ ਆਪਣੇ ਮਰੀਜ਼ਾਂ ਦੇ ਲਈ ਜ਼ਿਆਦਾਤਰ ਪਲੇਸੇਬੋ ਪ੍ਰਯੋਗ ਵਿਚ ਲਿਆਉਂਦੇ ਹਨ, ਇਹ ਸ਼ੂਗਰ ਗੋਲੀ ਅਜਿਹੀ ਗੋਲੀ ਹੁੰਦੀ ਹੈ ਜਿਸ ਵਿਚ ਦਵਾਈ ਨਹੀਂ ਹੁੰਦੀ। ਜਦੋਂ ਕਿ ਮਰੀਜ਼ਾਂ ਨੂੰ ਇਹ ਕਿਹਾ ਜਾਂਦਾ ਹੈ ਕਿ ਇਹ ਪ੍ਰਭਾਵਸ਼ਾਲੀ ਦਵਾਈ ਹੈ। ਇਸ ਨਾਲ ਅਤੇ ਵਿਭਿੰਨ ਖੋਜਾਂ ਨਾਲ ਇਹ ਸਾਬਤ ਹੋਇਆ ਹੈ, ਇਹ ਦਵਾਈ ਦੀ ਸ਼ਕਤੀ ਨਹੀਂ ਬਲਕਿ ਦਿਮਾਗ ਦੀ ਸ਼ਕਤੀ ਹੁੰਦੀ ਹੈ ਜੋ ਆਪਣਾ ਪ੍ਰਭਾਵ ਪਾਉਂਦੀ ਹੈ।

1979 ਵਿਚ ਇਕ ਸਟੱਡੀ ਕੀਤੀ ਗਈ, ਮਰੀਜ਼ ਜਿਨ੍ਹਾਂ ਨੂੰ ਖੂਨੀ ਅਲਸਰ ਸੀ, ਦੋ ਸਮੂਹਾਂ ਵਿਚ ਵੰਡ ਦਿੱਤਾ ਗਿਆ। ਪਹਿਲੇ ਸਮੂਹ ਨੂੰ ਇਹ ਕਹਿ ਕੇ ਦਵਾਈ ਦਿੱਤੀ ਗਈ ਕਿ ਇਸਨੂੰ ਲੈਣ ਨਾਲ ਤੁਰੰਤ ਆਰਾਮ ਮਿਲੇਗਾ। ਦੂਜੇ ਸਮੂਹ ਨੂੰ ਇਹ ਕਿਹਾ ਗਿਆ ਸੀ ਕਿ ਜਾਂਚ ਦੇ ਤੌਰ ਤੇ ਇਹ ਦਵਾਈ ਦਿੱਤੀ ਜਾ ਰਹੀ ਹੈ, ਇਸਦਾ ਪ੍ਰਭਾਵ ਬਾਅਦ ਵਿਚ ਪਤਾ ਲੱਗੇਗਾ। ਜਦੋਂ ਕਿ ਦੋਨਾਂ ਸਮੂਹਾਂ ਨੂੰ ਇਕ ਹੀ ਤਰ੍ਹਾਂ ਦੀ ਦਵਾਈ ਦਿੱਤੀ ਗਈ ਸੀ। ਸਿੱਟਾ ਇਹ ਨਿਕਲਿਆ ਕਿ ਪਹਿਲੇ ਗਰੁੱਪ ਨੇ 75 ਪ੍ਰਤੀਸ਼ਤ ਚੰਗਾ ਨਤੀਜਾ ਦਿਖਾਇਆ ਤੇ ਦੂਜੇ ਗਰੁੱਪ ਨੇ 25 ਪ੍ਰਤੀਸ਼ਤ ਨਤੀਜਾ ਦਿਖਾਇਆ। ਇਨ੍ਹਾਂ ਵਿਚ ਜੋ ਪ੍ਰਮੁੱਖ ਫਰਕ ਸੀ ਉਹ ਸੀ ਮਰੀਜ਼ਾ ਨੂੰ ਉਮੀਦ। ਇਸ ਤਰ੍ਹਾਂ ਸਾਡੇ ਦਿਮਾਗ ਵਿਚ ਇਹ ਉਮੀਦ ਸ਼ਕਤੀਸ਼ਾਲੀ ਹੋ ਜਾਂਦੀ ਹੈ ਕਿ ਸਾਡੇ ਪ੍ਰਾਣਾਂ ਦੀ ਰੱਖਿਆ ਇਹ ਦਵਾਈ ਜ਼ਰੂਰ ਕਰੇਗੀ। ਸਿਰਫ ਡਾਕਟਰ ਨੇ ਮਰੀਜ਼ ਦੇ ਦਿਮਾਗ ਵਿਚ ਧਨਾਤਮਕ ਸੰਦੇਸ਼ ਭੇਜਣਾ ਹੁੰਦਾ ਹੈ।

ਦਿਮਾਗ ਦੀ ਬਣਾਵਟ : ਬਹੁਤ ਸਾਰੇ ਵਿਦਵਾਨ ਇਸ ਗੱਲ ਨਾਲ ਸਹਿਮਤ ਹਨ ਕਿ ਚੰਗੇ ਨਤੀਜੇ ਉਦੋਂ ਹੀ ਨਿਕਲਦੇ ਹਨ ਜਦੋਂ ਡਾਕਟਰ ਅਤੇ ਮਰੀਜ਼ ਇਹ ਸੋਚਦੇ ਹਨ ਕਿ ਦਵਾਈ ਦੇਣ ਨਾਲ ਜ਼ਰੂਰ ਅਰਾਮ ਮਿਲੇਗਾ ਅਤੇ ਸੰਤੋਖ ਜਨਕ ਨਤੀਜੇ ਦੇਖਣ ਨੂੰ ਮਿਲਣਗੇ। ਕਿਉਂਕਿ ਇਹ ਸਾਰੇ ਜਾਣਦੇ ਹਨ ਕਿ ਅਨੁਕੂਲ ਮਾਹੌਲ ਵਧੀਆ ਭੂਮਿਕਾ ਨਿਭਾਉਂਦਾ ਹੈ। ਪਲੇਸੇਬੋ ਇਸ ਲਈ ਪ੍ਰਭਾਵ ਪਾਉਂਦਾ ਹੈ ਕਿ ਅਸੀਂ ਆਪਣੇ ਬੇਸੂਰਤ ਮਨ ਦੁਆਰਾ ਕਲਪਨਾ ਅਤੇ ਮਾਨਸਿਕ ਚਿਤਰਣ ਕਰ ਲੈਂਦੇ ਹਾਂ ਕਿ ਡਾਕਟਰ ਦੁਆਰਾ ਸੁਝਾਈ ਦਵਾਈ ਲੈਣ ਨਾਲ ਤੁਰੰਤ ਫਾਇਦਾ ਹੋ ਜਾਵੇਗਾ।

ਦਿਮਾਗ ਦੀ ਸੰਦੇਹ ਰਹਿਤ ਸ਼ਕਤੀ ਮਰੀਜ ਤੇ ਮਲ੍ਹਮ ਦਾ ਕੰਮ ਕਰਦੀ ਹੈ। ਇਸ ਲਈ ਸਾਰੀ ਦੁਨੀਆ ਦੇ ਡਾਕਟਰ ਹੋਲੀਸਟਿਕ ਮੈਡੀਸਨ ਦੀ ਵਿਆਖਿਆ ਕਰਨ ਲੱਗੇ ਹਨ।

ਹੋਲੀਸਟਿਕ ਦਾ ਮਤਲਬ ਹੈ ਪੂਰੇ ਮਰੀਜ ਦਾ ਇਲਾਜ ਕਰਨਾ। ਸਿਰਫ ਸਰੀਰ ਦਾ ਹੀ ਨਹੀਂ ਸਗੋਂ ਦਿਮਾਗ ਦਾ ਵੀ। ਇਸ ਤਕਨੀਕ ਦਾ ਕੈਂਸਰ ਦੇ ਮਰੀਜਾਂ ਤੇ ਪ੍ਰਯੋਗ ਕੀਤਾ ਗਿਆ ਨਤੀਜਾ ਹੈਰਾਨ ਕਰਨ ਵਾਲਾ ਸੀ। ਅਨੁਕੂਲ ਤਰੰਗਾਂ ਨੇ ਦਿਮਾਗ ਵਿਚ ਹੈਰਾਨ ਕਰਨ ਵਾਲਾ ਕਮਾਲ ਕੀਤਾ ਅਤੇ ਸਰੀਰ ਨੇ ਬਹੁਤ ਵਧੀਆ ਰਿਸਪੌਂਸ ਦਿੱਤਾ। ਮਰੀਜਾਂ ਨੂੰ ਇਹ ਵਿਸ਼ਵਾਸ ਹੋ ਗਿਆ ਕਿ ਸਾਡੇ ਸਰੀਰ ਤੇ ਵਧੀਆ ਅਸਰ ਜ਼ਰੂਰ ਹੋਵੇ ਗਾ। ਤਾਂ ਇਹ ਸਾਡਾ ਸੋਚਣ ਦਾ ਅੰਦਾਜ ਹੀ ਹੈ ਜੋ ਸਰੀਰ ਤੇ ਅਨੁਕੂਲ ਜਾਂ ਪ੍ਰਤੀਕੂਲ ਪ੍ਰਭਾਵ ਪਾਉਂਦਾ ਹੈ।

ਉਪਰ ਦੇ ਉਦਾਹਰਣਾਂ ਦਾ ਇਹ ਨਿਚੋੜ ਹੈ ਕਿ ਸਾਡੀ ਕਲਪਨਾ ਸ਼ਕਤੀ ਸਾਡੇ ਵਿਵਹਾਰ ਅਤੇ ਸੋਚ ਨੂੰ ਪ੍ਰਭਾਵਿਤ ਕਰਦੀ ਹੈ। ਕੁਝ ਕੇਸਾਂ ਵਿਚ ਇਹ ਦੇਖਿਆ ਗਿਆ, ਦਿਮਾਗ ਦੇ ਖੁਦ ਤੇਜ ਸੁਝਾਅ ਨੇ ਖੁਦ ਹੀ ਪਰਿਸਥਿਤੀਆਂ ਬਣਾ ਦਿੱਤੀਆਂ ਕਿ ਸਰੀਰ ਤੇ ਅਨੁਕੂਲ ਪ੍ਰਭਾਵ ਪੈਣ ਲੱਗਾ। ਕੁਝ ਕੇਸਾਂ ਵਿਚ ਬਾਹਰੀ ਸ੍ਰੋਤਾਂ ਨਾਲ ਦਿਮਾਗ ਨੂੰ ਸੁਝਾਅ ਪ੍ਰਾਪਤ ਹੋਏ। ਨਤੀਜੇ ਸੰਤੋਖਜਨਕ ਰਹੇ।

ਮਹੱਤਵਪੂਰਨ ਸੰਕੇਤ : ਡਮੀ ਦਵਾਈ ਦਾ ਪ੍ਰਭਾਵ

47

ਪ੍ਰੀਖਿਆ ਦੇ ਲਈ ਅੰਤਿਮ ਯਤਨ

ਨੋਟਿਸ ਬੋਰਡ ਤੇ ਤੁਹਾਨੂੰ ਪ੍ਰੀਖਿਆ ਸ਼ੀਟ ਨਜ਼ਰ ਆ ਸਕਦੀ ਹੈ ਜਾਂ ਪ੍ਰੀਖਿਆ ਦੀ ਤਿਆਰੀ ਦੇ ਲਈ ਅਧਿਆਪਕ ਅਨੁਭਵ ਦੇ ਅਧਾਰ ਤੇ ਆਉਣ ਵਾਲੇ ਪ੍ਰਸ਼ਨਾਂ ਦੀ ਤਿਆਰੀ ਕਰਨ ਦੇ ਲਈ ਕਹਿ ਸਕਦਾ ਹੈ। ਪ੍ਰੀਖਿਆ ਦੇ ਸ਼ੁਰੂ ਹੋਣ ਤੋਂ ਪਹਿਲਾਂ ਤੁਸੀਂ ਕਿੰਨੀ ਤੇਜੀ ਨਾਲ ਤਿਆਰੀ ਕਰਦੇ ਹੋ। ਕਿੰਨੇ ਹਫਤੇ ਜਾਂ ਦਿਨ ਬਚੇ ਹਨ। ਇਹ ਸੋਚ ਕੇ ਯੋਜਨਾ ਕਰਦੇ ਹੋ ਇਹ ਹਰੇਕ ਦੀ ਆਪਣੀ ਸੋਚ ਸਮਝ, ਸਮਰੱਥਾ ਤੇ ਨਿਰਭਰ ਕਰਦਾ ਹੈ। ਜਦੋਂ ਤੁਸੀਂ ਪ੍ਰੀਖਿਆ ਤੋਂ ਪਹਿਲਾਂ ਦੇ ਸਮੇਂ ਵਿਚ ਦੁਹਰਾਉਣ ਦਾ ਕੰਮ ਕਰਦੇ ਹੋ ਤਾਂ ਤੁਹਾਡੇ ਦਿਮਾਗ ਵਿਚ ਇਹ ਉਲਝਣ ਆਉਂਦੀ ਹੈ ਕਿ ਬਚੇ ਹੋਏ ਸਮੇਂ ਦਾ ਕਿਸ ਤਰ੍ਹਾਂ ਇਸਤੇਮਾਲ ਕੀਤਾ ਜਾਵੇ। ਸਮਾਂ ਛੇਤੀ ਛੇਤੀ ਬੀਤ ਰਿਹਾ ਹੁੰਦਾ ਹੈ, ਇਸ ਲਈ ਇਹ ਜ਼ਰੂਰੀ ਹੁੰਦਾ ਹੈ ਕਿ ਰਿਵੀਜ਼ਨ ਤੇਜ ਗਤੀ ਨਾਲ ਜਿੰਨੀ ਛੇਤੀ ਸੰਭਵ ਹੋਵੇ, ਹੋ ਜਾਵੇ। ਇਸਦੇ ਲਈ ਹੇਠ ਲਿਖੇ ਸੁਝਾਵਾਂ ਤੇ ਧਿਆਨ ਦਿਓ :

ਆਪਣੇ ਆਪ ਨੂੰ ਵਿਵਸਥਿਤ ਕਰੋ : ਵਿਭਿੰਨ ਸਮਾਂ ਯੋਜਨਾ ਦੇ ਅਨੁਸਾਰ ਆਪਣੀ ਰਿਵੀਜ਼ਨ ਨੂੰ ਵਿਵਸਥਿਤ ਕਰੋ। ਆਖਰੀ ਹਫਤਿਆਂ ਦੇ ਲਈ ਸਪਤਾਹਿਕ ਸਟੱਡੀ ਯੋਜਨਾ ਬਣਾਓ, ਹਰੇਕ ਦਿਨ ਦੇ ਲਈ ਯੋਜਨਾ ਅਤੇ ਅਗਲੇ ਕੁਝ ਘੰਟਿਆਂ ਦੇ ਸਟੱਡੀ ਸੈਸ਼ਨ ਯੋਜਨਾ ਤਿਆਰ ਕਰੋ। ਇਸ ਤਿਗਣੀ ਸਮਾਂ ਯੋਜਨਾ ਦੇ ਨਾਲ, ਤੁਸੀਂ ਦੇਖੋਗੇ ਕਿਸ ਤਰ੍ਹਾਂ ਦੈਨਿਕ ਪ੍ਰੋਗ੍ਰੈੱਸ ਤੁਹਾਡੇ ਕੁੱਲ ਸਟੱਡੀ ਯੋਜਨਾ ਨੂੰ ਪ੍ਰਭਾਵ ਪੂਰਨ ਬਣਾਉਂਦੀ ਹੈ।

ਪ੍ਰਭਾਵ ਪੂਰਨ ਸਮਾਂ : ਬਹੁਤ ਸਾਰੇ ਵਿਦਿਆਰਥੀ ਜਾਣਦੇ ਹਨ ਕਿ ਕਦੋਂ ਉਹ ਪ੍ਰਭਾਵ ਪੂਰਨ ਤਰੀਕੇ ਨਾਲ ਕੰਮ ਕਰ ਸਕਦੇ ਹਨ। ਕੁਝ ਲੋਕ ਸਵੇਰ ਦੇ ਸਮੇਂ ਜ਼ਿਆਦਾ ਕੰਮ ਕਰ ਸਕਦੇ ਹਨ ਤਾਂ ਕੁਝ ਸ਼ਾਮ ਜਾਂ ਰਾਤ ਨੂੰ ਵਧੀਆ ਕੰਮ ਕਰ ਸਕਦੇ ਹਨ। ਪ੍ਰੀਖਿਆ ਦੇ ਦਿਨਾਂ ਵਿਚ ਤੁਸੀਂ ਹਰ ਉਪਲੱਬਧ ਸਮੇਂ ਵਿਚ ਪੜ੍ਹਨ ਦੀ ਸਮਰੱਥਾ ਰੱਖਦੇ ਹੋ। ਇਸ ਲਈ ਇਹ ਯੋਜਨਾ ਬਣਾਓ ਕਿ ਜਦੋਂ ਤੁਸੀਂ ਜ਼ਿਆਦਾ ਊਰਜਾਵਾਨ ਹੁੰਦੇ ਹੋ ਤਾਂ ਕਿਹੜਾ ਵਿਸ਼ਾ ਪੜ੍ਹਨਾ ਹੈ। ਘੱਟ ਊਰਜਾ ਦੇ ਸਮੇਂ ਕਿਸ ਵਿਸ਼ੇ ਨੂੰ ਦੁਹਰਾਉਣਾ ਹੈ। ਇਸ ਤਰ੍ਹਾਂ ਆਪਣੀ ਸਮਰੱਥਾ ਨੂੰ ਗਿਣਦੇ ਹੋਏ ਇਸ ਯੋਜਨਾ ਬਣਾਓ।

87

ਚਿੰਤਾ ਛੱਡੋ : ਚੰਗੀ ਸ਼ੁਰੂਆਤ ਦੇ ਬਾਵਜੂਦ, ਕਈ ਵਾਰ ਤੁਸੀਂ ਇਹ ਦੇਖਦੇ ਹੋ ਕਿ ਚਿੰਤਾ ਦੇ ਕੀਟਾਣੂਆਂ ਨੇ ਪ੍ਰਵੇਸ਼ ਕਰ ਦਿੱਤਾ ਹੈ। ਜੇਕਰ ਅਜਿਹਾ ਹੈ ਤਾਂ ਕੁਝ ਪਲ ਦੇ ਲਈ ਖੜ੍ਹੇ ਹੋ ਜਾਓ ਅਤੇ ਡੂੰਘੇ ਸਾਹ ਲੈ ਕੇ ਫਿਰ ਤੁਸੀਂ ਵਾਪਸ ਸਟੱਡੀ ਮੇਜ਼ ਤੇ ਆ ਜਾਓ। ਖੜ੍ਹੇ ਹੁੰਦੇ ਹੋਏ ਡੂੰਘੇ ਸਾਹ ਲਓ ਪਰ ਹੌਲੀ-ਹੌਲੀ।

ਸਹੀ ਦਿਸ਼ਾ ਵਿਚ ਸੋਚੋ : ਇਕ ਕਾਰਡ ਤੇ ''ਹਾਂ ਮੈਂ ਇਸਨੂੰ ਕਰ ਸਕਦਾ ਹਾਂ'' ਲਿਖ ਲਓ ਅਤੇ ਇਸ ਕਾਰਡ ਨੂੰ ਆਪਣੀਆਂ ਪੁਸਤਕਾਂ ਅਤੇ ਨੋਟਸ ਦੇ ਅੱਗੇ ਰੱਖ ਲਓ। ਜਿਸ ਨਾਲ ਇਸ ਵਾਕ ਤੇ ਤੁਹਾਡੀ ਨਿਗ੍ਹਾ ਵਾਰ-ਵਾਰ ਪੈਂਦੀ ਰਹੇ।

ਪੜ੍ਹਾਈ ਵਿਚ ਸੁਸਤਾਉਣਾ : ਪੜ੍ਹਾਈ ਤੋਂ ਕੁਝ ਦੇਰ ਦਾ ਅਰਾਮ ਜ਼ਰੂਰ ਲਓ ਜਦੋਂ ਤੁਸੀਂ ਪੜ੍ਹਦੇ-ਪੜ੍ਹਦੇ ਥੱਕਿਆ ਅਤੇ ਬੁਝਿਆ ਹੋਇਆ ਮਹਿਸੂਸ ਕਰ ਰਹੇ ਹੋਵੋ। ਜਦੋਂ ਤੁਸੀਂ ਜ਼ਿਆਦਾ ਤੋਂ ਜ਼ਿਆਦਾ ਯਾਦ ਕਰਨ ਦੀ ਕੋਸ਼ਿਸ਼ ਕਰ ਰਹੇ ਹੋ ਤਾਂ ਤੁਹਾਡੇ ਦਿਮਾਗ ਨੂੰ ਅਰਾਮ ਦੀ ਜ਼ਰੂਰਤ ਹੁੰਦੀ ਹੈ ਤਾਂ ਕਿ ਤੁਹਾਡੀ ਸਮਰੱਥਾ ਬਣੀ ਰਹੇ। ਸਟੱਡੀ ਟੇਬਲ ਤੋਂ ਕੁਝ ਦੇਰ ਲਈ ਉੱਠ ਜਾਓ ਥੋੜ੍ਹਾ ਇੱਧਰ ਘੁੰਮ ਲਓ, ਆਪਣਾ ਧਿਆਨ ਕਿਤੇ ਹੋਰ ਲਗਾ ਲਓ ਫਿਰ ਵਾਪਸ ਆ ਕੇ ਪੜ੍ਹਨ ਬੈਠ ਜਾਓ।

ਇਕਾਗਰਤਾਪੂਰਣ ਪੜ੍ਹਾਈ : ਰਿਵੀਜ਼ਨ ਦੇ ਦੌਰਾਨ ਖਾਸ ਬਿੰਦੂਆਂ ਤੇ ਧਿਆਨ ਦਿਓ। ਸਮਾਂ ਸੀਮਿਤ ਹੋਣ ਦੇ ਕਾਰਨ ਤੁਹਾਨੂੰ ਇਹ ਚੁਣਨਾ ਪਵੇਗਾ ਕਿ ਘੱਟ ਸਮੇਂ ਵਿਚ ਕਿਸ ਤਰ੍ਹਾਂ ਜ਼ਿਆਦਾ ਤੋਂ ਜ਼ਿਆਦਾ ਪੜ੍ਹਿਆ ਜਾ ਸਕੇ। ਵਿਸਤਾਰ ਨਾਲ ਪੜ੍ਹਨ ਅਤੇ ਯਾਦ ਕਰਨ ਦੇ ਲਈ ਸਮਾਂ ਨਹੀਂ ਹੁੰਦਾ ਹੈ। ਅੰਤਿਮ ਸਮੇਂ ਵਿਚ ਤੁਸੀਂ ਸਿਰਫ ਖਾਸ ਪੁਆਇੰਟ ਹੀ ਯਾਦ ਰੱਖਣ ਦੀ ਉਮੀਦ ਕਰ ਸਕਦੇ ਹੋ।

ਉਤੇਜਕ ਪਦਾਰਥਾਂ ਤੋਂ ਬਚੋ : ਕੌਫੀ, ਚਾਹ ਵਰਗੇ ਪਦਾਰਥਾਂ ਤੋਂ ਬਚਣਾ ਚਾਹੀਦਾ ਹੈ ਜਦੋਂ ਤੁਹਾਡਾ ਨਰਵਸ ਸਿਸਟਮ ਪਹਿਲਾਂ ਤੋਂ ਹੀ ਜ਼ਿਆਦਾ ਸਮਰੱਥਾ ਨਾਲ ਕੰਮ ਕਰ ਰਿਹਾ ਹੈ ਤਾਂ ਫਿਰ ਉਸਨੂੰ ਹੋਰ ਉਤੇਜਿਤ ਕਰਨ ਦੇ ਲਈ ਚਾਹ, ਕੌਫੀ ਲੈਣ ਦੀ ਜ਼ਰੂਰਤ ਨਹੀਂ ਹੁੰਦੀ। ਜ਼ਿਆਦਾ ਕੈਫੀਨ ਤੁਹਾਡੇ ਸਰੀਰ ਤੇ ਵਿਪਰੀਤ ਪ੍ਰਭਾਵ ਪਾ ਸਕਦਾ ਹੈ।

ਮਹੱਤਵਪੂਰਣ ਸੰਕੇਤ : ਚੈੱਕ ਲਿਸਟ

48

ਪਾਈ ਵਿਧੀ

ਦੁਨੀਆ ਵਿਚ ਜ਼ਿਆਦਾਤਰ ਫੋਨ ਨੰਬਰ ਅੱਠ ਅੰਕਾਂ ਵਿਚ ਹੁੰਦੇ ਹਨ। ਇਸਦੇ ਪਿੱਛੇ ਜ਼ਰੂਰ ਕੋਈ ਨਾ ਕੋਈ ਕਾਰਨ ਰਿਹਾ ਹੋਵੇਗਾ। ਅਸੀਂ ਮਨੁੱਖ ਏਨੀ ਤੀਬਰ ਬੁੱਧੀ ਦੇ ਨਹੀਂ ਹੁੰਦੇ ਕਿ ਇਨ੍ਹਾਂ ਨੰਬਰਾਂ ਨੂੰ ਹਮੇਸ਼ਾਂ ਦੇ ਲਈ ਜ਼ੁਬਾਨੀ ਯਾਦ ਕਰ ਸਕੀਏ। ਅਸਲ ਵਿਚ, ਅਸੀਂ ਇਕੋ ਸਮੇਂ ਵਿਚ ਵਿਸ਼ੇਸ਼ ਸੂਚਨਾ ਯਾਦ ਕਰਨ ਵਿਚ ਆਪਣੇ ਆਪ ਨੂੰ ਬੇ ਵੱਸ ਜਿਹਾ ਸਮਝਦੇ ਹਾਂ। ਹੋ ਸਕਦਾ ਹੈ ਅਸੀਂ ਇਹ ਯਾਦ ਰੱਖ ਸਕੀਏ ਕਿ ਪਾਰਕਿੰਗ ਵਿਚ ਦਸ ਕਾਰਾਂ ਖੜ੍ਹੀਆਂ ਹਨ ਪਰ ਇਹ ਕਾਰਾਂ ਕਿੰਨ੍ਹਾਂ ਰੰਗਾਂ ਦੀਆਂ ਹਨ ਇਹ ਇਕ ਤੋਂ ਬਾਅਦ ਇਕ ਯਾਦ ਰੱਖਣਾ ਸਾਡੇ ਲਈ ਮੁਸ਼ਕਲ ਹੁੰਦਾ ਹੈ। ਲਗਭਗ ਅਸੰਭਵ ਹੁੰਦਾ ਹੈ।

ਕ੍ਰਿਏਟਿਵ ਯੋਗਤਾਵਾਂ :

ਇੱਥੇ ਸਾਡੇ ਅੰਦਰ ਮੌਜੂਦ ਕ੍ਰਿਏਟਿਵ ਯੋਗਤਾਵਾਂ ਸਾਡੀ ਸਹਾਇਤਾ ਕਰਦੀਆਂ ਹਨ। ਅਨਿਯੰਤ੍ਰਿਤ ਅੰਕਾਂ ਨੂੰ ਯਾਦ ਕਰਨ ਵਿਚ ਜਾਂ ਵਧੀਆ ਢੰਗ ਨਾਲ ਜੋੜਨ ਵਿਚ ਪਾਈ ਮੂਲ ਬੇਹੱਦ ਉਦਾਹਰਣ ਹੋ ਸਕਦਾ ਹੈ।

1. π = PIE

2. ਜੇਕਰ ਅਸੀਂ ਪਾਈ ਮੂਲ ਨੂੰ ਦਸ਼ਮਲਵ ਤੋਂ ਬਾਅਦ ਛੇ ਸਥਾਨਾਂ ਤੱਕ ਯਾਦ ਰੱਖਣਾ ਚਾਹੁੰਦੇ ਹਾਂ।

π = 3.141593

ਤਾਂ ਯਾਦ ਰੱਖੋ ਕਿ ''ਪਾਈ ਦੀ ਗਿਣਤੀ ਕਿਵੇਂ ਕੀਤੀ ਜਾ ਸਕਦੀ ਹੈ।'' ਇੱਥੇ ਹਰ ਸ਼ਬਦ ਵਿਚ ਵਰਤਿਆ ਹੋਇਆ ਅੱਖਰ, ਪਾਈ ਦੇ ਅੰਕਾਂ ਦੇ ਬਰਾਬਰ ਹੈ।

3. π = 3.14159265348979

ਪਾਈ ਸੰਖਿਆ ਯਾਦ ਕਰਨ ਦੇ ਲਈ, ਯਾਦ ਦੇ ''ਜ਼ਬਰਦਸਤ ਲੈਕਚਰ, ਜਿਸ ਵਿਚ ਮਾਤ੍ਰਾਤਮਕ ਮਕੈਨਿਕਸ ਸ਼ਾਮਲ ਹਨ, ਤੋਂ ਬਾਅਦ ਕਿਸ ਪ੍ਰਕਾਰ ਵਿਚ ਇਕ ਡ੍ਰਿੰਕ ਲੈਣਾ ਚਾਹਾਂਗਾ।''

ਮੈਂ ਯਾਦਾਸ਼ਤ ਵਿਗਿਆਨ ਦਾ ਪ੍ਰਯੋਗ ਕਰਦੇ ਹੋਏ, ਪਾਈ ਮੂਲ ਦਸ਼ਮਲਵ ਤੋਂ ਬਾਅਦ 4200 ਅੰਕਾਂ ਤੱਕ ਯਾਦ ਕਰਨ ਦੀ ਕੋਸ਼ਿਸ਼ ਕੀਤੀ ਅਤੇ ਇਸਨੂੰ ਮੈਂ ਹੋਰ ਅਗੇ ਤੱਕ ਵਧਾ ਸਕਦਾ ਹਾਂ। ਇਹਦੇ ਵਿਪਰੀਤ ਤਰਤੀਬ ਨੂੰ ਵੀ ਦੁਹਰਾ ਸਕਦਾ ਹਾਂ। ਮੈਂ ਇਹ ਵੀ ਦੱਸ ਸਕਦਾ ਹਾਂ ਕਿ ਦਸ਼ਮਲਵ ਤੋਂ ਬਾਅਦ ਕਿਹੜਾ ਅੰਕ ਸੰਖਿਆ 3456 ਜਾਂ 2945 ਸਥਾਨ ਤੇ ਹੈ। ਇਸੀ ਕਾਰਣ ਨਾਲ ਮੇਰਾ ਨਾਮ ਰਿਕਾਰਡ ਬੁੱਕ 2001 ਵਿਚ ਦਰਜ ਹੈ।

ਮਹੱਤਵਪੂਰਨ ਸੰਕੇਤ : ਸ਼ਬਦ ਗਿਣਤੀ

49

ਇਕਾਗਰਤਾ ਅਭਿਆਸ

ਇਕਾਗਰਤਾ ਦਾ ਅਭਿਆਸ ਕਰਨਾ ਮਨ ਲਓ ਗਧੇ ਨੂੰ ਸਿਖਲਾਈ ਦੇਣਾ ਹੈ। ਅਸੀਂ ਜਿੰਨਾ ਜ਼ਿਆਦਾ ਖਿੱਚਦੇ, ਧੱਕਦੇ ਜਾਂ ਹੱਕਦੇ ਹਾਂ ਉਹ ਉਨਾ ਹੀ ਜ਼ਿਆਦਾ ਵਿਰੋਧ ਕਰਦਾ ਹੈ। ਇਸੇ ਤਰ੍ਹਾਂ ਤੁਸੀਂ ਕਿੰਨਾਂ ਵੀ ਇਕ ਬਿੰਦੂ ਤੇ ਧਿਆਨ ਲਗਾਉਣ ਦੀ ਕੋਸ਼ਿਸ਼ ਕਰੋ ਮਨ ਹੈ ਕਿ ਉਹ ਕਿਤੇ ਹੋਰ ਭੱਜ ਰਿਹਾ ਹੁੰਦਾ ਹੈ। ਧਿਆਨ ਨੂੰ ਫੜੀ ਰੱਖਣਾ ਅਤੇ ਇਕ ਸਥਾਨ ਤੇ ਇਕਾਗਰ ਕਰਨਾ ਅਸੰਭਵ ਨਹੀਂ ਤਾਂ ਬਹੁਤ ਔਖਾ ਜ਼ਰੂਰ ਹੈ।

ਇਕਾਗਰਤਾ ਵਿਚ ਨਿਪੁੰਨ ਹੋਣ ਦਾ ਸਭ ਤੋਂ ਵਧੀਆ ਤਰੀਕਾ ਹੈ ਕਿ ਆਪਣੇ ਆਪ ਤੇ ਜ਼ੁਲਮ ਨਾ ਕਰੋ ਮਤਲਬ ਜੋਰ ਜਬਰਦਸਤੀ ਨਾ ਕਰੋ ਸਗੋਂ ਉਸ ਵਿਸ਼ੇਸ਼ ਵਸਤੂ ਜਾਂ ਵਿਸ਼ੇ ਵਿਚ ਦਿਲਚਸਪੀ ਪੈਦਾ ਕਰੋ। (ਵਧੀਆ ਇਕਾਗਰਤਾ ਵਿਚ ਆਈ ਤੱਤ ਅਧਿਆਇ, ਦੇਖੋ)।

ਇਕਾਗਰਤਾ ਕਿਵੇਂ ਮਜ਼ਬੂਤ ਕਰੀਏ ?

ਇੱਥੇ ਤੁਹਾਨੂੰ ਕੁਝ ਇਕਾਗਰਤਾ ਅਭਿਆਸ ਦੱਸੇ ਜਾ ਰਹੇ ਹਨ ਜੋ ਨਿਸ਼ਚਿਤ ਰੂਪ ਨਾਲ ਇਕਾਗਰਤਾ ਸ਼ਕਤੀ ਵਧਾਉਣ ਵਿਚ ਮਦਦਗਾਰ ਸਾਬਤ ਹੋਣਗੇ :-

1. ਪਹਿਲਾ ਹਫਤਾ : ਆਪਣੇ ਟੈਲੀਵਿਜ਼ਨ ਸੈੱਟ ਤੇ ਛੋਟੀ ਘੜੀ (ਟਾਈਮ ਪੀਸ) ਰੱਖੋ। ਕੋਈ ਮਨ ਪਸੰਦ ਸੀਰੀਅਲ ਜਾਂ ਨਿਊਜ਼ ਲਗਾ ਦਿਓ। 5 ਮਿੰਟ ਤੱਕ ਸੈਕਿੰਡ ਦੀ ਚੱਲਦੀ ਹੋਈ ਸੂਈ ਤੇ ਧਿਆਨ ਲਗਾਉਣ ਦੀ ਕੋਸ਼ਿਸ਼ ਕਰੋ। ਧਿਆਨ ਰੱਖੋ ਟੀ.ਵੀ. ਤੁਹਾਡਾ ਧਿਆਨ ਵੰਡਣ ਜਾਂ ਖਿੱਚਣ ਦੀ ਕੋਸ਼ਿਸ਼ ਨਾ ਕਰੇ। ਅਜਿਹਾ ਨਾ ਹੋਣ ਦਿਓ। ਇਹ ਅਭਿਆਸ ਇਕ ਹਫਤੇ ਤੱਕ ਕਰੋ।

2. ਦੂਜਾ ਹਫਤਾ : ਦੂਜੇ ਹਫਤੇ ਵਿਚ ਅਭਿਆਸ ਦੇ ਦੌਰਾਨ ਆਪਣਾ ਅੱਧਾ ਧਿਆਨ ਸੈਕਿੰਡ ਦੀ ਸੂਈ ਤੇ ਲਗਾਓ ਅਤੇ ਦੂਜਾ ਅੱਧਾ ਧਿਆਨ 3, 6, 9 .... ਅੰਕਾਂ ਤੇ ਲਗਾਓ। ਇਹ ਦੋਨੋਂ ਅਭਿਆਸ ਇਕੱਠੇ 5 ਮਿੰਟ ਤੱਕ ਕਰੋ। ਇਸ ਦੌਰਾਨ ਜੇਕਰ ਤੁਹਾਡਾ ਧਿਆਨ ਇੱਧਰ-ਉੱਧਰ ਭੱਜਣ ਦੀ ਕੋਸ਼ਿਸ਼ ਕਰੇ ਤਾਂ ਚਿੰਤਾ ਨਾ ਕਰੋ। ਦੁਬਾਰਾ ਸ਼ੁਰੂ ਕਰ ਦਿਓ। ਜਦੋਂ ਕਦੀ ਅਭਿਆਸ ਕਰੋ ਤਾਂ ਅੰਕਾਂ ਦੀ ਸੀਰੀਜ਼ ਨੂੰ ਬਦਲ ਲਓ ਜਿਵੇਂ ਕਦੀ 4, 8, 12, 16.... ਤਾਂ ਕਦੀ 3, 7, 11, 15... ਇਹ ਅਭਿਆਸ ਵੀ ਸਾਰਾ ਹਫਤਾ ਕਰੋ।

3. ਤੀਜਾ ਹਫਤਾ : ਇਸ ਹਫਤੇ ਦੇ ਦੌਰਾਨ ਆਪਣੇ ਧਿਆਨ ਦਾ ਇਕ ਤਿਹਾਈ ਭਾਗ ਸੈਕਿੰਡ ਦੀ ਸੂਈ ਦੀ ਚਾਲ ਤੇ ਲਗਾਓ। ਅਗਲਾ ਇਕ ਤਿਹਾਈ ਭਾਗ ਗਾਣਾ ਗਾਉਣ ਵਿਚ ਲਗਾਓ। ਧਿਆਨ ਦੇ ਬਚੇ ਹੋਏ ਭਾਗ ਨੂੰ ਅੰਕ ਸੀਰੀਜ਼ ਤੇ ਲਗਾਓ। ਇਹ ਅਭਿਆਸ ਵੀ ਇਕ ਹਫਤਾ ਕਰੋ।

4. ਚੌਥੇ ਹਫਤੇ : ਇਸ ਹਫਤੇ ਦੇ ਦੌਰਾਨ ਤੁਸੀਂ ਆਪਣਾ ਕੋਈ ਸੋਚਿਆ ਹੋਇਆ ਤਰੀਕਾ ਅਭਿਆਸ ਦੇ ਲਈ ਅਪਣਾਓ।

ਮਹੱਤਵਪੂਰਨ ਸੰਕੇਤ : ਘੜੀ ਅਭਿਆਸ

$$\boxed{50}$$

ਧਾਰਣ ਸ਼ਕਤੀ ਦੇ ਵਿਕਾਸ ਦੇ ਲਈ ਅਭਿਆਸ

ਵਿਦਿਆਰਥੀਆਂ ਨੂੰ ਆਮ ਤੌਰ ਤੇ ਸ਼ਿਕਾਇਤ ਹੁੰਦੀ ਹੈ ਕਿ ਉਹ ਯਾਦ ਤਾਂ ਕਰ ਲੈਂਦੇ ਹਨ ਪਰ ਉਸਨੂੰ ਜ਼ਿਆਦਾ ਦੇਰ ਤੱਕ ਦਿਮਾਗ ਵਿਚ ਨਹੀਂ ਰੱਖ ਸਕਦੇ। ਜੇਕਰ ਕੋਰਸ ਜ਼ਿਆਦਾ ਹੋਵੇ ਤਾਂ ਪਰੇਸ਼ਾਨੀ ਹੋਰ ਵੱਧ ਜਾਂਦੀ ਹੈ। ਇਸ ਤੋਂ ਇਲਾਵਾ ਜਦੋਂ ਕਦੀ ਸਾਡੀ ਜਾਣਕਾਰੀ ਵਿਚ ਨਵਾਂ ਟੈਲੀਫੋਨ ਨੰਬਰ ਆਉਂਦਾ ਹੈ ਤਾਂ ਅਸੀਂ ਉਸਨੂੰ ਲਿਖਣ ਦੇ ਲਈ ਭੱਜਦੇ ਹਾਂ, ਇੱਧਰ-ਉੱਧਰ ਪੈਨ ਲੱਭਦੇ ਹਾਂ ਕਿਉਂਕਿ ਸਾਨੂੰ ਏਨਾਂ ਵਿਸ਼ਵਾਸ ਨਹੀਂ ਹੁੰਦਾ ਕਿ ਛੇ ਜਾਂ ਸੱਤ ਅੰਕਾਂ ਦਾ ਨੰਬਰ ਵੀ ਥੋੜ੍ਹੇ ਸਮੇਂ ਦੇ ਲਈ ਯਾਦ ਰੱਖ ਸਕੀਏ।

ਇਸ ਸਮੱਸਿਆ ਤੋਂ ਛੁਟਕਾਰਾ ਪਾਉਣ ਦੇ ਲਈ ਹੇਠ ਲਿਖੇ ਅਭਿਆਸ ਪ੍ਰਯੋਗ ਵਿਚ ਲਿਆਂਦੇ ਜਾ ਸਕਦੇ ਹਨ।

ਅਭਿਆਸ ਨੰ. 1 : ਪੈਨ ਜਾਂ ਪੈਨਸਿਲ ਦੀ ਸਹਾਇਤਾ ਨਾਲ ਹੇਠ ਲਿਖੀ ਸੀਰੀਜ਼ ਦਾ ਧਿਆਨ ਨਾਲ ਦਿਮਾਗੀ ਉਚਾਰਨ ਕਰੋ।

2. ਅੰਕ ਘੱਟਦੇ ਹੋਏ ਅਤੇ (ਵਿਪਰੀਤ) ਵੱਧਦੇ ਹੋਏ ਕ੍ਰਮ ਵਿਚ :

ਜਿਵੇਂ 100-2, 98-4, 96-6, ... 2-100!

ਹਰ ਵਾਰ ਅਭਿਆਸ ਦੇ ਦੌਰਾਨ ਸ਼ੁਰੂਆਤੀ ਅੰਕ ਬਦਲ ਦਿਓ।

ਜਿਵੇਂ ਡਾਊਨ 3 ਅਤੇ ਅਪ 2 : 99-2, 96-4,... 3-66

ਅਭਿਆਸ 2 : ਤਿੱਗਣੀ ਵਾਰੀ-ਵਾਰੀ ਸੀਰੀਜ਼ ਨੂੰ ਧਿਆਨ ਨਾਲ ਬੋਲੋ।

ਜਿਵੇਂ 2, 3, 4: 2-3-4, 4-6-8, 6-9-12, 8-12-16....48-72-96

ਅਭਿਆਸ 3 : ਹੇਠ ਲਿਖੀ ਸੀਰੀਜ਼ ਦਾ ਅਭਿਆਸ ਕਰੋ।

ਘੱਟਦਾ ਕ੍ਰਮ 2, ਵੱਧਦਾ ਕ੍ਰਮ 4, ਘੱਟਦਾ 3 : 100-4-99, 98-8-96, ... 52-100-28

ਅਭਿਆਸ 4 : ਹੇਠ ਲਿਖੇ ਚੌਗੁਣੀ ਸੀਰੀਜ਼ ਦਾ ਅਭਿਆਸ ਕਰੋ।

ਵੱਧਦਾ ਕ੍ਰਮ 2, 3, 4, 5, : 2-3-4-5, 4-6-8-10, 6-9-12-15.... 40-60-80-100

ਮਹੱਤਵਪੂਰਨ ਸੰਕੇਤ :	ਨੰਬਰ ਸੀਰੀਜ਼

ਫਾਰਮੂਲਿਆਂ ਦੇ ਲਈ ਸੰਪਰਕ ਵਿਧੀ

''ਮੈਂ ਅਕਸਰ, ਇਹ ਸੋਚ ਕੇ ਪਰੇਸ਼ਾਨ, ਹੈਰਾਨ ਹੋ ਜਾਂਦਾ ਹਾਂ ਕਿ ਇਹ $\cos^2$ ਹੈ ਜਾਂ $\cos é^2$? ਕੀ ਇਹ a^2b-b^2a ਹੈ ਜਾਂ $b^2a- a^2b$ ਹੈ?

ਇਹ ਕੁਝ ਅਜਿਹੀਆਂ ਸ਼ਿਕਾਇਤਾਂ ਹਨ ਜੋ ਆਮ ਤੌਰ ਤੇ ਵਿਦਿਆਰਥੀਆਂ ਤੋਂ ਸੁਣਨ ਲਈ ਮਿਲਦੀਆਂ ਹਨ। ਫਾਰਮੂਲਿਆਂ ਨੂੰ ਯਾਦ ਕਰਨ ਵਿਚ ਜਰਾ ਵੀ ਭੁੱਲ ਸਾਰੀ ਮਿਹਨਤ ਤੇ ਪਾਣੀ ਫੇਰ ਸਕਦੀ ਹੈ। ਹੁਣ ਮੁੱਖ ਪ੍ਰਸ਼ਨ ਇਹ ਹੈ ਕਿ ਇਨ੍ਹਾਂ ਪਰੇਸ਼ਾਨ ਕਰਨ ਵਾਲੀਆਂ ਪਰਿਸਥਿਤੀਆਂ ਤੋਂ ਕਿਵੇਂ ਬਚਿਆ ਜਾਵੇ?

ਫਾਰਮੂਲਾ ਵਿਧੀ

ਸੁਝਾਅ 1- ਇਕ ਫਾਰਮੂਲਾ ਬੁੱਕ ਬਣਾਓ ਅਤੇ ਜਦੋਂ ਵੀ ਨਵੇਂ ਫਾਰਮੂਲੇ ਦੀ ਜਾਣਕਾਰੀ ਮਿਲੇ ਉਸਨੂੰ ਇਸ ਵਿਚ ਲਿਖ ਲਓ।

ਸੁਝਾਅ 2 - ਇਨ੍ਹਾਂ ਫਾਰਮੂਲਿਆਂ ਨੂੰ ਸ਼੍ਰੇਣੀਬੱਧ ਕਰ ਲਓ।

ਸ਼੍ਰੇਣੀ 1 ਫਾਰਮੂਲੇ ਨੂੰ ਸਮਝ ਕੇ ਯਾਦ ਕਰਨਾ ਚਾਹੀਦਾ ਹੈ ਨਾ ਕਿ ਰੱਟ ਕੇ। ਉਦਾਹਰਣ ਦੇ ਲਈ

$$|Z_1 + Z_2| \leq |Z_1| + |Z_2|$$
$$||Z_1 - |Z_2|| \leq |Z_1 - Z_2| \quad \text{ਤ੍ਰਿਭੁਜ ਅਸਮਾਨਤਾ}$$

ਜਿਨ੍ਹਾਂ ਨੇ ਤ੍ਰਿਭੁਜ ਅਸਮਾਨਤਾ ਪੜ੍ਹਿਆ ਹੈ ਉਹ ਚੰਗੀ ਤਰ੍ਹਾਂ ਸਮਝਦੇ ਹਨ ਕਿ ਇਨ੍ਹਾਂ ਫਾਰਮੂਲਿਆਂ ਨੂੰ ਸਮਝਣਾ ਨਾ ਕਿ ਰੱਟ ਕੇ ਯਾਦ ਕਰਨਾ ਚਾਹੀਦਾ ਹੈ। ਰੱਟੇ ਹੋਏ ਨੂੰ ਯਾਦ ਕਰਨਾ ਖਤਰੇ ਨਾਲ ਭਰਿਆ ਹੁੰਦਾ ਹੈ।

ਸ਼੍ਰੇਣੀ 2 : ਇਨ੍ਹਾਂ ਫਾਰਮੂਲਿਆਂ ਨੂੰ ਰੱਟ ਕੇ ਯਾਦ ਕਰੋ। ਉਦਾਹਰਣ

$$\cos 2A = \frac{1 - \tan^2 A}{1 + \tan^2 A}$$
$$\cos 3A = 4\cos^3 A - 3\cos A$$

ਸੁਝਾਅ 3 - ਫਾਰਮੂਲੇ ਦੇ ਉਸ ਭਾਗ ਨੂੰ ਪਛਾਣੋ ਜਿਹੜਾ ਤੁਹਾਨੂੰ ਕਨਫਿਊਜ਼ ਕਰਦਾ ਹੈ।

ਉਦਾਹਰਣ : ਕੀ

$$cos2A = \frac{1 - tan^2A}{1 + tan^2A} \quad ਹੈ,$$

$$ਜਾਂ \quad \frac{1 + tan^2A}{1 - tan^2A} \quad ਹੈ,$$

$$ਜਾਂ \quad cos3A = 4cos^3A - 3cosA \text{ or } 3cosA - 4cos^3A$$

ਸੁਝਾਅ 4 - ਫਾਰਮੂਲੇ ਦਾ ਜਿਹੜਾ ਭਾਗ ਪਰੇਸ਼ਾਨ ਕਰਦਾ ਹੈ ਉਸਨੂੰ ਪ੍ਰਮੁੱਖ ਬਣਾ ਦਿਓ।

ਉਦਾਹਰਣ :

$$cos^2A = \sqrt{\frac{1 - \boxed{tan^2A}}{1 + tan^2A}}$$

$$cos3A = \boxed{4cos^3A} - 3cosA$$

ਇਸ ਤਰ੍ਹਾਂ ਨਾਲ ਵਿਸ਼ੇਸ਼ਤਾ ਪ੍ਰਦਾਨ ਕਰਕੇ ਆਪਣੇ ਪਰੇਸ਼ਾਨ ਕਰਨ ਵਾਲੇ ਭਾਗ ਨੂੰ ਮਾਨਸਿਕ ਚਿੱਤਰਣ ਪ੍ਰਦਾਨ ਕਰ ਦਿੱਤਾ ਜੋ ਯਾਦ ਕਰਨ ਅਤੇ ਬਾਅਦ ਵਿਚ ਯਾਦ ਕਰਨ ਵਿਚ ਸਹਾਇਕ ਹੋਵੇਗਾ।

ਮਹੱਤਵਪੂਰਨ ਸੰਕੇਤ : ਲਿੰਕ ਕਨਫਿਊਜ਼ਨ

$$\boxed{52}$$

ਵਿਦੇਸ਼ੀ ਭਾਸ਼ਾ ਸਿੱਖਣ ਦੇ ਲਈ
- ਸੰਪਰਕ ਸੂਤਰ ਵਿਧੀ

ਇਕ ਸੇਲਜ਼ਮੈਨ ਜੋ ਆਪਣੇ ਗਾਹਕਾਂ ਤੋਂ ਉਨ੍ਹਾਂ ਦੀ ਹੀ ਭਾਸ਼ਾ ਵਿਚ ਗੱਲ ਕਰਦਾ ਹੈ ਉਹ ਆਪਣੇ ਹੋਰ ਉਨ੍ਹਾਂ ਪ੍ਰਤਿਯੋਗੀਆਂ ਤੋਂ ਵਧੀਆ ਸਥਿਤੀ ਵਿਚ ਹੁੰਦਾ ਹੈ ਜੋ ਗਾਹਕ ਦੀ ਨਬਜ਼ ਸਮਝ ਕੇ ਉਨ੍ਹਾਂ ਦੀ ਭਾਸ਼ਾ ਵਿਚ ਗੱਲ ਕਰਨ ਦੀ ਯੋਗਤਾ ਨਹੀਂ ਰੱਖਦੇ। ਕਿਸੇ ਕਾਰੋਬਾਰ ਨੂੰ ਵਧਣ-ਫੁੱਲਣ ਲਈ ਉਨ੍ਹਾਂ ਸਾਰੇ ਵਿਭਿੰਨ ਤਰੀਕਿਆਂ ਨੂੰ ਅਪਨਾਉਣਾ ਹੁੰਦਾ ਹੈ ਜੋ ਕਾਰੋਬਾਰ ਨੂੰ ਅੱਗੇ ਵਧਾਉਣ ਦੇ ਲਈ ਜ਼ਰੂਰੀ ਹਨ ਇਨ੍ਹਾਂ ਵਿਚ ਵਿਦੇਸ਼ੀ- ਭਾਸ਼ਾ ਦਾ ਗਿਆਨ ਅੱਜ ਦੇ ਪਰਿਪੇਖ ਵਿਚ ਬਹੁਤ ਜ਼ਰੂਰੀ ਹੋ ਗਿਆ ਹੈ। ਵਿਦੇਸ਼ੀ ਭਾਸ਼ਾ ਸਿੱਖਣ ਦਾ ਸਭ ਤੋਂ ਸੌਖਾ ਤਰੀਕਾ ਕੀ ਹੈ?

ਹੱਲ : ਸੰਪਰਕ ਸੂਤਰ ਵਿਧੀ :-

ਉਦਾਹਰਣ : ਜੇਕਰ ਤੁਸੀਂ ਫ੍ਰੈਂਚ ਸ਼ਬਦ jeu ਮਤਲਬ game ਯਾਦ ਕਰਨਾ ਚਾਹੁੰਦੇ ਹੋ ਤਾਂ ਤੁਸੀਂ joy ਸ਼ਬਦ ਦੇ ਰੂਪ ਵਿਚ ਸੰਪਰਕ ਬਣਾ ਕੇ ਯਾਦ ਕਰ ਸਕਦੇ ਹੋ। ਜੇਕਰ ਸੋਚੋ ਕਿ game ਖੇਡਦੇ ਹੋਏ ਤੁਹਾਨੂੰ ਖ਼ੁਸ਼ੀ ਦਾ ਅਨੁਭਵ ਹੋ ਰਿਹਾ ਹੈ। ਜਦੋਂ ਵੀ ਸਾਨੂੰ ਜ਼ਰੂਰਤ ਹੋਵੇ ਇਸ ਤਰ੍ਹਾਂ ਸੋਚਣ ਦੇ ਤਰੀਕੇ ਨਾਲ ਅਸੀਂ ਵਿਦੇਸ਼ੀ ਸ਼ਬਦ ਨੂੰ ਯਾਦ ਕਰ ਸਕਦੇ ਹਾਂ। ਅਨੁਭਵ ਇਹ ਦੱਸਦਾ ਹੈ ਕਿ ਕੁਝ ਸਮੇਂ ਬਾਅਦ ਸੰਪਰਕ ਸੂਤਰ ਸਾਡੇ ਦਿਮਾਗ ਤੋਂ ਗਾਇਬ ਹੋ ਜਾਂਦਾ ਹੈ ਅਤੇ ਅੰਗਰੇਜ਼ੀ ਅਤੇ ਫ੍ਰੈਂਚ ਵਿਚ ਸਬੰਧ ਇਨਾ ਮਜ਼ਬੂਤ ਹੋ ਜਾਂਦਾ ਹੈ ਕਿ ਸਮਾਂ ਆਉਣ ਤੇ ਸਿੱਧਾ ਬਿਨਾਂ ਕਿਸੇ ਸੰਪਰਕ ਸੂਤਰ ਤੋਂ ਭਾਸ਼ਾ ਦਾਰਾ ਪ੍ਰਭਾਵ ਬੋਲ ਲੈਂਦੇ ਹਨ।

ਉਦਾਹਰਣ - 1 ਫ੍ਰੈਂਚ ਸ਼ਬਦ lag are ਦਾ ਮਤਲਬ ਹੈ railway station ਅਸੀਂ ਇਸਨੂੰ line guard ਦੇ ਰੂਪ ਵਿਚ ਸੋਚ ਕੇ ਯਾਦ ਕਰ ਸਕਦੇ ਹਾਂ ਜਿਸਦਾ ਉਚਾਰਣ lag are ਨਾਲ ਮਿਲਦਾ ਜੁਲਦਾ ਹੈ। ਹੁਣ ਇਸਨੂੰ   line guard of railway station ਦੇ ਅਰਥ ਦੇ ਰੂਪ ਵਿਚ ਸੋਚ ਕੇ ਸੰਪਰਕ ਸਥਾਪਿਤ ਕਰ ਸਕਦੇ ਹਾਂ।

ਉਦਾਹਰਣ - 2 ਸਪੈਨਿਸ਼ ਸ਼ਬਦ el libro ਦਾ ਮਤਲਬ ਹੈ ਕਿਤਾਬ।

ਸੁਝਾਅ - 1 ਇਸੇ ਉਚਾਰਣ ਨਾਲ ਮਿਲਦਾ ਜੁਲਦਾ ਸ਼ਬਦ ਹੋ ਸਕਦਾ ਹੈ library

ਸੁਝਾਅ - 2 ਸਪੇਨਿਸ਼ ਸ਼ਬਦ library ਨਾਲ ਜੋੜਦੇ ਹੋਏ ਇਸਦਾ ਮਤਲਬ ਮਨ ਹੀ ਮਨ ਸੋਚੋ ਜੇਕਰ ਉਹ ਸਥਾਨ ਜਿੱਥੇ ਕਿਤਾਬਾਂ ਨੂੰ ਸੁਚੱਜੇ ਤੌਰ ਤੇ ਵਿਵਸਥਿਤ ਕਰਕੇ ਰੱਖਿਆ ਜਾਂਦਾ ਹੈ।

ਉਦਾਹਰਣ - 3 ਲੇਟਿਨ ਸ਼ਬਦ poena ਦਾ ਮਤਲਬ punishment ਹੈ।

ਸੁਝਾਅ 1 : ਠੀਕ ਉਸੇ ਉਚਾਰਣ ਦਾ ਸ਼ਬਦ ਹੈ peon

ਸੁਝਾਅ 2: peon ਨੂੰ ਗਲਤੀ ਕਰਨ ਤੇ punishment ਮਿਲੀ। ਇਸ ਤਰ੍ਹਾਂ ਲੇਟਿਨ ਅਤੇ ਅੰਗਰੇਜ਼ੀ ਸ਼ਬਦਾਂ ਵਿਚ ਸੰਪਰਕ ਸਥਾਪਿਤ ਕਰਕੇ ਯਾਦ ਕਰਨ ਵਿਚ ਸਫਲਤਾ ਮਿਲਦੀ ਹੈ।

ਹੋਰ ਭਾਸ਼ਾਵਾਂ ਦੇ ਕੁਝ ਹੋਰ ਉਦਾਹਰਣ ਹੇਠ ਲਿਖੇ ਹਨ :-

English	Linking Word	French
pavement	trot	le trottoir
depth	profound	la profoundeur
body	corporal	le corps
knife	cut	le couteau
foreigner	stranger	un etranger
the back	dorsal	le dos
father	paternal	le pere
mother	maternal	lamere
green	verdant	vert
horse	cavalry	le cheval
flower	florist	la fleur
barn	grain	el granero
narrow	strait	estrecho
sea	marine	el (or la) mar
desk	scrible	el escritorio
book	library	el libra
workd	apalver	la palabra
ladder	scale	la escalera
sky	celestial	el cielo
tree	arboreal	el drbol
cloud	nebulous	la nube
world	mundane	el mundo
stone	petrous	la piedra

English	Linking Word	German
water	aqueous	la agua
silver	plate	la plata
mirrar	speak	der Spiegel
medicine	arsenic	die Arznei
miracle	wonder	das Wunder
short	curt	Kurz
black	swarthy	schwarz
girl	maid	dus Madchen
chair	stool	der Stuhl
piano	clarichord	das Klavier
flour	meal	das Mehl
desk	pulpit	dus Pult

English	Linking Word	Latin
new	novel	novus
land	territony	terra
field	acre	ager
man	human	homo
war	belligerent	bellum
storm	tempest	tempestas
hand	manual	manus
head	cap	caput

ਸ਼ਬਦਕੋਸ਼ ਦੇ ਲਈ ਸੰਪਰਕ ਸੂਤਰ ਵਿਧੀ

MBA, GMAT ਵਰਗੀਆਂ ਪ੍ਰਤੀਯੋਗੀ ਪ੍ਰੀਖਿਆਵਾਂ ਵਿਚ ਸ਼ਬਦਕੋਸ਼ ਦੀ ਇਕ ਮਹੱਤਵਪੂਰਨ ਭੂਮਿਕਾ ਹੁੰਦੀ ਹੈ।

ਜਿਹੜੇ ਨਿਯਮ ਅਸੀਂ ਦੂਜੀਆਂ ਵਿਦੇਸ਼ੀ ਭਾਸ਼ਾਵਾਂ ਦੇ ਸ਼ਬਦ ਯਾਦ ਕਰਨ ਦੇ ਲਈ ਅਪਣਾਏ ਸਨ ਉਹੀ ਨਿਯਮ ਅੰਗਰੇਜ਼ੀ ਸ਼ਬਦਾਂ ਨੂੰ ਯਾਦ ਕਰਨ ਵਿਚ ਲਾਗੂ ਹੁੰਦੇ ਹਨ। ਉਂਝ ਸਪੱਸ਼ਟ ਰੂਪ ਨਾਲ ਦੇਖੀਏ ਤਾਂ ਜੇਕਰ ਅਸੀਂ ਸਪੈਨਿਸ਼ ਅਤੇ ਅੰਗਾਰੇਜ਼ੀ ਸ਼ਬਦਾਂ ਨੂੰ ਪਹਿਲੀ ਵਾਰ ਸੁਣੀਏ ਤਾਂ ਸੁਣਨ ਵਿਚ ਇੱਕ ਜਿਹੇ ਲੱਗਦੇ ਹਨ। ਜੇਕਰ ਅਸੀਂ ਕਿਸੇ ਖਾਸ ਸ਼ਬਦ ਨੂੰ ਨਹੀਂ ਜਾਣਦੇ ਤਾਂ ਉਸਨੂੰ ਜਾਨਣ ਦੇ ਲਈ ਕੁਝ ਜ਼ਰੂਰ ਕਰਨਾ ਚਾਹੀਦਾ ਹੈ। ਅਜਿਹੇ ਸ਼ਬਦਾਂ ਨੂੰ ਯਾਦ ਕਰਨ ਦਾ ਸਭ ਤੋਂ ਵਧੀਆ ਤਰੀਕਾ ਹੈ ਇਨ੍ਹਾਂ ਸ਼ਬਦਾਂ ਦੇ ਨਾਲ ਸੰਪਰਕ ਸੂਤਰ ਸਥਾਪਿਤ ਕਰਨਾ।

Word	Meaning	Link
ablution	washing, cleansing	bluing, or lotion
helot	a slave	It's a hell of a lot to be a slave
hedonism	self-indulgence, devotion to pleasure	plunging head on into pleasure
psoriasis	a skin disease	sores
litigant	one engaged in a lawsuit	little to gain
amanuensis	secretary	manuscript
hegemony	leadership	hedge (first over the)
flagellate	superiority	flog
conversant	to whip familiar by use of study	conversation (we should hold conversation only about things we are familiar with)
aver	to affirm positively	verify
apophthegm	a brief statement of a recognised thruth	apostle
exculpate	to clear from the imputation of a fault	culprit

ਮਹੱਤਵਪੂਰਨ ਸੰਕੇਤ : ਸੰਪਰਕ ਸੂਤਰ ਵਿਧੀ

ਸਧਾਰਨ ਗਿਆਨ/ਪਰਿਭਾਸ਼ਾਵਾਂ/ਬਾਇਓਲੋਜੀਕਲ ਸ਼ਬਦਾਂ ਲਈ ਯਾਦਾਸ਼ਤ ਵਿਧੀ

ਯਾਦਾਸ਼ਤ ਵਿਧੀ

(ਇਸ ਅਧਿਆਇ ਨੂੰ ਪੜ੍ਹਨ ਤੋਂ ਪਹਿਲਾਂ ਸ਼ਬਦ ਕੋਸ਼ ਅਤੇ ਵਿਦੇਸ਼ੀ ਭਾਸ਼ਾਵਾਂ ਸਿੱਖਣ ਦੇ ਲਈ ਸੰਪਰਕ ਸੂਤਰ ਵਿਧੀ ਸਬੰਧਿਤ ਅਧਿਆਇ ਜ਼ਰੂਰ ਪੜ੍ਹੋ)।

ਜੇਕਰ ਅਸੀਂ ਬੁਲਗਾਰੀਆ ਦੀ ਰਾਜਧਾਨੀ ਸੋਫੀਆ ਯਾਦ ਕਰਨਾ ਚਾਹੁੰਦੇ ਹਾਂ ਤਾਂ ਅਸੀਂ ਮਨ ਹੀ ਮਨ ਸੋਚ ਸਕਦੇ ਹਾਂ ਬੁਲ (ਗਾਰੀਆ) ਸੋਫੇ (ਜਾਂ) ਤੇ ਬੈਠਾ ਹੋਇਆ ਹੈ।

Country   Capital

Bahrin   Manama

ਸੰਪਰਕ ਸੂਤਰ : A man (na) in (Bah) rain

Belgium   Brussels

ਸੰਪਰਕ ਸੂਤਰ : G.M. Bell ਨੂੰ ਬੁਸ਼ ਨਾਲ ਸਾਫ ਕਰ ਰਿਹਾ ਹੈ।

Camaroon   Yaoonda

ਸੰਪਰਕ ਸੂਤਰ : ਇਕ ਵਿਅਕਤੀ camera (room) ਦੇ ਨਾਲ ਪਿਕਚਰ (ya) Honda ਕਲਿੱਕ ਕਰ ਰਿਹਾ ਹੈ।

Bermuda   Hemilton

ਸੰਪਰਕ ਸੂਤਰ : ਮਾਨਸਿਕ ਚਿੱਤਰਣ ਕਰੋ (HE) melting Bermuda

Cuba   Havana

ਸੰਪਰਕ ਸੂਤਰ : A cube (a) in Heaven

Dominica   Rosean

ਸੰਪਰਕ ਸੂਤਰ : ਤੁਹਾਨੂੰ Domino's Pizza, Rose ਦੇ ਨਾਲ ਸਰਵ ਕੀਤਾ ਜਾਂਦਾ ਹੈ।

ਇਸੇ ਤਰ੍ਹਾਂ ਖਣਿਜ, ਉਦਯੋਗ ਅਤੇ ਸਥਾਨ ਦਾ ਨਾਮ ਯਾਦ ਕਰਨ ਦੇ ਲਈ ਵੀ ਸੰਪਰਕ ਸੂਤਰ ਵਿਧੀ ਦਾ ਪ੍ਰਯੋਗ ਕੀਤਾ ਜਾਵੇਗਾ। ਉਦਾਹਰਣ ਦੇ ਲਈ ਕਹਾਣੀ ਸਥਾਨ ਸੀਮੇਂਟ ਦੇ ਲਈ ਜਾਣਿਆ ਜਾਂਦਾ ਹੈ। ਸੋਚੋ ਅਤੇ ਮਾਨਸਿਕ ਚਿੱਤਰਣ ਕਰੋ ਕਿ cat's knee (ਕਟਨੀ) ਸੀਮੇਂਟ ਨਾਲ ਬਣਿਆ ਹੋਇਆ ਹੈ।

Place   Mineral/Industries

ਮੈਸੂਰ   ਸਿਲਕ

ਸੰਪਰਕ ਸੂਤਰ : My saree (Mysore) is made up of silk.

Pimpri   Penicillin

ਸੰਪਰਕ ਸੂਤਰ : Pimples ਹਟਾਉਣ ਦੇ ਲਈ Penicillin ਲਗਾਓ।

ਇਸ ਤਰ੍ਹਾਂ ਔਖੇ ਬਾਇਓਲੋਜੀਕਲ ਸ਼ਬਦ ਅਤੇ ਪਰਿਭਾਸ਼ਾਵਾਂ ਜਾਨਣ ਦੇ ਲਈ ਇਹੀ ਤਕਨੀਕ ਲਾਗੂ ਹੋਵੇਗੀ।

1. Buccal cavity ਮੂੰਹ ਦੀ ਕੈਵਿਟੀ ਜਿਸਦੇ ਦੁਆਰਾ ਭੋਜਨ ਅੰਦਰ ਜਾਂਦਾ ਹੈ।

ਸੰਪਰਕ ਸੂਤਰ : ਮਾਨਸਿਕ ਚਿੱਤਰਣ ਕਰੋ ਤੁਹਾਡਾ ਮੂੰਹ buccaling ਕਰ ਰਿਹਾ ਹੈ।

2. Graft ਜਾਨਵਰ ਜਾਂ ਪੌਦੇ ਵਿਚ ਕਈ ਸਰੀਰਕ ਅੰਗਾ ਜਾਂ ਕੋਸ਼ਿਕਾ ਬਦਲਣਾ।

ਸੰਪਰਕ ਸੂਤਰ : Grafting with organs.

$$\boxed{55}$$

ਲੰਬੇ ਸਿਧਾਂਤਾਂ ਨੂੰ ਯਾਦ ਕਰਨ ਲਈ
(ਮਹੱਤਵਪੂਰਨ ਸੰਕੇਤ ਵਿਧੀ)

ਲੰਬੇ ਸਿਧਾਂਤਾਂ ਨੂੰ ਯਾਦ ਕਰਨਾ ਵਿਦਿਆਰਥੀਆਂ ਦੀ ਇੱਕ ਆਮ ਸਮੱਸਿਆ ਹੈ। ਉਹ ਅਕਸਰ ਇਹ ਸ਼ਿਕਾਇਤ ਕਰਦੇ ਹਨ ਕਿ ਇੱਕ ਵਾਰ ਪੜ੍ਹਨ ਤੋਂ ਬਾਅਦ ਉਸਦਾ ਇਕ ਅਨੁਪਾਤ ਵੀ ਯਾਦ ਨਹੀਂ ਰਹਿੰਦਾ। ਸਧਾਰਣ ਤੌਰ ਤੇ ਸਾਡਾ ਦਿਮਾਗ ਹਰ ਜਗ੍ਹਾ ਤਾਂ ਚਲਾ ਜਾਂਦਾ ਹੈ ਪਰ ਸਿਧਾਂਤ ਵਿਆਖਿਆ ਤੇ ਨਹੀਂ ਰਹਿੰਦਾ। ਇਹੀ ਕਾਰਨ ਹੈ ਕਿ ਲੰਬੀ ਵਿਆਖਿਆ ਅਤੇ ਸਿਧਾਂਤ ਧਿਆਨ ਵਿਚ ਨਹੀਂ ਰਹਿੰਦੇ।

ਇਕਾਗਰ ਕਿਵੇਂ ਹੋਈਏ? ਜਾਂ ਕਿਵੇਂ ਧਿਆਨ ਵਿਚ ਰਹੀਏ?

ਹੱਲ : ਮਹੱਤਵਪੂਰਨ ਸੰਕੇਤ ਵਿਧੀ।

ਆਓ ਇਸਨੂੰ ਇਕ ਇਕ ਕਰਕੇ ਸਮਝੀਏ।

1. ਅਧਿਆਇ ਦੇ ਵਿਸ਼ੇ ਨੂੰ ਪੜ੍ਹੋ ਅਤੇ ਕੁਝ ਪਲ ਉਸ ਵਿਚ ਲਗਾਓ। ਵਿਸ਼ੇ ਤੋਂ ਜੋ ਕੁਝ ਗਿਆਨ ਤੁਹਾਨੂੰ ਮਿਲਦਾ ਹੈ ਪ੍ਰਾਪਤ ਕਰਨ ਦੀ ਕੋਸ਼ਿਸ਼ ਕਰੋ। ਉਦਾਹਰਣ ਦੇ ਲਈ ਅਧਿਆਇ ਦਾ ਵਿਸ਼ਾ ਹੈ Thermodynamics ਹੋ ਸਕਦਾ ਹੈ ਕਿ ਤੁਹਾਨੂੰ ਇਸਦਾ ਮਤਲਬ ਸਮਝ ਨਾ ਆਏ ਪਰ ਫਿਰ ਵੀ ਕੁਝ ਅਰਥ ਕੱਢਣ ਦੀ ਕੋਸ਼ਿਸ਼ ਕਰੋ। ਵਿਸ਼ੇ ਤੇ ਡੂੰਘਾਈ ਨਾਲ ਨਜ਼ਰ ਮਾਰੋ। Thermo ਦਾ ਅਰਥ ਹੈ heat । ਇਸਦਾ ਅਰਥ ਮੈਂ ਕੱਢ ਰਿਹਾ ਹਾਂ ਕਿ ਇਹ ਅਧਿਆਇ dynamics ਨਾਲ ਸਬੰਧਤ ਹੈ। ਅਧਿਆਇ ਦੇ ਬਾਰੇ ਵਿਚ ਇਕਾਗਰ ਹੋਣ ਅਤੇ ਅੰਦਾਜ਼ਾ ਲਗਾਉਣ ਨਾਲ ਤੁਸੀਂ ਆਪਣੇ ਬੇਸੁਰਤ ਮਨ ਵਿਚ ਅਧਿਆਇ ਨੂੰ ਗ੍ਰਹਿਣ ਕਰਨ ਦੇ ਲਈ ਇਕ ਪਲੇਟ ਫਾਰਮ ਨਿਰਮਿਤ ਕਰਦੇ ਹੋ। ਇਹ ਜ਼ਰੂਰੀ ਨਹੀਂ ਕਿ ਹਰ ਸਮੇਂ ਤੁਹਾਡਾ ਅੰਦਾਜ਼ਾ ਬਿਲਕੁਲ ਸਹੀ ਹੋਵੇ। ਫਿਰ ਵੀ ਇਹ ਅਭਿਆਸ ਤੁਹਾਨੂੰ ਇਸ ਅਧਿਆਇ ਦੇ ਬਾਰੇ ਵਿਚ ਇਕ ਭੂਮਿਕਾ ਤਿਆਰ ਕਰਨ ਵਿਚ ਮਦਦ ਕਰੇਗਾ ਤਾਂ ਕਿ ਦਿਮਾਗੀ ਰੂਪ ਨਾਲ ਤਿਆਰ ਹੋ ਜਾਵੋ।

2. ਹੁਣ ਤੁਸੀਂ ਥਿਊਰੀ ਦੇ ਹਰ ਪੈਰੂਗ੍ਰਾਫ ਨੂੰ ਇਸ ਤਰ੍ਹਾਂ ਪੜ੍ਹੋ ਕਿ ਤੁਹਾਨੂੰ ਉਸ ਵਿਚੋਂ ਮਹੱਤਵਪੂਰਨ ਸੰਕੇਤ ਮਿਲ ਜਾਣ। ਜੋ ਮਹੱਤਵਪੂਰਨ ਸੰਕੇਤ ਹੋਵੇਗਾ ਉਹ ਪੂਰੇ ਪੈਰੂਗ੍ਰਾਫ ਦਾ ਪ੍ਰਤੀਨਿਧ ਕਰੇਗਾ।

3. ਇਸ ਗੱਲ ਦਾ ਭਰੋਸਾ ਦੁਆਓ ਕਿ ਅਗਲੇ ਪੈਰੂਗ੍ਰਾਫ ਨੂੰ ਪੜ੍ਹਨ ਦੇ ਲਈ ਆਉਣ ਤੋਂ ਪਹਿਲਾਂ ਪਿਛਲੇ ਪੈਰੂਗ੍ਰਾਫ ਦੇ ਮਹੱਤਵਪੂਰਨ ਸੰਕੇਤ ਨੂੰ ਚੰਗੀ ਤਰ੍ਹਾਂ ਗ੍ਰਹਿਣ ਕਰ ਲਵੋਗੇ। ਇਹ ਤੁਹਾਨੂੰ ਪੂਰਨ ਰੂਪ ਨਾਲ ਅਧਿਆਇ ਵਿਚ ਧਿਆਨ ਮਗਨ ਹੋਣ ਵਿਚ ਮਦਦ ਕਰੇਗਾ।

4. ਮਨ ਲਓ ਕਿ ਪੂਰੇ ਅਧਿਆਇ ਵਿਚ 15 ਪੈਰੂਗ੍ਰਾਫ ਹਨ ਤਾਂ ਇਸਦਾ ਮਤਲਬ ਹੋਇਆ ਕਿ 15 ਜਾਂ ਜ਼ਿਆਦਾ ਮਹੱਤਵਪੂਰਨ ਸੰਕੇਤ ਇਕੱਠੇ ਹੋ ਗਏ। ਹੁਣ ਇਨ੍ਹਾਂ ਸੰਕੇਤਾਂ ਨੂੰ ਧਿਆਨ ਨਾਲ ਦੇਖੋ ਫਿਰ ਇਨ੍ਹਾਂ ਦੀ ਮਦਦ ਨਾਲ ਪੂਰਾ ਅਧਿਆਇ ਯਾਦ ਕਰਨ ਦੀ ਕੋਸ਼ਿਸ਼ ਕਰੋ।

5. ਅਗਲੀ ਵਾਰ ਜਦੋਂ ਤੁਸੀਂ ਅਧਿਆਇ ਦੁਹਰਾਓਗੇ ਤਾਂ ਇਹੀ ਮਹੱਤਵਪੂਰਨ ਸੰਕੇਤ ਜਲਦੀ ਦੁਹਰਾਉਣ ਵਿਚ ਮਦਦ ਕਰਨਗੇ।

ਮਹੱਤਵਪੂਰਨ ਸੰਕੇਤ :	ਪ੍ਰਤੀਨਿਧਾਤਮਕ ਸ਼ਬਦ

56

ਜਾਣਕਾਰੀ ਨੂੰ ਕਈ ਇਕਾਈਆਂ ਵਿਚ ਵੰਡੋ

ਕਿਸੇ ਵੀ ਖਾਸ ਜਾਣਕਾਰੀ ਜਾਂ ਸੂਚਨਾ ਨੂੰ ਲੱਭਣ ਦੇ ਲਈ ਸਾਡੇ ਦਿਮਾਗ ਦੇ ਕੋਲ ਇਕ ਖਾਸ ਪ੍ਰਣਾਲੀ ਹੈ। ਕੋਈ ਵੀ ਸੂਚਨਾ ਜਦੋਂ ਵਿਭਿੰਨ ਭਾਗਾਂ ਵਿਚ, ਸਾਡੀਆਂ ਗਿਆਨ ਇੰਦਰੀਆਂ ਦੁਆਰਾ ਸਾਡੇ ਦਿਮਾਗ ਤੱਕ ਪਹੁੰਚਾਈ ਜਾਂਦੀ ਹੈ ਤਾਂ ਉਹ ਲੰਬੇ ਸਮੇਂ ਤੱਕ ਅਤੇ ਵਿਸਤਾਰ ਨਾਲ ਸਾਡੇ ਦਿਮਾਗ ਵਿਚ ਸਮਾਈ ਰਹਿੰਦੀ ਹੈ। ਅਜਿਹਾ ਇਸ ਲਈ ਹੁੰਦਾ ਹੈ ਕਿ ਹਰ ਗਿਆਨ ਇੰਦਰੀ ਆਪਣੇ ਹਿੱਸੇ ਦੀ ਸੂਚਨਾ ਦਿਮਾਗ ਦੀ ਖਾਸ ਜਗ੍ਹਾ ਤੇ ਸਟੋਰ ਕਰ ਦਿੰਦੀ ਹੈ।

ਆਪਣੀਆਂ ਗਿਆਨ ਇੰਦਰੀਆਂ ਨੂੰ ਪਰਸਪਰ, ਇਕ ਦੂਜੇ ਤੇ ਪ੍ਰਭਾਵ ਪਾਉਣ ਦੇਣਾ ਚਾਹੀਦਾ ਹੈ। ਜਦੋਂ ਕਦੀ ਸੰਭਵ ਹੋਵੇ ਆਪਣੀਆਂ ਇੰਦਰੀਆਂ ਦਾ ਵਧੀਆ ਪ੍ਰਯੋਗ ਕਰੋ ਜਿਵੇਂ ਦੇਖਣਾ, ਸੁਣਨਾ, ਸੁੰਘਣਾ, ਛੂਹਣਾ, ਦਿਲਚਸਪੀ, ਸਰੀਰਕ ਹੱਲਚਲ ਅਤੇ ਸਥਿਤੀ। ਇਨ੍ਹਾਂ ਇੰਦਰੀਆਂ ਦੀਆਂ ਗਤੀਵਿਧੀਆਂ ਤੇ ਤਿੱਖੀ ਨਜ਼ਰ ਰੱਖੋ। ਤੁਸੀਂ ਆਪਣੀ ਭਾਵੁਕਤਾ ਦਾ ਸਬੰਧ ਵੀ ਜੋੜ ਸਕਦੇ ਹੋ। ਜਿਵੇਂ ਕਿ ਤੁਹਾਨੂੰ ਪ੍ਰਾਈਮਰੀ ਦੇ ਅਧਿਆਪਕ ਨੂੰ ਦੇਖ ਕੇ ਇਕਦਮ ਯਾਦ ਆ ਜਾਂਦਾ ਹੈ ਕਿ ਇਹ ਤਾਂ ਉਹੀ ਹਨ ਜਿਨ੍ਹਾਂ ਨੇ ਸਾਨੂੰ ਪੜ੍ਹਾਇਆ ਸੀ। ਇਸ ਤਰ੍ਹਾਂ ਆਪਣੇ ਅਨੁਭਵਾਂ ਦਾ ਮਾਨਸਿਕ ਸਬੰਧ ਸਥਾਪਿਤ ਕਰਕੇ ਸਹਿਚਾਰ ਵਿਧੀ ਦੁਆਰਾ ਕਿੰਨੀ ਵੀ ਪੁਰਾਣੀ ਘਟਨਾ ਜਾਂ ਗੱਲ ਨੂੰ ਯਾਦ ਕਰ ਸਕਦੇ ਹੋ। ਇਸ ਤਰ੍ਹਾਂ ਤੁਸੀਂ ਕਿਸੇ ਦਾ ਨਾਂ ਵੀ ਹਮੇਸ਼ਾਂ ਦੇ ਲਈ ਯਾਦ ਰੱਖ ਸਕਦੇ ਹੋ ਅਤੇ ਗੱਲਬਾਤ ਦੇ ਦੌਰਾਨ ਉਸਨੂੰ ਉਸਦੇ ਨਾਂ ਨਾਲ ਬੁਲਾ ਸਕਦੇ ਹੋ ਜਿਵੇਂ ਸ੍ਰੀ ਸ਼ਰਮਾ ਤੁਹਾਨੂੰ ਮਿਲ ਕੇ ਬਹੁਤ ਖੁਸ਼ੀ ਹੋਈ। ਇਸ ਲਈ ਕਿਸੇ ਵੀ ਜਾਣਕਾਰੀ ਨੂੰ ਛੋਟੇ ਟੁੱਕੜਿਆਂ ਵਿਚ ਵੰਡ ਕੇ ਫਿਰ ਯਾਦ ਕਰਨ ਤੇ ਤੁਹਾਨੂੰ ਵਿਸ਼ੇਸ਼ ਲਾਭ ਹੋਵੇਗਾ।

ਮਹੱਤਵਪੂਰਨ ਸੰਕੇਤ : ਸੂਚਨਾ ਦੇ ਛੋਟੇ ਛੋਟੇ ਭਾਗ

ਯਾਦਾਸ਼ਤ ਵਧਾਉਣ ਵਾਲੀ ਬੁਝਾਰਤ

ਆਪਣੇ ਦੋਸਤ ਨੂੰ ਕਹੋ ਕਿ ਉਹ ਅੱਖਰਾਂ ਨੂੰ ਜੰਬਲ ਕਰਕੇ ਸ਼ਬਦਾਂ ਨੂੰ ਬੁਝਾਰਤ ਵਾਲਾ ਜਾਮਾਂ ਪੁਆਉਣ। ਜਿਵੇਂ Apple ਦੇ ਲਈ ppeal, screw ਦੇ ਲਈ wrces, carpet ਦੇ ਲਈ ptrace, plant ਦੇ ਲਈ tpanl ਆਦਿ। ਹੁਣ ਇਨ੍ਹਾਂ ਜੰਬਲ ਸ਼ਬਦਾਂ ਨੂੰ ਨਿਰਧਾਰਿਤ ਸਮੇਂ ਵਿਚ ਹੱਲ ਕਰੋ।

ਦੂਜਾ ਤਰੀਕਾ ਇਹ ਹੈ ਕਿ ਆਪਣੇ ਦੋਸਤ ਨੂੰ ਕਹੋ ਕਿ ਅੱਖਰਾਂ ਅਤੇ ਅੰਕਾਂ ਦੇ ਰੈਨਡਮ ਬਲਾਕ ਬਣਾਏ ਜਿਵੇਂ ਕਿ ਹੇਠਾਂ ਬਣੇ ਹਨ।

ODS2KG8A2Y1L39PcJM7FH
BJA4VKNOAECHAM34LZ514S
PYTQ9XLPROPNM3FO2UNIVE
ZXTR51RS2PHSDL9KDP8JLF
ST20LJMNDU378J7DNEPQRS
NDS5L8SJGMLCHANCL52PON

ਇਸ ਤਰ੍ਹਾਂ ਕਿੰਨੀ ਹੀ ਤਰ੍ਹਾਂ ਦੇ ਬਲਾਕ ਬਣਾਏ ਜਾ ਸਕਦੇ ਹਨ। ਸਮਾਂ ਸੀਮਾ ਨਿਰਧਾਰਿਤ ਕਰਕੇ ਅੱਖਰਾਂ ਅਤੇ ਅੰਕਾਂ ਨੂੰ ਚੁਣੋ। ਉਨ੍ਹਾਂ ਨੂੰ ਵੱਖ-ਵੱਖ ਅਤੇ ਇਕੱਠੇ ਵਿਵਸਥਿਤ ਕਰੋ। ਉਦਾਹਰਣ ਦੇ ਲਈ ਹਰੇਕ H ਨੂੰ 1-10 ਸੈਕਿੰਡ ਦੇ ਅੰਦਰ ਸਰਕਲ ਕਰ ਲਓ।

ਆਪਣੀ ਇਕਾਗਰਤਾ ਸਮਰੱਥਾ ਨੂੰ ਵਧਾਉਣ ਦੇ ਲਈ ਅੱਖਰਾਂ ਅਤੇ ਨੰਬਰਾਂ ਦੇ ਨਵੇਂ ਚਾਰਟ ਬਣਾਓ। ਇਹ ਅਭਿਆਸ ਹਫਤੇ ਵਿਚ ਘੱਟ ਤੋਂ ਘੱਟ ਦੋ ਵਾਰ ਜ਼ਰੂਰ ਕਰਨਾ ਚਾਹੀਦਾ ਹੈ। ਇਸ ਤਰ੍ਹਾਂ, ਜੰਬਲਿੰਗ ਕਰਨ ਅਤੇ ਬਲਾਕ ਬਣਾਉਣ ਨਾਲ ਫਿਰ ਉਨ੍ਹਾਂ ਨੂੰ ਵਿਵਸਥਿਤ ਕਰਨ ਨਾਲ ਤੁਹਾਡੇ ਦਿਮਾਗ ਦੀ ਕਸਰਤ ਹੋਵੇਗੀ, ਤੁਹਾਡੀ ਯਾਦਾਸ਼ਤ, ਇਕਾਗਰਤਾ ਦਾ ਵਿਕਾਸ ਹੋਵੇਗਾ।

ਮਹੱਤਵਪੂਰਨ ਸੰਕੇਤ : ਬੁਝਾਰਤ (Puzzle)

58

ਯਾਦਗਾਰ ਘਟਨਾਵਾਂ ਅਤੇ ਯਾਦਾਸ਼ਤ ਚਿੰਨ੍ਹ

ਜੇਕਰ ਤੁਸੀਂ ਇਹ ਯਾਦ ਨਹੀਂ ਯਾਦ ਕਰ ਸਕਦੇ ਹੋ ਕਿ ਕਿਸ ਦਿਨ, ਕਿਸ ਮਹੀਨੇ ਜਾਂ ਕਿਸ ਸਾਲ ਵਿਚ ਘਰ ਬਦਲਿਆ ਸੀ ਤਾਂ ਉਸ ਦੌਰਾਨ ਹੋਈਆਂ ਮਹੱਤਵਪੂਰਨ ਘਟਨਾਵਾਂ ਨੂੰ ਯਾਦ ਕਰਨ ਦੀ ਕੋਸ਼ਿਸ਼ ਕਰੋ ਜੋ ਤੁਹਾਡੇ ਜੀਵਨ ਵਿਚ ਵਾਪਰੀਆਂ।

ਕਈ ਸਾਲ ਪਹਿਲਾਂ ਤੁਹਾਡੇ ਜੀਵਨ ਵਿਚ ਜੋ ਕੁਝ ਵਾਪਰਿਆ ਉਹ ਹੋਰ ਘਟਨਾਵਾਂ ਨਾਲੋਂ ਵੱਖ ਨਹੀਂ ਵਾਪਰਿਆ ਹੁੰਦਾ। ਕਿਸੇ ਖਾਸ ਸਮੇਂ ਜੋ ਕੁਝ ਵਾਪਰਿਆ ਜਿਸਨੂੰ ਤੁਸੀਂ ਯਾਦ ਨਹੀਂ ਕਰ ਸਕਦੇ ਹੋ ਤਾਂ ਕਿਸੇ ਚਿੰਨ੍ਹਾਂ ਜਾਂ ਸੁਰਾਖ ਦੀ ਮਦਦ ਨਾਲ ਯਾਦ ਕਰਨ ਦੀ ਕੋਸ਼ਿਸ਼ ਕਰੀਏ। ਹੋ ਸਕਦਾ ਹੈ ਉਨਾਂ ਦਿਨਾਂ ਵਿਚ ਕੋਈ ਮਹੱਤਵਪੂਰਨ ਰਾਜਨੀਤਕ ਘਟਨਾ ਵਾਪਰੀ ਹੋਵੇ। ਕੋਈ ਯਾਦਗਾਰ ਫਿਲਮ ਚੱਲੀ ਹੋਵੇ ਜਾਂ ਕਿਸੇ ਫਿਲਮ ਦੇ ਗਾਣੇ ਬਹੁਤ ਮਸ਼ਹੂਰ ਹੋਏ ਹੋਣ, ਇਨ੍ਹਾਂ ਨੂੰ ਯਾਦ ਕਰਨ ਦੀ ਕੋਸ਼ਿਸ਼ ਕਰੋ ਜਿਸ ਨਾਲ ਤੁਹਾਨੂੰ, ਉਹ ਖਾਸ ਮਹੱਤਵ ਦੀ ਘਟਨਾ ਜਿਸ ਨੂੰ ਤੁਸੀਂ ਯਾਦ ਕਰਨ ਦੀ ਕੋਸ਼ਿਸ਼ ਕਰ ਰਹੇ ਹੋ, ਯਾਦ ਕਰਨ ਵਿਚ ਮਦਦ ਮਿਲੇਗੀ।

ਜੇਕਰ ਤੁਸੀਂ ਹੁਣ ਵੀ ਯਾਦ ਕਰਨ ਵਿਚ ਸਫਲ ਨਹੀਂ ਹੋ ਰਹੇ ਹੋ ਤਾਂ ਇਹ ਯਾਦਾਸ਼ਤ ਚਿੰਨ੍ਹ ਤੁਹਾਨੂੰ ਯਾਦ ਕਰਾਉਣ ਵਿਚ ਮਦਦ ਕਰਨਗੇ ਹੀ ਇਨ੍ਹਾਂ ਤੋਂ ਇਲਾਵਾ ਤੁਸੀਂ ਆਪਣੇ ਪਰਿਵਾਰ ਦੇ ਹੋਰ ਮੈਂਬਰਾਂ ਜਾਂ ਦੋਸਤਾਂ ਦੀ ਵੀ ਮਦਦ ਲੈ ਸਕਦੇ ਹੋ। ਹੋ ਸਕਦਾ ਹੈ ਉਨ੍ਹਾਂ ਦਾ ਯਾਦਾਸ਼ਤ ਗਿਆਨ ਤੁਹਾਡੇ ਲਈ ਮਦਦਗਾਰ ਸਿੱਧ ਹੋਵੇ।

ਕਿਸੇ ਖਾਸ ਘਟਨਾਵਾਂ ਨੂੰ ਯਾਦਾਸ਼ਤ ਰੂਪ ਵਿਚ ਪ੍ਰਯੋਗ ਕਰੋ।

ਮਹੱਤਵਪੂਰਨ ਸੰਕੇਤ : ਮਹੱਤਵਪੂਰਨ ਘਟਨਾਵਾਂ

ਦਿਮਾਗੀ ਸੰਗ੍ਰਹਿ ਸਥਾਨ ਦਾ ਕਿਵੇਂ ਵਿਕਾਸ ਕਰੀਏ

ਯਾਦ ਕਰਨ ਦੀ ਜ਼ਰੂਰਤ

ਇੱਥੇ 20 ਵਸਤੂਆਂ ਦੀ ਸੂਚੀ ਦਿੱਤੀ ਜਾ ਰਹੀ ਹੈ ਜੋ ਲਗਭਗ ਸਾਰਿਆਂ ਘਰਾਂ ਵਿਚ ਪਾਈਆਂ ਜਾਂਦੀਆਂ ਹਨ। ਇਨ੍ਹਾਂ ਵਸਤੂਆਂ ਬਾਰੇ ਅਜਿਹਾ ਸੋਚੋ ਕਿ ਤੁਹਾਡੇ ਘਰ ਵਿਚ ਰੱਖੀਆਂ ਹੋਈਆਂ ਹਨ ਅਤੇ ਕਲਪਨਾ ਕਰੋ ਕਿ ਹੇਠ ਲਿਖੀ ਤਰਤੀਬ ਵਿਚ ਰੱਖੀਆਂ ਹੋਈਆਂ ਹਨ।

ਰਸੋਈ ਵਿਚ		ਬਾਥਰੂਮ ਵਿਚ	
1.	ਸ਼ੈਕ	11.	ਬਾਥ ਟੱਬ
2.	ਸਟੋਵ	12.	ਲੈਵੇਟਰੀ
3.	ਬਰਤਨ	13.	ਸ਼ੈਲਫ
4.	ਮੇਜ਼	14.	ਸ਼ੀਸ਼ਾ
5.	ਫਰਿੱਜ਼	15.	ਤੌਲੀਆ
ਡ੍ਰਾਇੰਗ ਰੂਮ ਵਿਚ		**ਬੈਡਰੂਮ ਵਿਚ**	
6.	ਟੈਲੀਫੋਨ	16.	ਬੈਡ
7.	ਆਰਾਮ ਕੁਰਸੀ	17.	ਬੁੱਕ ਰੈਕ
8.	ਲੈਂਪ	18.	ਵੇਸਟ ਬਾਸਕਿਟ
9.	ਟੀ.ਵੀ. ਸੈੱਟ	19.	ਕਰਟਨ
10.	ਪੋਸਟਰ	20.	ਅਲਾਰਮ ਘੜੀ

ਇਸ ਸੂਚੀ ਨੂੰ ਪੜ੍ਹੋ ਦਿਮਾਗੀ ਰੂਪ ਨਾਲ ਦੇਖੋ ਕਿ ਹਰ ਵਸਤੂ ਤੁਹਾਡੇ ਘਰ ਵਿਚ ਮੌਜੂਦ ਹੈ। ਫਿਰ ਇਕ ਤਰਤੀਬ ਨਾਲ ਸਬੰਧਿਤ ਕਰੋ। ਉਦਾਹਣ ਦੇ ਲਈ ਰਸੋਈ ਦੀਆਂ 5 ਆਈਟਮਾਂ ਹਨ। ਡ੍ਰਾਇੰਗ ਰੂਮ ਦੀਆਂ ਵੀ ਪੰਜ ਚੀਜ਼ਾ ਹਨ 6 ਤੋਂ 10 ਨੰਬਰ ਤੱਕ; ਬਾਥਟੱਬ ਦਾ ਨੰਬਰ 11 ਹੈ, ਸ਼ੈਲਫ 13 ਨੰਬਰ ਹੈ ਅਤੇ ਤੌਲੀਏ ਦਾ ਨੰਬਰ 15 ਹੈ ਤੁਹਾਡੇ ਬੈਡਰੂਮ ਵਿਚ, ਬੈੱਡ ਦਾ ਨੰਬਰ 16 ਹੈ, ਕਰਟਨ ਦਾ ਨੰਬਰ '19 ਹੈ ਅਤੇ ਅਲਾਰਮ ਘੜੀ ਦਾ ਨੰਬਰ 20 ਹੈ।

ਹੁਣ ਮੈਂ ਤੁਹਾਨੂੰ ਇਹ ਦੱਸਣ ਜਾ ਰਿਹਾ ਹਾਂ ਕਿ ਖਰੀਦਦਾਰੀ ਦੇ ਲਈ ਬਣੀ ਸੂਚੀ ਵਾਲੀਆਂ ਵਸਤੂਆਂ ਨੂੰ ਘਰ ਦੀਆਂ ਵਸਤੂਆਂ ਦੇ ਨਾਲ ਕਿਸ ਤਰ੍ਹਾਂ ਸਬੰਧਿਤ ਕੀਤਾ ਜਾਂਦਾ ਹੈ। ਜਦੋਂ ਤੁਸੀਂ ਇਨ੍ਹਾਂ ਨਿਰਦੇਸ਼ਾਂ ਦਾ ਪਾਲਣ ਕਰੋਗੇ ਤਾਂ ਤੁਸੀਂ ਦੇਖੋਗੇ ਕਿ ਤੁਹਾਡੇ ਅੰਦਰ ਵਧੀਆ ਕਲਪਨਾ ਸ਼ਕਤੀ ਹੈ ਜਾਂ ਯਾਦ ਕਰਨੀ ਦੀ ਯੋਗਤਾ ਹੈ।

ਇਥੇ ਤੁਹਾਨੂੰ ਸੂਚੀ ਦਿੱਤੀ ਜਾ ਰਹੀ ਹੈ। ਬਾਅਦ ਵਿਚ, ਮੈਂ ਤੁਹਾਨੂੰ ਦੱਸਾਂਗਾ ਕਿ ਇਸ ਲਿਸਟ ਨੂੰ ਘਰ ਦੀਆਂ ਵਸਤੂਆਂ ਦੇ ਨਾਲ ਜੋੜ ਕੇ ਕਿਸ ਤਰ੍ਹਾਂ ਯਾਦ ਕੀਤਾ ਜਾਂਦਾ ਹੈ।

1. ਪੈਨ	11. ਜੂਸ
2. ਸਾਬਣ	12. ਪਿਆਜ਼
3. ਪੈਨਸਿਲ	13. ਤਾਲਾ
4. ਫੁੱਲ	14. ਚਾਕੂ
5. ਕੈਸਿਟ	15. ਕਰੀਮ
6. ਪੇਂਟ	16. ਸਾਈਕਲ
7. ਟਾਰਚ	17. ਕਮੀਜ਼
8. ਆਲੂ	18. ਵਾਸ਼ਿੰਗ ਪਾਊਡਰ
9. ਪੇਟੀ	19. ਤਾਸ਼ ਦੇ ਪੱਤੇ
10. ਬੈਗ	20. ਮਾਚਸ

ਕਿਰਪਾ ਕਰਕੇ ਮੇਰੇ ਨਿਰਦੇਸ਼ਾਂ ਦਾ ਪਾਲਣ ਕਰੋ। ਮੈਂ ਚਾਹੁੰਦਾ ਹਾਂ ਕਿ ਤੁਸੀਂ ਇਨ੍ਹਾਂ ਵਸਤੂਆਂ ਦੀ ਤਸਵੀਰ ਨੂੰ ਆਪਣੀ ਕਲਪਨਾ ਵਿਚ ਦੇਖੋ। ਇਹ ਤੁਹਾਨੂੰ ਸ਼ੱਕ ਵਰਗਾ ਸੁਣਾਈ ਦੇਵੇਗਾ। ਪਰ ਫਿਰ ਵੀ ਇਹ ਅਭਿਆਸ ਕਰੋ। ਇਸ ਨਾਲ ਤੁਹਾਡੀ ਯਾਦਾਸ਼ਤ ਵਿਕਾਸ ਵਿਚ ਮਹੱਤਵਪੂਰਨ ਸਹਾਇਤਾ ਮਿਲੇਗੀ।

1. ਤੁਸੀਂ ਆਪਣੀ ਕਿਚਨ ਵਿਚ ਪੈਨ ਸੰਗ੍ਰਹਿ ਕਰ ਰਹੇ ਹੋ। ਹੁਣ ਇਸਨੂੰ ਮਾਨਸਿਕ ਰੂਪ ਨਾਲ ਦੇਖੋ।

2. ਤੁਸੀਂ ਆਪਣਾ ਗੰਦਾ ਸਟੋਵ ਸਾਬਣ ਨਾਲ ਧੋ ਰਹੇ ਹੋ। ਮਾਨਸਿਕ ਚਿੱਤਰਣ ਕਰੋ।

3. ਖਾਣਾ ਖਾਣ ਦੇ ਲਈ ਤੁਸੀਂ ਕਾਂਟੇ ਦੀ ਬਜਾਇ ਪੈਨਸਿਲ ਇਸਤੇਮਾਲ ਕਰ ਰਹੇ ਹੋ। ਮਾਨਸਿਕ ਚਿੱਤਰਣ ਕਰੋ।

4. ਮੇਜ਼ ਨੂੰ ਤੁਸੀਂ ਰੰਗ-ਬਿਰੰਗੇ ਫੁੱਲਾਂ ਨਾਲ ਸਜਾ ਰਹੇ ਹੋ। ਮਾਨਸਿਕ ਚਿੱਤਰਣ ਕਰੋ।

5. ਤੁਹਾਡਾ ਫਰਿੱਜ਼ ਕੈਸਿਟ ਨਾਲ ਭਰਿਆ ਹੋਇਆ ਹੈ। ਦੇਖੋ।

6. ਆਪਣੇ ਪੁਰਾਣੇ ਕਾਲੇ ਟੈਲੀਫੋਨ ਤੇ ਤੁਸੀਂ ਚਮਕੀਲਾ ਲਾਲ ਪੇਂਟ ਕਰ ਰਹੇ ਹੋ। ਚਿੱਤਰਣ ਕਰੋ।

7. ਤੁਸੀਂ ਆਪਣੀ ਕੁਰਸੀ ਦੀ ਟੁੱਟੀ ਹੋਈ ਲੱਤ ਦੀ ਜਗ੍ਹਾ ਵੱਡੀ ਟਾਰਚ ਲਗਾ ਰਹੇ ਹੋ। ਚਿੱਤਰਣ ਕਰੋ।

8. ਤੁਸੀਂ ਆਪਣੇ ਲੈਂਪ ਦੇ ਹੋਲਡਰ ਵਿਚ ਬਲਬ ਦੀ ਜਗ੍ਹਾ ਅਲੂ ਲਗਾ ਰਹੇ ਹੋ। ਮਾਨਸਿਕ ਚਿੱਤਰਣ ਕਰੋ।

9. ਤੁਸੀਂ ਆਪਣੇ ਘਰ ਦੇ ਟੀ.ਵੀਂ ਸੈੱਟ ਨੂੰ ਆਪਣੀ ਪੇਟੀ ਦੇ ਨਾਲ ਆਪਣੇ ਬਿਸਤਰੇ ਨਾਲ ਬੰਨ੍ਹ ਰਹੇ ਹੋ। ਤਾਂ ਕਿ ਚੋਰ ਨਾ ਲੈ ਜਾ ਸਕਣ।

10. ਮਾਨਸਿਕ ਚਿੱਤਰਣ ਕਰੋ ਕਿ ਤੁਹਾਡਾ ਸਕੂਲ ਬੈਗ ਹੈ। ਜਦੋਂ ਤੁਸੀਂ ਬੈਗ ਖੋਲ੍ਹਦੇ ਹੋ ਤਾਂ ਕਿਤਾਬਾਂ ਦੀ ਜਗ੍ਹਾ ਪੋਸਟਰ ਦੇਖਦੇ ਹੋ। ਇਸ ਤੇ ਧਿਆਨ ਦਿਓ।

11. ਮਹਿਸੂਸ ਕਰੋ ਕਿ ਤੁਸੀਂ ਬਾਥ ਟੱਬ ਵਿਚ ਲੈਮਨ ਜੂਸ ਦੇ ਨਾਲ ਨਹਾ ਰਹੇ ਹੋ। ਮਹਿਸੂਸ ਕਰੋ ਕਿ ਇਸਨੂੰ ਪੀ ਵੀ ਰਹੇ ਹੋ।

12. ਤੁਹਾਡੀ ਲੈਵੇਟਰੀ ਪਿਆਜ਼ਾਂ ਨਾਲ ਭਰੀ ਹੋਈ ਹੈ ਤੁਸੀਂ ਉੱਥੇ ਉਸਨੂੰ ਛਿੱਲ ਰਹੇ ਹੋ ਅਤੇ ਤੁਹਾਡੇ ਅੱਥਰੂਆਂ ਨਾਲ ਕਟੋਰਾ ਭਰ ਗਿਆ ਹੈ। ਮਾਨਸਿਕ ਚਿੱਤਰਣ ਕਰੋ।

13. ਚਿੱਤਰਣ ਕਰੋ ਤੁਸੀਂ ਆਪਣੀ shelf ਵੱਡੇ ਤਾਲੇ ਨਾਲ ਬੰਦ ਕਰ ਰਹੇ ਹੋ।

14. ਮਨ ਹੀ ਮਨ ਸੋਚੋ ਕਿ ਤੁਸੀਂ ਵੱਡੇ ਚਾਕੂ ਦੀ ਸਹਾਇਤਾ ਨਾਲ ਸ਼ੀਸ਼ੇ ਨੂੰ ਵੱਖ-ਵੱਖ ਡਿਜ਼ਾਈਨ ਵਿਚ ਕੱਟ ਰਹੇ ਹੋ ਅਤੇ ਚਾਕੂ ਦਾ ਹੈਂਡਲ ਤੁਹਾਡੇ ਸੱਜੇ ਹੱਥ ਵਿਚ ਹੈ।

15. ਸੋਚੋ ਕਿ ਤੁਹਾਡਾ ਤੌਲੀਆ ਕਰੀਮ ਨਾਲ ਭਰਿਆ ਹੋਇਆ ਹੈ।

16. ਮਾਨਸਿਕ ਚਿੱਤਰਣ ਕਰੋ। ਤੁਸੀਂ ਸੜਕ ਤੇ ਜਾਣ ਤੋਂ ਘਬਰਾਉਂਦੇ ਹੋ ਇਸ ਲਈ ਆਪਣੇ ਬੈੱਡ ਤੇ ਸਾਈਕਲ ਚਲਾਉਣਾ ਸਿੱਖ ਰਹੇ ਹੋ।

17. ਚਿੱਤਰਣ ਕਰੋ ਕਿ ਤੁਸੀਂ ਆਪਣੀਆਂ ਕਮੀਜ਼ਾਂ ਬੁੱਕ ਰੈਕ ਵਿਚ ਰੱਖ ਰਹੇ ਹੋ ਕਿਉਂਕਿ ਅਲਮਾਰੀ ਵਿਚ ਜਗ੍ਹਾ ਨਹੀਂ ਹੈ।

18. ਮਨ ਹੀ ਮਨ ਸੋਚੋ ਕਿ ਤੁਹਾਡੀ ਵੇਸਟ ਬਾਸਕਿਟ ਵਾਸ਼ਿੰਗ ਪਾਊਡਰ ਨਾਲ ਭਰੀ ਹੋਈ ਹੈ।

19. ਹੋਰ ਲੋਕਾਂ ਨੂੰ ਇਹ ਪਤਾ ਨਾ ਲੱਗੇ ਕਿ ਤੁਹਾਨੂੰ ਤਾਸ਼ ਖੇਡਣ ਦਾ ਬਹੁਤ ਸ਼ੌਂਕ ਹੈ। ਇਸ ਲਈ ਤੁਸੀਂ ਆਪਣੇ ਕਮਰੇ ਨੂੰ ਪਰਦੇ ਨਾਲ ਢੱਕ ਰਹੇ ਹੋ। ਮਾਨਸਿਕ ਚਿੱਤਰਣ ਕਰੋ।

20. ਆਪਣੀ ਅਲਾਰਮ ਘੜੀ ਦੇ ਬਾਰੇ ਵਿਚ ਸੋਚੋ ਅਤੇ ਦੇਖੋ ਕਿ ਘੰਟੇ ਮਿੰਟ ਅਤੇ ਸੈਕਿੰਡ ਦੀ ਸੂਈ ਦੇ ਸਥਾਨ ਤੇ ਮਾਚਸ ਦੀਆਂ ਤੀਲ੍ਹੀਆਂ ਲੱਗੀਆਂ ਹਨ।

ਹੁਣ ਤੁਸੀਂ ਹੇਠਾਂ ਲਿਖੋ ਕਿ ਤੁਸੀਂ ਹੇਠ ਲਿਖੀਆਂ ਵਸਤੂਆਂ ਦੇ ਨਾਲ ਕੀ ਦੇਖਿਆ :

1. ਸ਼ੈਕ
2. ਸਟੋਵ
3. ਬਰਤਨ
4. ਮੇਜ਼
5. ਫਰਿੱਜ਼
6. ਟੈਲੀਫੋਨ
7. ਅਰਾਮ ਕੁਰਸੀ
8. ਲੈਂਪ
9. ਟੀ.ਵੀ.
10. ਪੋਸਟਰ
11. ਬਾਥ ਟੱਬ
12. ਲੈਵੇਟਰੀ
13. ਸ਼ੈਲਫ
14. ਸ਼ੀਸ਼ਾ
15. ਤੌਲੀਆ
16. ਬੈੱਡ
17. ਬੁੱਕ ਰੈਕ
18. ਵੇਸਟ ਬਾਸਕਿਟ
19. ਕਰਟਨ
20. ਅਲਾਰਮ ਘੜੀ

ਕੁਝ ਮਿੰਟ ਦੇ ਲਈ ਰੁਕ ਜਾਓ ਅਤੇ ਸੋਚੋ ਕਿ ਤੁਸੀਂ ਹੁਣ ਕੀ ਕੀਤਾ ਹੈ। ਸ਼ੁਰੂ ਵਿਚ ਤਾਂ ਤੁਹਾਨੂੰ ਬੜਾ ਅਜੀਬ ਜਿਹਾ ਲੱਗੇਗਾ। ਫਿਰ ਵੀ ਤੁਸੀਂ ਘਰ ਦੀਆਂ ਵਸਤੂਆਂ ਵਿਚ ਅਤੇ ਖਰੀਦਦਾਰੀ ਵਾਲੀਆਂ ਵਸਤੂਆਂ ਵਿਚ ਸਬੰਧ ਸਥਾਪਿਤ ਕਰਨ ਵਿਚ ਕਾਮਜਾਬ ਹੋ ਗਏ ਹੋ। ਕਿਉਂਕਿ ਇਹ ਤੁਹਾਡੀ ਰੋਜ਼ਾਨਾ ਦੀਆਂ ਵਸਤੂਆਂ ਹਨ ਜਿਨ੍ਹਾਂ ਨੂੰ ਭੁੱਲਣਾ ਮੁਸ਼ਕਲ ਸੀ।

ਇਸੀ ਤਰ੍ਹਾਂ ਦੇ ਨਿਰਦੇਸ਼ਾਂ ਨੂੰ ਤੁਸੀਂ ਹੋਰ ਖੇਤਰਾਂ, ਜਿਵੇਂ ਵਿਕਰੀ ਦੇ ਲਈ ਵਿਭਿੰਨ ਗੱਲਾਂ ਨੂੰ ਧਿਆਨ ਰੱਖਣ ਅਤੇ ਭਾਸ਼ਣ ਦੇਣ ਵਿਚ ਲਾਗੂ ਕਰ ਸਕਦੇ ਹੋ। ਸੋਚੋ ਹੁਣ ਤੁਹਾਨੂੰ ਇਹ ਲੱਗਦਾ ਹੈ ਕਿ ਤੁਸੀਂ ਕੁਝ ਵੀ ਨਹੀਂ ਭੁੱਲੇ ਹੋ ਜਾਂ ਜ਼ਿਆਦਾਤਰ ਗੱਲਾਂ ਯਾਦ ਰਹੀਆਂ ਹਨ ਤਾਂ ਕਿੰਨਾ ਆਤਮ ਵਿਸ਼ਵਾਸ ਵੱਧਦਾ ਹੈ। ਹੈ ਨਾ ਸੌਖਾ ਤਰੀਕਾ।

ਮਹੱਤਵਪੂਰਨ ਸੰਕੇਤ : ਸਥਾਈ ਸੰਗ੍ਰਹਿ ਸਥਾਨ

ਅੰਕਾਂ ਦੇ ਲਈ ਯਾਦਾਸ਼ਤ

ਕੀ ਤੁਸੀਂ ਟੈਲੀਫੋਨ ਨੰਬਰਾਂ ਨੂੰ ਹਮੇਸ਼ਾਂ ਦੇ ਲਈ ਯਾਦ ਕਰਨਾ ਚਾਹੁੰਦੇ ਹੋ? ਇਹ ਉਨਾ ਹੀ ਸੌਖਾ ਹੈ ਜਿੰਨੀ ਸਾਲਗਿਰਾ ਜਾਂ ਜਨਮ ਦਿਨ ਯਾਦ ਰੱਖਣਾ। ਤੁਸੀਂ ਕਿੰਨੀ ਵੀ ਲੰਬੀ ਨੰਬਰਾਂ ਦੀ ਲੜੀ ਦੁਬਾਰਾ ਯਾਦ ਕਰਾਉਣ ਵਾਲੀ ਵਿਧੀ ਨੂੰ ਪ੍ਰਯੋਗ ਕਰਕੇ ਯਾਦ ਕਰ ਸਕਦੇ ਹੋ। ਜੇਕਰ ਤੁਸੀਂ ਤਿੰਨ ਅੰਕਾਂ ਦੀ ਸੰਖਿਆ ਯਾਦ ਕਰਨਾ ਚਾਹੁੰਦੇ ਹੋ ਉਦਾਹਰਣ ਦੇ ਲਈ ਤਾਂ ਇਸ ਸੰਖਿਆ ਨੂੰ ਸਮਾਂ ਸੂਚਕ ਸੰਖਿਆ ਵਿਚ ਬਦਲ ਦਿਓ। ਇਸ ਪ੍ਰਕਾਰ 235 ਬਣ ਜਾਵੇਗਾ 2:35 p.m ਫਿਰ ਇਸਨੂੰ ਹੋਰ ਜ਼ਿਆਦਾ ਮਜ਼ਬੂਤੀ ਲਈ ਜਾਂ ਹਮੇਸ਼ਾਂ ਲਈ ਜ਼ੁਬਾਨੀ ਯਾਦ ਕਰਨ ਦੇ ਲਈ ਇਸ ਅੰਕ ਨੂੰ ਉਸ ਘਟਨਾ ਨਾਲ ਜੋੜੋ ਉਸ ਸਮੇਂ ਤੇ ਤੁਸੀਂ ਜੋ ਸਧਾਰਣ ਤੌਰ ਤੇ ਕਰ ਰਹੇ ਹੋ। ਜਿਵੇਂ ਇਸ ਸਮੇਂ ਤੇ ਤੁਸੀਂ ਕੌਫੀ ਪੀ ਰਹੇ ਹੋ ਜਾਂ ਟੀ.ਵੀ. ਤੇ ਟਾਕ ਸ਼ੋ ਦੇਖ ਰਹੇ ਹੋ।

ਸੁਵਿਧਾ ਦੇ ਲਈ ਜਿਵੇਂ ਤੁਸੀਂ ਵਧੀਆ ਢੰਗ ਨਾਲ ਯਾਦ ਕਰ ਸਕੋ, ਲੰਬੇ ਨੰਬਰਾਂ ਨੂੰ ਛੋਟੇ ਨੰਬਰਾਂ ਵਿਚ ਵੰਡ ਦਿਓ ਜਿਵੇਂ 402, 111 ਬਣ ਜਾਵੇਗਾ 40, 21, 111 ਇਹ ਅੰਕ ਤੁਹਾਡੀ ਉਮਰ ਵੀ ਹੋ ਸਕਦੇ ਹਨ, ਕਾਨੂੰਨੀ ਰੂਪ ਨਾਲ ਡ੍ਰਿੰਕ ਕਰਨ ਦੀ ਉਮਰ ਜਾਂ ਤੁਹਾਡਾ ਲੱਕੀ ਨੰਬਰ। ਤੁਸੀਂ ਇਨ੍ਹਾਂ ਨੰਬਰਾਂ ਦੇ ਕਿਸੇ ਸ਼ਬਦ ਵਿਚ ਵੀ ਅਨੁਵਾਦ ਕਰ ਸਕਦੇ ਹੋ?

ਮਹੱਤਵਪੂਰਨ ਸੰਕੇਤ : ਨੰਬਰ ਐਸੋਸੀਏਸ਼ਨ

ਯਾਦਾਸ਼ਤ ਸਹਾਇਕ ਵਿਧੀ ਦੁਆਰਾ ਸਿਖੀਏ

ਚੰਗੀ ਤਰ੍ਹਾਂ ਨਾਲ ਤਿਆਰ ਕੀਤਾ ਹੋਇਆ (ACRONYM) ਪਹਿਲਾ ਸ਼ਬਦ ਸਮੂਹ ਸ਼ਾਪਿੰਗ ਸੂਚੀ ਵਿਚੋਂ ਖਾਸ ਮਹੱਤਵ ਦੀਆਂ ਚੀਜ਼ਾਂ ਯਾਦ ਕਰਨ ਵਿਚ ਸਹਾਇਤਾ ਕਰ ਸਕਦਾ ਹੈ। ਸਾਰੀਆਂ ਚੀਜ਼ਾਂ ਦੇ ਨਾਮ ਦੇ ਪਹਿਲੇ ਅੱਖਰ ਜਿਹੜੀਆਂ ਚੀਜ਼ਾਂ ਨੂੰ ਤੁਸੀਂ ਯਾਦ ਰੱਖਣਾ ਚਾਹੁੰਦੇ ਹੋ ਉਨ੍ਹਾਂ ਪਹਿਲੇ ਅੱਖਰਾਂ ਨੂੰ ਜੋੜ ਕੇ ਸ਼ਬਦ ਬਣਾਓ। ਜੇਕਰ ਤੁਸੀਂ hamburges, tomato, onions, katchup, olive oil, eabbage ਅਤੇ radish ਖਰੀਦਾ ਚਾਹੁੰਦੇ ਹੋ ਤਾਂ ਤੁਹਾਡੇ ਕੋਲ ਅੱਖਰ ਹਨ, H, T, O, K, O, C ਅਤੇ R । ਹੁਣ ਇਨ੍ਹਾਂ ਨੂੰ ਵਿਵਸਥਿਤ ਕਰਕੇ ਇਕ ਸ਼ਬਦ ਬਣਾ ਲਓ ਅਤੇ ਇਸਨੂੰ ਯਾਦ ਰੱਖੋ। ਇਸ ਤਰ੍ਹਾਂ ਨਾਲ ਤੁਸੀਂ ਹੋਰ ਸ਼ਬਦ PEC ਬਣਾ ਸਕਦੇ ਹੋ ਜਿਸਦਾ ਮਤਲਬ ਹੈ Power, electricity ਅਤੇ cable । ਹੋਰ ਸ਼ਬਦ ਜਿਵੇਂ Fire ਯਾਦ ਕਰ ਸਕਦੇ ਹੋਣ ਜਿਥੇ ਤੁਸੀਂ ਕੰਮ ਕਰਦੇ ਹੋ। Fire- filing, invoicing, reading, email.

ਜੇਕਰ ਤੁਹਾਡੇ ਕੋਲ ਸ਼ਬਦ ਬਨਾਉਣ ਦੇ ਲਈ ਪੂਰੇ ਅੱਖਰ ਨਹੀਂ ਹਨ ਤਾਂ ਤੁਸੀਂ ਨਜ਼ਦੀਕੀ ਦੂਜੀ ਜਗ੍ਹਾ ਬਾਰੇ ਸੋਚੋ। LIMPS ਇਕ ਚੰਗਾ ਸਬਾਨਾਪਨ ਹੈ LMPZ ਦੇ ਲਈ, ਇਹ ਕੋਈ ਸ਼ਬਦ ਨਾ ਬਣਨ ਤੋਂ ਵਧੀਆ ਹੈ।

ਮਹੱਤਵਪੂਰਨ ਸੰਕੇਤ : ਯਾਦਾਸ਼ਤ ਸਹਾਇਕ ਵਿਧੀ

ਸਪੈਲਿੰਗ ਦੇ ਲਈ ਤੀਖਣ ਯਾਦਾਸ਼ਤ - 1

ਮੈਂ ਕਈ ਵਾਰ ਦੁੱਚਿਤੀ ਵਿਚ ਫਸ ਜਾਂਦਾ ਹਾਂ ਕਿ e ਤੋਂ ਪਹਿਲਾਂ i ਆਉਂਦਾ ਹੈ ਜਾਂ i ਤੋਂ ਪਹਿਲਾਂ e ਆਉਂਦਾ ਹੈ। ਕੀ ਇਹ ocassion ਹੈ ਜਾਂ occassion ਹੈ ਜਾਂ occasion ਹੈ। Principal ਮਤਲਬ 'ਨਿਯਮ' ਹੁੰਦਾ ਹੈ, 'ਮੁੱਖ' ਹੁੰਦਾ ਹੈ। ਜਿਸਦੀ ਚਿੱਤਰਣ ਯਾਦਾਸ਼ਤ ਚੰਗੀ ਹੁੰਦੀ ਹੈ ਉਹੀ ਸ਼ਬਦਾਂ ਨੂੰ ਚੰਗੀ ਤਰ੍ਹਾਂ 'ਹਿੱਜੇ' ਲਗਾਉਣ ਜਾਂ spell ਕਰਨ ਵਿਚ ਸਮਰੱਥ ਹੁੰਦਾ ਹੈ ਉਸਦੀ ਸਮਰੱਥਾ ਹੋਰਾਂ ਨਾਲੋਂ ਵਧੀਆ ਹੁੰਦੀ ਹੈ। ਅਸੀਂ ਜਾਣਦੇ ਹਾਂ ਕਿ ਅਸੀਂ ਬੋਲਦੇ ਹਾਂ ਵੱਖ ਤਰ੍ਹਾਂ ਦੀ ਇੰਗਲਿਸ਼ ਜਦੋਂ ਕਿ ਲਿਖਦੇ ਦੂਜੀ ਤਰ੍ਹਾਂ ਇੰਗਲਿਸ਼ ਲਿਖਦੇ ਹਾਂ। ਵਧੀਆ ਮਾਨਸਿਕ ਚਿੱਤਰਣ ਵਾਲਾ ਵਿਅਕਤੀ ਸਧਾਰਣ ਤੌਰ ਤੇ ਸ਼ਬਦ ਲਿਖਣ ਵਿਚ ਗਲਤੀ ਨਹੀਂ ਕਰਦਾ ਕਿਉਂਕਿ ਧੁਨੀ ਸੁਣ ਕੇ ਜਾਣ ਲੈਂਦਾ ਹੈ ਕਿ ਕੀ ਸਪੈਲਿੰਗ ਹਨ।

ਸ਼ਬਦ ਰੱਖਣ ਵਿਚ ਗਲਤੀ ਤੋਂ ਬਚਣ ਲਈ ਆਪਣੀ ਕਲਪਨਾ ਸ਼ਕਤੀ, ਮਾਨਸਿਕ ਚਿੱਤਰਣ ਨੂੰ ਵਾਪਸ ਕੰਮ ਤੇ ਲਿਆਓ। ਮੈਂ ਤੁਹਾਨੂੰ ਇਹ ਦੱਸ ਰਿਹਾ ਹਾਂ ਕਿ ਮਾਨਸਿਕ ਚਿੱਤਰਣ ਸਿਧਾਂਤ ਕਿਸ ਤਰ੍ਹਾਂ ਇਸ ਦੁੱਚਿਤੀ ਤੋਂ ਬਚਿਆ ਜਾ ਸਕਦਾ ਹੈ।

ਵਿਧੀ - 1 : ਇਕ ਗਲਤ ਅੱਖਰ ਵਿਚ ਪਿਆ ਹੋਇਆ ਹੈ। ਉਦਾਹਰਣ ਦੇ ਲਈ, calender ਦੀ ਜਗ੍ਹਾ calander

ਸੁਝਾਅ : calender ਸ਼ਬਦ ਨੂੰ ਪੰਜ ਵਾਰ ਲਿਖੋ ਅਤੇ e ਅੱਖਰ ਨੂੰ ਕੈਪੀਟਲ ਵਿਚ ਲਿਖੋ। CalEnder, CAlEnder, CalEander, CalEnder, CalEender ਹੁਣ ਤੁਸੀਂ a ਦੀ ਜਗ੍ਹਾ e ਲਿਖਿਆ ਉਹ ਵੀ ਕੈਪੀਟਲ ਵਿਚ। ਇਸ ਤੇ E ਅੱਖਰ ਤੁਹਾਡੇ ਮਾਨਸਿਕ ਚਿੱਤਰਣ ਵਿਚ, ਵੱਸ ਜਾਂਦਾ ਹੈ।

ਵਿਧੀ - 2 : ਸ਼ਬਦ ਦੇ ਅੰਤ ਵਿਚ ਗੈਰ ਜ਼ਰੂਰੀ ਅੱਖਰ ਜੋੜ ਦਿਓ। ਉਦਾਹਰਣ ਦੇ ਲਈ develope

ਸੁਝਾਅ : ਅਸ਼ੁੱਧ ਸ਼ਬਦ ਲਿਖੋ।

ਜੀ ਹਾਂ ਇਸਦਾ ਮਤਲਬ ਹੈ। ਅਸ਼ੁੱਧ ਸ਼ਬਦ ਪੰਜ ਵਾਰ ਲਿਖਣ ਤੋਂ ਬਾਅਦ ਅੰਤ ਵਿਚ e ਅੱਖਰ ਤੇ ਪੈਨਸਿਲ ਨਾਲ ਵੱਡਾ ਵੱਡਾ (ਕ੍ਰਾਸ) ਗਲਤ ਦਾ ਨਿਸ਼ਾਨ ਲਗਾ ਦਿਓ।

develope, develope, develope, develope, develope

ਇਸ ਤਰ੍ਹਾਂ ਤੁਸੀਂ ਗਲਤੀ ਨੂੰ ਦੇਖ ਲਿਆ ਹੈ ਅਤੇ ਭੁੱਲ ਕੇ ਵੀ ਹੁਣ ਇਹ ਗਲਤੀ ਦੁਹਰਾ ਨਹੀਂ ਸਕੋਗੇ।

ਵਿਧੀ - 3 : ਜੇਕਰ ਕਿਸੇ ਸ਼ਬਦ ਵਿਚ ਦੋ ਅੱਖਰ, ਇਕ ਤੋਂ, ਦੋ ਵਾਰ ਆ ਰਹੇ ਹੋਣ ਤਾਂ ਉਨ੍ਹਾਂ ਨੂੰ ਇਸ ਤਰ੍ਹਾਂ ਯਾਦ ਕਰੋ। ਉਦਾਹਰਣ occurrence ਦੇ ਸਥਾਨ ਤੇ ocurrence

ਸੁਝਾਅ : ਇਸ ਨੂੰ ਪੰਜ ਵਾਰ ਲਿਖੋ। ਜੁੜਵਾ ਸ਼ਬਦ ਕੈਪੀਟਲ ਵਿਚ ਲਿਖੋ ਅਤੇ ਉਨ੍ਹਾਂ ਦੇ ਹੇਠਾਂ ਡੰਡੀ ਲਗਾ ਦਿਓ। oCCuRRence, oCCuRRence, oCCuRRence, oCCuRRence, oCCuRRence.

ਵਿਧੀ - 4 : ਧੁਨੀ ਰਹਿਤ ਅੱਖਰ ਨੂੰ ਭੁੱਲਦੇ ਹੋਏ ਲਿਖੋ। ਜਿਵੇਂ Management ਬਿਨਾਂ e ਤੋਂ।

ਸੁਝਾਅ : ਪੰਜ ਵਾਰ ਲਿਖਣ ਤੋਂ ਬਾਅਦ g ਅਤੇ e ਨੂੰ ਮਿਲਾਉਂਦੇ ਹੋਏ ਸਰਕਲ ਕਰ ਦਿਓ।

management, management, management, management, management

ਵਿਧੀ - 5 : Principal ਦਾ ਮਤਲਬ ਹੁੰਦਾ ਹੈ 'ਨਿਯਮ', ਜਦੋਂ ਕਿ principal ਦਾ ਮਤਲਬ ਹੁੰਦਾ ਹੈ 'ਮੁੱਖ'।

ਯਾਦਾਸ਼ਤ ਸਹਾਇਤਾ : Principal ਦਾ ਮਤਲਬ rule ਅਤੇ principal ਮੇਰਾ PAL ਹੈ।

ਕੁਝ ਦੁਚਿੱਤੀ ਵਿਚ ਪਾਉਣ ਵਾਲੇ ਸ਼ਬਦ ਇਸ ਤਰ੍ਹਾਂ ਹਨ।

A	B	C	D	E
accessible	benefited	calendar	develop	eligible
accommodate	besiege	Cincinnati	dictionary	embarrass
accrued	bookkeeper	Cite (quotation)	disappear	enervate
acquitted		collateral	disappoint	equipped
across		concession	discipline	
allege		consensus	dissatisfied	
allotted		counterfeit	disslimilar	
all right				
apparel				
athletics				
audible				
auxiliary				

especially
exhilarate
existence
exorbitant
extension
G
grammar
H
harass
height
hypocrisy
I
illegible
incredible
inoculate
intercede
irresistible
L
laboratory
legitimate
licence
loneliness
M
mail chute
maintenance
management
mileage

misspell
momentous
mucilage
N
ninth
noticeable
O
occasion
occurred
occurrence
omission
omitted
optimistic
P
pamphlet
penitentiary
personnel
persuade
precede
preferring
prejudice
principal
procedure
profession
pronounciation

Q
questionnaire
R
recommend
referring
repetition
restaurant
S
seize
sentinel
separate
sergeant
serviceable
site *(a place)*
strictly
superintendent
supersede
T
tragedy
transient
typing
U
unmanageable
W
welfare
whose
Y
yield

63

ਯਾਦਾਸ਼ਤ ਸਹਿਯੋਗ ਨਾਲ ਸਪੈਲਿੰਗ ਸੁਧਾਰ - 2

ਇਹ ਅਧਿਆਇ ਪਿਛਲੇ ਅਧਿਆਇ ਦੀ ਲੜੀ ਦਾ ਹਿੱਸਾ ਜਿਸ ਵਿਚ ਅਸੀਂ ਕੁਝ ਮੈਮੋਰੀ ਟਿਪਸ ਦੇ ਬਾਰੇ ਵਿਚ ਜ਼ਿਕਰ ਕੀਤਾ ਤਾਂ ਕਿ ਸਪੈਲਿੰਗ ਲਿਖਣ ਵਿਚ ਘੱਟ ਤੋਂ ਘੱਟ ਗਲਤੀਆਂ ਹੋਣ। ਅਸੀਂ ਆਮ ਤੌਰ ਤੇ ਚਕਰਾ ਜਾਂਦੇ ਹਾਂ ਕਿ ਇਹ privilage ਹੋਣਾ ਚਾਹੀਦਾ ਹੈ ਜਾਂ privilege, ਕੀ ਇਹ dunkenness ਹੈ ਜਾਂ drunkeness ਇੱਥੇ ਕੁਝ ਹੋਰ ਯਾਦਾਸ਼ਤ ਤਕਨੀਕ ਦੇ ਬਾਰੇ ਵਿਚ ਦੱਸਿਆ ਜਾ ਰਿਹਾ ਹੈ।

ਤਕਨੀਕ - 1

1. ਕਨਫਿਊਜ਼ ਕਰਨ ਵਾਲੇ ਸ਼ਬਦ ਨੂੰ ਲਿਖ ਲਓ। ਉਦਾਹਰਣ ਦੇ ਲਈ repitition ਜਾਂ repetition.

2. ਜੋ ਅੱਖਰ ਦੁਚਿੱਤੀ ਵਿਚ ਪਾਉਂਦਾ ਹੈ ਉਸਦੇ ਨਾਲ ਐਸੋਸੀਏਸ਼ਨ ਕਰੋ। ਜਿਵੇਂ ਪਹਿਲਾ pet ਲਓ, ਫਿਰ ਦੂਜਾ pet ਫਿਰ ਤੀਜਾ pet ਇਹ ਹੈ repetition । ਇਸੇ ਤਰ੍ਹਾਂ sarprise ਦੀ ਜਗ੍ਹਾ surprise ਯਾਦ ਕਰੋ ਅਤੇ ਧਿਆਨ ਰੱਖੋ। ਸੋਚੋ ਜੇ surprised ਰਹਿੰਦਾ ਹੈ ਉਹ surrender ਕਰਦਾ ਹੈ।

ਕੁਝ ਹੋਰ ਉਦਾਹਰਣ :

coolly: Double the o, double the l. And coolly you will spell!

supersede: Supersede means set aside!

disappear: and disappoint; Two partners were disappointed and disappeared!

inimitable: The table at the party was set in an inimitable way!

64

ਸੰਖਿਆ ਰਾਈਮ ਵਿਧੀ

ਇਹ ਮਾਨਸਿਕ ਚਿੱਤਰ ਨੂੰ ਬਣਾਉਣ ਦੀ ਪਹਿਲੀ ਅਤੇ ਸਭ ਤੋਂ ਉੱਤਮ ਵਿਧੀ ਹੈ। ਇਹ ਪਹਿਲੇ ਵੀਹ ਯਾਦਾਸ਼ਤ ਚਿੰਨ੍ਹਾਂ ਨੂੰ ਵਿਕਸਿਤ ਕਰਨ ਵਿਚ ਸਾਡੀ ਮਦਦ ਕਰੇਗੀ। ਇਸ ਵਿਧੀ ਵਿਚ ਸੰਖਿਆ ਦੇ ਉਚਾਰਣ ਦੀ ਸਹਾਇਤਾ ਨਾਲ ਮਾਨਸਿਕ ਚਿੱਤਰ, ਚਿੰਨ੍ਹ ਨਿਸ਼ਚਿਤ ਕਰਨਗੇ।

ਆਓ, ਅਸੀਂ ਸੰਖਿਆ 1 ਤੋਂ ਸ਼ੁਰੂ ਕਰੀਏ। ਅੰਗਰੇਜ਼ੀ ਵਿਚ one ਹੁੰਦਾ ਹੈ ਜੋ ਉਚਾਰਣ ਵਿਚ sun, nun ਜਾਂ bun ਆਦਿ ਦੇ ਸਮਾਨ ਹੁੰਦਾ ਹੈ। ਇਨ੍ਹਾਂ ਵਿਚੋਂ ਕਿਸੇ ਇਕ ਨੂੰ ਜਿਵੇਂ sun ਨੂੰ ਚੁਣਦੇ ਹਾਂ। ਇਸ ਤਰ੍ਹਾਂ ਸੰਖਿਆ 2 ਨੂੰ (Two) ਨੂੰ Zoo ਜਾਂ Shoe ਦੇ ਚਿੱਤਰ ਦੇ ਰੂਪ ਵਿਚ ਕਲਪਨਾ ਕੀਤੀ ਜਾ ਸਕਦੀ ਹੈ। 3 (Three) ਦੀ ਕਲਪਨਾ tree ਜਾਂ knee ਨਾਲ ਕੀਤੀ ਜਾ ਸਕਦੀ ਹੈ।

ਇਸ ਤਰ੍ਹਾਂ ਪਹਿਲੀਆਂ 20 ਸੰਖਿਆਵਾਂ ਦੇ ਲਈ ਮਾਨਸਿਕ ਚਿੰਨ੍ਹ ਚੁਣ ਲਓ -

One	=	Sun
Two	=	Shoe
Three	=	Tree
Four	=	Door
Five	=	Wife
Six	=	Vicks
Seven	=	Heaven
Eight	=	Plate
Nine	=	Wine
Ten	=	Hen
Eleven	=	Lemon
Twelve	=	Shelf
Thirteen	=	Thirsting (ਮਾਨਸਿਕ ਚਿੱਤਰ - ਪਾਣੀ ਦਾ ਗਿਲਾਸ)
Fourteen	=	Fort-in (ਇੱਕ ਵੱਡਾ ਕਿਲਾ)
Fifteen	=	Lifting (ਭਾਰ ਚੁੱਕਦੇ ਹੋਏ ਵਿਅਕਤੀ)

Sixteen	=	Sweet Sixteen (ਮਧੁਰ ਸੋਲ੍ਹਵੀਂ)
Seventeen	=	Sethin (ਸੇਠਾਣੀ - ਮੋਟੇ ਸੇਠ ਦੀ ਤਸਵੀਰ)
Eighteen	=	Attacking (ਮਾਨਸਿਕ ਚਿੱਤਰ - ਯੁੱਧ)
Nineteen	=	Namkeen (ਨਮਕੀਨ)
Twenty	=	Aunty (ਤੁਹਾਡੀ ਪਿਆਰੀ ਚਾਚੀ)

ਇਨ੍ਹਾਂ ਵੀਹ ਚਿੰਨ੍ਹਾਂ ਪੜ੍ਹ ਲਓ, ਯਾਦ ਕਰੋ ਅਤੇ ਜਦੋਂ ਤੁਸੀਂ ਅਜਿਹਾ ਕਰ ਲਓ ਉਦੋਂ ਪ੍ਰੀਖਿਆ ਦੇ ਲਈ ਤਿਆਰ ਹੋ ਜਾਓ।

ਪ੍ਰੀਖਿਆ

ਹੇਠ ਲਿਖੇ ਖਾਲੀ ਸਥਾਨਾਂ ਦੀ ਠੀਕ ਚਿੰਨ੍ਹਾਂ ਨਾਲ ਭਰੋ -

1. 1 ਦਾ ਚਿੰਨ੍ਹ ਹੈ   ....
2. 7 ਦਾ ਚਿੰਨ੍ਹ ਹੈ   ....
3. 19 ਦਾ ਚਿੰਨ੍ਹ ਹੈ   ....
4. 15 ਦਾ ਚਿੰਨ੍ਹ ਹੈ   ....
5. 14 ਦਾ ਚਿੰਨ੍ਹ ਹੈ   ....
6. 6 ਦਾ ਚਿੰਨ੍ਹ ਹੈ   ....
7. 10 ਦਾ ਚਿੰਨ੍ਹ ਹੈ   ....
8. 11 ਦਾ ਚਿੰਨ੍ਹ ਹੈ   ....
9. 18 ਦਾ ਚਿੰਨ੍ਹ ਹੈ   ....
10. 20 ਦਾ ਚਿੰਨ੍ਹ ਹੈ....................   ....
11. 4 ਦਾ ਚਿੰਨ੍ਹ ਹੈ   ....
12. 13 ਦਾ ਚਿੰਨ੍ਹ ਹੈ....................   ....
13. 16 ਦਾ ਚਿੰਨ੍ਹ ਹੈ....................   ....
14. 17 ਦਾ ਚਿੰਨ੍ਹ ਹੈ....................   ....
15. 9 ਦਾ ਚਿੰਨ੍ਹ ਹੈ   ....
16. 5 ਦਾ ਚਿੰਨ੍ਹ ਹੈ   ....
17. 2 ਦਾ ਚਿੰਨ੍ਹ ਹੈ   ....
18. 12 ਦਾ ਚਿੰਨ੍ਹ ਹੈ....................   ....
19. 8 ਦਾ ਚਿੰਨ੍ਹ ਹੈ   ....
20. 3 ਦਾ ਚਿੰਨ੍ਹ ਹੈ   ....

ਜੇਕਰ ਤੁਹਾਨੂੰ ਸਕੋਰ (ਨਤੀਜਾ ਅੰਕ) 16 ਜਾਂ ਉਸਤੋਂ ਜ਼ਿਆਦਾ ਹੈ ਤਾਂ ਉਨ੍ਹਾਂ ਮਾਨਸਿਕ ਚਿੰਨ੍ਹਾਂ ਨੂੰ ਦੁਬਾਰਾ ਯਾਦ ਕਰੋ ਜਿਨ੍ਹਾਂ ਨੂੰ ਤੁਸੀਂ ਭੁੱਲ ਗਏ ਸੀ। ਜੇਕਰ ਤੁਹਾਡਾ ਸਕੋਰ 16 ਤੋਂ ਘੱਟ ਹੈ ਤਾਂ ਤੁਹਾਨੂੰ ਇਸ ਅਧਿਆਇ ਨੂੰ ਦੁਬਾਰਾ ਪੜ੍ਹਨਾ ਪਵੇਗਾ। ਜਦੋਂ ਤੁਸੀਂ ਸਾਰੇ 20 ਚਿੰਨ੍ਹਾਂ ਨੂੰ ਯਾਦ ਕਰ ਲਓ, ਉਦੋਂ ਤੁਸੀਂ ਇਨ੍ਹਾਂ ਨੂੰ ਉਪਯੋਗ ਵਿਚ ਲਿਆਉਣ ਲਈ ਤਿਆਰ ਹੋਵੋਗੇ। ਅਗਲੇ ਅਧਿਆਇ ਨੂੰ ਪੜ੍ਹੋ ਅਤੇ ਇਨ੍ਹਾਂ ਦਾ ਉਪਯੋਗ ਜਾਣੋ।

65

ਰਾਈਮ ਵਿਧੀ ਨੂੰ ਕਿਵੇਂ ਉਪਯੋਗ ਵਿਚ ਲਿਆਈਏ?

ਹਰ ਰੋਜ਼ ਅਸੀਂ ਵਿਭਿੰਨ ਵਸਤੂਆਂ ਨੂੰ ਯਾਦ ਕਰਦੇ ਹਾਂ ਤਾਂ ਵੀ ਦਿਨ ਦੇ ਅੰਤ ਵਿਚ ਅਸੀਂ ਉਨ੍ਹਾਂ ਵਿਚੋਂ ਕਈਆਂ ਨੂੰ ਭੁੱਲ ਜਾਂਦੇ ਹਾਂ।

ਬਾਜ਼ਾਰੋਂ ਖਰੀਦ ਕੇ ਲਿਆਉਣ ਵਾਲੇ ਸਮਾਨ ਦੀ ਸੂਚੀ (Shopping List) ਦੀ ਸਮੱਸਿਆ ਨੂੰ ਲਓ। ਜਦੋਂ ਤੁਸੀਂ ਬਾਜ਼ਾਰ ਜਾਂਦੇ ਹੋ ਤਾਂ ਖਰੀਦ ਕੇ ਲਿਆਂਦੀਆਂ ਜਾਣ ਵਾਲੀਆਂ ਵਸਤੂਆਂ ਦਾ ਨਾਮ ਲਿਖ ਲੈਂਦੇ ਹੋ ਤੁਸੀਂ ਜਾਣਦੇ ਹੋ ਕਿ ਕੀ ਹੁੰਦਾ ਹੈ। ਤੁਸੀਂ ਅਕਸਰ ਉਸੇ ਇਕ ਵਸਤੂ ਨੂੰ ਭੁੱਲ ਜਾਂਦੇ ਹੋ ਜਿਸਦੀ ਤੁਹਾਨੂੰ ਸਭ ਤੋਂ ਜ਼ਿਆਦਾ ਜ਼ਰੂਰਤ ਹੁੰਦੀ ਹੈ। ਇਸਦਾ ਅਰਥ ਹੁੰਦਾ ਹੈ ਕਿ ਤੁਹਾਨੂੰ ਦੁਬਾਰਾ ਬਾਜ਼ਾਰ ਜਾਣਾ ਜਾਂ ਟੈਲੀਫੋਨ ਕਰਕੇ ਉਸਨੂੰ ਮੰਗਵਾਉਣਾ ਅਤੇ ਸੰਭਵ ਤੌਰ ਤੇ ਡਿਲੀਵਰੀ ਖਰਚਾ ਦੇਣਾ। ਕਈ ਵਾਰ ਅਜਿਹਾ ਹੋ ਜਾਂਦਾ ਹੈ ਕਿ ਤੁਸੀਂ ਆਪਣੀ 'ਸ਼ਾਪਿੰਗ ਲਿਸਟ' ਨੂੰ ਘਰ ਹੀ ਮੇਜ਼ ਜਾਂ ਰਸੋਈ ਵਿਚ ਭੁੱਲ ਅਉਂਦੇ ਹੋ।

ਤੁਹਾਡੀਆਂ ਸਮੱਸਿਆਵਾਂ ਦਾ ਹੱਲ ਮਾਨਸਿਕ ਸੂਚੀ (Mental Filing System) ਹੈ ਨਾ ਕਿ ਲਿਖਤ 'ਸ਼ਾਪਿੰਗ ਲਿਸਟ'। ਜਾਂਦੇ ਸਮੇਂ ਤੁਸੀਂ ਆਪਣੀ ਸੂਚੀ ਬਣਾਓ ਅਤੇ ਉਸਨੂੰ ਯਾਦ ਰੱਖੋ। ਉਸਨੂੰ ਤੁਸੀਂ ਰਸੋਈ ਵਿਚ ਜਾਂ ਮੇਜ਼ ਤੇ ਨਹੀਂ ਭੁੱਲ ਕੇ ਆ ਸਕਦੇ। ਜਦੋਂ ਤੁਸੀਂ ਆਪਣੇ ਗੁਸਲਖਾਨੇ ਦੇ ਸ਼ੈਲਕ ਨੂੰ ਸਾਫ ਕਰਦੇ ਸਮੇਂ ਇਹ ਦੇਖਦੇ ਹੋ ਕਿ ਸਾਬਣ ਦੀ ਸਿਰਫ ਇਕ ਪਤਲੀ ਜਿਹੀ ਸਫੇਦ ਚਿੱਪਰ ਰਹਿ ਗਈ ਹੈ ਤਾਂ ਤੁਸੀਂ ਆਪਣੇ Code Word ਦੀ ਸੂਚੀ ਵਿਚ ਸਾਬਣ ਨੂੰ ਤੁਰੰਤ ਸ਼ਾਮਲ ਕਰ ਲੈਂਦੇ ਹੋ। ਤੁਹਾਨੂੰ ਅਜਿਹਾ ਕਰਨ ਵਿਚ ਆਪਣੇ ਹੱਥਾਂ ਨੂੰ ਦੁਖਾਉਣ ਜਾਂ ਪੈਨਸਿਲ ਨੂੰ ਲੱਭਣ ਦੀ ਜ਼ਰੂਰਤ ਨਹੀਂ ਪੈਂਦੀ ਜਦੋਂ ਅੱਧੇ ਘੰਟੇ ਬਾਅਦ ਤੁਹਾਡੀ ਡਾਕ ਆਉਂਦੀ ਹੈ ਤਾਂ ਉਦੋਂ ਤੁਹਾਨੂੰ ਯਾਦ ਆਉਂਦਾ ਹੈ ਕਿ ਤੁਹਾਨੂੰ ਟਿਕਟਾਂ ਦੀ ਜ਼ਰੂਰਤ ਹੈ। ਤੁਰੰਤ ਤੁਸੀਂ ਟਿਕਟਾਂ ਨੂੰ ਉਨ੍ਹਾਂ ਦੇ Code Word ਤੇ ਅੰਕਿਤ ਕਰ ਲੈਂਦੇ ਹੋ ਅਤੇ ਵਿਸ਼ਵਾਸ ਨਾਲ ਆਪਣੇ ਕੰਮ ਤੇ ਚਲੇ ਜਾਂਦੇ ਹੋ। ਇਹ ਸੋਚਦੇ ਹੋਏ ਕਿ ਜਦੋਂ ਤੁਸੀਂ ਬਾਜ਼ਾਰ ਜਾਓਗੇ ਤਾਂ ਜ਼ਰੂਰੀ ਸਾਰੀਆਂ ਚੀਜ਼ਾਂ ਦਾ ਤੁਹਾਨੂੰ ਯਾਦ ਆਉਣਗੀਆਂ ਅਤੇ ਉਨ੍ਹਾਂ ਨੂੰ ਤੁਸੀਂ ਬਾਜ਼ਾਰੋਂ ਖਰੀਦ ਕੇ ਲੈ ਆਓਗੇ।

ਅਭਿਆਸ ਦੇ ਲਈ, ਆਓ ਹੁਣ ਅਸੀਂ ਇਕ ਕਾਲਪਨਿਕ ਸ਼ਾਪਿੰਗ ਲਿਸਟ ਬਣਾਈਏ ਅਤੇ ਦੇਖੀਏ ਕਿ ਵੀਹ ਯਾਦਾਸ਼ਤ ਚਿੰਨਾਂ ਵਿਚ ਕਿਵੇਂ ਇਹ ਵਸਤੂਆਂ ਭਰੋਸੇ ਯੋਗ ਢੰਗ ਨਾਲ ਆਪਣਾ ਸਥਾਨ ਬਣਾਉਂਦੀਆਂ ਹਨ।

1. ਕਮੀਜ਼	2. ਗੋਂਦ	3. ਕੈਲਕੁਲੇਟਰ	4. ਚਾਕੂ
5. ਕੇਕ	6. ਪੈਪਸੀ	7. ਫੁਟਬਾਲ	8. ਬੋਰੋਪਲੱਸ
9. ਡੀ.ਪੀ.ਟੀ.	10. ਸਟੇਪਲਰ	11. ਘੜੀ	12. ਟਿਫਨ ਬਾਕਸ
13. ਆਲੂ	14. ਰਬੜ	15. ਸ਼ੀਸ਼ਾ	16. ਮੱਖਣ
17. ਘੰਟੀ	18. ਬਾਲਟੀ	19. ਸੇਬ	20. ਚੂਹੀਆਂ

ਵਸਤੂ 1. ਕਮੀਜ਼

ਯਾਦਾਸ਼ਤ ਚਿੰਨ੍ : Sun ਸੂਰਜ

ਮਾਨਸਿਕ ਚਿੱਤਰ : ਉਹ ਮਾਨਸਿਕ ਚਿੱਤਰ ਬਣਾਓ ਕਿ ਕਮੀਜ਼ ਤੇ ਇਕ ਵੱਡਾ ਸੂਰਜ ਬਣਾਇਆ ਗਿਆ ਹੈ।

ਵਸਤੂ 2. ਗੋਂਦ

ਯਾਦਾਸ਼ਤ ਚਿੰਨ੍ : Shoe

ਮਾਨਸਿਕ ਚਿੱਤਰ : ਤੁਸੀਂ ਇਕ ਜੁੱਤੀ ਨੂੰ ਪਾ ਨਹੀਂ ਪਾ ਸਕਦੇ ਹੋ ਕਿਉਂਕਿ ਉਸ ਵਿਚ ਇਕ ਗੋਂਦ ਹੈ।

ਵਸਤੂ 3. ਕੈਲਕੁਲੇਟਰ

ਯਾਦਾਸ਼ਤ ਚਿੰਨ੍ : Tree

ਯਾਦਾਸ਼ਤ ਚਿੱਤਰ : ਤੁਸੀਂ ਇਕ ਦਰੱਖਤ ਦੇਖ ਰਹੇ ਹੋ ਜਿਸ ਤੇ ਬਹੁਤ ਸਾਰੇ ਕੈਲਕੁਲੇਟਰ ਟੰਗੇ ਹੋਏ ਹਨ।

ਵਸਤੂ 4. ਚਾਕੂ

ਯਾਦਾਸ਼ਤ ਚਿੰਨ੍ : Door

ਮਾਨਸਿਕ ਚਿੱਤਰ : ਇਕ ਦਰਵਾਜ਼ਾ ਅੰਦਰੋਂ ਬੰਦ ਹੈ ਤੁਸੀਂ ਉਸਨੂੰ ਖੋਲ੍ਹਣ ਦੇ ਲਈ ਇਕ ਚਾਕੂ ਨਾਲ ਉਸਨੂੰ ਕੱਟ ਰਹੇ ਹੋ।

ਵਸਤੂ 5. ਕੇਕ

ਯਾਦਾਸ਼ਤ ਚਿੰਨ੍ : Wife

ਮਾਨਸਿਕ ਚਿੱਤਰ : ਤੁਸੀਂ ਆਪਣੀ ਪਤਨੀ ਨੂੰ ਜਨਮ ਦਿਨ ਤੇ ਕੇਕ ਤੋਹਫਾ ਦੇ ਰਹੇ ਹੋ।

ਵਸਤੂ 6. ਪੈਪਸੀ

ਯਾਦਾਸ਼ਤ ਚਿੰਨ੍ : ਵਿਕਸ (Vicks)

ਮਾਨਸਿਕ ਚਿੱਤਰ : ਬਹੁਤ ਜ਼ਿਆਦਾ ਪੈਪਸੀ ਪੀਣ ਨਾਲ ਠੰਡ ਲੱਗ ਗਈ ਹੈ। ਇਸ ਲਈ ਤੁਸੀਂ ਵਿਕਸ ਮਲ ਰਹੇ ਹੋ।

ਵਸਤੂ 7. ਫੁਟਬਾਲ

ਯਾਦਾਸ਼ਤ ਚਿੰਨ੍ਹ : Heaven

ਮਾਨਸਿਕ ਚਿੱਤਰ : ਸਾਰੇ ਦੇਵੀ-ਦੇਵਤਾ ਫੁਟਬਾਲ ਖੇਡ ਰਹੇ ਹਨ।

ਵਸਤੂ 8. ਪੌਂਡਸ ਕੋਲਡ ਕ੍ਰੀਮ

ਯਾਦਾਸ਼ਤ ਚਿੰਨ੍ਹ : ਪਲੇਟ

ਮਾਨਸਿਕ ਚਿੱਤਰ : ਤੁਸੀਂ ਪਲੇਟ ਤੇ ਪੌਂਡਸ ਕੋਲਡ ਕ੍ਰੀਮ ਲਗਾ ਕੇ ਉਸਨੂੰ ਸਾਫ ਕਰ ਰਹੇ ਹੋ।

ਵਸਤੂ 9. ਡੀ.ਡੀ.ਟੀ.

ਯਾਦਾਸ਼ਤ ਚਿੰਨ੍ਹ : Wine

ਮਾਨਸਿਕ ਚਿੱਤਰ : ਤੁਸੀਂ ਸ਼ਰਾਬ ਵਿਚ ਡੀ.ਡੀ.ਟੀ. ਪਾ ਕੇ ਉਸਨੂੰ ਸਾਫ ਕਰ ਰਹੇ ਹੋ।

ਵਸਤੂ 10. ਸਟੈਪਲਰ

ਯਾਦਾਸ਼ਤ ਚਿੰਨ੍ਹ : Hen

ਮਾਨਸਿਕ ਚਿੱਤਰ : ਤੁਸੀਂ ਮੁਰਗੀ ਦੀ ਚੁੰਝ ਨੂੰ ਸਟੈਪਲਰ ਨਾਲ ਬੰਦ ਕਰ ਰਹੇ ਹੋ ਤਾਂ ਕਿ ਖਾਣਾ ਬਣਾਉਂਦੇ ਸਮੇਂ ਉਹ ਰੌਲਾ ਨਾ ਪਾਵੇ।

ਵਸਤੂ 11. ਘੜੀ

ਯਾਦਾਸ਼ਤ ਚਿੰਨ੍ਹ : Lemon

ਮਾਨਸਿਕ ਚਿੱਤਰ : ਹਰੇਕ ਘੜੀ ਦੇ ਨਾਲ ਇਕ ਨਿੰਬੂ ਮੁਫਤ ਦਿੱਤਾ ਜਾ ਰਿਹਾ ਹੈ।

ਵਸਤੂ 12. ਟਿਫਨ ਬਾਕਸ

ਯਾਦਾਸ਼ਤ ਚਿੰਨ੍ਹ : Shelf

ਮਾਨਸਿਕ ਚਿੱਤਰ : ਇਹ ਕਲਪਨਾ ਕਰੋ ਕਿ ਬਹੁਤ ਸਾਰੇ ਟਿਫਨ ਬਾਕਸ ਇਕ ਸ਼ੈਲਫ ਤੇ ਰੱਖੇ ਹਨ ਅਤੇ ਤੁਸੀਂ ਕੁਝ ਹੋਰ ਉਸ ਉੱਤੇ ਰੱਖ ਰਹੇ ਹੋ।

ਵਸਤੂ 13. ਆਲੂ

ਯਾਦਾਸ਼ਤ ਚਿੰਨ੍ਹ : ਪਿਆਸ ਲੱਗਣਾ (ਪਾਣੀ ਦਾ ਗਿਲਾਸ) Thristing

ਮਾਨਸਿਕ ਚਿੱਤਰ : ਆਲੂ ਤੋਂ ਬਣੇ ਇਕ ਗਿਲਾਸ ਵਿਚ ਤੁਸੀਂ ਪਾਣੀ ਪੀ ਰਹੇ ਹੋ।

ਵਸਤੂ 14. ਰਬੜ

ਯਾਦਾਸ਼ਤ ਚਿੰਨ੍ਹ : ਕਿਲਾ (ਕਿਲੇ ਦੇ ਅੰਦਰ) Fort in

ਮਾਨਸਿਕ ਚਿੱਤਰ : ਇਕ ਸਫਾਈ ਕਰਮਚਾਰੀ ਕਿਲੇ ਦੇ ਅੰਦਰ ਦੀ ਦੀਵਾਰ ਨੂੰ ਰਬੜ ਨਾਲ ਰਗੜ ਕੇ ਸਾਫ ਕਰ ਰਿਹਾ ਹੈ।

ਵਸਤੂ 15. ਸ਼ੀਸ਼ਾ (ਦਰਪਣ)

ਯਾਦਾਸ਼ਤ ਚਿੰਨ੍ਹ : Lifting

ਮਾਨਸਿਕ ਚਿਤਰ : ਇਕ ਭਾਰ ਚੁੱਕਣ ਵਾਲਾ ਇਕ ਭਾਰੀ ਸ਼ੀਸ਼ੇ ਨੂੰ ਚੁੱਕ ਰਿਹਾ ਹੈ।

ਵਸਤੂ 16. ਮੱਖਣ

ਯਾਦਾਸ਼ਤ ਚਿੰਨ੍ਹ : ਮਧੁਰ ਸੋਲ਼ਵੀਂ (Sweet Sixteen)

ਮਾਨਸਿਕ ਚਿਤਰ : ਤੁਸੀਂ ਇਕ ਸੁੰਦਰ ਸੋਲ਼ਾਂ ਸਾਲ ਦੀ ਮੁਟਿਆਰ ਨੂੰ ਮੱਖਣ ਲਗਾ ਰਹੇ ਹੋ।

ਵਸਤੂ 17. ਬੈਲਟ (ਕਮਰ ਪੇਟੀ)

ਯਾਦਾਸ਼ਤ ਚਿੰਨ੍ਹ : ਸੇਠ Seth (in)

ਮਾਨਸਿਕ ਚਿਤਰ : ਡਾਕੂ ਇਕ ਸੇਠ ਨੂੰ ਬੈਲਟ ਨਾਲ ਬੰਨ੍ਹ ਰਹੇ ਹਨ।

ਵਸਤੂ 18. ਬਾਲਟੀ

ਯਾਦਾਸ਼ਤ ਚਿੰਨ੍ਹ : ਹਮਲਾ ਕਰਨਾ Attacking

ਮਾਨਸਿਕ ਚਿਤਰ : ਤੁਹਾਡਾ ਗੁਆਂਢੀ ਤੁਹਾਡੇ ਤੇ ਬਾਲਟੀ ਨਾਲ ਹਮਲਾ ਕਰ ਰਿਹਾ ਹੈ।

ਵਸਤੂ 19. ਸੇਬ

ਯਾਦਾਸ਼ਤ ਚਿੰਨ੍ਹ : Namteen

ਮਾਨਸਿਕ ਚਿਤਰ :

ਵਸਤੂ 20. ਚੁੜੀਆਂ

ਯਾਦਾਸ਼ਤ ਚਿੰਨ੍ਹ : ਚਾਚੀ Aunty

ਮਾਨਸਿਕ ਚਿਤਰ : ਇਹ ਕਲਪਨਾ ਕਰੋ ਕਿ ਤੁਹਾਡੀ ਚਾਚੀ ਨੇ ਆਪਣੇ ਹਰੇਕ ਹੱਥ ਵਿਚ ਸੌ ਚੁੜੀਆਂ ਪਾਈਆਂ ਹੋਈਆਂ ਹਨ ਅਤੇ ਉਨ੍ਹਾਂ ਨੂੰ ਦਿਖਾ ਰਹੀ ਹੈ।

ਇਨ੍ਹਾਂ ਸਾਰੇ ਸ਼ਬਦਾਂ ਨੂੰ ਯਾਦ ਕਰਕੇ ਉਨ੍ਹਾਂ ਨੂੰ ਹੇਠ ਲਿਖੇ ਖਾਲੀ ਸਥਾਨਾਂ ਵਿਚ ਭਰਨ ਦਾ ਜਤਨ ਕਰੋ।

01................   02................   03................
04................   05................   06................
07................   08................   09................
10................   11................   12................
13................   14................   15................
16................   17................   18................
19................   20................

66

ਸੰਖਿਆ ਬਣਾਵਟ ਵਿਧੀ

ਅਸੀਂ ਦੇਖ ਚੁੱਕੇ ਹਾਂ ਕਿ 1 ਤੋਂ 20 ਤੱਕ ਦੇ ਯਾਦਾਸ਼ਤ ਚਿੰਨ੍ਹਾਂ ਨੂੰ ਯਾਦ ਕਰਨ ਦੇ ਲਈ ਅਸੀਂ ਅੰਕਾਂ ਦਾ ਉਚਾਰਣ, ਧੁਨੀ ਦਾ ਪ੍ਰਯੋਗ ਕੀਤਾ ਸੀ ਅਤੇ ਉਨ੍ਹਾਂ ਵਿਚੋਂ ਹਰੇਕ ਸੰਖਿਆ ਨੂੰ ਸੰਖਿਆ ਵਿਸ਼ੇਸ਼ ਦੇ ਨਾਲ ਮੇਲ ਖਾਂਦੇ ਹੋਏ ਸਮਾਨ ਧੁਨੀ ਦੇ ਸ਼ਬਦ ਦੇ ਨਾਲ ਬਦਲਿਆ ਸੀ। ਪਿਛਲੇ ਅਧਿਆਇ ਵਿਚ ਤੁਸੀਂ ਯਾਦਾਸ਼ਤ ਚਿੰਨ੍ਹਾਂ ਦੇ ਕਈ ਉਪਯੋਗਾਂ ਵਿਚੋਂ ਇਕ ਨੂੰ ਦੇਖ ਵੀ ਚੁੱਕੇ ਹੋ।

ਹੁਣ 21 ਤੋਂ 40 ਤੱਕ ਸੰਖਿਆਵਾਂ ਦੇ ਯਾਦਾਸ਼ਤ ਚਿੰਨ੍ਹ ਬਨਾਉਣ ਦੇ ਲਈ ਅਸੀਂ ਅੰਕ ਗਿਣਤੀ ਦੀ ਬਣਾਵਟ (Shape of the unit digit) ਤੇ ਧਿਆਨ ਕੇਂਦ੍ਰਿਤ ਕਰਾਂਗੇ। ਉਦਾਰਣ ਦੇ ਤੌਰ ਤੇ 21 ਦਾ ਯੂਨਿਟ ਡਿਜਿਟ (ਅੰਕ ਸੰਖਿਆ) 1 ਹੈ ਅਤੇ 1 ਦੀ ਬਣਾਵਟ ਲਕੜੀ ਨਾਲ ਮੇਲ ਖਾਂਦੀ ਹੈ, ਇਸ ਲਈ 21 ਦਾ ਯਾਦਾਸ਼ਤ ਚਿੰਨ੍ਹ ਲੱਕੜੀ ਹੈ।

ਸੰਖਿਆਵਾਂ	ਬਣਾਵਟ ਜਿਸ ਤੇ ਧਿਆਨ ਕੇਂਦ੍ਰਿਤ ਕਰਨਾ ਹੈ	ਮਾਨਸਿਕ ਚਿੱਤਰ
21	1	ਲੱਕੜੀ
22	2	ਬੱਤਖ
23	3	ਦਿਲ
24	4	ਕੁਰਸੀ
25	5	ਹੁੱਕ (ਕੜਾ)
26	6	ਹਾਥੀ
27	7	ਲੈਂਪ ਪੋਸਟ
28	8	ਚਸ਼ਮਾ
29	9	ਲਾੱਲੀਪੋਪ
30	10	ਬੈਟ ਅਤੇ ਗੇਂਦ

31	11	ਪੈਰ
32	12	ਫੜਨ ਵਾਲਾ ਹੈਂਡਲ
33	13	ਧਨੁਸ਼
34	14	ਝੰਡਾ
35	15	ਸਿਗਾਰ ਪਾਈਪ
36	16	ਹਾਥੀ ਦੀ ਸੁੰਡ
37	17	ਬਰਮੂਡਾ ਤ੍ਰਿਕੋਣ
38	18	ਸੈਂਡ watch
39	19	ਸਟੈਪਲਰ
40	20	ਸਕੂਟਰ

ਮਿਲਦੀਆਂ ਹੋਈਆਂ ਬਣਾਵਟਾਂ ਦੀ ਸਹਾਇਤਾ ਨਾਲ ਇਨ੍ਹਾਂ ਸਾਰੇ 20 ਯਾਦਾਸ਼ਤ ਚਿੰਨ੍ਹਾਂ ਨੂੰ ਯਾਦ ਕਰੋ ਅਤੇ ਜਦੋਂ ਤੁਹਾਨੂੰ ਆਤਮਵਿਸ਼ਵਾਸ ਹੋ ਜਾਵੇ ਤਾਂ ਹੇਠਾਂ ਦਿੱਤੀ ਪ੍ਰੀਖਿਆ ਨੂੰ ਸਵੀਕਾਰ ਕਰੋ।

ਯਾਦਾਸ਼ਤ ਚਿੰਨ੍ਹਾਂ ਵਿਚ ਹੇਠ ਲਿਖੇ ਖਾਲੀ ਸਥਾਨ ਭਰੋ -

23................	24................	37................
39................	36................	22................
25................	29................	32................
38................	33................	26................
40................	21................	28................
27................	30................	35................
34................	31................	

Shapes of numbers

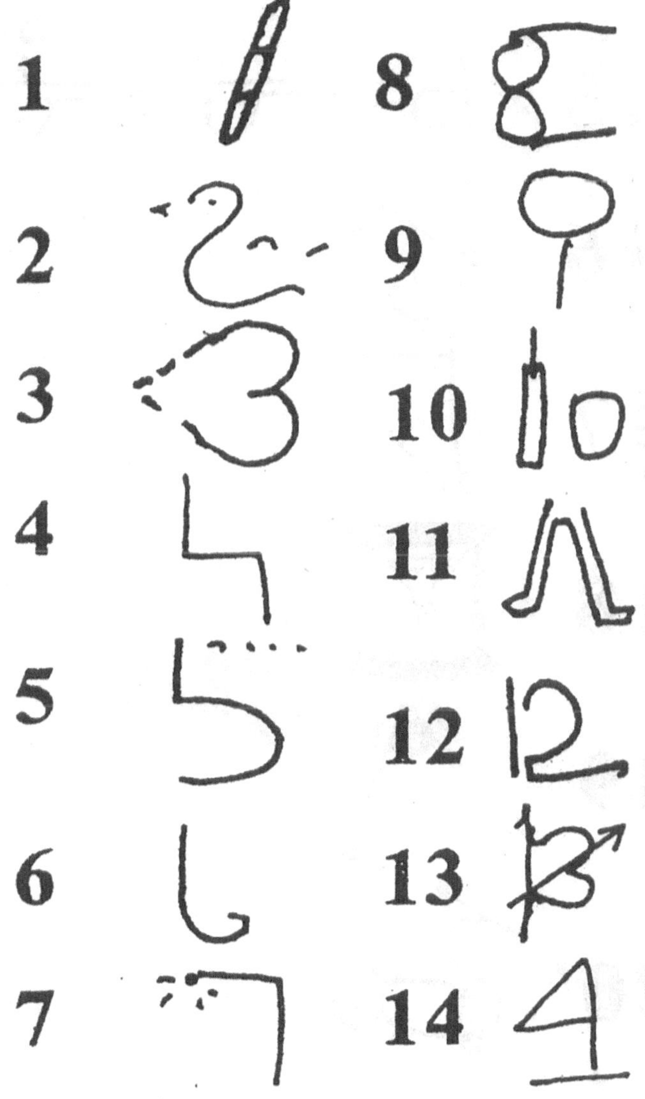

1		8	
2		9	
3		10	
4		11	
5		12	
6		13	
7		14	

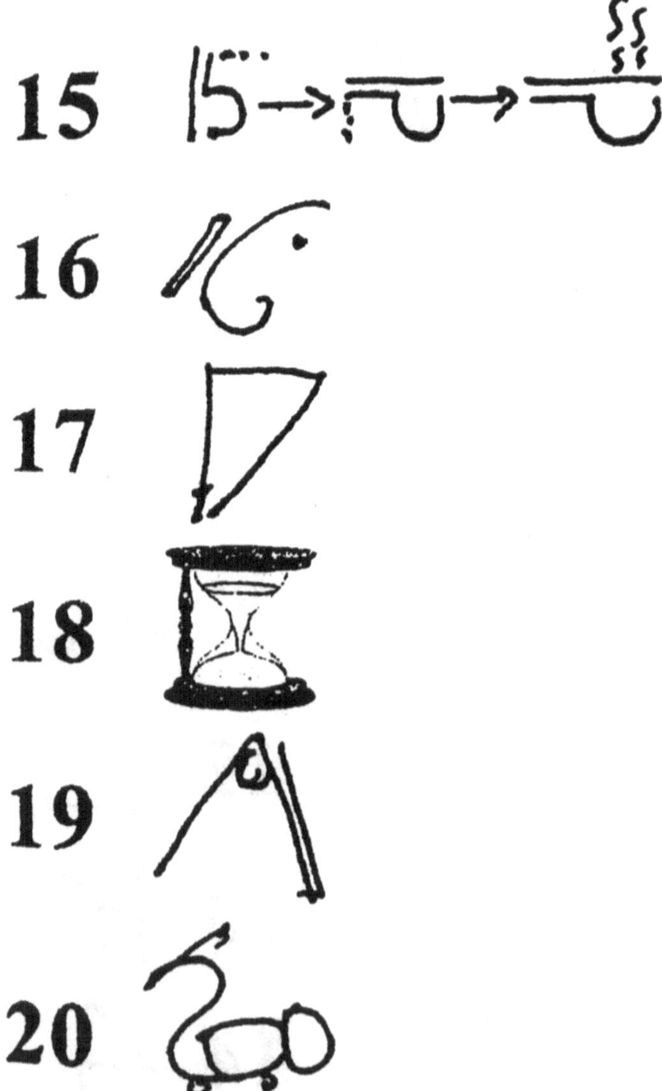

$$\boxed{67}$$

ਮੂਲ ਵਿਧੀ (41-60)

---

    41 ਤੋਂ 60 ਦੀਆਂ ਸੰਖਿਆਵਾਂ ਦੇ ਯਾਦਾਸ਼ਤ ਚਿੰਨ੍ਹ ਬਨਾਉਣ ਦੇ ਲਈ ਅਸੀਂ ਇਸ ਵਿਧੀ ਦਾ ਪ੍ਰਯੋਗ ਕਰਾਂਗੇ। ਅਸੀਂ ਇੱਥੇ 41 ਤੋਂ 60 ਤੱਕ ਦੀਆਂ ਸੰਖਿਆਵਾਂ ਵਿਚੋਂ ਹਰੇਕ ਮੂਲ ਤੇ ਧਿਆਨ ਕੇਂਦ੍ਰਿਤ ਕਰਾਂਗੇ ਅਤੇ ਉਸ ਮੂਲ ਦੇ ਅਨੁਕੂਲ ਇਕ ਚਿੱਤਰ ਬਨਾਉਣ ਦਾ ਯਤਨ ਕਰਾਂਗੇ।

41   ਇਸਦੀ ਇਕਾਈ ਸੰਖਿਆ 1 ਹੈ

    1 ਦਾ ਅਰਥ ਹੈ ਇਕ ਵਸਤੂ

    ਯਾਦਾਸ਼ਤ ਚਿੱਤਰ : ਇਕ ਦੇਸ਼ ਦਾ ਰਾਜਾ ਜਾਂ ਰਾਸ਼ਟਰਪਤੀ ਇਕ ਹੀ ਹੋ ਸਕਦਾ ਹੈ।

42   ਇਸਦੀ ਇਕਾਈ ਸੰਖਿਆ 2 ਹੈ

    ਯਾਦਾਸ਼ਤ ਚਿੱਤਰ : ਇੱਕ ਜੋੜਾ

43   ਇਕਾਈ ਸੰਖਿਆ 3

    ਯਾਦਾਸ਼ਤ ਚਿੱਤਰ : ਗਾਂਧੀ ਜੀ ਦੇ ਤਿੰਨ ਬਾਂਦਰ

44   ਇਕਾਈ ਸੰਖਿਆ 4

    ਯਾਦਾਸ਼ਤ ਚਿੱਤਰ : ਇਕ ਕਾਰ ਦੇ ਚਾਰ ਪਹੀਏ

    ਇਸ ਪ੍ਰਕਾਰ ਹੋਰ ਅੰਕਾਂ ਦੇ ਯਾਦਾਸ਼ਤ ਚਿੰਨ੍ਹ ਇਸ ਸੂਚੀ ਵਿਚ ਦਿੱਤੇ ਜਾ ਰਹੇ ਹਨ-

ਸੰਖਿਆਵਾਂ	ਬਨਾਵਟ ਜਿਸ ਤੇ ਧਿਆਨ ਕੇਂਦ੍ਰਿਤ ਕਰਨਾ ਹੈ	ਮਾਨਸਿਕ ਚਿੱਤਰ
41	1	ਰਾਜਾ ਜਾਂ ਰਾਸ਼ਟਰਪਤੀ
42	2	ਜੋੜਾ
43	3	ਗਾਂਧੀ ਜੀ ਦੇ 3 ਬਾਂਦਰ
44	4	ਕਾਰ ਦੇ ਚਾਰ ਪਹੀਏ
45	5	ਪੰਜ ਉਂਗਲੀਆਂ

46	6	ਹੀਜੜਾ
47	7	ਇੰਦਰ ਧਨੁਸ਼ ਦੇ ਸੱਤ ਰੰਗ
48	8	ਓਕਟੋਪਸ ਦੇ 8 ਪੈਰ
49	9	ਨੌਂ ਗ੍ਰਹਿ
50	10	ਰਾਵਣ ਦੇ ਦਸ ਸਿਰ
51	11	ਫੁਟਬਾਲ ਟੀਮ ਦੇ 11 ਖਿਡਾਰੀ
52	12	ਇਕ ਦਰਜਨ ਕੇਲੇ
53	13	13 ਇਕ ਅਸ਼ੁੱਭ ਅੰਕ
54	14	14 ਸਾਲ ਦਾ ਬਨਵਾਸ ਰਾਮ ਨੂੰ ਮਿਲਿਆ ਸੀ
55	15	15 ਅਗਸਤ ਭਾਰਤ ਦੀ ਸੁਤੰਤਰਤਾ ਦਾ ਦਿਨ
56	16	ਕਿਉਂਕਿ ਅਸੀਂ 16 ਦੇ ਲਈ Sweet Sixteen ਦਾ ਪ੍ਰਯੋਗ ਪਹਿਲਾਂ ਕੀਤਾ ਹੈ ਇਸ ਲਈ ਉਸਨੂੰ ਇੱਥੇ ਪ੍ਰਯੋਗ ਵਿਚ ਲਿਆਉਣਾ ਠੀਕ ਨਹੀਂ ਹੈ। ਇਸ ਲਈ ਇਸਦੇ ਲਈ ਹੋਰ ਸ਼ਬਦ Sweets ਦਾ ਪ੍ਰਯੋਗ ਕਰਾਂਗੇ।
57	17	17 ਜੋ ਮਿੱਠੀ ਨਹੀਂ ਹੁੰਦੀ ਜਿਵੇਂ ਮਿਰਚ (Not so sweet)
58	18	18 ਵੋਟ ਦੇਣ ਵਾਲੇ ਦੀ ਉਮਰ
59	19	1900 ਸ਼ਤਾਬਦੀ (ਕੈਲੰਡਰ ਦਾ ਚਿੱਤਰ)
60	20	20 ਲੱਖ ਰੁਪਏ ਦਾ ਲਾਟਰੀ ਟਿਕਟ

ਇਨ੍ਹਾਂ ਨੂੰ ਯਾਦ ਕਰੋ ਅਤੇ ਅਜਿਹਾ ਕਰਨ ਤੇ ਹੇਠਾਂ ਦਿੱਤੀ ਪ੍ਰੀਖਿਆ ਵਿਚ ਭਾਗ ਲਓ।

ਪ੍ਰਸ਼ਨ : ਹੇਠ ਲਿਖੇ ਖਾਲੀ ਸਥਾਨਾਂ ਨੂੰ ਯੋਗ ਮਾਨਸਿਕ ਚਿੰਨ੍ਹਾਂ ਨਾਲ ਭਰੋ?

47.................	52.................	59.................
60.................	41.................	43.................
48.................	58.................	57.................
42.................	44.................	46.................
53.................	54.................	45.................
55.................	56.................	49.................
51.................	50.................	

68

ਵਰਣਮਾਲਾ ਵਿਧੀ (61-80)

ਇਸ ਵਿਧੀ ਵਿਚ ਅਸੀਂ 61 ਤੋਂ 80 ਤੱਕ ਦੀਆਂ ਸੰਖਿਆਵਾਂ ਦੇ ਚਿੰਨ੍ਹ ਬਣਾਵਾਂਗੇ ਜੋ ਵਰਣ ਅੱਖਰਾਂ (Alphabets) ਨਾਲ ਸਬੰਧਿਤ ਹੋਣਗੇ।

ਚਰਣ 1. 60 ਤੋਂ 80 ਤੱਕ ਦੀਆਂ ਸੰਖਿਆਵਾਂ ਦੇ ਵਰਣ ਅੱਖਰ ਦਿਓ -

ਪਹਿਲਾ ਵਰਣ ਅੱਖਰ	A ਤੋਂ 61
ਦੂਜਾ ਵਰਣ ਅੱਖਰ	B ਤੋਂ 62
ਤੀਜਾ ਵਰਣ ਅੱਖਰ	C ਤੋਂ 63
ਚੌਥਾ ਵਰਣ ਅੱਖਰ	D ਤੋਂ 64
ਪੰਜਵਾਂ ਵਰਣ ਅੱਖਰ	E ਤੋਂ 65
ਛੇਵਾਂ ਵਰਣ ਅੱਖਰ	F ਤੋਂ 66
ਸੱਤਵਾਂ ਵਰਣ ਅੱਖਰ	G ਤੋਂ 67
ਅੱਠਵਾਂ ਵਰਣ ਅੱਖਰ	H ਤੋਂ 68
ਨੌਂਵਾਂ ਵਰਣ ਅੱਖਰ	I ਤੋਂ 69
ਦਸਵਾਂ ਵਰਣ ਅੱਖਰ	J ਤੋਂ 70
ਗਿਆਰਵਾਂ ਵਰਣ ਅੱਖਰ	K ਤੋਂ 71
ਬਾਰਵਾਂ ਵਰਣ ਅੱਖਰ	L ਤੋਂ 72
ਤੇਰ੍ਹਵਾਂ ਵਰਣ ਅੱਖਰ	M ਤੋਂ 73
ਚੌਦਵਾਂ ਵਰਣ ਅੱਖਰ	N ਤੋਂ 74
ਪੰਦਰਵਾਂ ਵਰਣ ਅੱਖਰ	O ਤੋਂ 75
ਸੋਲ੍ਹਵਾਂ ਵਰਣ ਅੱਖਰ	P ਤੋਂ 76
ਸਤਾਰਵਾਂ ਵਰਣ ਅੱਖਰ	Q ਤੋਂ 77
ਅਠਾਰਵਾਂ ਵਰਣ ਅੱਖਰ	R ਤੋਂ 78
ਉਨੀਵਾਂ ਵਰਣ ਅੱਖਰ	S ਤੋਂ 79
ਵੀਹਵਾਂ ਵਰਣ ਅੱਖਰ	T ਤੋਂ 80

ਚਰਣ 2. A ਅੱਖਰ ਤੋਂ ਸ਼ੁਰੂ ਕਰਦੇ ਹੋਏ ਕਿਸੇ ਅਜਿਹੇ ਸ਼ਬਦ ਦੇ ਬਾਰੇ ਵਿਚ ਸੋਚੋ ਜੋ A ਤੋਂ ਸ਼ੁਰੂ ਹੁੰਦਾ ਹੋਵੇ। ਅਸੀਂ ਸਾਰੇ A ਤੋਂ ਸ਼ੁਰੂ ਹੋਣ ਵਾਲੇ ਸ਼ਬਦ Apple ਤੋਂ ਜਾਣੂ ਹਾਂ। ਇਸ ਲਈ Apple (ਸੇਬ) 61 ਚਿੰਨ੍ਹ (Code) ਬਣ ਜਾਂਦਾ ਹੈ।

ਇਸ ਪ੍ਰਕਾਰ 62 ਦਾ ਚਿੰਨ੍ਹ Ball (ਗੋਂਦ) ਬਣ ਜਾਂਦਾ ਹੈ।

ਹੋਰ ਸੰਖਿਆਵਾਂ ਦੇ ਚਿੰਨ੍ਹ ਇਸ ਪ੍ਰਕਾਰ ਦੇ ਹੋ ਸਕਦੇ ਹਨ -

ਗਿਣਤੀ	ਵਰਣ ਅੱਖਰ ਜਿਸ ਤੇ ਧਿਆਨ ਕੇਂਦ੍ਰਿਤ ਕਰਨਾ ਹੈ	ਮਾਨਸਿਕ ਚਿੱਤਰ
61	A	APPLE
62	B	BALL
63	C	CART
64	D	DOG
65	**E**	**EGG**
66	F	FAN
67	G	GUN
68	H	HORSE
69	I	INK POT
70	**J**	**JUG**
71	K	KITE
72	L	LION
73	M	MANGO
74	N	NEST
75	**O**	**OWL**
76	P	PEN
77	Q	QUEEN
78	R	RADDISH
79	S	SEA
80	**T**	**TEA**

ਇਨ੍ਹਾਂ ਨੂੰ ਯਾਦ ਕਰੋ।

ਯਾਦ ਰੱਖਣਯੋਗ ਘਟਨਾ ਵਿਧੀ

21 ਤੋਂ 100 ਤੱਕ ਦੀਆਂ ਸੰਖਿਆਵਾਂ ਨੂੰ ਯਾਦ ਕਰਨ ਦੇ ਲਈ 1981 ਤੋਂ 1998 ਵਿਚਕਾਰਲੀਆਂ ਯਾਦ ਰੱਖਣਯੋਗ ਘਟਨਾਵਾਂ ਦੀ ਸਹਾਇਤਾ ਲਈ ਜਾ ਸਕਦੀ ਹੈ।

ਉਦਾਹਰਣ ਦੇ ਤੌਰ ਤੇ, 1981 ਦੀ ਇਕ ਪ੍ਰਮੁੱਖ ਘਟਨਾ ਸੀ, ਜੂਨ 24, 1981 ਨੂੰ ਭਾਰਤ ਦੁਆਰਾ ਫ੍ਰੈਂਚ ਗੁਯਾਨਾ ਨੂੰ ਛੱਡ ਗਿਆ ਸਟੇਸ਼ਨਰੀ ਸੈਟੇਲਾਈਟ (ਉਪਗ੍ਰਹਿ)।

ਇਹ ਯਾਦ ਰੱਖਣਯੋਗ ਘਟਨਾ 81 ਦਾ ਯਾਦਾਸ਼ਤ ਚਿੱਤਰ ਬਣ ਸਕਦਾ ਹੈ। ਹੇਠਾਂ 81 ਤੋਂ 100 ਤੱਕ ਦੀਆਂ ਸੰਖਿਆਵਾਂ ਦੇ ਲਈ ਅਜਿਹੇ ਮਹੱਤਵਪੂਰਨ ਯਾਦਾਸ਼ਤ ਚਿੱਤਰ ਦਿੱਤੇ ਜਾ ਰਹੇ ਹਨ।

ਗਿਣਤੀ	ਘਟਨਾ	ਯਾਦਾਸ਼ਤ ਚਿੱਤਰ
81	ਜੂਨ 24	Apple ਭਾਰਤ ਦਾ ਪਹਿਲਾ ਪ੍ਰਯੋਗ ਟੈਲੀਕੋਮਿਊਨੀਕੇਸ਼ਨ ਸੈਟੇਲਾਈਟ ਜੋ ਫ੍ਰੈਂਚ ਗੁਯਾਨਾ ਤੋਂ ਛੱਡਿਆ ਗਿਆ। (ਯਾਦਾਸ਼ਤ ਚਿੰਨ੍ਹ - ਸੈਟੇਲਾਈਟ ਜਾਂ ਉਪਗ੍ਰਹਿ)
82	ਮਾਰਚ 19, 1982	ਨਵੀਂ ਦਿੱਲੀ ਵਿਚ ਨੌਵੀਂ ਏਸ਼ੀਆਈ ਖੇਡ ਪ੍ਰਤਿਯੋਗਤਾ (ਯਾਦਾਸ਼ਤ ਚਿੰਨ੍ਹ - ਏਸ਼ੀਅਨ ਗੇਮਜ਼)
83	ਮਾਰਚ 1983	ਮਾਰੂਤੀ ਕਾਰਾਂ ਦਾ ਪਹਿਲਾ ਬੈਚ ਫੈਕਟਰੀ ਤੋਂ ਕੱਢਿਆ ਗਿਆ ਸੀ। (ਯਾਦਾਸ਼ਤ ਚਿੰਨ੍ਹ - ਮਾਰੂਤੀ ਕਾਰ)
84	ਅਪ੍ਰੈਲ 3, 1984	ਸਕਵੇਡ੍ਰਨ ਲੀਟਰ ਰਾਕੇਸ਼ ਸ਼ਰਮਾ ਦਾ ਪਹਿਲਾ ਸਪੇਨ ਮੈਨ (Space man) ਬਣਿਆ ਜੋ ਏਸ਼ੀਅਨ

ਸਪੇਸ ਏਅਰ ਕ੍ਰਾਫਟ ਧੋਯੂਜ T-II ਤੋਂ ਅਕਾਸ਼ ਵਿਚ ਗਿਆ ਸੀ।

(ਯਾਦਾਬ੍ਹਤ ਚਿੰਨ੍ਹ - ਰਾਕੇਸ਼ ਸ਼ਰਮਾ)

| 85 | ਨਵੰਬਰ 6, 1985 | ਗੇਰੀ ਕਾਸਪਾਰੋਵ ਨੇ ਸਾਥੀ ਏਸ਼ੀਅਨ ਖਿਡਾਰੀ ਅਨਾਤੋਲੀ ਕਾਰਪੋਵ ਨੂੰ ਚੈਸ ਖੇਡਣ ਵਿਚ ਹਰਾਇਆ ਸੀ, ਉਹ ਸੰਸਾਰ ਵਿਚ ਸਭ ਤੋਂ ਘੱਟ ਉਮਰ ਦਾ ਅਜਿਹਾ ਖਿਡਾਰੀ ਸੀ। |

(ਯਾਦਾਬ੍ਹਤ ਚਿੰਨ੍ਹ - ਚੈਸ ਬੋਰਡ

| 86 | ਜਨਵਰੀ 29, 1986 | ਅਮਰੀਕਨ ਸੈਟੇਲਾਈਟ "ਚੈਲੇਂਜਰ" ਦੇ ਸਾਰੇ ਛੇ ਅਕਾਸ਼ ਯਾਤਰੀ ਮਰ ਗਏ ਸੀ। |

(ਯਾਦਾਬ੍ਹਤ ਚਿੰਨ੍ਹ - 6 ਮਰੇ ਯਾਤਰੀ)

| 87 | ਜੂਨ 8, 1987 | ਭਾਰਤ ਸਰਕਾਰ ਨੇ ਇਹ ਪਤਾ ਲਗਾਇਆ ਕਿ ਬੋਫੋਰਸ ਕੰਪਨੀ ਨੇ ਭਾਰਤ ਸਰਕਾਰ ਨੂੰ ਯੁੱਧ ਸਮੱਗਰੀ ਵੇਚਣ ਦੇ ਸਮਝੌਤੇ ਵਿਚ ਵਿਚੋਲੇ ਦੀ ਕਮਿਸ਼ਨ (ਰਿਸ਼ਵਤ) ਦਿੱਤੀ ਸੀ। |

(ਯਾਦਾਬ੍ਹਤ ਚਿੰਨ੍ਹ - ਬੋਫੋਰਸ ਘਪਲਾ)

| 88 | ਸਤੰਬਰ 27, 1988 | ਬੇਨ ਜਾਨਸਨ ਨੂੰ 10 ਮੀਟਰ ਦੀ ਦੌੜ ਵਿਚ ਜੋ ਮੈਡਲ ਦਿੱਤਾ ਗਿਆ ਸੀ ਉਹ ਉਸਦੇ ਨਸ਼ੀਲੇ ਦ੍ਰਵ ਦੇ ਉਪਯੋਗ ਦੇ ਕਾਰਨ ਇਸਨੂੰ ਵਾਪਸ ਲੈ ਲਿਆ ਗਿਆ ਸੀ ਅਤੇ ਉਸ ਮੈਡਲ ਨੂੰ ਕਾਰਲ ਲੇਵਿਸ ਨੂੰ ਦਿੱਤਾ ਗਿਆ। |

(ਯਾਦਾਬ੍ਹਤ ਚਿੰਨ੍ਹ - ਨਸ਼ੀਲਾ ਦ੍ਰਵ)

| 89 | ਜਨਵਰੀ 20, 1989 | ਜਾਰਜ ਬੁਸ਼ ਨੇ ਅਮਰੀਕਾ ਦੇ 41ਵੇਂ ਰਾਸ਼ਟਰਪਤੀ ਦੇ ਰੂਪ ਵਿਚ ਸੌਂਹ ਲਈ ਸੀ। |

(ਯਾਦਾਬ੍ਹਤ ਚਿੰਨ੍ਹ - ਜਾਰਜ ਬੁਸ਼)

| 90 | ਅਗਸਤ 7, 1987 | ਪੱਛੜੇ ਵਰਗਾਂ ਨੂੰ 27 ਪ੍ਰਤੀਸ਼ਤ ਰਾਖਵਾਂਕਰਨ ਦੇਣ ਦਾ ਮੰਡਲ ਆਯੋਗ ਦਾ ਸੁਝਾਅ ਸਰਕਾਰ ਨੇ ਸਵੀਕਾਰ ਕੀਤਾ। |

(ਯਾਦਾਬ੍ਹਤ ਚਿੰਨ੍ਹ - ਮੰਡਲ ਆਯੋਗ)

| 91 | ਮਈ 21, 1991 | ਇਕ ਬੰਬ ਵਿਸਫੋਟ ਵਿਚ ਰਾਜੀਵ ਗਾਂਧੀ ਮਾਰੇ ਗਏ ਸਨ। |

(ਯਾਦਾਬ੍ਹਤ ਚਿੰਨ੍ਹ - ਰਾਜੀਵ ਗਾਂਧੀ)

92	ਜੂਨ 4, 1992	ਹਰਸ਼ਦ ਮਹਿਤਾ ਅਤੇ ਹੋਰ ਗ੍ਰਿਫਤਾਰ ਕੀਤੇ ਗਏ।
		(ਯਾਦਾਸ਼ਤ ਚਿੰਨ੍ਹ - ਸ਼ੇਅਰ ਘਪਲਾ)
93	ਨਵੰਬਰ 29, 1993	ਜੇ.ਆਰ.ਡੀ. ਟਾਟਾ ਪੈਰਿਸ ਵਿਚ ਮਰੇ।
		(ਯਾਦਾਸ਼ਤ ਚਿੰਨ੍ਹ - ਟਾਟਾ)
94	ਨਵੰਬਰ 2, 1994	ਸੁਸ਼ਮਿਤਾ ਸੇਨ ਨੇ ਵਿਸ਼ਵ ਸੁੰਦਰੀ ਦਾ ਖਿਤਾਬ ਜਿੱਤਿਆ।
		(ਯਾਦਾਸ਼ਤ ਚਿੰਨ੍ਹ - ਵਿਸ਼ਵ ਸੁੰਦਰੀ)
95	ਜਨਵਰੀ 1, 1995	W.T.O. (World Trade Organization) ਬਣਿਆ ਅਤੇ ਯੁਰਪੀਅਨ ਸੰਘ ਦੇ ਮੈਂਬਰਾਂ ਦੀ ਗਿਣਤੀ ਆਸਟ੍ਰੇਲੀਆ, ਫਿਨਲੈਂਡ ਅਤੇ ਸਵੀਡਨ ਦੇ ਸ਼ਾਮਲ ਹੋਣ ਦੇ ਫਲਸਰੂਪ ਵੱਧ ਕੇ 15 ਹੋ ਗਈ ਸੀ।
		(ਯਾਦਾਸ਼ਤ ਚਿੰਨ੍ਹ - ਵਿਸ਼ਵ ਵਪਾਰ ਸੰਗਠਨ)
96	ਮਈ 17, 1996	ਵਾਜਪਾਈ ਪ੍ਰਧਾਨ ਮੰਤਰੀ ਬਣੇ ਪਰ ਸਮਰੱਥਨ ਨਾ ਕਰ ਸਕਣ ਕਾਰਨ 28 ਮਈ ਨੂੰ ਤਿਆਗਾ ਪੱਤਰ ਦੇਣ ਲਈ ਮਜ਼ਬੂਰ ਹੋ ਗਏ।)
		(ਯਾਦਾਸ਼ਤ ਚਿੰਨ੍ਹ - ਅਟਲ ਬਿਹਾਰੀ ਵਾਜਪਾਈ)
97	ਅਗਾਸਤ 31, 1997	ਪ੍ਰਿੰਸੇਸ ਆਫ ਵੇਲਸ ਡਾਯਨਾ ਕਾਰ ਦੁਰਘਟਨਾ ਵਿਚ ਮਰੀ
		(ਯਾਦਾਸ਼ਤ ਚਿੰਨ੍ਹ - ਕਾਰ ਦੁਰਘਟਨਾ)
98	ਦਸੰਬਰ 1, 1998	ਅੰਮ੍ਰਿਤਾ ਸੇਨ ਨੂੰ ਨੋਬਲ ਪੁਰਸਕਾਰ ਮਿਲਿਆ।
		(ਯਾਦਾਸ਼ਤ ਚਿੰਨ੍ਹ - ਅੰਮ੍ਰਿਤਾ ਸੇਨ)
99	1999	ਯੁਰਪੀਅਨ ਦੇਸ਼ਾਂ ਨੇ ਇਕ ਸਮਾਨ ਮੁਦਰਾ 'ਯੂਰੋ'' ਨੂੰ ਸਵੀਕਾਰ ਕੀਤਾ।
		(ਯਾਦਾਸ਼ਤ ਚਿੰਨ੍ਹ - ਯੂਰੋ)
100	Y2K ਸਮੱਸਿਆ	(ਯਾਦਾਸ਼ਤ ਚਿੰਨ੍ਹ - Y2K)

ਯਾਦਾਸ਼ਤ ਚਿੰਨ੍ਹ ਦੇ ਰੂਪ ਵਿਚ ਤੁਸੀਂ ਮਹੱਤਵਪੂਰਨ ਵਿਅਕਤੀਆਂ ਦੇ ਸਥਾਨ ਤੇ ਮਹੱਤਵਪੂਰਨ ਸਥਾਨਾਂ ਨੂੰ ਰੱਖ ਸਕਦੇ ਹੋ। ਅਸੀਂ ਮਹੱਤਵਪੂਰਨ ਘਟਨਾਵਾਂ ਨੂੰ ਦੇਣਾ ਪਸੰਦ ਕੀਤਾ ਕਿਉਂਕਿ ਉਹ ਸਮੂਹ (Association) ਨੂੰ ਜ਼ਿਆਦਾ ਚੰਗੀ ਤਰ੍ਹਾਂ ਦਰਸਾਉਂਦੀਆਂ ਹਨ।

70

ਧੁਨੀ ਵਿਧੀ

    ਇਸ ਵਿਧੀ ਨਾਲ 0 ਤੋਂ 9 ਅੰਕਾਂ ਨੂੰ ਯਾਦਾਸ਼ਤ ਚਿੰਨ੍ਹ ਦਿੱਤਾ ਜਾਂਦਾ ਹੈ ਜਿਵੇ '1 ਨੂੰ T ਜਾਂ D ਕਿਹਾ ਜਾਂਦਾ ਹੈ। ਪਹਿਲਾਂ ਇਨ੍ਹਾਂ ਸੰਖਿਆਵਾਂ ਦੇ ਯਾਦਾਸ਼ਤ ਚਿੰਨ੍ਹਾਂ ਨੂੰ ਹੇਠਾਂ ਦਿੱਤੇ ਸੁਝਾਵਾਂ ਦੀ ਮਦਦ ਨਾਲ ਯਾਦ ਕਰਨ ਦਾ ਯਤਨ ਕਰੋ :

ਗਿਣਤੀ ਚਿੰਨ੍ਹ Number Code	ਮੇਲ ਖਾਂਦਾ ਹੋਇਆ ਉਚਾਰਨ (Corresponding Hindi Pronunciation)	ਯਾਦ ਕਰਨ ਦੇ ਲਈ ਸੁਝਾਅ (Hints for memorizing)
t ਜਾਂ d ਇਕ ਹੈ	ਟ ਜਾਂ ਡ	ਅੱਖਰ t ਜਾਂ d ਦਾ ਇਕ ਡਾਊਨ ਸਟ੍ਰੋਕ (down ਸਟ੍ਰੋਕ ਹੈ)
n 2 ਹੈ	ਨ	ਅੱਖਰ n ਨੂੰ ਦੋ ਡਾਊਨ ਸਟ੍ਰੋਕ ਹਨ।
m 3 ਹੈ	ਮ	ਅੱਖਰ m ਨੂੰ ਦੋ ਡਾਊਨ ਸਟ੍ਰੋਕ ਹਨ।
r 4 ਹੈ	ਰ	ਅੰਗਰੇਜ਼ੀ ਸ਼ਬਦ four ਦਾ ਅਖੀਰਲਾ ਸ਼ਬਦ, ਹਿੰਦੀ ਸ਼ਬਦ ਚਾਰ ਦਾ ਅਖੀਰਲਾ ਅੱਖਰ, ਲੇਟਿਨ ਸ਼ਬਦ quitte ਦਾ ਅਖੀਰਲਾ ਸ਼ਬਦ
l 5 ਹੈ	ਲ	ਰੋਮਨ ਵਿਚ L 50 ਹੁੰਦਾ ਹੈ।
J (Sh) 6 ਹੈ (Chg) (dy)	ਸ਼ ਚ	6 ਦਾ ਦਰਪਣ ਚਿੱਤਰ ਹੈ।
K 7 ਹੈ	ਕ, ਗ	ਦੋ 7 ਮਿਲ ਕੇ K ਬਣਾਉਂਦੇ ਹਨ।

f or v 8 ਹੈ	ਫ ਜਾਂ ਵ	ਅੱਖਰ F ਵਿਚ ਦੋ ਲੂਪ ਹੁੰਦੇ ਹਨ।
p or b 9 ਹੈ	ਪ ਜਾਂ ਬ	p/b ਦੀ ਸਮਾਨ ਰਚਨਾ ਹੁੰਦੀ ਹੈ।
s-⁰		Zero ਸ਼ਬਦ ਦੀ ਪਹਿਲੀ ਧੁਨੀ
(Z)	ਸ	

ਇਕ ਵਾਰ ਜਦੋਂ ਸੰਖਿਆ ਚਿੰਨ੍ਹ (Number Code) ਨੂੰ ਯਾਦ ਕਰਨ (Memorization) ਦਾ ਕੰਮ ਖਤਮ ਹੋ ਜਾਵੇ, ਤਾਂ ਅਸੀਂ ਕਿਸੇ ਵੀ ਅੰਕ ਨੂੰ ਕਿਸੇ ਸ਼ਬਦ ਵਿਚ ਜਾਂ ਇਕ ਸ਼ਬਦ ਨੂੰ ਸਕਵਾਯਰ ਅੰਕ ਵਿਚ ਬਦਲ ਸਕਦੇ ਹਾਂ। ਇਹ ਵਿਧੀ ਪਰਸਪਰ ਵਸਤੂਆਂ (reciprocals) ਸਕਵਾਯਰ ਰੂਟਸ (ਵਰਗ), ਕਿਊਬ, ਰੂਟ, ਕਿਊਬ, ਟੇਬਲ ਆਦਿ ਨੂੰ ਯਾਦ ਕਰਨ ਵਿਚ ਸਹਾਇਤਾ ਕਰੇਗੀ।

13 ਤੋਂ 15 ਤੱਕ ਦੀਆਂ ਸੰਖਿਆਵਾਂ ਦੇ ਲਈ ਸ਼ਬਦਾਂ ਨੂੰ ਪ੍ਰਾਪਤ ਕਰਨ ਦੇ ਲਈ ਅਸੀਂ ਅਜਿਹਾ ਕਰਾਂਗੇ :

13 :   1 ਅਤੇ 3 ਤੋਂ ਬਣਦਾ ਹੈ ਅਰਥਾਤ t-m ਸਵਰ (vowel) ਨੂੰ ਇਨ੍ਹਾਂ ਦੇ ਵਿਚਕਾਰ ਲਗਾਉਣ ਨਾਲ ਅਸੀਂ   tam ਸ਼ਬਦ ਪਾਉਂਦੇ ਹਾਂ।

14 :   1 ਅਤੇ 4 ਤੋਂ ਬਣਦਾ ਹੈ ਅਰਥਾਤ t-r ਅੱਖਰ a ਨੂੰ ਵਿਚਕਾਰ ਲਗਾਉਣ ਨਾਲ ਅਸੀਂ tar ਸ਼ਬਦ ਪਾਉਂਦੇ ਹਾਂ।

15.   1 ਅਤੇ 5 ਤੋਂ ਬਣਦਾ ਹੈ ਅਰਥਾਤ t-l ਅੱਖਰ a ਨੂੰ ਵਿਚਕਾਰ ਲਗਾਉਣ ਨਾਲ ਅਸੀਂ tale ਸ਼ਬਦ ਪਾਉਂਦੇ ਹਾਂ, ਕਿਉਂਕਿ tale ਵਿਚ e ਸ਼ਬਦ ਮੁਕ (muke) ਰਹਿੰਦਾ ਹੈ ਇਸ ਲਈ ਅਸੀਂ ਇਸਨੂੰ ਛੱਡ ਸਕਦੇ ਹਾਂ। 15 ਦੀ ਦੂਜੀ ਸੰਭਾਵਨਾ tall ਹੋ ਸਕਦੀ ਹੈ, ਕਿਉਂਕਿ ਡਬਲ L ਦਾ ਅਨੁਵਾਦ ਹੁੰਦਾ ਹੈ, ਨਾ ਕਿ 55 ਕਿਉਂਕਿ tall ਇਕ ਵਿਸ਼ੇਸ਼ਣ ਹੈ ਇਸ ਲਈ ਅਸੀਂ ਇਸਨੂੰ ਸਬੰਧ (association) ਦੇ ਲਈ ਉਪਯੋਗ ਨਹੀਂ ਕਰ ਸਕਦੇ।

ਜੇਕਰ ਸਵਰ 'a' ਨੂੰ ਵਿਚਕਾਰ ਲਗਾਉਣ ਨਾਲ ਸਾਨੂੰ ਹੋਰ ਸਵਰ (vowel) ਨੂੰ ਲਗਾ ਸਕਦੇ ਹਾਂ, ਅਜਿਹਾ ਕਰਨ ਨਾਲ ਸਾਨੂੰ ਵਰਣਮਾਲਾ (alphabets) ਦੀ ਤਰਤੀਬ ਦਾ ਪਾਲਣ ਕਰਾਂਗੇ।

ਉਦਾਹਰਣ ਦੇ ਤੌਰ ਤੇ, 21 ਬਣਦਾ ਹੈ 2 ਅਤੇ 1 ਨਾਲ, ਅਰਥਾਤ ਇਹ n-t ਹੋਇਆ। ਜੇਕਰ ਅਸੀਂ ਵੋਵਲ   'a' ਲਗਾਉਂਦੇ ਹਾਂ ਤਾਂ 'nat' ਸ਼ਬਦ ਬਣਦਾ ਹੈ ਜਿਸਦਾ ਕੋਈ ਅਰਥ ਨਹੀਂ ਹੁੰਦਾ। ਇਸ ਲਈ ਸਾਡਾ ਅਗਲਾ ਵੋਵਲ   t-'e' ਲਗਾਵਾਂਗੇ ਅਤੇ ਪਾਵਾਂਗੇ ਕਿ ਇਸ ਨਾਲ ਬਣਨ ਵਾਲਾ ਸ਼ਬਦ net ਸੰਤੋਖਜਨਕ ਹੈ।

22 ਬਣਦਾ ਹੈ 2 ਅਤੇ 2 ਨਾਲ। ਅਸੀਂ ਦੇਖਾਂਗੇ ਕਿ nan, nen ਅਤੇ nin ਦਾ ਕੋਈ ਅਰਥ ਨਹੀਂ ਹੁੰਦਾ, ਇਸ ਲਈ ਅਸੀਂ ਚੌਥੇ ਸਵਰ 'o' ਨੂੰ ਦੋ ਵਾਰ ਕੰਮ ਵਿਚ ਲਿਆਈਏ ਤਾਂ noon ਸ਼ਬਦ ਬਣੇਗਾ ਜੋ ਸੰਤੋਖਜਨਕ ਹੈ।

ਧੁਨੀ, ਵਿਵਸਥਾ ਦਾ ਨਿਯਮ

ਸ਼ਬਦ ਦੀ ਧੁਨੀ ਜਾਂ ਉਸਦੇ ਉਚਾਰਣ ਤੇ ਹੀ ਧਿਆਨ ਦਿਓ ਨਾ ਕਿ ਉਸਦੇ ਸਪੈਲਿੰਗ ਤੇ। ਉਦਾਹਰਣ ਦੇ ਤੌਰ ਤੇ, cat ਇਸ ਵਿਚ K ਨਹੀਂ ਹੁੰਦਾ ਪਰ ਇਸਦੀ ਧੁਨੀ kat ਹੁੰਦੀ ਹੈ ਇਸ ਲਈ Cat ਨੂੰ 71 ਵਿਚ ਪਰਿਵਰਤਿਤ ਕੀਤਾ ਜਾਵੇਗਾ।

ਇਸੀ ਤਰ੍ਹਾਂ Case (ਬੋਲਣ ਵਿਚ Kase) ਹੁੰਦਾ ਹੈ। ਇਸ ਲਈ ਇਹ 70 ਵਿਚ ਪਰਿਵਰਤਿਤ ਹੋਵੇਗਾ।

Cuff : 78

Cuff ਸ਼ਬਦ 788 ਵਿਚ ਪਰਿਵਰਤਿਤ ਨਹੀਂ ਹੋਵੇਗਾ ਸਗੋਂ 78 ਵਿਚ ਹੋਵੇਗਾ ਕਿਉਂਕਿ 'f' ਦੀ ਧੁਨੀ ਸਿਰਫ ਇਕ ਵਾਰ ਹੀ ਆਉਂਦੀ ਹੈ। ਇਸੀ ਤਰ੍ਹਾਂ tall 15 ਹੈ ਨਾ ਕਿ 155, bull 95 ਹੈ ਨਾ ਕਿ 955

CHALK ਪਰਿਵਰਤਿਤ ਹੋ ਕੇ 657 ਨਹੀਂ ਬਣਦਾ ਸਗੋਂ 67 ਬਣਦਾ ਹੈ ਕਿਉਂਕਿ CHALK ਦੀ ਧੁਨੀ CHAL ਵਰਗੀ ਹੁੰਦੀ ਹੈ (L ਸ਼ਾਂਤ ਰਹਿੰਦਾ ਹੈ)।

Psychology ਪਰਿਵਰਤਿਤ ਹੁੰਦਾ ਹੈ 0756 ਵਿਚ, ਨਾ ਕਿ 90756 ਵਿਚ ਕਿਉਂਕਿ 'P' ਸ਼ਾਂਤ ਰਹਿੰਦਾ ਹੈ।

LODGE ਸ਼ਬਦ ਪਰਿਵਰਤਿਤ ਹੁੰਦਾ ਹੈ 56 ਵਿਚ, ਨਾ ਕਿ 516 ਵਿਚ, ਕਿਉਂਕਿ 'D' ਸ਼ਾਂਤ ਰਹਿੰਦਾ ਹੈ।

ਆਓ, ਅਸੀਂ ਕੁਝ ਸ਼ਬਦਾਂ ਨੂੰ ਸੰਖਿਆਵਾਂ ਵਿਚ ਬਦਲੀਏ।

Milk   357
Television   15802
Maruti 347

ਹੁਣ ਅਸੀਂ ਕੁਝ ਵੱਡੀਆਂ ਸੰਖਿਆਵਾਂ ਨੂੰ ਸ਼ਬਦਾਂ ਵਿਚ ਬਦਲਦੇ ਹਾਂ :

224   NNR   Nunnery
532   LMN   Layman
616   Chtch   Chit Chat

ਹੁਣ ਇੱਥੇ 1 ਤੋਂ 100 ਤੱਕ ਦੀਆਂ ਸੰਖਿਆਵਾਂ ਨੂੰ ਉਨ੍ਹਾਂ ਦੇ ਬਦਲੇ ਦੇ ਸ਼ਬਦਾਂ ਦੇ ਨਾਲ ਦਿੱਤਾ ਜਾ ਰਿਹਾ ਹੈ। ਇਨ੍ਹਾਂ ਨੂੰ ਯਾਦ ਕਰਨ ਦੀ ਜ਼ਰੂਰਤ ਨਹੀਂ ਹੈ ਪਰ ਇਸ ਪੁਸਤਕ ਵਿਚ ਅੱਗੇ ਤੁਰੰਤ ਜ਼ਿਕਰ (ready reference) ਦੇ ਲਈ ਇਨ੍ਹਾਂ ਦਾ ਪ੍ਰਯੋਗ ਹੋ ਸਕਦਾ ਹੈ।

Ready Referece:

01. TIE   02. HEN   03. MA   04. RAY
05. LAW   06. JAW   07. KEY   08. FEE

09. BAY	10. TOES	11. DAD	12. DEN
13. DAM	14. TAR	15. TALE	16. TISSUE
17. DECK	18. DEAF	19. TAP	20. NASA
21. NET	22. NOON	23. NAME	24. NERO
25. NAIL	26. NICHE	27. NECK	28. NAVY
29. NAP	30. MASS	31. MAT	32. MAN
33. MAMA	34. MARE	35. MAIL	36. MATCH
37. MIKE	38. MAFIA	39. MAP	40. NICE
41. RAT	42. RAIN	43. RAM	44. REAR
45. RAIL	46. RASH	47. RAKE	48. RAFIA
49. ROPE	50. LACE	51. LOT	52. LANE
53. LIME	54. LAIR	55. LILY	56. LODGE
57. LAKE	58. LEAF	59. LAP	60. CHASE
61. CHAT	62. CHAIN	63. CHIME	64. CHAIR
65. CHILE	66. JUDGE	67. CHEQUE	68. CHEF
69. CHIP	70. CASE	71. CAT	72. CAN
73. CAM	74. CAR	75. COAL	76. CASH
77. CAKE	78. CUFF	79. CAP	80. FACE
81. FAT	82. FAN	83. FAME	84. FARE
85. FALL	86. FISH	87. FIG	88. FIFE
89. VIP	90. BASE	91. BAT	92. BEAN
93. BEAM	94. BAR	95. BALL	96. BADGE
97. BACK	98. BEEF	99. BABY	100. THESIS

71

ਵਿਅਕਤੀ ਨਾਲ ਸਬੰਧਤ ਅਰਥ ਵਿਵਸਥਾ

ਹੁਣ ਸਾਡੇ ਕੋਲ ਯਾਦਾਸ਼ਤ ਭਾ!ਸ਼ਾ ਦੇ ਯੰਤਰ ਅਤੇ Memory Arrows ਹਨ, ਆਓ ਅਸੀਂ ਇਨ੍ਹਾਂ ਦਾ ਪ੍ਰਯੋਗ ਭਾਰਤ ਵਿਚ ਦਸ ਵਿਦੇਸ਼ੀ ਨਿਵੇਸ਼ਕਾਂ (Foreign Investors) ਨੂੰ ਸਿੱਖਣ ਵਿਚ ਕਰੀਏ।

1992 ਜੂਨ 1998 ਦੇ ਵਿਚਕਾਰ ਭਾਰਤ ਵਿਚ ਹੇਠ ਲਿਖੇ ਪ੍ਰਮੁੱਖ ਵਿਦੇਸ਼ੀ ਨਿਵੇਸ਼ਕ ਸਨ :

ਦੇਸ਼	ਨਿਵੇਸ਼ (ਮਿਲੀਅਨ ਦਸ ਲੱਖ ਦੀ ਇਕਾਈ ਵਿਚ)
1. ਯੂ.ਐਸ.ਏ.	3,21,000
2. ਯੂ.ਕੇ.	82,000
3. ਮਾਰੀਸ਼ਸ	64,000
4. ਸਾਊਥ ਕੋਰੀਆ	55,000
5. ਜਪਾਨ	50,000
6. ਜਰਮਨੀ	47,000
7. ਇਜ਼ਰਾਈਲ	42,000
8. ਕੇਮਨ ਆਇਲੈਂਡ	36,000
9. ਆਸਟ੍ਰੇਲੀਆ	31,000
10. ਨੀਦਰਲੈਂਡ	29,000

ਆਓ, ਅਸੀਂ ਇਸਨੂੰ ਲੜੀਵਾਰ ਯਾਦ ਕਰੀਏ।

ਚਰਣ 1 : LHS ਅਤੇ RHS ਵਿਚ ਇਸ ਤੱਥ ਸਮੱਗਰੀ (data) ਨੂੰ ਪਛਾਣੋ।

ਦੇਸ਼ਾਂ ਦੇ ਨਾਮ	ਰੁਪਿਆ (ਮਿਲੀਅਨ ਵਿਚ)
1. ਯੂ.ਐਸ.ਏ.	3,21,000
2. ਯੂ.ਕੇ.	82,000
3. ਮਾਰੀਸ਼ਸ	64,000
4. ਸਾਊਥ ਕੋਰੀਆ	55,000
5. ਜਪਾਨ	50,000

6.	ਜਰਮਨੀ	47,000
7.	ਇਜ਼ਰਾਈਲ	42,000
8.	ਕੇਮਨ ਆਈਲੈਂਡ	36,000
9.	ਆਸਟ੍ਰੇਲੀਆ	31,000
10.	ਨੀਦਰਲੈਂਡ	29,000

ਚਰਣ 2 : RHS ਨੂੰ ਯਾਦਾਸ਼ਤ ਦਾ ਪ੍ਰਯੋਗ ਕਰਦੇ ਹੋਏ ਬਦਲੋ।

ਦੇਸ਼ਾਂ ਦੇ ਨਾਮ		ਰੁਪਿਆ (ਮਿਲੀਅਨ ਵਿਚ)	ਯਾਦਾਸ਼ਤ ਚਿੰਨ੍ਹ
1.	ਯੂ.ਐਸ.ਏ.	3,21,000	-
2.	ਯੂ.ਕੇ.	82,000	ਏਸ਼ੀਅਨ ਗੇਮਜ਼
3.	ਮਾਰੀਸ਼ਸ	64,000	ਕੁੱਤਾ
4.	ਸਾਉਥ ਕੋਰੀਆ	55,000	ਸੁਤੰਤਰਤਾ ਦਿਵਸ
5.	ਜਪਾਨ	50,000	ਰਾਵਣ
6.	ਜਰਮਨੀ	47,000	ਇੰਦਰ ਧਨੁਸ਼
7.	ਇਜ਼ਰਾਈਲ	42,000	ਜੋੜਾ
8.	ਕੇਮਨ ਆਈਲੈਂਡ	36,000	ਹਾਥੀ ਦਾ ਦੰਦ
9.	ਆਸਟ੍ਰੇਲੀਆ	31,000	ਪੈਰ
10.	ਨੀਦਰਲੈਂਡ	29,000	ਲਾਲੀਪਾਪ

ਚਰਣ 3 : ਵਿਭਿੰਨ ਅਧਿਆਇਆਂ ਵਿਚ ਤੁਸੀ ਸਿੱਖਿਆ ਕਿ ਕਿਵੇਂ ਅੰਕਾਂ ਨੂੰ ਅਰਥ ਪੂਰਣ ਸ਼ਬਦਾਂ ਵਿਚ ਬਦਲਿਆ ਜਾਵੇ। ਹੁਣ ਅਸੀਂ ਇਹ ਸਿੱਖਾਂਗੇ ਕਿ ਵਿਅਕਤੀ ਨਾਲ ਸਬੰਧਤ ਅਰਥ ਵਿਧੀ ਤੋਂ ਕਿਵੇਂ ਇਕ ਸ਼ਬਦ ਨੂੰ ਜ਼ਿਆਦਾ ਉੱਤਮ ਅਰਥ ਦਈਏ।

ਇਸ ਵਿਧੀ ਵਿਚ ਇਹ ਯਤਨ ਕਰਦੇ ਹਾਂ ਕਿ ਇਕ ਵਿਦੇਸ਼ੀ ਸ਼ਬਦ ਜਾਂ ਉਸਦੀ ਤੁਲਨਾ ਵਿਚ ਅਨਜਾਣ ਸ਼ਬਦ ਜਾਂ ਨਾਮ ਨੂੰ ਕਿਵੇਂ ਜ਼ਿਆਦਾ ਉੱਤਮ ਅਰਥ ਦਈਏ।

ਇਸ ਮਾਮਲੇ ਵਿਚ ਆਓ ਇਨ੍ਹਾਂ ਦੇਸ਼ਾਂ ਦੇ ਨਾਮਾਂ ਨੂੰ ਵਿਅਕਤੀ ਨਾਲ ਸਬੰਧਤ ਅਰਥ ਦਿੰਦੇ ਹਾਂ।

ਕਿਵੇਂ ਵਿਅਕਤੀ ਨਾਲ ਸਬੰਧਤ ਅਰਥਾਂ ਨੂੰ ਬਣਾਈਏ

ਇਕ ਸ਼ਬਦ ਦਾ ਵਿਅਕਤੀ ਨਾਲ ਸਬੰਧਤ ਅਰਥ ਉਸ ਵਿਸ਼ੇਸ਼ ਸ਼ਬਦ ਦੇ ਉਚਾਰਣ ਤੇ ਨਿਰਭਰ ਕਰਦਾ ਹੈ।

ਇਕ ਉਦਾਹਰਣ ਦੁਆਰਾ ਅਸੀਂ ਇਸਨੂੰ ਜਾਨਣ ਦਾ ਯਤਨ ਕਰਦੇ ਹਾਂ। ਇਸ ਮਾਮਲੇ ਵਿਚ ਅਸੀਂ ਦੇਸ਼ ਦੇ ਨਾਮ ਨੂੰ ਆਪਣਾ ਵਿਅਕਤੀ ਨਾਲ ਸਬੰਧਤ ਨਾਮ ਦੇਣ ਦਾ ਯਤਨ ਕਰਾਂਗੇ।

1. ਨੀਦਰਲੈਂਡ (Netherlands)

ਸਾਡੇ ਵਿੱਚੋਂ ਜ਼ਿਆਦਾਤਰ ਦੇ ਲਈ Netherlan ਦਾ ਅਰਥ ਹੈ ਇਕ ਹੋਰ ਦੇਸ਼। ਆਓ, ਅਸੀਂ ਇਸਨੂੰ ਇਕ ਨਵਾਂ ਅਰਥ ਦੇਣ ਦਾ ਯਤਨ ਕਰੀਏ।

ਇਕ ਨਵਾਂ ਅਰਥ ਦੇਣ ਦੇ ਲਈ ਇਸ ਸ਼ਬਦ ਦੀ ਵੰਡ ਕਰੀਏ :

NET-HER-LAND

ਇਨ੍ਹਾਂ ਸ਼ਬਦਾਂ ਨੂੰ ਦੁਬਾਰਾ ਵਿਵਸਥਿਤ ਕਰਕੇ ਅਸੀਂ ਇਕ ਨਵਾਂ ਅਰਥ ਦੇ ਸਕਦੇ ਹਾਂ :

HER-NET-Land

HER-NET-in Land

ਹੁਣ ਨੀਦਰਲੈਂਡ ਦੇ ਲਈ ਸਾਡਾ ਨਵਾਂ ਮਾਨਸਿਕ ਚਿੱਤਰ ਬਣਿਆ -

'A lady (HER) with by (NET) covering a LAND'

'ਉਹ (ਇਕ ਇਸਤਰੀ) ਵੱਡੇ ਨੈਟ ਨੂੰ ਲਈ ਜ਼ਮੀਨ ਤੇ ਵਿਛਾਏ ਹੋਏ ਹੈ।)

ਹੁਣ LHS (Netherland) ਅਤੇ RHS (29-lollypop) ਦਾ ਇਕ ਨਵਾਂ ਅਰਥ ਚਿੱਤਰ ਬਣ ਗਿਆ ਹੈ।

ਚਰਣ IV

ਕਿਸੇ ਚਿੱਤਰ ਦੇ ਮਾਧਿਅਮ ਨਾਲ LHS ਅਤੇ RHS ਨੂੰ ਜੋੜੋ। ਸਾਡਾ ਮਾਨਸਿਕ ਚਿੱਤਰ ਹੋਵੇਗਾ।

ਕਈ ਇਸਤਰੀਆਂ (HER) ਜ਼ਮੀਨ ਦੇ ਭਾਗਾਂ ਨੂੰ ਕਈ ਜਾਲਾਂ (NETS) ਨਾਲ ਢੱਕ ਰਹੀਆਂ ਹਨ ਅਤੇ ਜੇਤੂ ਨੂੰ ਲਾਲੀਪਾਪ (29) ਪੁਰਸਕਾਰ ਵਿਚ ਦਿੱਤਾ ਜਾਵੇਗਾ।

ਇਕ ਪਲ ਦੇ ਲਈ ਉਸ ਮਾਨਸਿਕ ਚਿੱਤਰ ਤੇ ਧਿਆਨ ਕੇਂਦ੍ਰਿਤ ਕਰੋ।

ਉਸ ਮਾਨਸਿਕ ਤਸਵੀਰ ਤੇ ਇਕ ਪਲ ਦੇ ਲਈ ਆਪਣਾ ਧਿਆਨ ਕੇਂਦ੍ਰਿਤ ਕਰੋ। ਸਪੱਸ਼ਟਤਾ ਰੰਗ ਪੂਰਣ ਢੰਗ ਨਾਲ, ਗਤੀ ਵਿਚ

ਇਸੇ ਤਰ੍ਹਾਂ ਅਸੀਂ ਬਾਕੀ ਨੌਂ ਦੇਸ਼ਾਂ ਅਤੇ ਉਨ੍ਹਾਂ ਦੇ ਨਿਵੇਸ਼ ਦੇ ਮਾਮਲੇ ਵਿਚ ਕਰਾਂਗੇ।

ਨੌਵਾਂ (9th) ਦੇਸ਼

ਆਸਟ੍ਰੇਲੀਆ	31,000
ਵਿਅਕਤੀ ਨਾਲ ਸਬੰਧਤ ਅਰਥ :	ਯਾਦਾਸ਼ਤ ਚਿੰਨ੍ਹ
Ash Tray ਐਸ਼ਟ੍ਰੇ	Legs ਪੈਰ

ਯਾਦਾਸ਼ਤ ਚਿੱਤਰ : ਇਕ ਅਜਿਹੇ ਵਿਅਕਤੀ ਦਾ ਚਿੱਤਰ ਦੇਖੋ ਜੋ ਇਕ ਟ੍ਰੈ (ਤਸ਼ਤਰੀ) ਨਾਲ ਸੁਆਹ (ash) ਨੂੰ ਆਪਣੇ ਪੈਰਾਂ ਤੇ ਸੁੱਟ ਰਿਹਾ ਹੈ।

ਅੱਠਵਾਂ ਦੇਸ਼

ਕੇਮਨ ਆਈਲੈਂਡ	36,000
ਵਿਅਕਤੀ ਨਾਲ ਸਬੰਧਤ ਅਰਥ :	ਯਾਦਾਸ਼ਤ ਚਿੰਨ੍ਹ
Key man	Elephant pushing a log
ਚਾਬੀ ਰੱਖਣ ਵਾਲਾ ਵਿਅਕਤੀ	(ਇਕ ਲੱਠੇ ਨੂੰ ਧੱਕਦਾ ਹੋਇਆ ਇਕ ਹਾਥੀ

ਯਾਦਾਸ਼ਤ ਚਿੱਤਰ : ਇਕ ਅਜਿਹੇ ਵਿਅਕਤੀ ਦੀ ਕਲਪਨਾ ਕਰੋ ਜਿਸਦੇ ਕੋਲ ਇਕ ਵੱਡੀ ਚਾਬੀ ਹੈ ਅਤੇ ਚਾਬੀ ਲਗਾ ਕੇ ਹਾਥੀ ਨੂੰ ਲੱਠਾ ਧੱਕਣ ਦੇ ਲਈ ਗਤੀਸ਼ੀਲ ਬਣਾ ਰਿਹਾ ਹੈ।

ਸੱਤਵਾਂ ਦੇਸ਼

ਇਜ਼ਰਾਈਲ	42,000
ਵਿਅਕਤੀ ਨਾਲ ਸਬੰਧਤ ਅਰਥ : ਇਜ਼ਰਾਈਲ	ਯਾਦਾਸ਼ਤ ਚਿੰਨ੍ਹ : ਜੋੜਾ

ਯਾਦਾਸ਼ਤ ਚਿੰਨ੍ਹ : ਕੀ ਇਹ ਜੋੜਾ ਅਸਲ ਵਿਚ ਸ਼ਾਦੀ-ਸ਼ੁਦਾ ਹੈ ਗੁਆਂਢੀ ਚੁਗਾਲੀਆਂ ਕਰਦੇ ਹਨ।

ਛੇਵਾਂ ਦੇਸ਼

ਜਰਮਨੀ	47,000
ਵਿਅਕਤੀ ਨਾਲ ਸਬੰਧਤ ਅਰਥ : ਕਈ ਕੀਟਾਣੂ	ਯਾਦਾਸ਼ਤ ਚਿੰਨ੍ਹ : ਇੰਦਰ ਧਨੁਸ਼

ਯਾਦਾਸ਼ਤ ਚਿੰਨ੍ਹ : ਕਈ ਕੀਟਾਣੂ ਜੋ ਸੱਤ ਰੰਗਾਂ ਦੇ ਹਨ ਇਕ ਇੰਦਰ ਧਨੁਸ਼ ਵਰਗੀ ਤਸਵੀਰ ਬਣਾ ਰਹੇ ਹਨ।

ਪੰਜਵਾਂ ਦੇਸ਼

ਜਪਾਨ	50,000
ਵਿਅਕਤੀ ਨਾਲ ਸਬੰਧਤ ਅਰਥ : ਪਾਨ	ਯਾਦਾਸ਼ਤ ਚਿੰਨ੍ਹ : ਰਾਵਣ

ਯਾਦਾਸ਼ਤ ਚਿੰਨ੍ਹ : ਦਸ ਸਿਰਾਂ ਵਾਲਾ ਰਾਵਣ ਪਾਨ ਚੱਬ ਰਿਹਾ ਹੈ।

ਚੌਥਾ ਦੇਸ਼

South Korea	55,000
ਵਿਅਕਤੀ ਨਾਲ ਸਬੰਧਤ ਅਰਥ : ਸੀਟ ਕਾਰ	ਯਾਦਾਸ਼ਤ ਚਿੰਨ੍ਹ : ਸੁਤੰਤਰਤਾ ਦਿਵਸ

ਯਾਦਾਸ਼ਤ ਚਿੰਨ੍ਹ : ਸੁਤੰਤਰਤਾ ਦਿਵਸ ਸਮਾਰੋਹ ਤੇ ਮੁੱਖ ਮਹਿਮਾਨ ਨੂੰ ਕਾਰ ਦੀ ਸੀਟ ਤੇ ਬਿਠਾਇਆ ਗਿਆ ਹੈ।

ਤੀਜਾ ਦੇਸ਼

ਮਾਰੀਸ਼ਸ	6400
ਵਿਅਕਤੀ ਨਾਲ ਸਬੰਧਤ ਅਰਥ : ਮੋਰ Shoe	ਯਾਦਾਸ਼ਤ ਚਿੰਨ੍ਹ : ਕੁੱਤਾ

ਯਾਦਾਸ਼ਤ ਚਿੰਨ੍ਹ : ਵੱਡੀ ਜੁੱਤੀ ਪਾਈ, ਇਕ ਮੋਰ ਦਾ ਇਕ ਕੁੱਤਾ ਪਿੱਛਾ ਕਰ ਰਿਹਾ ਹੈ।

ਹੁਣ ਦੋ ਦੇਸ਼ UK ਅਤੇ USA ਬਚ ਗਏ ਹਨ। ਇਨ੍ਹਾਂ ਦੇ ਵਿਕਲਪ ਅਰਥ ਨੂੰ ਪਾਉਣ ਦੇ ਲਈ ਇਕ ਸ਼ਬਦ ਨੂੰ ਲੱਭਣ ਦੀ ਜ਼ਰੂਰਤ ਨਹੀਂ ਹੈ, ਸਿਰਫ ਇਨ੍ਹਾਂ ਦੇ ਉਚਾਰਣ ਤੇ ਹੀ ਧਿਆਨ ਕੇਂਦਿਤ ਕੀਤਾ ਜਾਵੇ।

ਕਦੀ-ਕਦੀ ਅਸੀਂ ਕਿਸੇ ਵਿਸ਼ੇਸ਼ ਸ਼ਬਦ ਦੇ ਬਾਰੇ ਵਿਚ ਪਹਿਲਾਂ ਤੋਂ ਹੀ ਇਕ ਮਾਨਸਿਕ ਚਿੱਤਰ ਰੱਖਦੇ ਹਾਂ।

ਉਦਾਹਰਣ ਵਜੋਂ : UK ਸ਼ਬਦ ਸਾਨੂੰ ਡਾਇਨਾ ਦੀ ਯਾਦ ਦੁਆਉਂਦਾ ਹੈ।

UK	82,000
ਵਿਅਕਤੀ ਨਾਲ ਸਬੰਧਤ ਅਰਥ : ਡਾਇਨਾ	ਯਾਦਾਸ਼ਤ ਚਿੰਨ੍ਹ : ਏਸ਼ੀਅਨ ਖੇਡ

ਯਾਦਾਸ਼ਤ ਚਿੰਨ੍ਹ : ਡਾਇਨਾ ਸਾਰੇ ਏਸ਼ੀਅਨ ਪ੍ਰਤੀਯੋਗਤਾ ਦੇ ਮੈਡਲ ਜਿਤ ਰਹੀ ਹੈ।

ਪਹਿਲਾ ਦੇਸ਼

USA	3,21,000
ਵਿਅਕਤੀ ਨਾਲ ਸਬੰਧਤ ਅਰਥ : ਬਿਲ ਕਲਿੰਟਨ (Bill Clinton)	ਯਾਦਾਸ਼ਤ ਚਿੰਨ੍ਹ : Phonetic System m-n-t mint

ਯਾਦਾਸ਼ਤ ਚਿੰਨ੍ਹ : ਬਿਲ ਕਲਿੰਟਨ ਮੋਨੀਕਾ ਨੂੰ ਮਿੰਟ (mint) ਦੀ ਰਿਸ਼ਵਤ ਦੇ ਰਿਹਾ ਹੈ ਤਾਂ ਕਿ ਉਹ ਉਸਦੇ ਖਿਲਾਫ ਕੇਸ ਨੂੰ ਵਾਪਸ ਲੈ ਲਵੇ।

ਇੱਥੇ ਅਸੀਂ ਦੇਖਿਆ ਹੈ ਕਿ ਕਿਵੇਂ ਅਸੀਂ ਦੇਸ਼ਾਂ ਦੀ ਸੂਚੀ ਨੂੰ PMS ਦਾ ਉਪਯੋਗ ਕਰਦੇ ਹੋਏ ਯਾਦ ਕਰ ਸਕਦੇ ਹਾਂ।

ਅਗਲੇ ਅਧਿਆਇ ਵਿਚ ਅਸੀਂ ਤੁਹਾਨੂੰ ਇਹ ਦਿਖਾਵਾਂਗੇ ਕਿ ਸਿੱਖਣ ਵਿਚ PMS ਨੂੰ ਸ਼ਬਦਾਵਲੀ ਸਧਾਰਣ ਗਿਆਨ, ਵਪਾਰਕ ਸਧਾਰਣ ਗਿਆਨ, ਨਾਂ ਅਤੇ ਚਿਹਰੇ ਨੂੰ ਯਾਦ ਰੱਖਣ ਵਿਚ ਕਿਵੇਂ ਪ੍ਰਯੋਗ ਵਿਚ ਲਿਆਂਦਾ ਜਾ ਸਕਦਾ ਹੈ।

ਭਾਰਤ ਦੇ ਨੋਬਲ ਪੁਰਸਕਾਰ ਜੇਤੂ

ਇਨ੍ਹਾਂ ਦੇ ਬਾਰੇ ਵਿਚ ਯਾਦ ਰੱਖਦੇ ਹਾਂ ਕਿਉਂਕਿ ਇਹ ਨਾ ਸਿਰਫ ਯਾਦ ਰੱਖਣਯੋਗ ਜਾਣਕਾਰੀ ਹੈ ਸਗੋਂ ਇਨ੍ਹਾਂ ਨੇ ਆਪਣੇ ਕੰਮ ਦੁਆਰਾ ਸਾਡੇ ਦੇਸ਼ ਨੂੰ ਆਦਰ-ਮਾਣ ਦੁਆਇਆ ਹੈ ਜਿਸ ਤੇ ਸਾਨੂੰ ਸਾਰਿਆਂ ਨੂੰ ਮਾਣ ਹੈ।

ਅਸੀਂ ਸਾਰੇ ਜਾਣਦੇ ਹਾਂ ਕਿ ਰਵਿੰਦਰ ਨਾਥ ਟੈਗੋਰ ਨੂੰ ਸਾਹਿਤ ਵਿਚ ਨੋਬਲ ਪੁਰਸਕਾਰ ਮਿਲਿਆ ਸੀ ਪਰ ਕਿਸ ਸਾਲ ਵਿਚ ਇਹ ਅਸੀਂ ਨਹੀਂ ਜਾਣਦੇ। ਇਸੀ ਤਰ੍ਹਾਂ ਅਸੀਂ ਜਾਣਦੇ ਹਾਂ ਕਿ ਸੀ.ਵੀ. ਰਮਨ ਨੂੰ ਨੋਬਲ ਪੁਰਸਕਾਰ ਮਿਲਿਆ ਸੀ, ਪਰ ਕਦੋਂ ਅਤੇ ਕਿਸ ਵਿਸ਼ੇ ਵਿਚ ਸਾਨੂੰ ਪਤਾ ਨਹੀਂ ਹੈ। ਹੋਰ ਨੋਬਲ ਪੁਰਸਕਾਰ ਪ੍ਰਾਪਤਕਰਤਾਵਾਂ ਦੇ ਬਾਰੇ ਵਿਚ ਇਹੀ ਗੱਲ ਸਹੀ ਹੈ।

ਭਾਰਤ ਦੇ ਨੋਬਲ ਪੁਰਸਕਾਰ ਜੇਤੂ

ਰਵਿੰਦਰਨਾਥ ਟੈਗੋਰ (1861-1941)

ਲੇਖਕ ਅਤੇ ਸਿੱਖਿਅਕ। ਸ਼ਾਂਤੀ ਨਿਕੇਤਨ ਦੀ 1901 ਵਿਚ ਸਥਾਪਨਾ ਕੀਤੀ, ਜੋ ਬਾਅਦ ਵਿਚ ਵਿਸ਼ਵ ਭਾਰਤੀ ਯੂਨੀਵਰਸਿਟੀ ਬਣੀ। ਪ੍ਰੇਮ ਗੀਤ ਲਿਖੇ। 'ਗੀਤਾਂਜਲੀ' ਅਤੇ ਦਾਰਸ਼ਨਿਕ ਰਚਨਾ 'ਸਾਧਨਾ' ਪ੍ਰਮੁੱਖ ਰਚਨਾਵਾਂ। ਉਨ੍ਹਾਂ ਨੂੰ 1913 ਵਿਚ Nobel prize ਮਿਲਿਆ।

ਸੀ.ਵੀ. ਰਮਨ (1888-1970)

ਭੌਤਿਕ ਵਿਗਿਆਨੀ। ਤਾਮਿਲਨਾਡੂ ਵਿਚ ਤਿਰੁਚਿਰਾਪਲੀ ਦੇ ਕੋਲ ਸਥਾਨ ਦਿਰੁਬਨੀਕਾਬਲ ਵਿਚ ਜਨਮ। ਮਦਰਾਸ ਦੇ ਪ੍ਰੈਜੀਡੈਂਸੀ ਕਾਲਜ ਵਿਚ ਪੜ੍ਹੇ। ਲੋਕ ਸੁੰਦਰੀ ਨਾਲ ਵਿਆਹ। ਪ੍ਰਕਾਸ਼ ਦੇ ਬਿਖਰਨ (Scattering of light) ਤੇ ਆਪਣੇ ਅਧਿਐਨ ਦੇ ਲਈ 1930 ਵਿਚ ਭੌਤਿਕ ਵਿਗਿਆਨ ਵਿਚ ਨੋਬਲ ਪੁਰਸਕਾਰ ਮਿਲਿਆ। ਉਸਨੂੰ 'ਰਮਨ ਪ੍ਰਭਾਵ' ਦੇ ਨਾਮ ਨਾਲ ਲੋਕਪ੍ਰਿਯਤਾ ਮਿਲੀ। ਉਹ ਸਿਧਾਂਤ ਦੱਸਦਾ ਹੈ ਕਿ ਪਾਰਦਰਸ਼ਕ ਮਾਧਿਅਮ ਤੇ ਗੁਜ਼ਰਨ ਵਾਲੇ ਪ੍ਰਕਾਸ਼ ਦੀ ਗਤੀ ਕਿਵੇਂ ਪਰਿਵਰਤਿਤ ਹੁੰਦੀ ਹੈ।

ਹਰਿਗੋਵਿੰਦ ਖੁਰਾਣਾ (1922 ਵਿਚ ਜਨਮ)

ਹੁਣ ਅਮਰੀਕਨ ਨਾਗਰਿਕ ਹਨ। ਪੰਜਾਬ ਦੇ ਰਾਏਪੁਰ ਵਿਚ ਜਨਮ ਲਿਆ, ਜੋ ਹੁਣ ਪਾਕਿਸਤਾਨ ਵਿਚ ਚਲਾ ਗਿਆ ਹੈ। ਲਿਵਰਪੂਲ ਯੂਨੀਵਰਸਿਟੀ ਵਿਚ ਰਸਾਇਣ ਸ਼ਾਸਤਰ ਵਿਚ ਪੀ.ਐਚ.ਡੀ. ਦੀ ਡਿਗਰੀ ਪ੍ਰਾਪਤ ਕੀਤੀ। 1960 ਵਿਚ ਅਮਰੀਕਾ ਵਿਚ ਵਿਸਕੌਂਸਲ ਯੂਨੀਵਰਸਿਟੀ ਵਿਚ ਗਏ। 1968 ਵਿਚ ਚਿਕਿਤਸਾ (Medicine) ਦੇ ਖੇਤਰ ਵਿਚ ਉਨ੍ਹਾਂ ਦੇ ਖੋਜ ਕਾਰਜ 'ਜੈਨੇਟਿਕ ਕੋਡ ਦੀ ਵਿਆਖਿਆ' (Interpretation of Genetic Code) ਅਤੇ ਪ੍ਰੋਟੀਨ ਦੇ ਯੌਗਿਕੀਕਰਨ ਦੇ ਕੰਮ ਤੇ ਨੋਬਰ ਪੁਰਸਕਾਰ ਮਿਲਿਆ। ਉਹ ਇਕ ਸਵਿਸ ਮਹਿਲਾ ਨਾਲ ਵਿਆਹੇ ਹੋਏ ਹਨ।

ਮਦਰ ਟਰੇਸਾ (1910-1997)

ਉਹ ਸਕੋਲਪਜੀ ਯੂਗੋਸਲਾਵੀਆ ਦੇ ਅਲਬਾਨੀਅਨ ਮਾਤਾ ਪਿਤਾ ਦੀ ਸੰਤਾਨ ਸਨ। ਉਨ੍ਹਾਂ ਦਾ ਨਾਂ ਐਗਾਨਸ ਗੋਕਹਾ ਬੋਜਾਕਿਸਨ ਸੀ। 18 ਸਾਲ ਦੀ ਉਮਰ ਵਿਚ ਇਹ ਭਾਰਤ ਆਈ ਅਤੇ ਤਾਲੀਮ ਆਰੰਭ ਕੀਤੀ। 'ਮਿਸ਼ਨਰੀ ਆਫ ਚੈਰਿਟੀ' ਸੰਘ ਦੀ ਸਥਾਪਨਾ ਕੀਤੀ ਜਿਸਨੂੰ 1950 ਵਿਚ ਵੈਟੀਕਨ ਦੁਆਰਾ ਮਾਨਤਾ ਮਿਲੀ। 1948 ਵਿਚ ਭਾਰਤੀ ਨਾਗਰਿਕ ਬਣੀ। ਉਨ੍ਹਾਂ ਨੂੰ 1979 ਵਿਚ ਨੋਬਲ ਪੁਰਸਕਾਰ ਮਿਲਿਆ।

ਸੁਬ੍ਰਮਣੀਅਮ ਚੰਦਰ ਸ਼ੇਖਰ (1910-1995)

ਲਾਹੌਰ ਵਿਚ ਜਨਮ। ਅਮਰੀਕਨ ਨਾਗਰਿਕ ਬਣੇ। ਮਦਰਾਸ ਵਿਚ ਪ੍ਰੈਜ਼ੀਡੈਂਸੀ ਕਾਲਜ ਵਿਚ ਪੜ੍ਹੇ। ਇਹ ਸੀ.ਵੀ. ਰਮਨ ਦੇ ਭਤੀਜੇ ਸਨ। ਇਕ ਭੌਤਿਕ ਵਿਗਿਆਨਿਕ ਮਹਿਲਾ ਨਾਲ ਵਿਆਹ ਹੋਇਆ। 1983 ਵਿਚ ਭੌਤਿਕ ਸ਼ਾਸਤਰ ਵਿਚ ਨੋਬਲ ਪੁਰਸਕਾਰ ਮਿਲਿਆ। ਇਹ ਉਨ੍ਹਾਂ ਦੀ ਖੋਜ ਤੇ, ਇਕ ਖਤਮ ਹੋ ਰਹੇ ਤਾਰੇ ਦਾ ਜੀਵਿਤ ਰਹਿਣ ਦੇ ਲਈ ਕੀ ਨਿਊਨਤਮ ਭਾਰ ਹੁੰਦਾ ਹੈ, ਮਿਲਿਆ ਸੀ।

ਇਨ੍ਹਾਂ ਨੂੰ ਕਿਵੇਂ ਯਾਦ ਰੱਖੀਏ ?

1. ਰਵਿੰਦਰ ਨਾਥ ਟੈਗੋਰ :

ਮਾਨਸਿਕ ਚਿੱਤਰ : ਟੈਗੋਰ ਆਪਣੀਆਂ ਸਾਹਿਤਕ ਰਚਨਾਵਾਂ ਤੇ ਪਾਣੀ (Thristing 13 ਦਾ code) ਪਾ ਰਹੇ ਹਨ ਤਾਂ ਕਿ ਉਨ੍ਹਾਂ ਦੇ ਮੂਲ ਅਤੇ ਖ਼ੁਸ਼ਬੂ ਵਿਚ · ਵਾਧਾ ਹੋ ਜਾਵੇ।

2. ਸੀ.ਵੀ. ਰਮਨ :

ਮਾਨਸਿਕ ਚਿੱਤਰ : ਸ੍ਰੀ ਰਾਮ ਆਪਣੀ C.V. (ਕਰਿਕੁਲਮ ਵਿਟਾ) ਇਕ ਹੱਥ ਵਿਚ ਫੜਿਆ ਹੋਇਆ ਹੈ (30 ਚਿੰਨ੍ਹ ਕ੍ਰਿਕੇਟ ਹੈ) ਅਤੇ ਬਲਬ ਪ੍ਰਕਾਸ਼ ਨੂੰ ਬਿਖੇਰ ਰਿਹਾ ਹੈ।

3. ਹਰਿਗੋਵਿੰਦ ਖੁਰਾਣਾ :

ਮਾਨਸਿਕ ਚਿੱਤਰ : ਇਹ ਕਲਪਨਾ ਕਰੋ ਹੇਰੀ ਗੋਵਿੰਦਾ Hairy Govinda (Har Govind) ਅਰਥਾਤ ਗੋਵਿੰਦਾ ਦੇ ਵਾਲ ਚਾਰੇ ਪਾਸੇ ਉਸਦੇ ਘੋੜੇ (horse : 1968) ਤੇ ਫੈਲੇ ਹੋਏ ਹਨ ਅਤੇ ਉਨ੍ਹਾਂ ਦੇ ਦਵਾਈ ਲਗਾਈ ਹੋਈ ਹੈ ਉਸਦੇ ਕੰਮ ਨੂੰ ਯਾਦ ਰੱਖਣ ਦੇ ਲਈ ਅਸੀਂ ਵਾਲਾਂ ਵਾਲੇ ਗੋਵਿੰਦਾ ਨੂੰ ਇਕ ਡਾਕਟਰ ਉਸਦਾ ਅਨੁਵੰਸ਼ਕ ਚਿੰਨ੍ਹ (genetic code) ਪੁੱਛ ਰਿਹਾ ਹੈ, ਇਹ ਮਾਨਸਿਕ ਚਿੱਤਰ ਬਣਾ ਸਕਦੇ ਹਨ।

ਵਿਗਿਆਨਕ ਅਤੇ ਗਣਿਤ ਤੱਥਾਂ ਨੂੰ ਯਾਦ ਕਰਨਾ

ਪਿਛਲੇ ਅਧਿਆਇ ਵਿਚ ਅਸੀਂ ਦੇਸ਼ਾਂ ਦੀਆਂ ਇਤਿਹਾਸਕ ਮਿਤੀਆਂ ਨੂੰ ਯਾਦ ਕਰਨ ਦੇ ਲਈ ਕਿਵੇਂ ਫੋਨੈਟਿਕ ਵਿਧੀ ਨੂੰ ਪ੍ਰਯੋਗ ਵਿਚ ਲਿਆਂਦਾ ਜਾਂਦਾ ਹੈ। ਹੁਣ ਅਸੀਂ ਫੋਨੈਟਿਕ ਵਿਵਸਥਾ ਨੂੰ ਗਣਿਤ ਦੇ ਮਹੱਤਵਪੂਰਨ ਅਤੇ ਔਖੇ ਅੰਕੜਿਆਂ ਨੂੰ ਯਾਦ ਕਰਨ ਵਿਚ ਲਾਗੂ ਕਰਾਂਗੇ।

1. π (Pie) = 3.141

ਫੋਨੈਟਿਕ ਵਿਧੀ ਕਨਵਰਜ਼ਨ   31416

MDRDSH

MaDRaDiSH

ਯਾਦ ਰੱਖੋ π ਦੇ ਮੁੱਲ ਦੇ ਰੂਪ ਵਿਚ MaDRa ਨੂੰ ਯਾਦ ਰੱਖਣਾ 3.1416 ਦੀ ਤੁਲਨਾ ਵਿਚ ਜ਼ਿਆਦਾ ਸੌਖਾ ਹੈ।

2.   e = 2.71828128

ਅੰਤਿਮ ਪਰਿਵਰਤਨ ਹੋ ਸਕਦਾ ਹੈ।

NeCK Tough Na Vy, TouGh NaVy

3.   ਇਕ Quintillion ਵਿਚ ਕਿੰਨੇ ਜ਼ੀਰੋ ਹੁੰਦੇ ਹਨ। ਇਸਨੂੰ ਯਾਦ ਰੱਖਣ ਦਾ ਇਕ ਸੌਖਾ ਤਰੀਕਾ ਇਹ ਹੈ। ਇਕ ਬਿਲੀਅਨ ਵਿਚ 9 ਜ਼ੀਰੋ ਹੁੰਦੇ ਹਨ।

Sabway Bill (Subway = 9 ਜ਼ੀਰੋ) ਦੇ ਬਾਰੇ ਵਿਚ ਸੋਚੋ।

ਇਕ Trillion ਵਿਚ 12 ਜ਼ੀਰੋ ਹੁੰਦੇ ਹਨ। ਸੋਚੋ Den ਨੂੰ ਜਾਣਾ TRIL ਹੈ।

ਇਕ Quntrillion ਵਿਚ 18 ਜ਼ੀਰੋ ਹੁੰਦੇ ਹਨ। ਸੋਚੋ Deaf Queen

ਇਕ Sextillian ਵਿਚ 21 ਜ਼ੀਰੋ ਹੁੰਦੇ ਹਨ, ਸੋਚੋ ਜਾਲ ਪਾਉਣ ਵਾਲੀ ਲੜਕੀ ਕਾਮੁਕ ਦਿਖਾਈ ਦਿੰਦੀ ਹੈ।

ਇਕ Octillion ਵਿਚ 27 ਜ਼ੀਰੋ ਹੁੰਦੇ ਹਨ। ਇਕ ਸੱਪ ਨੂੰ Octopus ਦੇ ਰੂਪ ਵਿਚ ਸੋਚੋ।

4.   ਹੁਣ ਦੇਖੋ ਕਿ ਵਿਭਿੰਨ ਤੱਥਾਂ ਦੇ ਪਿਘਲਣ ਨਾਲ ਬਿੰਦੂਆਂ ਨੂੰ ਯਾਦ ਕਰਨ ਦੇ ਲਈ ਕਿਵੇਂ ਫੋਨੈਟਿਕ ਵਿਧੀ ਦਾ ਪ੍ਰਯੋਗ ਕੀਤਾ ਜਾਵੇ।

(i) ਲੋਹਾ 1535° ਤੇ ਪਿਘਲਦਾ ਹੈ।

1535⁰

TLmL

Tall Mill

ਮਾਨਸਿਕ ਚਿੱਤਰ Tall Mll ਇਕ ਉੱਚੀ ਮਿਲ ਵਿਚ ਬਲਾਸਟ ਕਰਨ ਨਾਲ।

(ii) ਜਸਤਾ 327⁰ ਤੇ ਪਿਘਲਦਾ ਹੈ।

327

MNK

MonKey

ਇਹ ਮਾਨਸਿਕ ਚਿੱਤਰ ਬਣਾਓ ਕਿ ਤੁਸੀਂ ਜਸਤੇ ਦੇ MonKey ਬਨਾਉਣ ਦੇ ਲਈ ਸਾਂਚੇ ਵਿਚ ਪਿਘਲਦਾ ਹੋਇਆ ਜਸਤਾ ਉਲਟਾ ਰਹੇ ਹੋ।

3. ਚਾਂਦੀ 1950⁰ ਤੇ ਪਿਘਲਦੀ ਹੈ।

1950⁰C

TBLS

TaBLes

ਇਹ ਮਾਨਸਿਕ ਚਿੱਤਰ ਬਣਾਓ ਕਿ ਜਾਕਿਰ ਹੁਸੈਨ ਇਕ ਚਾਂਦੀ ਦਾ ਤਬਲਾ ਵਜਾ ਰਿਹਾ ਹੈ।

5. ਹੋਰ ਵਿਗਿਆਨਕ ਸ਼ਬਦਾਵਲੀ

(i) Atomic Mass Unit = 931.5 Mev

931.5

BMTL

Buy ToTel

ਮਾਨਸਿਕ ਚਿੱਤਰ : ਤੁਸੀਂ MoTel ਖਰੀਦ ਰਹੇ ਹੋ ਅਤੇ Atomic Mass Unit ਵਿਚ ਭੁਗਤਾਨ ਕਰ ਰਹੇ ਹੋ।

(ii) Atomic number of Gold (Au) = 197

197

DPK

DeePak

ਮਾਨਸਿਕ ਚਿੱਤਰ : ਦੀਪਕ Gold (Au) ਗਹਿਣੇ ਪਾ ਕੇ ਸਕੂਲ ਜਾਂਦਾ ਹੈ।

(iii) Atomic number of Mercury (Hg) = 201

201

NST

NeST

ਮਾਨਸਿਕ ਚਿੱਤਰ : ਇਕ ਚਿੜੀ ਆਲ੍ਹਣੇ ਵਿਚ ਥਰਮਾਮੀਟਰ ਲਈ ਹੋਰ ਚਿੜੀਆਂ ਦਾ ਬੁਖਾਰ ਚੈੱਕ ਕਰ ਰਹੀ ਹੈ।

ਰੈਸੀਪ੍ਰੋਕਲਸ

ਇੱਥੇ ਅਸੀਂ ਫੋਨੈਟਿਕ ਵਿਧੀ ਅਤੇ ਮੈਮਰੀ ਕੋਡਜ਼ 1 ਤੋਂ 30 ਤੱਕ ਦਾ ਪ੍ਰਯੋਗ ਕਰਦੇ ਹੋਏ 'ਰੈਸੀਪ੍ਰੋਕਲਸ' ਨੂੰ ਯਾਦ ਕਰਾਂਗੇ।

ਸਾਰਨੀ ਨੂੰ ਦੇਖੋ ਅਤੇ ਤੁਸੀਂ ਇਹ ਦੇਖੋਗੇ ਕਿ ਫੋਨੈਟਿਕ ਸਿਸਟਮ ਦਾ ਉਪਯੋਗ ਕਰਦੇ ਹੋਏ ਹਰੇਕ 'ਰੈਸੀਪ੍ਰੋਕਲ' ਨੂੰ 'ਸ਼ਬਦ' ਵਿਚ ਬਦਲਿਆ ਜਾ ਸਕਦਾ ਹੈ।

ਉਦਾਹਰਣ ਦੇ ਤੌਰ ਤੇ : 28 ਦਾ ਰੈਸੀਪ੍ਰੋਕਲ ਹੈ 0.0357 ਇੱਥੇ ਜ਼ੀਰੋ ਨੂੰ ਛੱਡਾਂਗੇ ਕਿਉਂਕਿ ਹਾਸਲ ਕਰਾਂਗੇ ਕਿ 10 ਤੋਂ ਬਾਅਦ ਇਹ ਸਾਰੇ ਰੈਸੀਪ੍ਰੋਕਲਸ ਵਿਚ ਆਉਂਦੇ ਹਨ, ਅਸੀਂ 357 ਨੂੰ ਦੁੱਧ ਵਿਚ ਬਦਲ ਸਕਦੇ ਹਾਂ।

357 MLK
MILK

ਚਰਨ II : 28 ਦਾ ਕੋਡ ਹੈ ਚਸ਼ਮਾ।

ਚਰਨ III : 'ਚਸ਼ਮਾ' ਸ਼ਬਦ ਨੂੰ ਦੁੱਧ ਵਿਚ ਜੋੜੋ। ਅਜਿਹਾ ਅਸੀਂ ਮਨ ਵਿਚ ਇਹ ਚਿੱਤਰ ਬਣਾ ਕੇ ਕਰ ਸਕਦੇ ਹਾਂ ਕਿ ਮੰਨ ਲਓ ਅਸੀਂ ਦੁੱਧ ਦੀ ਸ਼ੁੱਧਤਾ ਨੂੰ ਇਕ ਚਸ਼ਮਾ ਲਗਾ ਕੇ ਜਾਨਣ ਦਾ ਯਤਨ ਕਰ ਰਹੇ ਹਾਂ।

ਯਾਦ ਕਰਨ ਦੀ ਪ੍ਰਕ੍ਰਿਆ

ਅਗਲੀ ਵਾਰ ਜਦੋਂ ਕਦੀ ਤੁਹਾਨੂੰ 28 ਦੇ ਰੈਸੀਪ੍ਰੋਕਲ ਦੀ ਜ਼ਰੂਰਤ ਪਵੇ ਤਾਂ 28 ਦਾ Code ਯਾਦ ਕਰੋ ਅਤੇ 'ਚਸ਼ਮਾ' ਸ਼ਬਦ ਤੁਹਾਨੂੰ ਦੁੱਧ ਦੀ ਜਾਂਚ ਨਾਲ ਸਬੰਧਤ ਕਹਾਣੀ ਦੀ ਯਾਦ ਕਰਵਾ ਦੇਵੇਗਾ।

ਇਸ ਤਰ੍ਹਾਂ ਦੁੱਧ ਨੂੰ 357 ਵਿਚ ਸਰਲਤਾ ਨਾਲ ਡੀਕੋਡ ਕੀਤਾ ਜਾ ਸਕਦਾ ਹੈ ਅਤੇ ਅਸੀਂ ਅੰਤ ਵਿਚ 0.035 ਰੈਸੀਪ੍ਰੋਕਲ ਤੇ ਪਹੁੰਚ ਸਕਦੇ ਹਾਂ।

ਅੱਗੇ ਦਿੱਤੀ ਜਾ ਰਹੀ ਸਾਰਨੀ ਵਿਚ ਬਾਕੀ ਰੈਸੀਪ੍ਰੋਕਲਸ ਨੂੰ ਯਾਦ ਕਰਨ ਦਾ ਯਤਨ ਕਰੋ

ਰੈਸੀਪ੍ਰੋਕਲਸ	ਕੋਡ
01. 1	01. SUN ਸੂਰਜ
02. 0.5	02. SHOE ਜੁੱਤੀ
03. 0.333	03. TREE ਦਰੱਖਤ
04. 0.25	04. DOOR ਦਰਵਾਜ਼ਾ
05. 0.2	05. WIFE ਪਤਨੀ
06. 0.1666 WHITE CHALK	06. VICKS ਵਿਕਸ
07. 0.1428 TEAR KNIFE	07. HEAVEN ਸਵਰਗ

08. 0.125 TUNNEL
09. 0.111 DDT
10. 0.1
11. 0.0909 BUSYBEE
12. 0.0833 FOAMY MAMA
13. 0.0769 KEYSHOP
14. 0.714 EQUATOR
15. 0.0666 CHO CHO SHOW
16. 0.0625 CHANNEL
17. 0.0588 YELLOW LIFE
18. 0.0555 LALA LALO
19. 0.0526 LUNCH
20. 0.05

ਬਣਾਵਟ ਵਿਧੀ (Shape Method)

21. 0.0476 AIR COACH
22. 0.0454 ROLLER
23. 0.0435 AIR MAIL
24. 0.0417 RED KEY
25. 0.04
26. 0.03851 AM FULL
27. 0.037 MIKE
28. 0.0357 MILK
29. 0.0345 MORAL
30.. 0.0333 MY MOM 21.
21. STICK ਲੱਕੜ

08. PLATE ਪਲੇਟ
09. WINE ਸ਼ਰਾਬ
10. HEN ਮੁਰਗੀ
11. LEMON ਨਿੰਬੂ
12. SHELF ਸ਼ੈਲਫ
13. THIRISTING ਪਿਆਸ ਲੱਗਣਾ
14. FORT IN ਕਿਲੇ ਵਿਚ
15. LIFT (ING) ਚੁੱਕਣਾ
16. SWEET SIXTEEN ਸ਼ੋੜਸ਼ੀ
17. SETH IN ਸੇਠ ਅੰਦਰ ਹੈ
18. ATTACKING ਹਮਲਾ ਕਰਨਾ
19. NUN THIN ਪਤਲੀ ਨਨ
20. AUNTY ਚਾਚੀ

22. DUCK ਬੱਤਖ
23. HEART ਦਿਲ
24. CHAIR ਕੁਰਸੀ
25. HOOK ਹੁੱਕ
26. HOCKEY STICK ਹਾਕੀ ਸਟਿੱਕ
27. LAMP POST ਲੈਂਪ ਪੋਸਟ
28. SPECTACLE ਚਸ਼ਮਾ
29. LOLLY POP ਲਾਲੀ ਪਾਪ
30. BAT BALL ਬੈਟ ਬਾਲ

ਵਰਗਮੂਲ

ਵਰਗਮੂਲ ਦੇ ਲਈ ਵੀ ਉਸੇ ਤਕਨੀਕ ਦਾ ਪ੍ਰਯੋਗ ਕਰੋ। ਇਸ ਗੱਲ ਦਾ ਵਿਸ਼ੇਸ਼ ਧਿਆਨ ਰੱਖੋ ਕਿ ਵਰਗਮੂਲ ਦੇ ਸਿੱਖਣ ਅਤੇ ਰੈਸਿਪ੍ਰੋਕਲਸ ਦੇ ਵਿਚਕਾਰ ਘੱਟ ਤੋਂ ਘੱਟ ਇਕ ਹਫਤੇ ਦਾ ਅੰਤਰ ਹੋਣਾ ਚਾਹੀਦਾ ਹੈ।

ਜਿਸ ਨਾਲ ਕਿ ਦਖਲ-ਅੰਦਾਜ਼ੀ ਨਾਲ ਹੋਣ ਵਾਲੀਆਂ ਹਾਨੀਆਂ ਤੋਂ ਬਚਿਆ ਜਾ ਸਕੇ।

ਵਰਗਮੂਲ (Square Roots)

ਗਿਣਤੀ	ਵਰਗਮੂਲ	ਕੋਡ
10	3.162	Touch in
11	3.317	Mattock

12	3.464	Archer
13	3.605	Chisel
14	3.741	Carrot
15	3.873	Vaccum
16	4	-
17	4.123	Denim
18	4.24	Nari
19	4.359	My lip
20	4.472	Organ
21	4.58	Leaf
22	4.69	Gypsy
23	4.796	Cabbage
24	4.90	Bus
25	5	-
26	5.099	Baby
27	5.196	Two Page
28	5.291	Naptha
29	5.385	Muffle
30	5.477	Rawcake

ਦਖਲ-ਅੰਦਾਜ਼ੀ ਨਾਲ ਹਾਨੀਆਂ

ਜਦੋਂ ਸਮਾਨ ਪ੍ਰਕਿਰਤੀ ਦੀ ਸਮੱਗਰੀ ਨੂੰ ਸਿੱਖਣ ਦਾ ਯਤਨ ਕੀਤਾ ਜਾਂਦਾ ਹੈ ਜਾਂ ਜਦੋਂ ਇਕ ਪ੍ਰਕਾਰ ਦੀ ਸਮੱਗਰੀ ਅਤੇ ਦੂਜੇ ਪ੍ਰਕਾਰ ਦੀ ਸਮੱਗਰੀ ਨੂੰ ਸਿੱਖਣ ਵਿਚਕਾਰ ਅੰਤਰ ਘੱਟ ਹੁੰਦਾ ਹੈ, ਤਾਂ ਸਮਾਨਤਾ ਕੁਝ ਭਰਮ ਪੈਦਾ ਕਰ ਸਕਦੀ ਹੈ। ਜਿਸ ਨਾਲ ਯਾਦਾਸ਼ਤ ਵਿਚ ਹਾਨੀ (Memory losses) ਹੋ ਸਕਦੀ ਹੈ। ਉਸਨੂੰ Interference losses ਕਿਹਾ ਜਾਂਦਾ ਹੈ।

ਧਨਮੂਲ

ਹੇਠਾਂ ਦਿੱਤੀ ਗਈ ਘਣ ਵਰਗ (ਕਿਊਬ ਰੂਟ) ਦੀ ਸਾਰਨੀ ਨੂੰ ਦੇਖੋ। 8 ਤੱਕ ਦੀਆਂ ਸੰਖਿਆਵਾਂ ਦੇ ਘਣ ਮੂਲ ਵਿਚ 1 ਇਕਾਈ ਦੇ ਸਥਾਨ ਤੇ ਹੁੰਦਾ ਹੀ ਹੈ, 2 ਤੋਂ 26 ਤੱਕ ਦੀਆਂ ਸੰਖਿਆਵਾਂ ਵਿਚ ਘਣਮੂਲਾਂ ਵਿਚ 2 ਇਕਾਈ ਦੇ ਸਥਾਨ ਤੇ ਹੁੰਦਾ ਹੈ ਅਤੇ 27 ਤੋਂ 30 ਤੱਕ ਦੀਆਂ ਸੰਖਿਆਵਾਂ ਵਿਚ ਘਣਮੂਲਾਂ ਵਿਚ ਇਕਾਈ ਦੇ ਸਥਾਨ ਤੇ 3 ਜ਼ਰੂਰ ਹੁੰਦਾ ਹੈ।

ਇਸ ਲਈ ਯਾਦਾਸ਼ਤ ਚਿੰਨ੍ਹ ਅਤੇ ਫੋਨੈਟਿਕ ਵਿਧੀ ਦਾ ਉਪਯੋਗ ਕਰਦੇ ਹੋਏ ਘਣਮੂਲਾਂ ਨੂੰ ਯਾਦ ਕਰਦੇ ਸਮੇਂ ਅਸੀਂ ਇਕਾਈ ਦੀ ਸੰਖਿਆ ਨੂੰ ਛੱਡਾਂਗੇ। ਦਸ਼ਮਲਵ ਦੀਆਂ ਸੰਖਿਆਵਾਂ ਦੇ ਵਿਕਲਪ ਸ਼ਬਦ (alternate word) ਦਿੱਤੇ ਜਾ ਰਹੇ ਹਨ।

ਘਣਮੂਲ ਦੇ ਕੋਡ

2.	1.26	Nach	नाच
3.	1.44	Rower	
4.	1.57	Laughing	हसणे
5.	1.71	Goddess	देवी
6.	1.817	Vodka	व्होडका
7.	1.91	Podium	पोडियम
		Bottom	तळ
8.	2	---	
9.	2.08	Safi	साफी
10.	2.15	Tailor	शिंपी
11.	2.22	Nunnery	ननरी
12.	2.29	Knob, Nippo	हत्था
13.	2.35	Mallet	
14.	2.42	Radium	रेडियम
15.	2.47	Rock	खडक
16.	2.52	Lion	सिंह
17.	2.57	Locket	लॉकेट
18.	2.62	Chains	साखळ्या
19.	2.67	Cheek	गाल
20.	2.71	Gutter	गटर
21.	2.75	Club	क्लब
22.	2.80	Hives	मधमाशांचे पोळे
23.	2.84	Farrari	लँप पोस्ट
24.	2.88	Fifer	लँप पोस्ट
25.	2.92	Banner	झेंडा
26.	2.962	Pigeon	कबूतर
27.	3	--------	
28.	3.03	Smooth	मऊ
29.	3.072	Skin	कातडे
30.	3.107	Desk	डेस्क

ਘਣ

ਘਣ ਨੂੰ ਯਾਦ ਕਰਨ ਦੇ ਲਈ ਉਸੇ ਵਿਧੀ ਦਾ ਪ੍ਰਯੋਗ ਕਰੋ। ਤੁਹਾਡੇ ਉਪਯੋਗ ਦੇ ਲਈ ਘਣ ਸਾਰਨੀ ਉਨ੍ਹਾਂ ਦੇ ਵਿਕਲਪ ਸ਼ਬਦਾਂ ਦੇ ਨਾਲ ਦਿੱਤੀ ਜਾ ਰਹੀ ਹੈ।

ਗਿਣਤੀ	ਘਣ	ਕੋਡ
06	216	
07	343	
08	512	
09	729	
10	1000	
11	1331	
12	1728	Toffee knife
13	2197	No. tobacco
14	2744	Hungary hero
15	3375	
16	4096	Race Beach
17	4913	Rub tummy
18	5832	Leo heavy women
19	6859	shuffle bee
20	8000	
21	9261	punched
22	10648	toss giraffe
23	12167	tent jack
24	13824	hot movie nara
25	15625	
26	17576	dog loggage
27	19683	white page fame
28	21952	wind up lion
29	24389	neero move up
30	27000	

ਇਸ ਵਿਚ ਖਾਲੀ ਸਥਾਨ ਇਸ ਲਈ ਛੱਡੇ ਗਾਏ ਹਨ ਤਾਂ ਕਿ ਤੁਸੀਂ ਖੁਦ ਉਨ੍ਹਾਂ ਨੂੰ ਕਰਨ ਦਾ ਯਤਨ ਕਰ ਸਕੋ।

ਫਾਰਮੂਲੇ ਸੂਤਰ

ਆਪਣੇ ਸਕੂਲੀ ਜੀਵਨ ਵਿਚ, ਮੈਂ ਫਾਰਮੂਲਿਆਂ ਨੂੰ ਯਾਦ ਕਰਨਾ ਬਹੁਤ ਔਖਾ ਸਮਝਿਆ ਸੀ। ਪਿਛਲੇ ਅਧਿਆਇਆ ਵਿਚ ਅਸੀਂ ਯਾਦਾਸ਼ਤ ਦੀਆਂ ਕਈ ਵਿਧੀਆਂ ਨੂੰ ਦੇਖਿਆ ਹੈ ਜਿਨ੍ਹਾਂ ਤੋਂ ਕਈ ਪ੍ਰਕਾਰ ਦੀਆਂ ਚੀਜ਼ਾਂ ਜਿਵੇਂ ਇਤਿਹਾਸਕ ਸਮੱਗਰੀ, ਗੱਦਾਂਸ਼, ਵਿਟੀਮੈਸ, ਪੀਰੀਅਡਿਸਕ ਟੇਬਲਜ਼, ਸ਼ਬਦਾਵਲੀ ਆਦਿ ਨੂੰ ਯਾਦ ਕੀਤਾ ਜਾ ਸਕਦਾ ਹੈ, ਪਰ ਬਦਕਿਸਮਤੀ ਨਾਲ ਵਿਧੀਆਂ ਫਾਰਮੂਲਿਆਂ ਨੂੰ ਯਾਦ ਕਰਨ ਵਿਚ ਕੋਈ ਸਹਾਇਤਾ ਨਹੀਂ ਕਰ ਸਕਦੀਆਂ। ਫਿਰ ਵੀ ਅਸੀਂ ਉਨ੍ਹਾਂ ਨੂੰ ਯਾਦ ਕਰਨ ਦੇ ਲਈ ਕੁਝ ਜ਼ਰੂਰ ਹੀ ਕਰ ਸਕਦੇ ਹਾਂ।

ਆਓ, ਅਸੀਂ ਇਹ ਜਾਨਣ ਦਾ ਯਤਨ ਕਰੀਏ ਕਿ ਫਾਰਮੂਲਿਆਂ ਨੂੰ ਯਾਦ ਕਰਨ ਦੀ ਸਭ ਤੋਂ ਉੱਤਮ ਵਿਧੀ ਕੀ ਹੈ?

ਚਰਨ I : ਇਕ ਫਾਰਮੂਲਾ ਨੋਟਬੁੱਕ ਬਣਾਓ। ਇਹ ਆਦਤ ਬਣਾਓ ਕਿ ਫਾਰਮੂਲਿਆਂ ਨੂੰ ਇਕੱਠਾ ਕਰੋ ਕਿ ਅਤੇ ਉਸ ਵਿਚ ਲਿਖ ਲਓ। ਇਹ ਯਾਦ ਰੱਖੋ ਕਿ ਅਸੀਂ ਇਕ ਵਿਸ਼ੇਸ਼ ਸਮੱਗਰੀ ਨੂੰ ਜ਼ਿਆਦਾ ਪੂਰਨ ਰੂਪ ਨਾਲ ਯਾਦ ਰੱਖ ਸਕਦੇ ਹਾਂ ਜੇ ਕਰ ਅਸੀਂ ਉਸਦੀ ਦੁਹਰਾਈ ਇਕ ਹੀ ਸਥਾਨ ਤੋਂ ਕਰਦੇ ਹਾਂ।

ਚਰਨ II : ਪ੍ਰੀਖਿਆਵਾਂ ਵਿਚ ਫਾਰਮੂਲਿਆਂ ਨੂੰ ਯਾਦ ਕਰਨ ਦਾ ਯਤਨ ਕਰਦੇ ਸਮੇਂ ਅਸੀਂ ਆਪਣੇ ਭੁਲੇਖੇ ਵਿਚ ਪੈ ਜਾਂਦੇ ਹਾਂ ਕਿ ਕੀ ਇਹ + ਜਾਂ - $\cos \theta$ ਜਾਂ $\sin \theta$ ਹੈ ਜਾਂ ਕੀ ਇਹ $\tan \theta$ ਹੈ ਜਾਂ $\tan \theta /2$ ਹੈ। ਉਨ੍ਹਾਂ ਨੇ ਪ੍ਰਤੀਕਾਂ (symbols) ਨੂੰ ਪਹਿਚਾਨਣ ਦਾ ਯਤਨ ਕਰੋ ਜੋ ਤੁਹਾਨੂੰ ਭੁਲੇਖੇ ਵਿਚ ਪਾਉਂਦੇ ਹਨ ਜਾਂ ਜ਼ਿਆਦਾ ਵਾਰ ਭੁਲੇਖਾ ਪਾਉਂਦੇ ਹਨ। ਉਨ੍ਹਾਂ ਫਾਰਮੂਲਿਆਂ ਨੂੰ ਲਾਲ ਕਲਮ ਨਾਲ ਆਪਣੀ ਫਾਰਮੂਲਿਆਂ ਦੀ ਨੋਟ ਬੁੱਕ ਵਿਚ ਲਿਖ ਲਓ।

ਜਦੋਂ ਵੀ ਤੁਸੀਂ ਇਨ੍ਹਾਂ ਦਾ ਦੁਹਰਾਓ ਕਰਨਾ ਚਾਹੋਗੇ ਉਦੋਂ ਉਹ ਪ੍ਰਤੀਕ ਤੁਹਾਡੇ ਸਾਹਮਣੇ ਆਉਣਗੇ ਅਤੇ ਤੁਹਾਡੇ ਤੋਂ ਬਿਨਾਂ ਜਾਂ ਵਿਸ਼ੇਸ਼ ਧਿਆਨ ਨੂੰ ਖਿੱਚਣਗੇ।

ਲਾਲ ਰੰਗ ਦੀ ਤਰੰਗ ਧੀਰਜ (wave length) ਸਭ ਤੋਂ ਜ਼ਿਆਦਾ ਹੁੰਦੀ ਹੈ ਇਸ ਲਈ ਇਹ ਕਿਸੇ ਹੋਰ ਰੰਗ ਦੀ ਤੁਲਨਾ ਵਿਚ ਸਭ ਤੋਂ ਜ਼ਿਆਦਾ ਧਿਆਨ ਨੂੰ ਖਿੱਚਦੀ ਹੈ। ਇਸ ਲਈ ਐਮਬੁਲੈਂਸ ਦੀ ਰੋਸ਼ਨੀ ਲਾਲ ਰੰਗ ਦੀ ਹੁੰਦੀ ਹੈ।

ਚਰਣ III : ਉਨ੍ਹਾਂ ਫਾਰਮੂਲਿਆਂ ਨੂੰ ਅਕਸਰ ਦੁਹਰਾਓ। ਉਨ੍ਹਾਂ ਨੂੰ 3:1 ਦਾ ਅਭਿਆਸ (frequency) ਵਿਚ ਦੁਹਰਾਈ ਜ਼ਰੂਰੀ ਹੁੰਦੀ ਹੈ, ਜੇਕਰ ਅਸੀਂ ਉਨ੍ਹਾਂ ਦੀ ਹੋਰ ਪ੍ਰਕਾਰ ਦੇ ਵਿਸ਼ਾ ਵਸਤੂ (contents) ਨਾਲ ਤੁਲਨਾ ਕਰੀਏ। ਅਜਿਹਾ ਇਸ ਲਈ ਹੁੰਦਾ ਹੈ ਕਿ ਫਾਰਮੂਲੇ ਨਿਰਾਕਾਰ (abstract) ਹੁੰਦੇ ਹਨ ਅਤੇ ਅਸੀਂ ਇਨ੍ਹਾਂ ਨੂੰ ਚਿੱਤਰ ਜਾਂ ਸੰਜੀਵ ਰੂਪ ਵਿਚ ਨਹੀਂ ਦੇਖ ਸਕਦੇ।

ਚਰਨ IV : ਜਿੱਥੇ ਕਿਤੇ ਸੰਭਵ ਹੋਵੇ, ''ਮੈਮਰੀ ਐਰੋ'' (Memory Arrow) ਦੇ ਸਿਧਾਂਤਾਂ ਨੂੰ ਉਪਯੋਗ ਵਿਚ ਲਿਆਓ।

ਰਸਾਇਣ ਸ਼ਾਸਤਰ

ਅਸੀਂ Acronym ਦੇ ਸੌਖੇ ਨਿਜਮ ਨਾਲ ਪੀਰੀਓਡਿਕ ਟੇਬਲ ਦੇ ਵਿਭਿੰਨ ਤੱਤਾਂ ਦੀਆਂ ਸਖਿਤੀਆਂ ਨੂੰ ਯਾਦ ਕਰ ਸਕਦੇ ਹਾਂ।

ਆਓ ਅਸੀਂ Periodic Table ਦੇ ਦੂਜੇ ਪੀਰੀਅਡ ਨੂੰ ਯਾਦ ਕਰੀਏ। ਇਸ ਵਿਚ ਹੇਠ ਲਿਖੇ ਤੱਤ (elements) ਹੁੰਦੇ ਹਨ :

ਲੜੀ ਨੰ.	ਤੱਤ	ਪ੍ਰਤੀਕ	ਐਟੋਮਿਕ ਗਿਣਤੀ
01.	Lithium	Li	03
02.	Berylium	Be	04
03.	Boron	B	05
04.	Carbon	C	06
05.	Nitrogen	N	07
06.	Onygen	O	08
07.	Flourine	F	09
08.	Neon	Ne	10

ਆਓ ਅਸੀਂ ਇਕ ਅਜਿਹਾ ਵਾਕ ਬਣਾਈਏ ਜਿਸ ਵਿਚ ਸਾਰੇ elements ਇਸ ਤਰਤੀਬ ਵਿਚ ਸ਼ਾਮਲ ਹੋਣ।

Lilly Berry Born Capricorn

Naturally Studied in Oxfor Then at Flora Nagar

ਹੁਣ ਸ਼ਬਦਾਂ ਦੇ ਆਰੰਭਿਕ ਵਰਣ ਅੱਖਰ ਤੱਤਾਂ ਦੀ ਯਾਦ ਦੁਆ ਦੇਣਗੇ ਅਤੇ ਅਸੀਂ ਇਸ ਵਾਕ ਨਾਲ ਐਟੋਮਿਕ ਨੰਬਰ ਨੂੰ ਪ੍ਰਾਪਤ ਕਰ ਲਵਾਂਗੇ ਕਿਉਂਕਿ ਸਾਰੇ ਤੱਤਾਂ ਦੀ ਤਰਤੀਬ ਇਸ ਵਿਚ ਸ਼ਾਮਲ ਹੈ।

ਪੀਰੀਓਡਿਕ ਟੇਬਲ ਦਾ ਤੀਜਾ ਪੀਰੀਅਡ

ਲੜੀ ਨੰ.	ਤੱਤ	ਪ੍ਰਤੀਕ	ਐਟੋਮਿਕ ਗਿਣਤੀ
01.	Sodium	Na	11
02.	Magnesium	Mg	12
03.	Aluminium	Al	13
04.	Silicon	Si	14
05.	Phosphorus	P	15
06.	Sulphur	S	16
07.	Chlorine	Cl	17
08.	Argon	Ar	18

ਪੀਰੀਅਡ III ਦੇ ਲਈ ਯਾਦਾਸ਼ਤ ਵਾਕ :

Soda (Na) from Mango tree (Mg) eliminates (Al) Silky (Si) and fussy (P) sulphar (s) and clears (Cl) arguments (Ar).

ਕਿਉਂਕਿ ਪੀਰੀਅਡ IV ਬਹੁਤ ਲੰਬਾ ਹੈ (ਉਸ ਵਿਚ 18 ਤੱਤ ਹਨ), ਇਸ ਲਈ ਇਹ ਸਰਲ ਹੋਵੇਗਾ ਕਿ ਉਸ ਟੇਬਲ ਨੂੰ ਦੋ ਜਾਂ ਤਿੰਨ ਭਾਗਾਂ ਵਿਚ ਵੰਡ ਲਿਆ ਜਾਵੇ ਅਤੇ ਦੋ ਜਾਂ ਤਿੰਨ ਯਾਦਾਸ਼ਤ ਵਾਕ ਬਚਾ ਲਏ ਜਾਣ।

ਉਦਾਹਰਣ ਦੇ ਤੌਰ ਤੇ ਪੀਰੀਅਡ IV ਦੇ ਪਹਿਲੇ ਪੰਜ ਤੱਤ ਹਨ :

ਲੜੀ ਨੰ.	ਤੱਤ	ਪ੍ਰਤੀਕ	ਐਟੋਮਿਕ ਗਿਣਤੀ
01.	Potassium	K	19
02.	Calcium	Ca	20
03.	Scandium	Sc	21
04.	Titanium	Ti	22
05.	Vanadium	V	23

ਇਨ੍ਹਾਂ ਦਾ ਯਾਦਾਸ਼ਤ ਵਾਕ ਹੋ ਸਕਦਾ ਹੈ :

Potatao (K) from Calcutta (Ca) are sent (Si) by Trucks (Ti) and Vans (v).

ਇਸੀ ਤਰ੍ਹਾਂ ਹੋਰ ਤੱਤਾਂ ਦੇ ਵਾਕ ਬਨਾਉਣ ਦਾ ਯਤਨ ਕਰੋ।

ਜੀਵ ਵਿਗਿਆਨ

ਯਾਦਾਸ਼ਤ ਸਿੱਖਿਅਕ ਦੇ ਆਪਣੇ ਜੀਵਨ ਵਿਚ ਮੈਂ ਇਹ ਦੇਖਿਆ ਹੈ ਕਿ ਅਕਸਰ ਵਿਦਿਆਰਥੀਅ ਵਿਟਾਮਿਨਾਂ ਉਨ੍ਹਾਂ ਦੇ ਵਿਗਿਆਨਕ ਨਾਮਾਂ, ਉਨ੍ਹਾਂ ਦੇ ਪ੍ਰਮੁੱਖ ਮੈਟਾਬੋਲਿਕ ਕੰਮਾਂ ਅਤੇ ਉਨ੍ਹਾਂ ਦੀ ਕਮੀ ਦੇ ਪ੍ਰਭਾਵਾਂ ਦੇ ਬਾਰੇ ਵਿਚ ਭੁਲੇਖੇ ਵਿਚ ਪੈ ਜਾਂਦੇ ਹਨ। ਵਿਟਾਮਿਨ : ਉਨ੍ਹਾਂ ਦੀ ਖੋਜ ਦਾ ਸਾਲ, ਮੈਟਾਬਾਲਿਕ ਕੰਮ ਅਤੇ ਕਮੀ ਦੇ ਪ੍ਰਭਾਵ :

Fat – Soluble Vitamins

Vitamin A (Retinol) – 1913 :

ਇਹ ਸਧਾਰਣ ਵਿਕਾਸ ਵੱਲ epithelia cells ਦੰਦਾਂ ਅਤੇ ਹੱਡੀਆਂ ਦੇ ਵਿਕਾਸ ਲਈ ਜ਼ਰੂਰੀ ਹੈ ਅਤੇ ਰਾਤ ਦੇ ਹਨ੍ਹੇਰੇ (night blindness) ਨੂੰ ਰੋਕਦਾ ਹੈ।

ਇਸਦੀ ਕਮੀ ਨਾਲ ਵਿਕਾਸ ਅਤੇ ਇਨਫੈਕਸ਼ਨ ਦਾ ਮੁਕਾਬਲਾ ਕਰਨ ਦੀ ਸ਼ਕਤੀ (resistance to infection) ਵਿਚ ਕਮੀ ਆਉਂਦੀ ਹੈ।

Altered epithelia membranes ਦੇ ਕਾਰਨ ਨਾਲ gastrointestinal genitourinary ਅਤੇ respiratory tracts ਵਿਚ ਸਧਾਰਣ ਕਾਰਜਸ਼ੀਲਤਾ ਆ ਜਾਂਦੀ ਹੈ। ਇਹ 'Night Purple' ਦੇ ਨਿਰਮਾਣ ਵਿਚ ਰੁਕਾਵਟ ਪਾਉਂਦਾ ਹੈ।

Vitamin D (Cholecalciferol) - 1925 :

ਇਹ ਅੰਤੜੀਆਂ ਵਿਚ ਕੈਲਸ਼ੀਅਮ ਅਤੇ ਫਾਸਫੋਰਸ ਨੂੰ ਮਿਲਣ (ਜਜਬ) ਨੂੰ ਨਿਯੰਤ੍ਰਿਤ ਕਰਦਾ ਹੈ। ਇਹ antiricketic activity ਨੂੰ ਕਰਦਾ ਹੈ।

ਇਹ ਦੰਦਾਂ ਅਤੇ ਹੱਡੀਆਂ ਵਿਚ ਕੈਲਸ਼ੀਅਮ ਅਤੇ ਫਾਸਫੋਰਸ ਦੇ ਉਪਯੋਗ ਵਿਚ ਰੁਕਾਵਟ ਹੁੰਦਾ ਹੈ। ਇਹ ਹੱਡੀ ਦੀ ਬੀਮਾਰੀ, ਰਿਕੇਟਸ, ਕੇਰੀਜ਼ ਨੂੰ ਵਧਾਉਂਦਾ ਹੈ।

Vitamin E (Tocopherol) - 1936 :

ਇਹ ਟਿਸ਼ੂਜ਼ (tissues) ਸੈੱਲ ਮੈਂਬਰੈਂਸ (cell membranes) ਅਤੇ paroxidation ਦੇ ਵਿਰੋਧ ਵਿਚ ਵਿਟਾਮਿਨ A ਨੂੰ ਬਚਾਉਂਦਾ ਹੈ ਅਤੇ ਲਾਲ ਖੂਨ ਕਣਾਂ (Red blood cells) ਨੂੰ ਸ਼ਕਤੀ ਪ੍ਰਦਾਨ ਕਰਦਾ ਹੈ। ਇਹ ਲਾਲ ਖੂਨ ਕਣਾਂ ਦੀ ਕਮੀ ਕਰਨ ਵਾਲੇ ਅਵਰੋਧਕ ਨੂੰ ਖਤਮ ਕਰਦਾ ਹੈ।

Vitamin K (Phytomendione) 1935 :

ਇਹ Prothrombin ਅਤੇ blood Coagulation ਦੀ ਸਧਾਰਣ ਮਾਤਰਾ ਦੇ ਨਿਰਮਾਣ ਵਿਚ ਜ਼ਰੂਰੀ ਹੈ।

ਇਹ ਖੂਨ ਜੰਮਣ ਦੇ ਸਮੇਂ (blood clotting time) ਨੂੰ ਘੱਟ ਕਰਦਾ ਹੈ।

Water Solulble Vitamins

Vitamin B$_1$ (Thiamin) 1936 :

ਇਹ Carbohydrate Metabolism ਵਿਚ ਇਕ ਮਹੱਤਵਪੂਰਨ ਸਹਾਇਕ ਹੈ। ਪਾਚਣ ਨਲੀ (Digestive track) ਅਤੇ ਨਾੜੀ ਵਿਵਸਥਾ ਦੇ ਸੁਚਾਰੂ ਰੂਪ ਨਾਲ ਕੰਮ ਕਰਨ ਹਿਤ ਇਹ ਜ਼ਰੂਰੀ ਹੈ। Beri beri ਮਾਸ ਪੇਸ਼ੀ ਦੀ ਹਾਨੀ।

ਭੁੱਲ ਦਾ ਘੱਟ ਲੱਗਣਾ, ਸਟਾਰਚੋ ਅਤੇ ਸ਼ੂਗਾਰ (Sugars) ਦੇ ਹਜ਼ਮ ਹੋਣ ਵਿਚ ਰੁਕਾਵਟ। ਕਈ ਪ੍ਰਕਾਰ ਦੇ ਨਾੜੀ ਰੋਗ, ਤਾਲਮੇਲ।

Vitamin B$_2$ (Riboflauin) 1935 :

ਕੁਝ ਵਿਸ਼ੇਸ਼ ਇਨਜ਼ਾਈਮਸ (Enzymes) ਦੇ ਨਿਰਮਾਣ ਅਤੇ cellular oxidation ਵਿਚ ਇਹ ਜ਼ਰੂਰੀ ਹੈ। ਮੂੰਹ ਅਤੇ ਜੀਭ ਦੀ ਝਿੱਲੀ ਦੀ ਜਲਨ (inflammation of oral mucous membrane and the tongue) ਨੂੰ ਰੋਕਦਾ ਹੈ। ਵਿਕਾਸ ਲੈਸੀਟਿਊਡ (Lessitude) ਅਤੇ ਕਮਜ਼ੋਰੀ ਨੂੰ ਹਾਨੀ ਕਰਦਾ ਹੈ। Cheillosis ਜਾਂ glossittis ਨੂੰ ਕਰਦਾ ਹੈ। ਇਹ Photophobia ਅਤੇ Cataracts ਵੀ ਕਰ ਸਕਦਾ ਹੈ।

Vitamin B$_6$ (Pyridoxine) 1936 :

ਇਹ ਹੋਰ B Vitamins ਦੀ ਤਰ੍ਹਾਂ ਕੰਮ ਕਰਦਾ ਹੈ ਅਤੇ ਪ੍ਰੋਟੀਨ, ਕਾਰਬੋਹਾਈਡ੍ਰੇਟਸ ਅਤੇ ਚਰਬੀ ਨੂੰ ਤੋੜਦਾ ਹੈ। ਇਹ tryptophen ਨਾਲ Niacin ਦੇ ਨਿਰਮਾਣ ਵਿਚ ਇਕ ਪਰਿਵਰਤਕ ਤੱਤ (Catalyst) ਦੇ ਰੂਪ ਵਿਚ ਕੰਮ ਕਰਦਾ ਹੈ।

ਇਹ ਬੇਚੈਨੀ (irritability) ਦੌਰਿਆਂ (Convulsions) ਅਤੇ peripheral neuritis, Anorexia, nousea ਅਤੇ ਉਲਟੀ (vomiting) ਨੂੰ ਵਧਾਉਂਦਾ ਹੈ।

Vitamin B$_{12}$ (Cynocobrlamin) 1948 :

ਇਹ ਲਾਲ ਖੂਨ ਕਣਾਂ ਦੇ ਵਿਕਾਸ ਦੇ ਲਈ ਜ਼ਰੂਰੀ ਹੈ। ਚਮੜੀ, ਨਾੜੀ ਟਿਸ਼ੂਜ਼ (nerve tissues) ਹੱਡੀ ਅਤੇ ਮਾਸਪੇਸ਼ੀ ਨੂੰ ਬਣਾਈ ਰੱਖਣ ਵਿਚ ਜ਼ਰੂਰੀ ਹੁੰਦਾ ਹੈ।

ਇਸ ਨਾਲ Pernicious anemia ਕਮਜ਼ੋਰੀ, ਥਕਾਵਟ ਅਤੇ ਬੁੱਲ੍ਹਾਂ ਦਾ ਫੱਟਣਾ ਸ਼ੁਰੂ ਹੋ ਜਾਂਦਾ ਹੈ।

Vitamin C (Ascortic Acid) 1919 :

ਇਹ ਜੋੜਨ ਵਾਲਾ ਤੱਤ Collagen ਅਤੇ ਕਈ ਪ੍ਰਕਾਰ ਦੇ ਟਿਸ਼ੂਜ਼ (ਚਮੜੀ denture, Cartilage ਅਤੇ Bone Matrix) ਦੇ ਨਿਰਮਾਣ ਵਿਚ ਸਹਾਇਕ ਹੁੰਦਾ ਹੈ। ਇਹ ਜ਼ਖਮ ਦੇ ਠੀਕ ਹੋਣ ਅਤੇ ਹੱਡੀਆਂ ਦੇ ਫੈਕਚਰ ਵਿਚ ਮਦਦ ਕਰਦਾ ਹੈ।

ਇਹ ਇਨਫੈਕਸ਼ਨ, dental cavity ਪਾਇਰੀਆ ਅਤੇ ਖੂਨ ਨਿਕਲਣ ਵਾਲੀਆਂ ਜਾੜ੍ਹਾਂ ਦੀ ਅਵਰੋਧਤਾ ਨੂੰ ਘੱਟ ਕਰਦਾ ਹੈ। ਸਕਰਵੀ ਦਾ ਇਹ ਵਿਸ਼ੇਸ਼ ਇਲਾਜ ਹੈ।

ਇਸ ਅਧਿਆਇ ਵਿਚ ਤੁਸੀਂ ਦੇਖੋਗੇ ਕਿ ਸਾਡੀਆਂ ਯਾਦਾਸ਼ਤ ਵਿਧੀਆਂ ਇਨ੍ਹਾਂ ਸਭ ਨੂੰ ਯਾਦ ਕਰਨ ਵਿਚ ਸਹਾਇਕ ਸਿੱਧ ਹੁੰਦੀਆਂ ਹਨ।

ਹੁਣ ਪਹਿਲਾਂ ਵਿਟਾਮਿਨ ਅਰਥਾਤ Vitamin A, ਇਸਦੇ ਵਿਗਿਆਨਕ ਨਾਮ ਇਸਦੇ ਕੰਮ ਅਤੇ ਇਸਦੀ ਕਮੀ ਦੇ ਪ੍ਰਭਾਵ ਨੂੰ ਪੜ੍ਹੋ।

ਮਾਨਸਿਕ ਚਿੱਤਰ

Vitmin A - Retional (PMS of Retional of - Rat ਟੁਟੀ ਹੈ) A ਦਾ Mental picture Apple ਕਲਪਨਾ ਚਿੱਤਰ ਬਣਾਓ ਕਿ ਇਕ Rat ਇਕ ਸੇਬ ਨੂੰ ਇਕ ਟੁਟੀ ਦੇ ਅੰਦਰ ਧੱਕ ਰਿਹਾ ਹੈ ਅਤੇ ਅਜਿਹਾ ਕਰਨ ਵਿਚ ਉਸਦੀ ਚਮੜੀ ਅੰਦਰਲੇ ਇਕ ਕਿੱਲ ਨਾਲ ਜ਼ਖਮੀ ਹੋ ਜਾਂਦੀ ਹੈ ਅਤੇ ਸਿਰਫ ਚੂਹੇ ਦਾ ਢਾਂਚਾ (Skelton) ਹੀ ਬਚਿਆ ਰਹਿੰਦਾ ਹੈ। ਚੂਹਾ ਕਿੱਲ ਦੀ ਸਥਿਤੀ ਨੂੰ ਨਹੀਂ ਜਾਣ ਸਕਦਾ। ਜਿਸ ਨਾਲ ਉਸਦੀ ਚਮੜੀ ਨੂੰ ਹਾਨੀ ਹੋਈ ਹੈ। ਕਿਉਂਕਿ ਉਸਨੂੰ ਰਾਤ ਦਾ ਹਨੇਰਾ (Night blindness) ਹੈ।

Vitamin B$_1$ (Thiamin)

B - ਮਾਨਸਿਕ ਚਿੰਨ੍ਹ bag (ਥੈਲਾ) ਹੈ।

1 - ਮਾਨਸਿਕ ਚਿੱਤਰ sun (ਸੂਰਜ) ਹੈ।

Thiamin- Thumb in (ਅੰਦਰ ਅੰਗੂਠਾ)

ਮਾਨਸਿਕ ਚਿੱਤਰ : ਇਹ ਕਲਪਨਾ ਚਿੱਤਰ ਬਣਾਓ ਕਿ ਤੁਸੀਂ Thumb ਨਾਲ Sun ਨੂੰ ਇਕ ਥੈਲੇ ਵਿਚ ਪਾਉਣ ਦਾ ਯਤਨ ਕਰ ਰਹੇ ਹੋ। ਅਜਿਹਾ ਕਰਨ ਦੀ

ਪ੍ਰਕ੍ਰਿਆ ਵਿਚ ਤੁਹਾਡਾ ਅੰਗੂਠਾ ਸੜ ਜਾਂਦਾ ਹੈ ਅਤੇ ਤੁਹਾਡੀ ਪਾਚਣ ਵਿਵਸਥਾ ਵੀ ਸੜ ਜਾਂਦੀ ਹੈ। ਬਹੁਤ-ਬਹੁਤ (Beri Beri) ਜਲਨ ਹੁੰਦੀ ਹੈ।

ਉਪਰੋਕਤ ਮਾਨਸਿਕ ਚਿੱਤਰ ਤੋਂ ਸਾਨੂੰ ਮਹੱਤਵਪੂਰਨ ਮੈਟਾਬੋਲਿਕ ਕੰਮਾਂ ਅਤੇ ਕਮੀਆਂ ਨੂੰ ਯਾਦ ਕਰਕੇ ਬਣਾ ਸਕਣ ਵਿਚ ਸਹਾਇਤਾ ਮਿਲ ਸਕਦੀ ਹੈ। ਇਸ ਨਾਲ ਭਰਮ ਵਿਚ ਪੈਣ ਦੀ ਸਮੱਸਿਆ ਵੀ ਖਤਮ ਹੋ ਜਾਂਦੀ ਹੈ।

ਜੇਕਰ ਅਸੀਂ ਇਨ੍ਹਾਂ ਵਿਭਿੰਨ ਵਿਟਾਮਿਨਾਂ ਦੀ ਖੋਜ ਵਿਚ, ਸਾਲਾਂ ਨੂੰ ਯਾਦ ਰੱਖਣ ਵਿਚ ਦਿਲਚਸਪੀ ਰੱਖਦੇ ਹਾਂ ਤਾਂ ਸਾਨੂੰ ਵਿਟਾਮਿਨ ਚਿੰਨ੍ਹ ਵਿਚ ਸਾਲ ਚਿੰਨ੍ਹ ਨੂੰ ਸੰਯੁਕਤ ਕਰਨਾ ਪਵੇਗਾ।

ਉਦਾਹਰਣ ਵਜੋਂ :

Vitamin A

ਖੋਜ ਦਾ ਸਾਲ   1913

A ਦਾ ਕੋਡ (ਚਿੰਨ੍ਹ) Apple

13 ਦਾ ਕੋਡ   Coke in

ਮਾਨਸਿਕ ਚਿੱਤਰ : ਕੋਕਟਿਨ ਵਿਚ ਪੀਣਯੋਗ ਪਦਾਰਥ ਦੀ ਬਜਾਏ ਸੇਬ ਹੈ।

ਇਸ ਤਰ੍ਹਾਂ ਹੋਰ ਵਿਟਾਮਿਨਾਂ ਦੇ ਬਾਰੇ ਦੀ ਜਾਣਕਾਰੀ ਨੂੰ ਯਾਦਾਸ਼ਤ ਵਿਧੀਆਂ ਨਾਲ ਯਾਦ ਕਰਨ ਦਾ ਯਤਨ ਕਰੋ।

74

ਸਧਾਰਨ ਗਿਆਨ ਜੋ ਸਾਨੂੰ ਪਰੇਸ਼ਾਨ ਕਰਦਾ ਹੈ

ISO ਜੋ ਪ੍ਰਤੀਕ ਹੈ ਇੰਟਰਨੈਸ਼ਨਲ ਆਰਗਨਾਈਜੇਸ਼ਨ ਫਾਰ ਸਟੈਂਡ੍ਰਾਈਜੇਸ਼ਨ ਦਾ ਅਤੇ ਇਸਦਾ ਪ੍ਰਧਾਨ ਦਫ਼ਤਰ ਜਨੇਵਾ, ਸਵਿਜ਼ਰਲੈਂਡ ਵਿਚ ਹੈ ਇਸ ਦੀ ਗਿਣਤੀ ਦੇ ਭਾਰਤ ਸਮੇਤ 91 ਦੇਸ਼ ਮੈਂਬਰ ਹਨ। ISO 9000 ਸੰਨ 1987 ਵਿਚ ਵਿਕਸਿਤ ਹੋਇਆ।

ISO 9000 ਸੀਰੀਜ਼ ਵਿਚ ਪੰਜ ਮਾਨਕ ਹਨ ਜਿਵੇਂ ISO 9000 ISO 9001 ISO 9002 ISO 9003 ਅਤੇ ISO 9004

ISO 9000 : ਅਜਿਹੇ ਦਿਸ਼ਾ ਨਿਰਦੇਸ਼ ਦੱਸਦੀ ਹੈ ਜੋ ਸਾਨੂੰ ਸੀਰੀਜ਼ ISO 9001, ISO 9002 ISO 9003 ਅਤੇ   ISO 9004 ਨੂੰ ਚੁਨਣ ਅਤੇ ਪ੍ਰਯੋਗ ਵਿਚ ਸਹਾਇਕ ਹੁੰਦੀ ਹੈ। ਇਸ ਤਰ੍ਹਾਂ ਇਹ ਮਾਨਕ ਅਨੁਬੰਧਿਤ ਉਦੇਸ਼ ਦੇ ਲਈ ਪ੍ਰਯੋਗ ਨਹੀਂ ਕਰਨਾ ਚਾਹੀਦਾ।

ISO 9001 ਡਿਜ਼ਾਈਨਰ ਵਿਚ ਗੁਣਵੱਤਾ, ਵਿਕਾਸ, ਉਤਪਾਦਨ ਪ੍ਰਤਿਸ਼ਠਾਪਨ ਅਤੇ ਗੁਣਵੱਤਾ ਨਿਰਧਾਰਨ ਵਿਚ ਇਕ ਮਾਡਲ ਹੈ।

ISO 9002 ਇਹ ਸੀਰੀਜ਼ ਵੀ ਸੇਵਾ ਦੇ ਖੇਤਰ ਵਿਚ, ਉਦਪਾਦਨ, ਜਗ੍ਹਾ ਅਤੇ ਗੁਣਵੱਤਾ ਨਿਰਧਾਰਨ ਵਿਚ ਇਕ ਮਾਡਲ ਹੈ।

ISO 9003 ਪਰਖਣ, ਅੰਤਿਮ ਨਿਰੀਖਣ ਅਤੇ ਗੁਣਵੱਤਾ ਨਿਰਧਾਰਨ ਵਿਚ ਵਧੀਆ ਮਾਡਲ ਹੈ।

ISO 9004 ਪ੍ਰਬੰਧਨ ਅਤੇ ਕੁਆਲਿਟੀ ਸਿਸਟਰ ਇਕਾਈਆਂ ਵਿਚ ਉਪਯੋਗੀ ਹੈ।

ਇਕ ਵਾਰ ਉੱਪਰ ਵਰਣਿਤ ਸੀਰੀਜ਼ ਨੂੰ ਯਾਦ ਕਰਨ ਤੇ, ਕੁਝ ਸਮੇਂ ਬਾਅਦ ਜਦੋਂ ਦੁਬਾਰਾ ਯਾਦ ਕਰਨ ਦੀ ਜ਼ਰੂਰਤ ਪੈਂਦੀ ਹੈ ਤਾਂ ਅਸੀਂ ਦੁਚਿਤੀ ਵਿਚ ਫਸ ਜਾਂਦੇ ਹਾਂ ਕਿ ਕਿਸ ਜਾਂਚ ਪਰਖ ਦੇ ਲਈ ਕਿਹੜੀ ਸੀਰੀਜ਼ ਪ੍ਰਯੋਗ ਕਰੀਏ।

ਇਸ ਸਮੱਸਿਆ ਦੇ ਹੱਲ ਦੇ ਲਈ, ਅਸੀਂ ਫੋਨੇਟਿਕ ਪ੍ਰਣਾਲੀ ਦਾ ਇਸਤੇਮਾਲ ਕਰ ਸਕਦੇ ਹਾਂ ਤਾਂ ਕਿ ਟਾਈਟਲ ਦੇ ਅਨੁਸਾਰ ਸਬੰਧਤ ISO ਸੀਰੀਜ਼ ਪ੍ਰਯੋਗ ਕਰ ਸਕੀਏ।

ਉਦਾਹਰਣ ਦੇ ਲਈ ISO 9001 ਅਤੇ ISO 9002 ਵਿਚ ਦੁਚਿਤੀ ਵਾਲਾ ਅੰਸ਼ ਹੈ। ਡਿਜ਼ਾਈਨਰ ਜੋ 9001 ਨਾਲ ਸਬੰਧਤ ਹੈ ਨਾ ਕਿ 9002 ਨਾਲ।

ਮਾਨਸਿਕ ਚਿੱਤਰ : ਮਹਿਸੂਸ ਕਰੋ ਕਿ ਤੁਸੀਂ ਆਪਣੀ ਟਾਈ ਤੇ ਬੁਸ਼ ਅਤੇ ਪੇਂਟ ਦੀ ਸਹਾਇਤਾ ਨਾਲ ਐਖਾ ਡਿਜ਼ਾਈਨ ਤਿਆਰ ਕਰ ਰਹੇ ਹੋ। (9001 ਦਾ 1)

ISO 9003

ਮਾਨਸਿਕ ਚਿੱਤਰ : ਤੁਸੀਂ ਇਹ ਦੇਖ ਕੇ ਹੈਰਾਨ ਹੋਵੋਗੇ ਕਿ ਜਾਂਚ ਨਾ ਪਰਖ ਦੇ ਲਈ ਤੁਹਾਡਾ Ma (9003 ਦਾ 3) ਤੁਹਾਡੇ ਸਕੂਲ ਆ ਰਿਹਾ ਹੈ।

ISO 9004 : ਇਹ ਗੁਣਵੱਤਾ ਪ੍ਰਬੰਧਤ ਨੇ ਬਾਰੇ ਵਿਚ ਹੈ। ਪਰ ਕਿਉਂਕਿ ਕੁਆਲਿਟੀ ਇਕ ਭਾਵਵਾਚਕ ਸ਼ਬਦ ਹੈ ਇਸ ਲਈ ਅਸੀਂ ਕੁਆਲਿਟੀ ਦੇ ਲਈ ਕੁਆਲਿਟੀ ਆਈਸਕ੍ਰੀਮ ਦੀ ਕਲਪਨਾ ਕਰਾਂਗੇ।

ਮਾਨਸਿਕ ਚਿੱਤਰ : ਕੁਆਲਿਟੀ ਆਈਸਕ੍ਰੀਮ ਦੀ ਅੰਦਰੂਨੀ ਜਾਂਦ ਐਕਸ-ਰੇ ਦੇ ਨਾਲ ਕਰੋ। (9004 ਦਾ 4)

ਕੰਪਨੀਆਂ	ਵਪਾਰ (ਕਰੋੜਾਂ ਵਿਚ) 97-98
1. ਹਿੰਦੁਸਤਾਨ ਲੀਵਰ	8528
2. ਰਿਲਾਂਈਸ ਸਮੂਹ ਉਦਯੋਗ	13759
3. ਟੈਲਕੋ	7450
4. ਬਜਾਜ ਆਟੋ	3447
5. ਲਾਰਸਨ ਐਂਡ ਟੂਰਬੋ	5841
6. ਆਈ ਸੀ ਆਈ ਸੀ ਆਈ	5964
7. ਗੁਜ਼ਰਾਤ ਅੰਬੁਜਾ ਸੀਮੈਂਟ	952
8. ਵਿਪ੍ਰੋ	1442
9. ਨੈਸਲੇ ਇੰਡੀਆ	1434
10. ਐਨ.ਆਈ.ਆਈ.ਟੀ.	333

ਬਜਾਜ ਆਟੋ ਦਾ ਵਪਾਰ (ਕਰੋੜਾਂ ਵਿਚ) ਯਾਦ ਕਰਨ ਦੇ ਲਈ ਇਕ ਗਿਣਤੀ ਦਾ ਸਮੂਹ ਬਣਾ ਲਈ 34   47 ਅਤੇ ਸਟੈਂਡਰਡ ਕੋਡ ਦਾ ਪ੍ਰਯੋਗ ਕਰੋ।

ਮਾਨਸਿਕ ਚਿੱਤਰ :   MaRe ਬਜਾਜ ਸਕੂਟਰ ਚਲਾ ਰਿਹਾ ਹੈ। ਸੜਕ ਤੇ ਵਿਸ਼ਾਲ Rack ਨਾਲ ਟਕਰਾ ਗਿਆ।

ਟੈਲਕੋ ਵਪਾਰ 7450 ਕਰੋੜ ਰੁਪਏ। CaR La Ce

ਮਾਨਸਿਕ ਚਿੱਤਰ : ਟੈਲਕੋ ਨਿਰਮਿਤ 'ਇੰਡੀਕਾ' ਕਾਰ ਵਿਚ ਹੋਰ ਸੁਰੱਖਿਆ ਔਜ਼ਾਰ ਲੱਗੇ ਹਨ। CaR ਵਿਚ ਔਜ਼ਾਰ LaCe ਹੈ ਜਿਸਨੂੰ ਚੋਰੀ ਤੋਂ ਬਚਾਉਣ ਦੇ ਲਈ ਬਿਜਲੀ ਦੇ ਖੰਭੇ ਨਾਲ ਬੰਨ੍ਹਿਆ ਜਾ ਸਕਦਾ ਹੈ।

ਗੁਜਰਾਤ ਅੰਬੁਜਾ ਸੀਮੈਂਟ ਵਪਾਰ 952 ਕਰੋੜ ਰੁਪਏ

PLN

PLaNe

ਮਾਨਸਿਕ ਚਿੱਤਰ : ਕਲਪਨਾ ਕਰੋ ਸੀਮੈਂਟ ਨਾਲ ਬਣਿਆ ਵਿਸ਼ਾਲ acro PLa Ne!

ਵਿਭਿੰਨ ਨਿਯਮਾਂ, ਧਾਰਾਵਾਂ, ਉਪ-ਧਾਰਾਵਾਂ, ਅਧਿਨਿਯਮਾਂ, ਖੰਡ ਅਤੇ ਉਪਖੰਡਾਂ ਨੂੰ ਕਿਸ ਤਰ੍ਹਾਂ ਯਾਦ ਰੱਖਿਆ ਜਾਵੇ?

ਇਹ ਅਧਿਆਏ ਉਨ੍ਹਾਂ ਵਿਦਿਆਰਥੀਆਂ ਦੇ ਲਈ ਹੈ ਜੋ ਕਾਨੂਨ, ਚਾਰਟਡ ਅਕਾਊਂਟੈਂਟ ਅਤੇ ਕੰਪਨੀ ਸੈਕਟਰੀ ਕੋਰਸ ਕਰ ਰਹੇ ਹਨ। ਅਜਿਹੇ ਵਿਦਿਆਰਥੀਆਂ ਨੂੰ ਤਕਰੀਬਨ 6-70 ਅਧਿਨਿਯਮ ਯਾਦ ਕਰਨੇ ਪੈਂਦੇ ਹਨ ਅਤੇ ਹਰ ਅਧਿਨਿਯਮ ਵਿਚ 20 ਤੋਂ 650 ਤੱਕ ਧਾਰਾਵਾਂ ਉਪਧਾਰਾਵਾਂ ਹੋ ਸਕਦੀਆਂ ਹਨ। ਹਰ ਧਾਰਾ ਵਿਚ ਕਈ ਖੰਡ ਅਤੇ ਉਪਖੰਡ ਹੋ ਸਕਦੇ ਹਨ। ਏਨੀ ਜ਼ਿਆਦਾ ਮਾਤਰਾ ਵਿਚ ਇਨ੍ਹਾਂ ਨੂੰ ਯਾਦ ਰੱਖਣਾ ਆਪਣੇ ਆਪ ਵਿਚ ਇਕ ਟੇਢੀ ਖੀਰ ਹੈ। ਅਸੀਂ ਇੱਥੇ ਇਕ ਅਜਿਹਾ ਵਿਗਿਆਨ ਤਰੀਕਾ ਦੱਸ ਰਹੇ ਹਾਂ ਕਿ ਤਾਂ ਕਿ ਸਾਰੇ ਅਧਿਨਿਯਮਾਂ, ਧਾਰਾਵਾਂ, ਉਪਧਾਰਾਵਾਂ, ਖੰਡਾਂ ਅਤੇ ਉਪਖੰਡਾਂ ਨੂੰ ਸਥਾਈ ਰੂਪ ਨਾਲ ਯਾਦ ਕੀਤਾ ਜਾ ਸਕੇ।

ਇਸਨੂੰ ਅਸੀਂ ਇਕ ਉਦਾਹਰਣ ਨਾਲ ਸਮਝ ਸਕਦੇ ਹਾਂ।

ਭਾਰਤੀ ਅਨੁਬੰਧ ਅਧਿਨਿਯਮ

ਧਾਰਾ 14 : 'ਸੁਤੰਤਰ ਸਹਿਮਤ' ਪਰਿਭਾਸ਼ਿਤ

ਧਾਰਾ 17 : 'ਧੋਖਾ' ਪਰਿਭਾਸ਼ਿਤ

ਹੁਣ ਅਸੀਂ ਜਾਣਦੇ ਹਾਂ ਕਿ ਧੁਨੀ ਵਿਧੀ ਵਿਚ 14 Door ਹਨ, 17 DeCk ਹਨ।

ਧਾਰਾ 14

ਮਾਨਸਿਕ ਚਿੱਤਰ : ਤੁਸੀਂ ਆਪਣਾ DooR ਖੁੱਲ੍ਹਾ ਰੱਖਿਆ ਹੋਇਆ ਹੈ। ਅਤੇ 'ਸਹਿਮਤੀ' ਕੋਈ ਵੀ FREELY ਘਰ ਵੜ ਸਕਦਾ ਹੈ।

ਧਾਰਾ 17

ਮਾਨਸਿਕ ਚਿੱਤਰ : ਤੁਸੀਂ ਇਕ Deck ਖਰੀਦਿਆ ਪਰ ਦੇਖਿਆ ਕਿ ਤੁਹਾਡੇ ਨਾਲ 'ਧੋਖਾ' ਹੋਇਆ ਹੈ। ਕਿਉਂਕਿ ਤੁਹਾਨੂੰ Deck ਦਾ ਕਵਰ ਦਿੱਤਾ ਗਿਆ ਸੀ ਜੋ ਅੰਦਰ ਤੋਂ ਬਿਲਕੁਲ ਖਾਲੀ ਸੀ।

ਇਸ ਪ੍ਰਕਾਰ, ਅਸੀਂ ਧੁਨੀ ਵਿਧੀ ਦਾ ਪ੍ਰਯੋਗ ਕਰਕੇ ਹੋਰ ਧਾਰਾਵਾਂ ਯਾਦ ਕਰ ਸਕਦੇ ਹਾਂ।

ਧੁਨੀ ਵਿਧੀ ਦਾ ਪ੍ਰਯੋਗ ਕਰਦੇ ਹੋਏ ਇਸ ਗੱਲ ਦਾ ਧਿਆਨ ਰੱਖਣਾ ਹੈ ਕਿ ਜਿਵੇਂ ਧਾਰਾ 14 DooR ਨਾਲ ਸਬੰਧਤ ਹੈ ਅਤੇ ਇਹ 65 ਵਾਰ ਇਸਤੇਮਾਲ ਹੋ ਰਹੀ ਹੈ ਤਾਂ ਸਾਨੂੰ ਅਜਿਹਾ ਹੀ ਕਰਨਾ ਪਵੇਗਾ ਯਾਦਾਸ਼ਤ ਆਪਣੇ ਆਪ ਇਸ ਗੱਲ ਦਾ ਖਿਆਲ ਰੱਖੇਗੀ ਕਿ ਕਿਸੇ ਪ੍ਰਕਾਰ ਦਾ ਭਰਮ ਨਾ ਰਹੇ। ਅਸੀਂ ਉਦੋਂ ਹੁੰਦੇ ਹਾਂ ਜਦੋਂ ਇਸ ਬਾਰੇ ਵਿਚ ਚਿੰਤਾ ਕਰਦੇ ਹਾਂ।

ਜੇਕਰ ਕੋਈ ਧਾਰਾ 100 ਤੋਂ ਉੱਪਰ ਜਾਂਦੀ ਹੈ ਤਾਂ ਅਸੀਂ ਇਸਦੇ ਲਈ ਆਪਣੇ ਕੋਡ ਬਣਾ ਸਕਦੇ ਹਾਂ।

ਉਦਾਹਰਣ ਦੇ ਲਈ ਧਾਰਾ 101

101

DSD/T

ਜਾਂ 121 ਦੇ ਲਈ (-) De NT

101 - DusT
102 - De SigN
103 - Di S May
104 - De Se Rt
105 - Die Sel
106 - Do Se Ge
107 - DeSK
108 - aDhe Sive
109 - ToDD uP
110 - iDioTS
111 - DDT
112 - TiTaN
113 - DiaDDem - A crown
114 - Daugh TeR
115 - TiTLe
116 - Ho TdiSH
117 - TooTh - aCHe
118 - Teed - oFf
119 - DeaTH Bed
120 - Te NniS
121 - Te NT
122 - WhiTe - NuN
123 - DeNiM
124 - DiNer
125 - TuNneL
126 - DaNiSH - A native of
        Denmark
127 - DoNKey
128 - Wet NaVy
129 - DeMiSe
130 - ADMiT
131 - DeMaND
132 - whiTe MeN
133 - ToMoRRow
134 - hoR MeaL
135 - DaMaGe

136 - aToMic
137 - hoT MoVie
138 - DuMP
139 - DreSS
140 - DiRT
141 - DRaiN
142 - DRuM
143 - DRyeR
144 - DriLL
145 - ToRcH
146 - DRaG
147 - TRoPhy
148 - TRooP
149 - DiALS
150 - ToiLeT
151 - Two Line
152 - DiLeMma
153 - DoLlar
154 - DealeR
155 - DeLiLah : False woman
156 - DeLuGe : A great flood
157 - TaLe
158 - Tea LeaF
159 - TuLiP
160 - auDaCiouS
161 - DiGiT
162 - DuDGeoN : State of
        strong anger
163 - TeaCh Me
164 - DiTcher
165 - hot JuLy
166 - aDJuDGe
167 - hoT JuG
168 - heaD CheF
169 - Tea ShoP
170 - DecKS

171 - TicKeT   187 - whiTe WiG
172 - ToKeN   188 - hoT FiFe
173 - OuTCoMe   189 - TouGH Boy
174 - TiGeR   190 - ToPaZ
175 - TicKLe   191 - DePuTy
176 - DoG WaTcH   192 - Thigh BoNe
177 - DiGgiNG   193 - whiTe BeaM
178 - TaKe Off   194 - DiPpeR
179 - whiTe CaP   195 - TaBLe
180 - DoVeS   196 - whiTe PaGe
181 - DaViD   197 - ToBaCco
182 - DiVaN   198 - TiP oFf
183 - DeFaMe   199 - whiTe PuPpy
184 - DiVeR   200 - NoSeS
185 - DeViL   201 - NeST
186 - TouGH Jaw

ਹਾਲਾਂਕਿ ਇਸ ਤਰ੍ਹਾਂ ਦੇ ਕੋਡ 1000 ਦੀ ਗਿਣਤੀ ਵਿਚ ਹਨ। ਪਰ ਇੱਥੇ 201 ਤੋਂ ਬਾਅਦ ਨਹੀਂ ਦਿੱਤੇ ਜਾ ਰਹੇ। ਸਾਡਾ ਇਰਾਦਾ ਹੈ ਕਿ ਤੁਸੀਂ ਆਪਣੇ ਸ਼ਬਦ ਅਤੇ ਕੋਡ ਬਨਾਉਣ ਦੀ ਆਦਤ ਦਾ ਵਿਕਾਸ ਕਰੋ। ਇਸ ਨਾਲ ਤੁਹਾਡਾ ਆਤਮ ਵਿਸ਼ਵਾਸ ਵਧੇਗਾ ਅਤੇ ਤੁਹਾਨੂੰ ਮਜ਼ਾ ਆਵੇਗਾ।

ਇਤਿਹਾਸਕ ਸਮੱਗਰੀ

ਅਸੀਂ ਇਤਿਹਾਸਕ ਸਮੱਗਰੀ ਨੂੰ ਯਾਦ ਕਰਨ ਵਿਚ ਆਪਣੀ ਯਾਦਾਸ਼ਤ ਵਿਵਸਥਾ (memory system) ਦਾ ਉਪਯੋਗ ਕਰ ਸਕਦੇ ਹਾਂ। ਵਿਧੀ ਉਵੇਂ ਦੀ ਹੀ ਹੈ ਜਿਵੇਂ ਸਭ ਤੋਂ ਵੱਡੇ ਨਿਵੇਸ਼ਕਾਂ (Top ten investors) ਨੂੰ ਯਾਦ ਰੱਖਣ ਵਿਚ ਵਰਤੀ ਗਈ ਸੀ।

1921- ਗਾਂਧੀ ਜੀ ਨੇ ਭਾਰਤ ਦੀ ਰਹਿਨੁਮਾਈ ਨੂੰ ਸੰਭਾਲਿਆ। ਅਸੀਂ ਜਾਣਦੇ ਹਾਂ ਕਿ 21 ਦਾ ਕੋਡ stick ਹੈ।

ਮਾਨਸਿਕ ਚਿੱਤਰ : ਇਕ ਵੱਡੀ ਸੋਟੀ (stick) ਨਾਲ ਗਾਂਧੀ ਜੀ ਆਪਣੇ ਅਨੁਜਾਈਆਂ ਨੂੰ ਨਿਯੰਤ੍ਰਿਤ ਕਰ ਰਹੇ ਹਨ।

1933 - ਹਿਟਲਰ ਜਰਮਨੀ ਦਾ ਚਾਂਸਲਰ ਬਣਿਆ। 33 ਦਾ ਕੋਡ bow (ਧਨੁਸ਼) ਹੈ।

ਮਾਨਸਿਕ ਚਿੱਤਰ : ਹਿਟਲਰ ਇਕ ਧਨੁਸ਼ ਨਾਲ ਇਕ ਵੱਡੀ Chancellor ਬ੍ਰਾਂਡ ਦੀ ਸਿਗਰਟ ਨੂੰ ਛੱਡਣ ਦਾ ਨਿਸ਼ਾਨਾ ਲਗਾ ਰਿਹਾ ਹੈ।

1927 - ਸਭ ਤੋਂ ਪਹਿਲਾਂ ਟੈਲੀਵਿਜ਼ਨ ਨੂੰ ਪ੍ਰਦਰਸ਼ਿਤ ਕੀਤਾ ਗਿਆ। 27 ਦਾ ਕੋਡ ਹੈ Lamp post.

ਮਾਨਸਿਕ ਚਿੱਤਰ : ਇਕ ਵੱਡੀ ਭੀੜ ਇਕ ਲੈੱਪਪੋਸਟ (ਪ੍ਰਕਾਸ਼ ਦੇ ਖੰਭੇ) ਦੇ ਹੇਠਾਂ TV ਨੂੰ ਦੇਖ ਰਹੀ ਹੈ।

ਉਪਰੋਕਤ ਤਿੰਨਾਂ ਮਾਮਲਿਆਂ ਵਿਚ ਅਸੀਂ ਸ਼ਤਾਬਦੀ (Century) ਦੇ ਸਾਲ ਅਰਥਾਤ 19 ਨੂੰ ਸ਼ਾਮਲ ਨਹੀਂ ਕੀਤਾ ਹੈ ਕਿਉਂਕਿ ਅਸੀਂ ਜਾਣਦੇ ਹਾਂ ਕਿ ਅਸੀਂ ਹੋਰ ਸ਼ਤਾਬਦੀ ਨਾਲ ਭਰਮ ਵਿਚ ਨਹੀ ਪਵਾਂਗੇ।

ਹੁਣ ਇਨ੍ਹਾਂ ਇਤਿਹਾਸਕ ਘਟਨਾਵਾਂ ਨੂੰ ਯਾਦ ਕਰਨ ਦੇ ਲਈ ਯਾਦਾਸ਼ਤ ਵਿਵਸਥਾ ਦਾ ਪ੍ਰਯੋਗ ਕਰੋ।

ਵਿਸ਼ਵ ਇਤਿਹਾਸ ਦੀਆਂ ਝਲਕਾਂ

A.D.

1869	ਸਵੇਜ ਨਹਿਰ ਦਾ ਆਵਾਜਾਈ ਲਈ ਖੁੱਲ੍ਹਣਾ।
1870	ਬਿਸਮਾਰਕ ਦੁਆਰਾ ਜਰਮਨੀ ਦਾ ਏਕੀਕਰਣ।
1895	ਰੋਂਟਗੇਨ ਦੁਆਰਾ X-ray ਦੀ ਖੋਜ।
1896	ਮਾਰਕੋਨੀ ਦੁਆਰਾ ਵਾਇਰਲੈਸ ਦੀ ਖੋਜ।
1899	ਬੋਅਰ ਯੁੱਧ ਦਾ ਆਰੰਭ।
1904	ਰੂਸ-ਜਪਾਨ ਯੁੱਧ ਦਾ ਆਰੰਭ।
1905	ਜਪਾਨ ਦੇ ਸਮੁੰਦਰ ਦਾ ਯੁੱਧ- ਜਪਾਨ ਦੁਆਰਾ ਰੂਸ ਨੂੰ ਹਰਾਉਣਾ, ਆਈਂਸਟੀਨ ਦੁਆਰਾ 'ਥਿਉਰੀ ਆਫ ਰਿਲੇਟੀਵਿਟੀ' ਦੀ ਖੋਜ।
1911	ਚੀਨ ਦੀ ਕ੍ਰਾਂਤੀ।
1912	ਚੀਨ ਗਣਰਾਜ ਦੀ ਸਥਾਪਨਾ।
1914	ਪਹਿਲਾ ਵਿਸ਼ਵ ਯੁੱਧ ਆਰੰਭ, ਪਨਾਮਾ ਨਹਿਰ ਦਾ ਖੁੱਲ੍ਹਣਾ।
1917	8 ਮਾਰਚ ਨੂੰ ਰੂਸੀ ਕ੍ਰਾਂਤੀ ਦਾ ਆਰੰਭ ਅਤੇ ਅਕਤੂਬਰ ਵਿਚ ਪੂਰਾ ਹੋਣਾ।
1918	11 ਨਵੰਬਰ ਨੂੰ ਪਹਿਲੇ ਵਿਸ਼ਵਯੁੱਧ ਦੀ ਸਮਾਪਤੀ।
1919	ਵਰਸੇ ਦੀ ਸੰਧੀ ਦੇ ਹਸਤਾਖ਼ਰ
1920	ਲੀਗ ਆਫ ਨੇਸ਼ਨਜ਼ ਦੀ ਸਥਾਪਨਾ
1921	ਗਾਂਧੀ ਜੀ ਦੁਆਰਾ ਭਾਰਤ ਦੀ ਰਹਿਨੁਮਾਈ ਸੰਭਾਲਣਾ
1922	ਮੁਸੋਲੀਨੀ ਦੁਆਰਾ ਰੋਮ ਦੇ ਚੜ੍ਹਾਈ।
1923	ਹਿਟਲਰ ਨੇ ਜੇਲ੍ਹ ਵਿਚ 'ਮੀ ਕੈਂਫ' ਪੁਸਤਕ ਲਿਖੀ।
1927	ਪਹਿਲੀ ਵਾਰ ਟੈਲੀਵਿਜ਼ਨ ਦਿਖਾਇਆ ਗਿਆ।
1931	ਮਨਚੂਰੀਆ ਤੇ ਜਪਾਨ ਦਾ ਕਬਜਾ।
1933	ਹਿਟਲਰ ਜਰਮਨੀ ਦਾ ਚਾਂਸਲਰ ਬਣਿਆ।
1935	ਹਿਟਲਰ ਨੇ ਵਰਸੇ ਦੀ ਸੰਧੀ ਦਾ ਅਨਾਦਰ ਕੀਤਾ ਅਤੇ ਜਰਮਨੀ ਵਿਚ ਦੁਬਾਰਾ ਜ਼ਰੂਰੀ ਮਿਲਟਰੀ ਸਿਖਲਾਈ ਸ਼ੁਰੂ ਕੀਤੀ।
1936	ਸਪੇਨਿਸ਼ ਸਿਵਲ ਵਾਰ ਆਰੰਭ, ਐਡਵਰਡ VIII ਦਾ ਰਾਜਗੱਦੀ ਤਿਆਗਣਾ।

1938   ਚੈਂਬਰਲੇਨ ਨੇ ਹਿਟਲਰ ਦੇ ਨਾਲ ਮਯੂਨਿਕ ਪੈਕਟ ਦੇ ਹਸਤਾਖਰ
        ਕੀਤੇ ਜਿਸ ਨਾਲ ਸ਼ਾਂਤੀ ਦਾ ਯੁੱਗ ਆ ਸਕੇ।

1939   1 ਸਤੰਬਰ ਨੂੰ ਵਿਸ਼ਵ ਯੁੱਧ ਸ਼ੁਰੂ ਹੋਇਆ।

1940   ਜਰਮਨ ਪੈਰਿਸ ਵਿਚ ਆਏ।

1941   ਜਪਾਨ ਦੁਆਰਾ ਪਰਲ ਹਾਰਬਰ ਤੇ ਹਮਲਾ।

1943   ਕੇਸੈਂਬਲੇ ਦੀ ਕਾਨਫਰੰਸ।

1945   ਮਾਲਟਾ ਸਮਝੌਤਾ ਰੂਜ਼ਵੇਲਟ, ਚਰਚਿਲ ਅਤੇ ਸਟਾਲੇਨ ਦੁਆਰਾ
        ਕੀਤਾ ਗਿਆ। UNO ਦੀ ਸਥਾਪਨਾ। ਹਿਰੋਸ਼ਿਮਾ ਅਤੇ ਨਾਗਾਸਾਕੀ
        ਤੇ ਐਟਮ ਬੰਬ ਸੁੱਟੇ ਗਏ। ਦੂਜੇ ਵਿਸ਼ਵ ਯੁੱਧ ਦੀ ਸਮਾਪਤੀ।

1946   ਲੰਡਨ ਵਿਚ 10 ਜਨਵਰੀ ਨੂੰ UN Assembly ਦੀ ਪਹਿਲੀ
        ਮੀਟਿੰਗ ਹੋਈ।

1947   ਭਾਰਤ ਦੀ ਵੰਡ, 15 ਅਗਸਤ ਨੂੰ ਭਾਰਤ ਨੇ ਸੁਤੰਰਤਾ ਪ੍ਰਾਪਤ
        ਕੀਤੀ।

1948   ਬਰਮਾ ਅਤੇ ਸ੍ਰੀਲੰਕਾ ਦੀ ਸੁਤੰਰਤਾ। ਚੀਨ ਤੇ ਸਾਮਵਾਦੀ ਪ੍ਰਭੁਤਾ।

1951   ਜਪਾਨੀ ਸ਼ਾਂਤੀ ਸਮਝੌਤੇ ਤੇ ਹਸਤਾਖਰ।

1952   ਇੰਗਲੈਂਡ ਦੀ ਰਾਜਗੱਦੀ ਤੇ ਰਾਣੀ ਐਲਿਜ਼ਾਬੈਥ ਬੈਠੀ।

1953   ਸਟੇਲਿਨ ਦੀ ਮੌਤ। ਮਾਉਂਟ ਐਵਰੇਸਟ ਤੇ ਜਿੱਤ।

1955   ਬਾਂਡੂੰਗ ਕਾਨਫਰੰਸ।

1956   ਸਵੇਜ ਨਹਿਰ ਨਾ ਰਾਸ਼ਟੀਕਰਣ।

1957   ਰੂਸ ਦੁਆਰਾ ਸਪੂਟਨਿਕ ਅੰਤਰਿਖ ਯਾਨ ਛੱਡਣਾ।

1958   ਅਯੂਬ ਖਾਂ ਪਾਕਿਸਤਾਨ ਦਾ ਮਿਲਟਰੀ ਡਿਕਟੇਟਰ ਬਣਿਆ।

1959   2 ਜਨਵਰੀ ਨੂੰ ਰੂਸ ਨੇ ਪ੍ਰਿਥਵੀ ਦੇ ਚਾਰੇ ਪਾਸੇ ਘੁੰਮਣ ਵਾਲਾ ਇਕ
        ਸਪੂਟਨਿਕ ਛੱਡਿਆ।

1960   ਜਾਨ ਕੈਨੇਡੀ ਅਮਰੀਕਾ ਦਾ ਰਾਸ਼ਟਰਪਤੀ ਚੁਣਿਆ ਗਿਆ।

1961   ਬਾਹਰੀ ਅੰਤਰਿਖ ਵਿਚ ਮਨੁੱਖ ਦਾ ਪਹਿਲਾ ਪ੍ਰਵੇਸ਼।

1962   ਅਲਜ਼ੀਰੀਆ ਦੀ ਮੁਕਤੀ, ਭਾਰਤ ਤੇ ਹਮਲਾ।

1971   ਵਿਸ਼ਵ ਦੀਆਂ ਤਿੰਨ ਵੱਡੀਆਂ ਸ਼ਕਤੀਆਂ ਦੁਆਰਾ Partial
        Nuclear Test Ban Treaty ਤੇ ਹਸਤਾਖਰ ਹੋਏ, ਰੂਸੀ ਇਸਤਰੀ
        ਅੰਤਰਿਖ ਯਾਤਰੀ ਵੈਲੇਟਾਈਨ ਤੇਰੇਸਕੋਬਾ ਨੂੰ ਅੰਤਰਿਖ ਵਿਚ
        ਭੇਜਿਆ ਗਿਆ। ਰਾਸ਼ਟਰਪਤੀ ਜਾਨ ਇਕ ਕੈਨੇਡੀ ਦਾ ਕਤਲ।
        ਮਲੇਸ਼ੀਆ ਦੀ ਸਥਾਪਨਾ। ਕੇਨਜਾ ਅਤੇ ਜੰਜੀਬਾਰ ਆਜ਼ਾਦ ਹੋਏ।

ਨਾਮਾਂ ਨੂੰ ਯਾਦ ਕਰਨਾ

ਚੇਹਰਿਆਂ ਦੀ ਤੁਲਨਾ ਵਿਚ ਨਾਮਾਂ ਨੂੰ ਯਾਦ ਰੱਖਣ ਵਿਚ ਜ਼ਿਆਦਾ ਔਖਿਆਈ
ਹੁੰਦੀ ਹੈ। ਉਨ੍ਹਾਂ ਨੂੰ ਯਾਦ ਰੱਖਣ ਦੇ ਪੰਜ ਨਿਯਮ ਤੁਹਾਨੂੰ ਦੱਸ ਰਿਹਾ ਹਾਂ :

1. ਨਾਮ ਨੂੰ ਸਪੱਸ਼ਟ ਤੌਰ ਤੇ ਸੁਣੋ। ਕਈ ਵਾਰ ਆਪਣਾ ਨਾਂ ਦੱਸਣ ਵਾਲਾ ਜਲਦੀ ਵਿਚ ਜਾਂ ਅਸਪੱਸ਼ਟ ਤੌਰ ਤੇ ਆਪਣਾ ਨਾਂ ਦੱਸਦਾ ਹੈ। ਉਸ ਤੋਂ ਉਸਦਾ ਨਾਂ ਸਪੱਸ਼ਟ ਸੁਣੋ।

2. ਜਾਣ-ਪਹਿਚਾਣ ਤੋਂ ਬਾਅਦ ਉਸਨੂੰ ਉਸਦੇ ਨਾਂ ਨਾਲ ਬੁਲਾਓ ਅਤੇ ਉਸਦੇ ਨਾਮ ਨੂੰ ਦੁਹਰਾਓ।

3. ਉਸਦੇ ਨਾਂ ਨੂੰ ਕਈ ਵਾਰ ਦੁਹਰਾਓ।

4. ਇਹ ਦੇਖਣ ਦਾ ਜਤਨ ਕਰੋ ਕਿ ਕੀ ਉਸਦੇ ਨਾਮ ਵਿਚ ਕੋਈ ਅਰਥ ਹੈ।

5. ਉਸਦੇ ਨਾਮ ਨਾਲ ਉਸਦੇ ਚੇਹਰੇ ਨੂੰ ਜੋੜੋ। ਉਦਾਹਰਣ ਦੇ ਤੌਰ ਤੇ, ਅਸੀਂ ਵਿਜੈ ਨਾਮ ਦੇ ਇਕ ਵਿਅਕਤੀ ਨੂੰ ਮਿਲਦੇ ਹਾਂ ਅਤੇ ਉਸਦਾ ਨਾਂ ਯਾਦ ਰੱਖਣਾ ਚਾਹੁੰਦੇ ਹਾਂ।

ਚਰਨ I : ਉਸਦੇ ਚਿਹਰੇ ਦੀਆਂ 2-3 ਵਿਸ਼ੇਸ਼ਤਾਵਾਂ ਨੂੰ ਤੁਰੰਤ ਚੁਣੋ ਅਤੇ ਜਿਵੇਂ ਉਸਦਾ ਅੰਡਾਕਾਰ ਹੈ, ਉਸਦੀਆਂ ਮੁੱਛਾਂ handle bar ਸ਼ਕਲ ਦੀਆਂ ਹਨ।

ਚਰਨ II : ਉਸਦਾ ਨਾਮ ਜਾਂ ਅਰਥ ਸੋਚੋ। ਵਿਜੈ ਦਾ ਅਰਥ ਜਿੱਤ ਹੁੰਦਾ ਹੈ।

ਚਰਨ III : ਉਸਦੇ ਨਾਮ ਨੂੰ ਉਸਦੀ ਸ਼ਕਲ ਦੀਆਂ 2-3 ਪ੍ਰਮੁੱਖ ਵਿਸ਼ੇ ਸ਼ਤਾਵਾਂ ਨਾਲ ਜੋੜਨ ਦਾ ਜਤਨ ਕਰੋ।

ਆਪਣੇ ਮਿੱਤਰਾਂ ਦੀਆਂ ਪ੍ਰਮੁੱਖ ਵਿਸ਼ੇਸ਼ਤਾਵਾਂ ਦੇ ਨਾਲ ਉਨ੍ਹਾਂ ਦੇ ਨਾਮਾਂ ਨੂੰ ਯਾਦ ਰੱਖਣ ਦਾ ਜਤਨ ਕਰੋ।

ਵਪਾਰਕ ਸਧਾਰਣ ਗਿਆਨ

ਆਓ ਅਸੀਂ ਆਪਣੀ ਯਾਦਾਸ਼ਤ ਨੂੰ ਸਾਰਨੀ I ਅਤੇ II ਤੇ ਲਗਾਈਏ। ਅਸੀਂ ਆਪਣੀ ਯਾਦਾਸ਼ਤ ਚਿੰਨ੍ਹ (memory code) + ਵਿਅਕਤੀ ਸਬੰਧੀ ਅਰਥ ਵਿਵਸਥਾ (personalized meaning system) ਇੱਥੇ ਲਗਾਵਾਂਗੇ।

ਉਦਾਹਰਣ :

ਨਾਮ	ਸੀ.ਈ.ਓ.	ਉਤਪਾਦਣ (ਕਰੋੜ ਰੁਪਏ ਵਿਚ)
ਐਸਰ ਸਟੀਟ	ਸ਼ਸ਼ੀ ਰੁਈਆ	2500
Essar		

ਯਾਦਾਸ਼ਤ ਚਰਨ

Esaar	ਵਿਅਕਤੀ ਸਬੰਧੀ ਅਰਥ	- Ass are
Shashi Ruia	ਵਿਅਕਤੀ ਸਬੰਧੀ ਯਾਦਾਸ਼ਤ ਚਿੱਤਰ	-ਸ਼ਸ਼ੀ ਕਪੂਰ

ਯਾਦਾਸ਼ਤ ਚਿੰਨ੍ਹ ਹੈ ''ਹੁਕ'' (Hook) 25 ਦਾ

ਮਾਨਸਿਕ ਚਿੱਤਰ : ਸ਼ਸ਼ੀ ਕਪੂਰ ਇਕ ਗਧੇ ਤੇ ਬੈਠਾ ਹੋਇਆ ਹੈ ਅਤੇ ਉਸਨੂੰ ਇਕ ਹੁਕ ਨਾਲ ਨਿਯੰਤ੍ਰਿਤ ਕਰ ਰਿਹਾ ਹੈ।

ਇੱਥੇ ਸਾਡਾ ਉਦੇਸ਼ ਸਿਰਫ ਯਾਦਾਸ਼ਤ ਚਿੰਨ੍ਹ ਨੂੰ ਯਾਦ ਕਰਨਾ ਹੀ ਨਹੀਂ ਹੈ ਸਗੋਂ ਇਸਨੂੰ ਏਨਾਂ ਪੂਰਨ ਰੂਪ ਵਿਚ ਸਿੱਖਣਾ ਹੈ ਕਿ ਅਸੀਂ ਇਨ੍ਹਾਂ ਚਿੰਨ੍ਹਾਂ ਨੂੰ ਬਹੁਤ ਕੁਦਰਤੀ ਢੰਗ ਅਤੇ ਛੇਤੀ ਨਾਲ ਯਾਦ ਕਰਕੇ ਦੁਹਰਾ ਸਕੀਏ।

ਕੰਪਨੀਆਂ ਸੀ.ਈ.ਓ. ਅਤੇ ਉਤਪਾਦਨ

ਲੜੀ ਨੰ. ਨਾਮ	ਸੀ.ਈ.ਓ.	ਉਤਪਾਦਨ	ਉਤਪਾਦਨ (ਕਰੋੜ ਰੁਪਏ ਵਿਚ)
1. ਟੈਲਕੋ	ਰਤਨ ਟਾਟਾ	35000	ਲਾਟ/ਮੀਡੀਅਮ ਹੈਵੀ ਵਹੀਕਲਜ਼, ਪੈਸੰਜਰ ਕਾਰ, ਸਪੇਅਰ ਪਾਰਟਸ
2. ਰਿਲਾਈਸ	ਧੀਰੂ ਭਾਈ ਅੰਬਾਨੀ	13400	ਟੈਕਸਟਾਈਲਜ਼, ਪੈਟ੍ਰੋਲੀਅਮ ਇੰਡਸਟ੍ਰੀਜ਼, ਪੈਟ੍ਰਾਕੈਮੀਕਲਜ਼, ਪਾਵਰ
3. ਗ੍ਰਾਸ਼ਿਮ ਇੰਡ.	ਕੁਮਾਰ ਮੰਗਲਮ ਬਿੜਲਾ	2000	ਆਇਰਨ, ਸੀਮੈਂਟ, ਟੈਕਸਟਾਈਲਜ਼, ਪੇਪਰ
4. ਮਹਿੰਦਰ ਐਂਡ ਮਹਿੰਦਰ	ਕੇਸ਼ਬ ਮਹਿੰਦਰਾ		ਜੀਪ
5. ਬਜਾਜ ਆਟੋ	ਰਾਹੁਲ ਬਜਾਜ	3100	ਸਕੂਟਰ, ਮੋਟਰ ਸਾਈਕਲ ਆਟੋ
6. ਐਚ.ਐਲ.ਐਲ.	ਕੇਕਿਬ ਦ੍ਵਾਦੀ ਸੇਠ	8343	ਸਾਬਣ, ਸਿਨਥੈਟਿਕ ਡਿਟਰਜੈਂਟ, ਹਾਈਡ੍ਰੋ ਜੇਨਾ ਆਇਲ, ਬਨਸਪਤੀ, ਪੇਕਜ਼ਡ ਚਾਹ, ਕ੍ਰੀਮ ਆਦਿ
7. ਐਲ ਐਂਡ ਟੀ ਲਿ.	ਐਸ.ਡੀ. ਕੁਲਕਰਟੀ	-	ਸੀਮੈਂਟ, ਸਵਿੱਚ ਗੇਅਰ, ਇੰਡਸਟ੍ਰੀਅਲ ਮਸ਼ੀਨਰੀ, ਕੈਮੀਕਲ ਪਲਾਂਟ ਅਤੇ ਮਸ਼ੀਨ
8. ਆਈ.ਟੀ.ਸੀ. ਲਿਮ.	ਵਾਈ ਸੀ ਦਵੇਸ਼ਵਰ	526.20	ਸਿਗਰਟ, ਪ੍ਰਿੰਟਿੰਡ, ਮਟੀਰੀਅਲ, ਮਸ਼ੀਨ ਪ੍ਰੋਡਕਟਸ, ਹੋਟਲ
9. ਐਸਾਰ ਸਟੀਲ	ਸ਼ਸ਼ੀ ਰੁਈਆ	2500	ਸ਼ਿਪਿੰਗ, ਮੈਰੀਨ, ਟੈਲੀਕਾਮ, ਆਇਰ ਐਕਸਪਲੋਰੇਸ਼ਨ, ਸੈਲੋਫੇਨ
10. ਐਸਕੋਰਟਸ	ਰਾਜਨ ਨੰਦਾ	3400	ਐਗ੍ਰੋਮਸ਼ੀਨਰੀ, ਦੋ ਪਹੀਏ
11. ਇੰਡੋਰਾਮਾ	ਓਮਪ੍ਰਕਾਸ਼ ਲੋਹੀਆ	1453	ਟੈਕਸਟਾਈਲਜ਼, ਸਿੰਥੈਟਿਕਸ
12. ਰੇਨਬੈਕਸੀ	ਡਾ. ਪਰਮਿੰਦਰ ਸਿੰਘ	1323	ਫਾਰਮਾਸਿਟੀਕਲਜ਼
13. ਅਰਵਿੰਦ ਮਿਲਜ਼	ਅਰਵਿੰਦ ਨਰੋਤਮ ਲਾਲ ਭਾਈ	1000	ਡੇਨਿਮ ਦਾ ਸਭ ਤੋਂ ਵੱਡਾ ਸਪਲਾਇਅਰਜ਼ ਡਾਈਜ਼
14. ਵੀਡੀਓ ਫੋਨ	ਵੇਣੂਗੋਪਾਲ ਧੂਤ	-	ਟੀ.ਵੀ., ਸਟੀਰਿਓ, ਕੰਜ਼ਿਊਮਰ ਇੰਟਰਨੈਸ਼ਨਲ ਡਿਊਰੇਬਲਜ਼ ਆਦਿ
15. ਟਾਟਾ ਐਕਸਪੋਰਟਸ	ਸਿਆਮਲ ਗੁਪਤਾ	1706	ਆਟੋਮੋਬਾਈਲਜ਼, ਸਟੀਲਜ਼, ਚਮੜੇ ਦਾ ਸਮਾਨ

16. ਇੰਵਰੂਨ ਰੀਓਨ	ਕੁਮਾਰ ਮੰਗਲਮ ਬਿੜਲਾ	1817	ਫਿਲਮੈਂਟ ਧਾਰਨ, ਹੋਜ਼, ਗ੍ਰੇ ਸੀਮੈਂਟ ਪਾਈਪ
17. ਬਲਾਰਪੁਰ	ਲਲਿਤ ਮੋਹਨ ਥਾਧਰ		ਅਖ਼ਬਾਰੀ ਕਾਗ਼ਜ਼, ਕੈਮੀਕਲ ਇੰਡਸਟ੍ਰੀਜ਼, ਐਗਰੋ ਬਿਜਨਸ
18. ਇਸਪਾਤ ਉਦਯੋਗ	ਐਮ.ਐਲ. ਮਿੱਤਲ	1830	ਸਟੀਲ ਸ਼ੀਟ, ਗੈਲਵੇਨਾਈਜ਼, ਕਾਇਲ, ਸਟੀਲ ਪ੍ਰੋਡਕਟਸ
19. ਵਿਪਰੋ	ਅਜ਼ੀਜ਼ ਐਮ ਪ੍ਰੇਮ ਜੀ	-	ਸਰਵਿਸ ਟੈਕਨਾਲੋਜੀ ਕੰਜ਼ਿਊਮਰ ਪ੍ਰੋਡਕਟਸ
20. ਬੀ.ਪੀ.ਐਲ.	ਅਜੀਤ ਜੀ. ਨੰਬਿਆਰ	1300	ਕੰਜ਼ਿਊਮਰ ਇਲੈਕਟ੍ਰਾਨਿਕਸ ਟੀ.ਵੀ. ਸਟੀਰੀਓ ਆਦਿ
21. ਅਪੋਲੋ ਟਾਇਰਜ਼	ਓਂਕਾਰ ਸਿੰਧ ਕੰਵਰ	1300	ਟਾਇਰਜ਼
22. ਐਮ.ਆਰ.ਐਫ.	ਕੇ.ਐਮ. ਮਾਮੇਨ ਐਮ.ਏ. ਪਿਲੈ	2000	ਆਟੋ ਮੋਬਾਈਲਜ਼ ਟਾਇਰਜ਼, ਟਿਊਬਜ਼, ਟ੍ਰੇ ਰਬਜ਼, ਰਬਰਾਈਜ਼ਡ ਟੈਂਕ ਟਾਇਰਜ਼, ਬਾਗੀ ਵਹੀਲਜ਼

75

ਅਪੁਆਇੰਟਮੈਂਟ ਯਾਦ ਰੱਖਣਾ

ਹਰ ਵਿਅਕਤੀ ਨੂੰ ਕਦੀ ਨਾ ਕਦੀ ਇਸ ਗੱਲ ਦਾ ਸਾਹਮਣਾ ਕਰਨਾ ਪੈਂਦਾ ਹੈ ਕਿ ਉਸਦੀ ਜ਼ਰੂਰੀ ਮੀਟਿੰਗ ਸੀ ਜਾਂ ਅਪੁਆਇੰਟਮੈਂਟ ਸੀ ਪਰ ਉਹ ਭੁੱਲ ਗਿਆ। ਜੇਕਰ ਅਸਲ ਵਿਚ ਜ਼ਰੂਰੀ ਹੋਵੇ ਤਾਂ ਕਈ ਵਾਰ ਨੁਕਸਾਨ ਵੀ ਉਠਾਉਣਾ ਪੈ ਸਕਦਾ ਹੈ। ਸ਼ਾਇਦ ਇਹ ਵੀ ਮੁੱਖ ਕਾਰਨ ਹੈ ਕਿ ਅਸੀਂ ਯਾਦਾਸ਼ਤ ਟ੍ਰੇਨਿੰਗ ਦੇ ਬਾਰੇ ਵਿਚ ਸੋਚਿਆ। ਅਸਾਨੂੰ ਉਮੀਦ ਹੈ ਕਿ ਜੇਕਰ ਤੁਸੀਂ ਇਸ ਅਧਿਆਇ ਵਿਚ ਦੱਸੇ ਨਿਯਮਾਂ ਦਾ ਪਾਲਣ ਕਰੋਗੇ ਤਾਂ ਤੁਹਾਨੂੰ 'ਅਪੁਆਇੰਟਮੈਂਟ' ਭੁੱਲਣ ਦੀ ਸਮੱਸਿਆ ਦਾ ਦੁਬਾਰਾ ਸਾਹਮਣਾ ਨਹੀਂ ਕਰਨਾ ਪਵੇਗਾ।

ਜਿੱਥੋਂ ਤੱਕ ਵਰਤਮਾਨ ਦਿਨ ਦਾ ਸਬੰਧ ਹੈ ਸਾਡਾ ਸਿਸਟਮ ਲਾਗੂ ਕਰਨ ਵਿਚ ਕੋਈ ਮੁਸ਼ਕਲ ਨਹੀਂ ਹੈ। ਕਿਉਂਕਿ 'ਧੁਨੀ ਵਿਧੀ' ਦੇ ਅਧਿਆਇ ਵਿਚ ਜਿਹੜੀ ਸੂਚੀ ਦਿੱਤੀ ਗਈ ਹੈ ਉਹ ਤੁਹਾਡੀ ਜ਼ਰੂਰਤ ਨੂੰ ਪੂਰਾ ਕਰਨ ਵਿਚ ਸਮਰੱਥ ਹੈ। ਜੇਕਰ ਤੁਹਾਨੂੰ 'ਹੇਅਰ ਡ੍ਰੈਸਰ' ਸਵੇਰੇ 9 ਵਜੇ ਮਿਲਦਾ ਹੈ ਤਾਂ ਉਸਨੂੰ ਤੁਹਾਡੇ Bee ਨਾਲ ਸਬੰਧਤ ਕਰਨਾ ਪਵੇਗਾ। ਸੋਚੋ ਕਿ ਉਹ Bee-hives ਨੂੰ ਤੁਹਾਡੇ ਸਿਰ ਤੇ ਰੱਖ ਰਿਹਾ ਹੈ। ਕਿਉਂਕਿ ਇਹੀ 'ਹੇਅਰ ਸਟਾਈਲ' ਅੱਜਕੱਲ੍ਹ ਰਿਵਾਜ ਵਿਚ ਹੈ। ਇਕ ਹੋਰ ਉਦਾਹਰਣ ਲਓ, ਜੇ ਕਰ ਤੁਸੀਂ ਇਹ ਯਾਦ ਰੱਖਣਾ ਹੈ ਕਿ ਤੁਸੀਂ ਆਪਣੇ ਬਾਸ ਨੂੰ ਹਰ ਹਾਲਤ ਵਿਚ 7 A.M. ਵਜੇ ਫੋਨ ਕਰਨਾ ਹੈ ਤਾਂ ਮਨ ਹੀ ਮਨ ਸੋਚੋ ਕਿ ਤੁਹਾਡੇ ਬਾਸ ਨੇ Key (7 ਦਾ ਕੋਡ) ਫੜਿਆ ਹੋਇਆ ਹੈ ਜੋ ਤੁਹਾਡੀ ਸਫਲਤਾ ਅਤੇ ਤਰੱਕੀ ਦੇ ਲਈ ਜ਼ਰੂਰੀ ਹੈ।

ਪਰ ਸਾਡਾ ਕੰਮ ਉਦੋਂ ਮੁਸ਼ਕਲ ਹੋ ਜਾਂਦਾ ਹੈ ਜਦੋਂ ਇਹ ਕਿਹਾ ਜਾਵੇ ਕਿ ਪੂਰੇ ਹਫਤੇ ਦੀ 'ਅਸਾਈਨਮੈਂਟ' ਯਾਦ ਰੱਖਣੀ ਹੈ। ਕਿਉਂਕਿ ਸਾਰੇ ਦਿਨ ਦਾ ਕੰਮ ਤਾਂ ਸਧਾਰਣ ਮਨੁੱਖ ਵੀ ਕਿਸੇ ਵਿਧੀ ਨੂੰ ਬਿਨਾ ਅਪਣਾਏ ਯਾਦ ਰੱਖ ਸਕਦਾ ਹੈ। ਜੇਕਰ ਕੰਮ ਜਾਂ ਅਪੁਆਇੰਟਮੈਂਟ ਵੱਖ-ਵੱਖ ਦਿਨ ਵੱਖ ਵੱਖ ਸਮੇਂ ਤੇ ਹੋਣ ਤਾਂ ਮਨੁੱਖ ਕੋਡ ਨਹੀਂ ਅਪਣਾਉਂਦਾ, ਜਾਂ ਤਾਂ ਉਹ ਅੱਧਾ ਭੁੱਲ ਜਾਵੇਗਾ ਜਾਂ ਫਿਰ ਉਹ ਲਿਖ ਲਵੇਗਾ ਜੋ ਸਮਾਂ ਖਰਾਬ ਕਰਨ ਦੇ ਬਰਾਬਰ ਹੈ।

ਪੂਰੇ ਹਫਤੇ ਦੇ ਕਿਰਿਆ ਕਲਾਪਾਂ ਨੂੰ ਯਾਦ ਕਰਨ ਦੇ ਲਈ ਅਸੀਂ ਆਪਣੀ ਪ੍ਰਣਾਲੀ ਕਿਸ ਤਰ੍ਹਾਂ ਪ੍ਰਯੋਗ ਵਿਚ ਲਿਆ ਸਕਦੇ ਹਾਂ? ਹੁਣ ਤੱਕ ਸਾਨੂੰ ਏਨਾ ਅਨੁਭਵ

ਤਾਂ ਹੋ ਹੀ ਗਿਆ ਹੈ ਕਿ ਅਸੀਂ ਆਪਣੀਆਂ ਸਮੱਸਿਆਵਾਂ ਨੂੰ 'ਪੁਨੀ ਵਿਧੀ' ਦੀ ਸਹਾਇਤਾ ਨਾਲ ਕਿਸੇ ਨਾ ਕਿਸੇ ਰੂਪ ਵਿਚ ਹੱਲ ਕਰ ਸਕਦੇ ਹਾਂ।

ਸਾਰੇ ਹਫਤੇ ਦੀਆਂ ਅਪੁਆਇੰਟਮੈਂਟਸ ਨੂੰ ਯਾਦ ਰੱਖਣ ਦੇ ਲਈ ਹੇਠ ਲਿਖਿਆ ਸੌਖਾ ਤਰੀਕਾ ਅਪਣਾ ਸਕਦੇ ਹਾਂ।

ਐਤਵਾਰ	1
ਸੋਮਵਾਰ	2
ਮੰਗਵਾਰ	3
ਬੁੱਧਵਾਰ	4
ਵੀਰਵਾਰ	5
ਸ਼ੁਕਰਵਾਰ	6
ਸ਼ਨੀਵਾਰ	7

ਹਫਤੇ ਦੇ ਦਿਨਾਂ ਦੀ ਗਿਣਤੀ ਦੇਣ ਤੋਂ ਬਾਅਦ ਇਸਦੇ ਨਾਲ ਘੰਟਿਆਂ ਦੀ ਗਿਣਤੀ ਲਿਖ ਦਿਓ। ਜਿਸ ਕਿਸੇ ਦਿਨ ਜਿੰਨੇ ਵਜੇ ਅਪੁਆਇੰਟਮੈਂਟ ਹੋਵੇ ਇਸ ਤਰ੍ਹਾਂ ਯਾਦ ਕਰਨਾ ਸੌਖਾ ਹੋਵੇਗਾ। ਕੁਝ ਉਦਾਹਰਣਾਂ ਦੀ ਸਹਾਇਤਾ ਨਾਲ ਸਮਝਾਉਣਾ ਹੋਰ ਸੌਖਾ ਹੋਵੇਗਾ।

ਐਤਵਾਰ ਨੂੰ ਗਿਣਤੀ 1 ਹੈ ਜੇਕਰ 2 ਵਜੇ ਕੋਈ ਕੰਮ ਹੈ ਤਾਂ ਅਸੀਂ ਐਤਵਾਰ ਦੇ .ਲਈ ਗਿਣਤੀ 12 ਮੰਨਾਂਗੇ।

4 ਵਜੇ ਐਤਵਾਰ ਦੇ ਲਈ ਗਿਣਤੀ ਹੋਵੇਗੀ	14
7 ਵਜੇ ਐਤਵਾਰ ਦੇ ਲਈ ਗਿਣਤੀ ਹੋਵੇਗੀ	17
8 ਵਜੇ ਸੋਮਵਾਰ ਦੇ ਲਈ ਗਿਣਤੀ ਹੋਵੇਗੀ	28
9 ਵਜੇ ਮੰਗਲਵਾਰ ਦੇ ਲਈ ਗਿਣਤੀ ਹੋਵੇਗੀ	79
5 ਵਜੇ ਬੁੱਧਵਾਰ ਦੇ ਲਈ ਗਿਣਤੀ ਹੋਵੇਗੀ	55

ਇਸ ਤੋਂ ਬਾਅਦ ਰੋਜ਼ਾਨਾ ਕਾਰਜ, ਜੋ ਤੁਸੀਂ ਹਫਤੇ ਦੇ ਦੌਰਾਨ ਕਰਨੇ ਹਨ, ਦੇ ਨਾਲ ਦਿਨ ਅਤੇ ਘੰਟਿਆਂ ਦੀ ਗਿਣਤੀ ਦੇ ਸਬੰਧ ਪਹਿਲਾਂ ਦੱਸੀ ਗਈ ਵਿਧੀ ਦੇ ਅਨੁਸਾਰ ਕਰੋ।

ਮੰਨ ਲਓ, ਸੋਮਵਾਰ ਸ਼ਾਮ 5 ਵਜੇ ਬੀਮਾ ਏਜੰਟ ਨੂੰ ਮਿਲਣਾ ਹੈ। ਸੋਮਵਾਰ 5 ਵਜੇ ਦੇ ਲਈ ਗਿਣਤੀ 25 ਹੋਵੇਗੀ ਜਾਂ ਸ਼ਬਦ Nail ਤਾਂ ਬੀਮਾ ਏਜੰਟ ਅਤੇ 25 ਦੇ ਨਾਲ ਸਬੰਧ ਸਥਾਪਿਤ ਕਰਨਾ ਕੋਈ ਮੁਸ਼ਕਲ ਕੰਮ ਨਹੀਂ ਹੈ। ਜੇਕਰ ਤੁਸੀਂ ਇਹ ਮਾਨਸਿਕ ਚਿੱਤਰ ਬਣਾਓ ਕਿ ਤੁਸੀਂ ਟੁੱਟੇ ਹੋਏ Nail ਦਾ ਕਲੇਮ ਬੀਮਾ ਏਜੰਟ ਤੋਂ ਕਰਨਾ ਹੈ।

ਇਸ ਤਰ੍ਹਾਂ, ਅਸੀਂ ਹੋਰ ਰੋਜ਼ਾਨਾ ਕਾਰਜਾਂ ਦੇ ਲਈ ਸਬੰਧ ਸਥਾਪਿਤ ਕਰ ਸਕਦੇ ਹਾਂ।

ਸੋਮਵਾਰ 5 ਵਜੇ : ਬੀਮਾ ਏਜੰਟ ਨਾਲ ਸਬੰਧ ਸਥਾਪਿਤ ਕਰ ਸਕਦੇ ਹਾਂ।

ਬੁੱਧਵਾਰ 1 ਵਜੇ : ਕ੍ਰਿਕਟ ਖੇਡਣਾ ਹੈ।

ਮਾਨਸਿਕ ਚਿੱਤਰ : RaT (41) ਦੇ ਨਾਲ ਕ੍ਰਿਕਟ ਖੇਡਣਾ।

ਸ਼ਨੀਵਾਰ 6 ਵਜੇ : ਸਕੂਲ ਦੇ ਪ੍ਰਿੰਸੀਪਲ ਦੇ ਨਾਲ ਮੀਟਿੰਗ।

ਮਾਨਸਿਕ ਚਿੱਤਰ : caSH (76) ਫੀਸ ਦੇ ਰੂਪ ਵਿਚ ਪ੍ਰਿੰਸੀਪਿਲ ਨੂੰ ਦੇਣਾ।
ਮੰਗਲਵਾਰ 2 ਵਜੇ : ਦੋਸਤ ਦੇ ਨਾਲ ਲੰਚ।
ਮਾਨਸਿਕ ਚਿੱਤਰ : MooN (32) ਤੇ ਲੰਚ ਕਰਨਾ।
ਵੀਰਵਾਰ 8 ਵਜੇ : ਖਰੀਦਦਾਰੀ ਦੇ ਲਈ ਜਾਣਾ।
ਮਾਨਸਿਕ ਚਿੱਤਰ : Lea Ves (58) ਨਾਲ ਬਣੇ ਥੈਲੇ ਵਿਚ ਖਰੀਦਦਾਰੀ
ਕਰਕੇ ਸਮਾਨ ਰੱਖਣਾ।
ਐਤਵਾਰ 2 ਵਜੇ : ਪਿਕਚਰ ਦੇਖਣ ਜਾਣਾ।
ਮਾਨਸਿਕ ਚਿੱਤਰ : DeN (12) ਮੂਵੀ ਦੇਖਣ ਦੇ ਲਈ ਜਾਣਾ।

ਟੈਲੀਫੋਨ ਨੰਬਰ

ਪੁਨੀ ਵਿਧੀ ਦਾ ਸਭ ਤੋਂ ਵਧੀਆ ਇਸਤੇਮਾਲ ਟੈਲੀਫੋਨ ਨੰਬਰ ਯਾਦ ਕਰਨ ਵਿਚ ਹੋ ਸਕਦਾ ਹੈ। ਸਾਨੂੰ ਫੋਨ ਨੰਬਰਾਂ ਦੀ ਲਗਾਤਾਰ ਜ਼ਰੂਰਤ ਹੁੰਦੀ ਹੈ। ਕਿਸੇ ਨੂੰ ਫੋਨ ਕਰਨ ਲਈ ਸਾਨੂੰ ਵਾਰ-ਵਾਰ ਡਾਇਰੀ ਦੇਖਣੀ ਪੈਂਦੀ ਹੈ ਜਿਸ ਨਾਲ ਬਹੁਤ ਸਮਾਂ ਵਿਅਰਥ ਹੋ ਜਾਂਦਾ ਹੈ ਅਤੇ ਕਦੀ-ਕਦੀ ਗੁੱਸਾ ਵੀ ਆਉਂਦਾ ਹੈ।

ਅਸੀਂ ਮੋਬਾਈਲ ਨੰਬਰ ਤੋਂ ਸ਼ੁਰੂ ਕਰਦੇ ਹਾਂ : 9811139474 ਜੇਕਰ ਅਸੀਂ ਦਿੱਲੀ ਵਿਚ ਰਹਿੰਦੇ ਹਾਂ ਤਾਂ ਅਸੀਂ ਚੰਗੀ ਤਰ੍ਹਾਂ ਜਾਣਦੇ ਹਾਂ ਕਿ ਏਸਾਰ ਮੋਬਾਈਲ ਦੇ ਲਈ ਪਹਿਲੀਆਂ ਪੰਜ ਸੰਖਿਆਵਾਂ ਹਨ। ਇਹ ਕਾਮਨ ਹਨ ਤਾਂ ਅਸੀਂ ਪੰਜ ਸੰਖਿਆ ਨਜ਼ਰ-ਅੰਦਾਜ਼ ਕਰ ਦਿੰਦੇ ਹਾਂ ਕਿਉਂਕਿ ਸਾਡੀ ਯਾਦਾਸ਼ਤ ਇਸ ਗੱਲ ਦਾ ਖਿਆਲ ਰੱਖਦੀ ਹੈ। ਪਰ ਬਾਅਦ ਦੀਆਂ ਪੰਜ ਸੰਖਿਆਵਾਂ 39474 ਦੇ ਲਈ mbrkr ਕੋਡ ਹੈ।

ਤਿੰਨ ਤੋਂ ਚਾਰ ਸੈਕਿੰਡ ਸੋਚਣ ਤੋਂ ਬਾਅਦ ਅਸੀਂ ਇਸ ਕੋਡ ਦਾ ਅਰਥ ਪੂਰਨ ਸ਼ਬਦ ਬਣਾ ਸਕਦੇ ਹਾਂ। My Broker ਇਸ ਸ਼ਬਦ ਨੂੰ ਜਿਸਦਾ ਮੋਬਾਈਲ ਨੰਬਰ ਹੈ ਉਸਦੇ ਨਾਲ ਸਬੰਧ ਸਥਾਪਿਤ ਕਰਕੇ ਯਾਦ ਕਰ ਸਕਦੇ ਹਾਂ। ਜਿਵੇਂ ਪ੍ਰਾਪਰਟੀ ਵੇਚਣ ਵਿਚ, ਬਿਸਵਰੂਪ My Broker ਹੈ।

ਹੋਰ ਉਦਾਹਰਣ : The Times of India 3312277 ਕਿਉਂਕਿ ਸਾਨੂੰ ਪਤਾ ਹੈ ਨਵੀਂ ਦਿੱਲੀ ਖੇਤਰ ਵਿਚ ਫੋਨ ਗਿਣਤੀ 3 ਤੋਂ ਸ਼ੁਰੂ ਹੁੰਦੀ ਹੈ ਤਾਂ ਅਸੀਂ ਪਹਿਲੀ ਸੰਖਿਆ 3 ਨੂੰ ਨਜ਼ਰ-ਅੰਦਾਜ਼ ਕਰ ਦਿਆਂਗੇ। ਬਚੀ ਹੋਈ ਸੰਖਿਆ ਦੇ ਲਈ ਕੋਡ ਹੈ : MTMNKK ਸਬੰਧਤ ਹੋਰ ਸ਼ਬਦ : MA Ti Nee No Cake
ਮਾਨਸਿਕ ਚਿੱਤਰ : ਅੱਜ ਟਾਈਮਜ਼ ਆਫ ਇੰਡੀਆ ਵਿਚ ਇਕ ਖ਼ਬਰ ਛਾਪੀ ਕਿ Ma Ti Nee No Caka ਮੂਵੀ ਡਾਲ ਕੰਟੀਨ ਵਿਚ ਉਪਲੱਬਧ ਹੈ।

ਦਸ ਮਹੱਤਵਪੂਰਨ ਟੈਲੀਫੋਨ ਨੰਬਰ :

01.	06. ....
02.	07. ....
03.	08. ....
04.	09. ....
05.	10. ....

ਤੁਸੀਂ ਕੀ ਸਿੱਖਿਆ

ਤੁਸੀਂ ਹੁਣ ਤੱਕ ਕੀ ਸਿੱਖਿਆ, ਜਾਨਣ ਦੀ ਕੋਸ਼ਿਸ਼ ਕਰੋ। ਜੇਕਰ ਤੁਹਾਨੂੰ ਇਸ ਪੁਸਤਕ ਦੀ ਵਿਸ਼ਾ ਸੂਚੀ ਯਾਦ ਹੈ ਤਾਂ ਇਹ ਪੁਸਤਕ ਤੁਹਾਨੂੰ ਹੋਰ ਜ਼ਿਆਦਾ ਯਾਦ ਕਰਨ, ਸਿੱਖਣ ਵਿਚ ਮਦਦ ਕਰੇਗੀ।

ਮਹੱਤਵਪੂਰਨ ਸੰਕੇਤਾਂ ਦੀ ਸਹਾਇਤਾ ਨਾਲ ਖਾਲੀ ਸਥਾਨ ਵਿਚ ਅਧਿਆਏ ਦਾ ਨਾਮ ਲਿਖਣ ਦੀ ਕੋਸ਼ਿਸ਼ ਕਰੋ। ਜੇਕਰ ਤੁਸੀਂ ਸੰਕੇਤਾਂ ਦੀ ਸਹਾਇਤਾ ਨਾਲ ਅਧਿਆਏ ਯਾਦ ਕਰਨ ਵਿਚ ਅਸਮਰੱਥ ਹੋ ਤਾਂ ਪੁਸਤਕ ਦੀ ਸਹਾਇਤਾ ਲੈਣ ਵਿਚ ਸੰਕੋਚ ਨਾ ਕਰੋ।

ਮਹੱਤਵਪੂਰਨ ਸੰਕੇਤ	ਪੰਨਾ ਗਿਣਤੀ	ਅਧਿਆਏ
1. ਆਪਣੇ ਆਪ ਨੂੰ ਸਬੰਧਤ ਕਰੋ		
2. ਵਿਸ਼ਿਆਂ ਦੀ ਸੰਯੁਕਤ ਚੋਣ		
3. 24 ਘੰਟੇ/7 ਦਿਨ		
4. 45 ਮਿੰਟ/ 1 ਮਿੰਟ		
5. ਖੁਦ ਪ੍ਰੇਰਨਾ		
6. ਚੇਤਨਾ ਪੂਰਣ ਸਬੰਧਤ		
7. ਮਾਨਸਿਕ ਚਿੱਤਰਣ		
8. ਸ਼ਬਦ ਦਾ ਪਹਿਲਾ ਅੱਖਰ		
9. ਦੁਬਾਰਾ ਦਰਸ਼ਨ		
10. ਇਕ ਤਿਹਾਈ ਜ਼ਿਆਦਾ ਸਮਾਂ		
11. ਸਪਾਈਡਰ ਨੋਟਸ		
12. ਅਧੂਰਾ ਕੰਮ		
13. ਦਿਮਾਗੀ ਅਭਿਆਸ		
14. ਅੰਦਾਜ਼ਾ		
15. ਸ਼ਬਦ ਸੰਖਿਆ		
16. ਘੜੀ ਅਭਿਆਸ		
17. ਨੰਬਰ ਸੀਰੀਜ਼		
18. ਦੇਖੋ, ਸੁੰਘੋ, ਅਹਿਸਾਸ ਕਰੋ, ਦਿਲਚਸਪ		
19. ਅਨੰਦ ਪੂਰਣ		

ਜਾਨਵਰ	ਸਰੀਰ ਦਾ ਭਾਰ ਕਿਲੋ.ਗ੍ਰਾ.	ਦਿਮਾਗ ਦਾ ਭਾਰ (ਗ੍ਰਾਮ)
ਹਾਥੀ	800	6000
ਵਹੇਲ	1500	5000
ਸ਼ੇਰ	180	300
ਬਾਂਦਰ	60	100
ਚਮਗਿੱਦੜ	0.1	3
ਮਨੁੱਖ	60	1450

ਸਧਾਰਨ ਯਾਦ ਸਮੱਸਿਆ ਅਤੇ ਉਨ੍ਹਾਂ ਦਾ ਹੱਲ

ਪ੍ਰਸ਼ਨ 1 : ਮੈਂ ਮਾਈਗ੍ਰੇਨ ਦੇ ਦਰਦ ਨਾਲ ਪੀੜ੍ਹਤ ਸੀ ਅਤੇ ਜ਼ਿਆਦਾ ਦਰਦ ਮਹਿਸੂਸ ਕਰ ਰਿਹਾ ਸੀ। ਮੈਂ ਆਪਣੀ ਫੈਮਲੀ ਡਾਕਟਰ ਦੇ ਕੋਲ ਖੁਦ ਕਾਰ ਚਲਾ ਕੇ ਲੈ ਗਿਆ। ਘਰ ਵਾਪਸ ਆਉਂਦੇ ਹੋਏ, ਕਾਰ ਖੜ੍ਹੀ ਕਰਕੇ ਤੁਰੰਤ ਘਰ ਚਲਾ ਗਿਆ ਅਤੇ ਭੈਣ ਨਾਲ ਗੱਲਾਂ ਕਰਨ ਲੱਗਾ। ਮੈਨੂੰ ਇਹ ਪਤਾ ਹੀ ਨਹੀਂ ਕਿ ਮੈਂ ਹੈਂਡ ਬ੍ਰੇਕ ਲਗਾਉਣਾ ਭੁੱਲ ਗਿਆ ਹਾਂ। ਜਦੋਂ ਮੇਰੀ ਭੈਣ ਨੇ ਮੈਨੂੰ ਯਾਦ ਕਰਵਾਇਆ ਤਾਂ ਮੈਂ ਕਾਰ ਵੱਲ ਦੌੜਿਆ। ਮੈਂ ਇਹ ਦੇਖ ਕੇ ਹੈਰਾਨ ਸੀ ਕਿ ਮੇਰੇ ਗੁਆਂਢੀ ਨੇ ਹੈਂਡ ਬ੍ਰੇਕ ਲਗਾ ਦਿੱਤੀ ਸੀ।

ਉੱਤਰ : ਕਈ ਵਾਰ ਦਰਦ ਨਾਲ ਭਟਕ ਜਾਂਦਾ ਹਾਂ ਜਿਸ ਨਾਲ ਯਾਦਾਸ਼ਤ ਭੁਲੇਖੇ ਦੀ ਸੰਭਾਵਨਾ ਹੋ ਜਾਂਦੀ ਹੈ। ਅਜਿਹੀ ਪਰਿਸਥਿਤੀ ਵਿਚ, ਅਸੀਂ ਇਲਾਜ ਵੱਲ ਧਿਆਨ ਦਿੰਦੇ ਹਾਂ ਅਤੇ ਹੋਰ ਕੰਮਾਂ ਤੋਂ ਬੱਚਦੇ ਹਾਂ। ਵਧੀਆ ਹੱਲ ਤਾਂ ਇਹ ਹੈ ਕਿ ਕਾਰ ਚਲਾਉਣ ਤੋਂ ਪਰਹੇਜ਼ ਕਰੀਏ ਪਰ ਜੇਕਰ ਮਜ਼ਬੂਰੀ ਹੋਵੇ ਤਾਂ ਜਰਾ ਜ਼ਿਆਦਾ ਰੱਖਣ ਦੀ ਜ਼ਰੂਰਤ ਹੁੰਦੀ ਹੈ ਜਦੋਂ ਕਾਰ ਪਾਰਕ ਕਰੀਏ ਤਾਂ ਜਾਂਚ ਕਰ ਲਈਏ ਕਿ ਸਭ ਕੁਝ ਠੀਕ ਠਾਕ ਤਾਂ ਹੈ ਨਾ।

ਪ੍ਰਸ਼ਨ 2 : ਇਕ ਵਾਰ ਮੈਂ ਆਪਣੀ ਪਤਨੀ ਪਤਨੀ, ਭਰਾ ਅਤੇ ਉਸਦੀ ਪਤਨੀ ਨਾਲ ਜੈਪੁਰ ਵਿਚ ਛੁੱਟੀਆਂ ਬਿਤਾਉਣ ਦਾ ਫੈਸਲਾ ਕੀਤਾ। ਯੋਜਨਾ ਅਨੁਸਾਰ ਅਸੀਂ ਟਿਕਟ ਬੁੱਕ ਕਰਵਾਈ ਅਤੇ ਸੁਰੱਖਿਅਤ ਜਗ੍ਹਾ ਤੇ ਸੰਭਾਲ ਕੇ ਰੱਖ ਦਿੱਤੀ। ਨਿਰਧਾਰਤ ਦਿਨ, ਅਸੀਂ ਹੋਟਲ ਪਹੁੰਚੇ ਜਿੱਥੇ ਦੇ ਲਈ ਅਸੀਂ ਐਡਵਾਂਸ ਬੁਕਿੰਗ ਕਰਵਾਈ ਸੀ। ਕਲਰਕ ਨੇ ਦੱਸਿਆ ਕਿ ਅਸੀਂ ਇਕ ਦਿਨ ਪਹਿਲਾਂ ਆ ਗਏ ਹਾਂ। ਸਾਡੀਆਂ ਛੁੱਟੀਆਂ ਦਾ ਸਾਰਾ ਪ੍ਰੋਗਰਾਮ ਖਰਾਬ ਹੋ ਗਿਆ। ਅਸੀਂ ਇਕ ਦੂਜੇ ਤੇ ਦੋਸ਼ ਲਗਾਉਣਾ ਸ਼ੁਰੂ ਕਰ ਦਿੱਤਾ। ਸਾਨੂੰ ਬਾਅਦ ਵਿਚ ਮਹਿਸੂਸ ਹੋਇਆ ਕਿ ਮੇਰੀ ਪਤਨੀ ਨੇ ਬੁਕਿੰਗ ਦੀ ਵਿਵਸਥਾ ਕੀਤੀ ਸੀ ਅਤੇ ਸਹੀ ਦਿਨ ਉਹ ਭੁੱਲ ਗਈ ਸੀ।

ਉੱਤਰ : ਕਦੀ-ਕਦੀ ਜ਼ਿਆਦਾ ਆਤਮ ਵਿਸ਼ਵਾਸ ਅਤੇ ਕਿਸੇ ਤੇ ਜ਼ਿਆਦਾ ਨਿਰਭਰਤਾ ਇਸ ਸਥਿਤੀ ਵਿਚ ਪਹੁੰਚਾ ਦਿੰਦੀ ਹੈ। ਜਾਣ ਤੋਂ ਪਹਿਲਾਂ ਤੁਹਾਨੂੰ ਸਹੀ ਸੂਚਨਾ ਪ੍ਰਾਪਤ ਕਰ ਲੈਣੀ ਚਾਹੀਦੀ ਹੈ। ਆਪਣੀ ਪਤਨੀ ਤੇ ਜ਼ਰੂਰਤ ਤੋਂ ਜ਼ਿਆਦਾ ਨਿਰਭਰਤਾ, ਗਲਤੀ ਸੀ। ਜਦੋਂ ਕਿਸੇ ਕੰਮ ਵਿਚ ਦੋ ਤੋਂ ਜ਼ਿਆਦਾ ਲੋਕ ਸ਼ਾਮਲ ਹੋਣ ਤਾਂ ਹਰ ਇਕ ਨੂੰ ਜ਼ਿੰਮੇਵਾਰੀ ਵੰਡ ਲੈਣੀ ਚਾਹੀਦੀ ਹੈ। ਜਦੋਂ ਕਦੇ ਬਾਹਰ ਜਾਣ ਦੀ ਯੋਜਨਾ ਹੋਵੇ ਤਾਂ ਤੁਹਾਨੂੰ ਹਰ ਚੀਜ਼ ਦੀ ਜਾਂਚ ਕਰਨ ਦੀ ਆਦਤ ਹੋਣੀ ਚਾਹੀਦੀ ਹੈ। ਅਜਿਹੇ ਮੌਕਿਆਂ ਤੇ ਸਮਾਂ ਸਾਰਣੀ ਬਣਾਉਣ ਨਾਲ ਤੁਹਾਡਾ ਟ੍ਰਿਪ ਸੰਤੁਲਿਤ ਅਤੇ ਮੌਜ ਮਸਤੀ ਵਾਲਾ ਹੋਵੇਗਾ।

ਪ੍ਰਸ਼ਨ 3 : R.R.O ਦੇ ਰੂਪ ਵਿਚ ਮੈਂ ਹਰ ਤਰ੍ਹਾਂ ਦੇ ਲੋਕਾਂ ਨਾਲ ਮਿਲਣਾ ਹੁੰਦਾ ਹੈ। ਇਕ ਮੌਕੇ ਤੇ ਮੈਂ ਆਪਣੀ ਸੰਸਥਾ ਦੇ ਲਈ ਡਿਜ਼ਾਈਨਰ ਦਾ ਇੰਟਰਵਿਊ ਲੈਣਾ

ਸੀ। ਮੈਂ ਉਸ ਤੋਂ ਪਿਛਲੇ ਮਹੱਤਵਪੂਰਨ ਕੰਮ ਦੇ ਬਾਰੇ ਵਿਚ ਪੁੱਛਿਆ। ਖੁਸ਼ੀ ਵਾਲੇ ਮਾਹੌਲ ਵਿਚ ਇੰਟਰਵਿਊ ਖਤਮ ਹੋਣ ਤੋਂ ਬਾਅਦ ਉਸਨੇ ਇਹੀ ਪ੍ਰਸ਼ਨ ਮੇਰੇ ਤੋਂ ਪੁੱਛਿਆ। ਮੈਨੂੰ ਹੈਰਾਨੀ ਹੋਈ ਮੈਂ ਤੁਰੰਤ ਜਵਾਬ ਨਾ ਦੇ ਸਕਿਆ ਅਤੇ ਪ੍ਰਸ਼ਨ ਟਾਲ ਗਿਆ। ਪਰ ਮੈਂ ਉਸ ਪ੍ਰਸ਼ਨ ਨੂੰ ਯਾਦ ਕਰਕੇ ਪਰੇਸ਼ਾਨ ਹੋ ਜਾਂਦਾ ਹਾਂ।

ਉੱਤਰ : ਇਹ ਵਿਰੋਧਾਭਾਸ ਹੀ ਹੈ ਕਿ ਇਕ ਪ੍ਰੋਫੈਸ਼ਨਲ, ਜੋ ਆਪਣੇ ਕੰਮ ਦੇ ਪ੍ਰਤੀ ਗੰਭੀਰ ਮੰਨਿਆ ਜਾਂਦਾ ਹੈ, ਵੀ ਸਮਾਂ ਆਉਣ ਤੇ ਵਿਅਕਤੀਗਤ ਸੂਚਨਾ ਯਾਦ ਕਰਨ ਤੋਂ ਭੁੱਲ ਜਾਂਦਾ ਹੈ। ਇਹ ਗੈਰ ਹਾਜ਼ਰ ਦਿਮਾਗ ਦੀ ਅਵਸਥਾ ਉਸਨੂੰ ਹਾਸਾਪੂਰਨ ਸਥਿਤੀ ਵਿਚ ਪਹੁੰਚਾ ਦਿੰਦੀ ਹੈ। ਇਹ ਸੱਚ ਹੈ ਕਿ ਪਰੇਸ਼ਾਨੀ ਅਕਸਰ ਯਾਦਾਸ਼ਤ ਭੁੱਲਣ ਦਾ ਕਾਰਨ ਬਣ ਜਾਂਦੀ ਹੈ। ਇਸ ਦਾ ਉਪਾਅ ਇਹ ਹੈ ਕਿ ਜਿੰਨਾ ਹੋ ਸਕੇ ਆਰਾਮ ਕਰੋ। ਤੁਸੀਂ ਜੋ ਕੁਝ ਕਰ ਰਹੇ ਹੋ ਉਸ ਵਿਚ ਤੁਹਾਡੀ ਇਕੱਲੀ ਦਿਮਾਗੀ ਅਵਸਥਾ ਮਹੱਤਵਪੂਰਨ ਹੈ। ਜ਼ਿਆਦਾ ਤਿਆਰੀ ਅਤੇ ਵਿਸ਼ਵਾਸ ਦੇ ਨਾਲ ਆਪਣੀ ਪਰੇਸ਼ਾਨੀ ਦੂਰ ਕਰੋ ਅਤੇ ਫਿਰ ਆਪਣਾ ਧਿਆਨ ਪ੍ਰਾਪਤ ਕਰੋ।

ਪ੍ਰਸ਼ਨ 4 : ਦਸ ਸਾਲ ਪਹਿਲਾਂ ਮੈਂ ਇਕ ਜੋੜਾ ਕੀਮਤੀ ਜੁੱਤੀ ਖਰੀਦੀ। ਉਸ ਦੌਰਾਨ ਮੈਂ ਸੈਮੀਨਾਰ ਵਿਚ ਭਾਗ ਲੈਣ ਲਈ ਦਿੱਲੀ ਜਾਣਾ ਸੀ। ਪ੍ਰੋਗਰਾਮ ਦੇ ਅਨੁਸਾਰ ਦਿੱਲੀ ਦੇ ਲਈ ਤਿਆਰ ਹੁੰਦੇ ਹੋਏ ਮੈਂ ਨਵੀਂ ਜੁੱਤੀ ਜਿਸਨੂੰ ਮੈਂ ਬਹੁਤ ਪਸੰਦ ਕਰਦਾ ਸੀ ਅਤੇ ਪੁਰਾਣੀ ਜੁੱਤੀ ਵੀ ਪੈਕ ਕਰਕੇ ਜ਼ਰੂਰੀ ਸਮਾਨ ਦੇ ਨਾਲ ਰੱਖ ਲਈ। ਪਹਿਲੇ ਦਿਨ ਮੈਂ ਸੈਮੀਨਾਰ ਦੇ ਸਮੇਂ ਨਵੀਂ ਜੁੱਤੀ ਪਾ ਕੇ ਅਤੇ ਜਿਸ ਜਗ੍ਹਾ ਮੈਂ ਰੁਕਿਆ ਹੋਇਆ ਸੀ ਉਸ ਬਿਸਤਰੇ ਦੇ ਹੇਠਾਂ ਉਤਾਰ ਕੇ ਰੱਖ ਲਈ। ਸੈਮੀਨਾਰ ਖਤਮ ਹੋਇਆ ਅਤੇ ਮੈਂ ਵਾਪਸ ਆ ਗਿਆ। ਅਗਲੇ ਦਿਨ ਮੇਰੀ ਪਤਨੀ ਨੇ ਉਸ ਜੁੱਤੀ ਦੇ ਬਾਰੇ ਵਿਚ ਪੁੱਛਿਆ। ਕੁਝ ਸਮੇਂ ਬਾਅਦ ਮੈਨੂੰ ਯਾਦ ਆਇਆ ਕਿ ਉਹ ਜੁੱਤੀ ਤਾਂ ਮੈਂ ਬਿਸਤਰੇ ਦੇ ਹੇਠਾਂ ਰੱਖ ਕੇ ਭੁੱਲ ਆਇਆ ਅਤੇ ਵਾਪਸੀ ਤੇ ਲਿਆਉਣਾ ਭੁੱਲ ਗਿਆ।

ਉੱਤਰ : ਜੁੱਤੀ ਨੂੰ ਉਸਦੀ ਜਗ੍ਹਾ ਤੇ ਰੱਖਣ ਦੀ ਬਜਾਏ ਤੁਸੀਂ ਉਹ ਜੁੱਤੀ ਆਪਣੇ ਬਿਸਤਰੇ ਦੇ ਹੇਠਾਂ ਰੱਖ ਲਈ, ਅਕਸਰ ਅਜਿਹਾ ਕੋਈ ਕਰਦਾ ਨਹੀਂ ਹੈ। ਦੂਜਾ, ਤੁਸੀਂ ਘਰ ਵਾਪਸ ਜਾਣ ਦੇ ਲਈ ਬਹੁਤ ਬੇਚੈਨ ਸੀ ਕਿ ਕਮਰਾ ਛੱਡਣ ਤੋਂ ਪਹਿਲਾਂ ਚੰਗੀ ਤਰ੍ਹਾਂ ਜਾਂਚ ਨਹੀਂ ਕੀਤੀ ਕਿ ਕਿਤੇ ਕੁਝ ਰਹਿ ਤਾਂ ਨਹੀਂ ਗਿਆ।

ਇਹ ਇਕ ਸਧਾਰਨ ਜਿਹਾ ਅਨੁਭਵ ਹੈ ਕਿ ਅਸਥਾਈ ਜਗ੍ਹਾ ਛੱਡਦੇ ਹੋਏ ਅਕਸਰ ਕੁਝ ਨਾ ਕੁਝ ਭੁੱਲ ਜਾਂਦੇ ਹਾਂ। ਜੇਕਰ ਕਦੀ ਅਜਿਹੀ ਜਗ੍ਹਾ ਤੇ ਅਸਥਾਈ ਰੂਪ ਨਾਲ ਰਹਿਣਾ ਪਵੇ ਤਾਂ ਇਕ ਚੈੱਕ ਲਿਸਟ ਬਣਾ ਲਓ ਜਿਹੜੀਆਂ ਥਾਵਾਂ ਨੂੰ ਤੁਸੀਂ ਪ੍ਰਯੋਗ ਵਿਚ ਲਿਆ ਰਹੇ ਹੋ ਜਿਵੇਂ ਇਸ਼ਨਾਨ ਘਰ, ਅਲਮਾਰੀ, ਦਰਾਜ, ਬਿਸਤਰਾ ਆਦਿ ਅਤੇ ਕੋਸ਼ਿਸ਼ ਕਰੋ ਕਿ ਘੱਟ ਥਾਵਾਂ ਨੂੰ ਪ੍ਰਯੋਗ ਵਿਚ ਲਿਆਓ ਉਨ੍ਹਾਂ ਨੂੰ ਯਾਦ ਰੱਖਣਾ ਸੌਖਾ ਹੋਵੇਗਾ।

ਪ੍ਰਸ਼ਨ 5 : ਮੇਰੀ ਉਮਰ 65 ਸਾਲ ਹੈ। ਇਕ ਐਕਸਪਰਟ ਹਾਊਸ ਵਿਚ ਪਾਰਟ ਟਾਈਮ ਮੈਨੇਜਰ ਦੇ ਪਦ ਤੇ ਕੰਮ ਕਰ ਰਿਹਾ ਹਾਂ। ਪਿਛਲੇ ਦੋ ਸਾਲਾਂ ਤੋਂ ਛੋਟੀਆਂ-ਛੋਟੀਆਂ ਗਲਤੀਆਂ ਕਰ ਰਿਹਾ ਹਾਂ ਜਿਨ੍ਹਾਂ ਨੂੰ ਟਾਲਿਆ ਜਾ ਸਕਦਾ ਹੈ। ਕੀ ਮੈਂ ਅਲਜਮਿਰ ਬੀਮਾਰੀ ਨਾਲ ਪੀੜਤ ਹਾਂ। ਜਾਂ ਮੈਂ ਆਪਣਾ ਆਤਮ ਵਿਸ਼ਵਾਸ ਗਵਾ ਰਿਹਾ ਹਾਂ।

ਉੱਤਰ : ਕਦੀ-ਕਦੀ ਛੋਟੀਆ ਮੋਟੀਆ ਗਲਤੀਆਂ ਆਤਮ ਵਿਸ਼ਵਾਸ ਲੜਖੜਾ ਦਿੰਦੀਆਂ ਹਨ। ਅਜਿਹਾ ਯਾਦਾਸ਼ਤ ਹਾਸ ਨਾਲ ਹੁੰਦਾ ਹੈ। ਅਜਿਹੀ ਪਰਿਸਥਿਤੀ ਵਿਚ ਕੋਈ ਵੀ ਆਤਮ ਨਿਰਭਰਤਾ ਗਵਾ ਸਕਦਾ ਹੈ। ਜਿਸ ਕਾਰਨ ਕਈ ਵਾਰ ਹਲਕੀਆਂ-ਫੁਲਕੀਆਂ ਗਲਤੀਆਂ ਹੋ ਜਾਂਦੀਆਂ ਹਨ। ਇਸਦੇ ਲਈ ਏਨੀ ਜਲਦੀ ਪਰੇਸ਼ਾਨ ਹੋਣ ਦੀ ਕੋਈ ਜ਼ਰੂਰਤ ਨਹੀਂ ਹੈ। ਜੇਕਰ ਤੁਹਾਡੀ ਉਮਰ ਵੱਧ ਰਹੀ ਹੈ ਤਾਂ ਇਸਦਾ ਇਹ ਮਤਲਬ ਨਹੀਂ ਕਿ ਤੁਸੀਂ ਗੰਭੀਰ ਬੀਮਾਰੀ ਨਾਲ ਪੀੜਤ ਹੋ ਜਾਵੋਗੇ। ਇਹ ਤਾਂ ਠੀਕ ਹੈ ਕਿ ਉਮਰ ਦੇ ਨਾਲ ਨਾਲ ਯਾਦਾਸ਼ਤ ਉਨੀ ਵਧੀਆ ਨਹੀਂ ਰਹਿ ਜਾਂਦੀ। ਇਸ ਲਈ ਪਰੇਸ਼ਾਨ ਹੋਣ ਦੀ ਕੋਈ ਜ਼ਰੂਰਤ ਨਹੀਂ। ਜਿਵੇਂ ਤੁਸੀਂ ਭੁੱਲਣ ਅਤੇ ਗਲਤੀਆਂ ਦੇ ਬਾਰੇ ਵਿਚ ਦੱਸਿਆ, ਇਸ ਨਾਲ ਤੁਹਾਡੀ ਨਾ ਤਾਂ ਸਮਾਜਿਕਤਾ ਤੇ ਅਸਰ ਪਵੇਗਾ ਅਤੇ ਨਾ ਹੀ ਸਿਹਤ ਸਮੱਸਿਆ ਪੈਦਾ ਹੋਵੇਗੀ।

ਪ੍ਰਸ਼ਨ 6 : ਮੈਂ, ਵਿਵੇਕ ਅਤੇ ਮੋਹਿਤ ਰਾਂਚੀ ਵਿਚ ਇਕ ਫਲੈਟ ਵਿਚ ਪਹੁੰਚੇ। ਅਸੀਂ ਆਪਣੇ ਰਿਸਰਚ ਪੇਪਰ HRD, HEC ਰਾਂਚੀ ਵਿਚ ਜਮਾਂ ਕਰਵਾਉਣੇ ਸਨ। ਬਾਹਰ ਬਾਰਿਸ਼ ਹੋ ਰਹੀ ਸੀ। ਮੈਂ ਛੱਤਰੀ ਲਈ ਮੋਹਿਤ ਦੇ ਨਾਲ ਲੰਚ ਦੇ ਲਈ ਬਾਹਰ ਨਿਕਲ ਗਿਆ। ਵਿਵੇਕ ਨੇ ਰੇਨਕੋਟ ਪਾ ਲਿਆ। ਅਸੀਂ ਲੰਚ ਅਤੇ ਮਹੱਤਵਪੂਰਨ ਵਿਸ਼ਿਆਂ ਤੇ ਸਲਾਹ-ਮਸ਼ਵਰਾ ਕੀਤਾ। ਕੁਝ ਦੇਰ ਬਾਅਦ ਬਾਰਿਸ਼ ਰੁਕ ਗਈ ਸੀ।

ਅਸੀਂ ਰਿਸਰਚ ਪੇਪਰ ਜਮਾਂ ਕਰਵਾਉਣ ਪਹੁੰਚੇ ਅਤੇ ਹੋਰ ਵਿਸ਼ੇਸ਼ ਲੋਕਾਂ ਨਾਲ ਗੰਭੀਰ ਸਲਾਹ-ਮਸ਼ਵਰਾ ਕੀਤਾ। ਮੌਸਮ ਚੰਗਾ ਹੋ ਗਿਆ ਸੀ। ਪਰ ਦੋ ਦਿਨ ਬਾਅਦ ਦੁਬਾਰਾ ਵਰਖਾ ਹੋਣੀ ਸ਼ੁਰੂ ਹੋ ਗਈ ਸੀ। ਉਦੋਂ ਹੀ ਮੈਨੂੰ ਆਪਣੀ ਛੱਤਰੀ ਦੀ ਯਾਦ ਆਈ ਮੈਂ ਇੱਧਰ-ਉੱਧਰ ਲੱਭਿਆ ਪਰ ਨਹੀਂ ਮਿਲੀ। ਮੈਂ ਜਿੱਥੇ ਲੰਚ ਕੀਤਾ ਸੀ, ਉੱਥੇ ਹੀ ਰੱਖ ਕੇ ਭੁੱਲ ਗਿਆ ਸੀ।

ਉੱਤਰ : ਇਕ ਵਾਰ ਜਦੋਂ ਮੌਸਮ ਠੀਕ ਹੋ ਗਿਆ ਤਾਂ ਅਸੀਂ ਆਪਣੀ ਛੱਤਰੀ ਭੁੱਲ ਗਏ। ਜੇਕਰ ਬਰਸਾਤ ਹੁੰਦੀ ਰਹਿੰਦੀ ਤਾਂ ਸ਼ਾਇਦ ਤੁਸੀਂ ਨਾ ਭੁੱਲਦੇ। ਵਰਖਾ ਦੇ ਰੁਕਣ ਨੇ ਤੁਹਾਡੀ ਯਾਦਾਸ਼ਤ ਸ਼ਕਤੀ ਨੂੰ ਪ੍ਰਭਾਵਿਤ ਕੀਤਾ ਫਲਸਰੂਪ ਤੁਸੀਂ ਛੱਤਰੀ ਭੁੱਲ ਗਏ। ਮੋਹਿਤ ਵੀ ਤੁਹਾਨੂੰ ਯਾਦ ਕਰਨਾ ਭੁੱਲ ਗਿਆ। ਇਹ ਇੱਕ ਹੋਰ ਉਦਾਹਰਣ ਹੈ ਜਿਸ ਵਿਚ ਸੰਕੇਤ ਗਾਇਬ ਹੈ। (ਵਰਖਾ) ਸੰਕੇਤ ਦੇ ਨਾ ਹੋਣ ਨਾਲ ਯਾਦਾਸ਼ਤ ਭੁੱਲ ਗਈ ਅਤੇ ਅਜਿਹਾ ਕਿਸੇ ਦੇ ਨਾਲ ਵੀ ਹੋ ਸਕਦਾ ਹੈ। ਇਸ ਲਈ, ਇਹ ਜ਼ਰੂਰੀ ਹੈ ਕਿ ਤੁਸੀਂ ਸੰਕੇਤ ਦੇ ਲਈ ਦਿਮਾਗੀ ਨੋਟ ਬਣਾਓ ਕਿਉਂਕਿ ਇਕ ਵਾਰ ਸੁਧੀ ਗੁਆਚ ਜਾਵੇ ਤਾਂ ਉਸ ਕੇਸ ਵਿਚ ਕੁਝ ਵੀ ਨਹੀਂ ਕੀਤਾ ਜਾ ਸਕਦਾ।

ਪ੍ਰਸ਼ਨ 7 : ਇਕ ਵਾਰ ਸਾਡੇ ਦੋਸਤ ਨੇ ਸਾਨੂੰ ਆਪਣੇ ਘਰ ਸੱਦਾ ਦਿੱਤਾ। ਉਸਦਾ ਘਰ ਲਗਭਗ 40 ਕਿਲੋਮੀਟਰ ਦੂਰ ਸੀ। ਅਸੀਂ ਇਕ ਕਾਰ ਕਿਰਾਏ ਤੇ ਲਈ ਅਤੇ ਰਸਤੇ ਵਿਚ ਖਰੀਦਾਰੀ ਕੀਤੀ। ਕਾਰ ਵਿਚ, ਮੈਂ ਆਪਣੇ ਦੋਸਤ ਨਾਲ ਸਧਾਰਨ ਵਿਸ਼ਿਆਂ ਤੇ ਬਹਿਸ ਕੀਤੀ। ਪਾਰਟੀ ਤੋਂ ਬਾਅਦ ਸ਼ਾਮ ਨੂੰ ਅਸੀਂ ਵਾਪਸ ਆ ਗਏ। ਅਸੀਂ ਥੋੜ੍ਹਾ ਨਸ਼ੇ ਦੇ ਪ੍ਰਭਾਵ ਵਿਚ ਸੀ। ਅਸੀਂ ਦੋਸਤ ਦੇ ਘਰ ਚੰਗਾ ਸਮਾਂ ਗੁਜ਼ਾਰਿਆ। ਕੁਝ ਘੰਟਿਆਂ ਤੋਂ ਬਾਅਦ ਅਸੀਂ ਵਾਪਸ ਆਉਣ ਦਾ ਫੈਸਲਾ ਕੀਤਾ। ਅਸੀਂ ਤੁਰਨ ਤੋਂ ਪਹਿਲਾਂ ਇਹ ਨਹੀਂ ਪਤਾ ਸੀ ਕਿ ਘਰ ਦੀਆਂ ਚਾਬੀਆਂ ਕਿਸਦੇ ਕੋਲ ਹਨ। ਜਦੋਂ ਅਸੀਂ ਘਰ ਪਹੁੰਚੇ ਤਾਂ ਚਾਬੀ ਸਾਡੇ ਕੋਲ ਨਹੀਂ ਸੀ ਉਹ ਅਸੀਂ ਦੋਸਤ ਦੇ ਘਰ ਖਾਣੇ ਦੇ ਟੇਬਲ ਤੇ ਹੀ ਭੁੱਲ ਆਏ ਸੀ। ਮੇਰੇ ਦੋਸਤ ਨੇ ਇਕ ਇੱਟ ਨਾਲ ਤਾਲਾ ਤੋੜਨ ਦੀ ਕੋਸ਼ਿਸ਼ ਕੀਤੀ।

ਹੈਰਾਨੀ ਦੀ ਗੱਲ ਇਹ ਸੀ ਕਿ ਅਸੀਂ ਪਿਛਲਾ ਦਰਵਾਜ਼ਾ ਵੀ ਬੰਦ ਕਰਨਾ ਭੁੱਲ ਗਏ ਸੀ। ਭਗਵਾਨ ਦੀ ਕਿਰਪਾ ਨਾਲ ਕੋਈ ਵੀ ਭੈੜੀ ਘਟਨਾ ਨਹੀਂ ਹੋਈ ਸੀ।

ਉੱਤਰ : ਕਿਉਂਕਿ ਤੁਹਾਡਾ ਦਿਮਾਗ ਵਿਅਕਤੀਗਤ ਸਮੱਸਿਆਵਾਂ ਅਤੇ ਬਹਿਸ ਵਿਚ ਉਲਝਿਆ ਹੋਇਆ ਸੀ। ਇਸ ਲਈ ਤੁਸੀਂ ਤੁਰਨ ਤੋਂ ਪਹਿਲਾਂ ਚੈੱਕ ਨਹੀਂ ਕਰ ਸਕੇ। ਦੂਜਾ, ਨਸ਼ੇ ਦੀ ਹਾਲਤ ਵਿਚ ਚਾਬੀ ਤੱਕ ਖਾਣੇ ਦੇ ਮੇਜ਼ ਤੇ ਭੁੱਲ ਗਏ।

ਇਹ ਉਦਾਹਰਣ ਬਹੁਮੁੱਖੀ ਯਾਦਾਸ਼ਤ ਭੁੱਲ ਦਾ ਹੈ। ਜ਼ਰੂਰਤ ਤੋਂ ਜ਼ਿਆਦਾ ਬਹਿਸ ਅਤੇ ਵਾਦੂ ਦੇ ਰੁਝੇਵੇਂ ਨੇ ਅਜਿਹਾ ਹੋਣ ਵਿਚ ਮਹੱਤਵਪੂਰਨ ਭੂਮਿਕਾ ਨਿਭਾਈ ਹੈ। ਘਰੇਲੂ ਬਹਿਸ ਕਈ ਵਾਰ ਸਮਾਜਿਕ ਪ੍ਰਕਿਆ ਵਿਚ ਰੁਕਾਵਟ ਪਹੁੰਚਾਉਂਦੀ ਹੈ ਅਤੇ ਧਿਆਨ ਨੂੰ ਵੰਡਦੀ ਹੈ। ਜਦੋਂ ਵੀ ਤੁਸੀਂ ਇਸ ਤਰ੍ਹਾਂ ਦੀ ਪਰਿਸਥਿਤੀ ਅਤੇ ਆਪਣੇ ਪਿਛਲੇ ਅਨੁਭਵ ਨੂੰ ਧਿਆਨ ਵਿਚ ਰੱਖੋਗੇ ਤਾਂ ਅਜਿਹੀ ਭੁੱਲ ਦੁਬਾਰਾ ਨਹੀਂ ਹੋਵੇਗੀ।

ਪ੍ਰਸ਼ਨ 8 : ਮੇਰੇ ਦੋਸਤਾਂ ਨੇ ਇਕ ਵਾਰ ਸਾਨੂੰ ਡਿਨਰ ਤੇ ਬੁਲਾਇਆ। ਨਿਰਧਾਰਿਤ ਦਿਨ ਮੈਂ ਅਤੇ ਪਤਨੀ ਨੇ ਰੱਜ ਕੇ ਖਾਣਾ ਖਾ ਲਿਆ ਸਾਨੂੰ ਇਹ ਖਿਆਲ ਹੀ ਨਹੀਂ ਰਿਹਾ ਕਿ ਸਾਨੂੰ ਡਿਨਰ ਤੇ ਕਿਸੇ ਨੇ ਬੁਲਾਇਆ ਹੈ। ਕੁਝ ਸਮੇਂ ਬਾਅਦ ਦੋਸਤਾਂ ਨੇ ਫੋਨ ਕਰਕੇ ਸਾਨੂੰ ਬੁਲਾਇਆ। ਫਲਸਰੂਪ ਸਾਨੂੰ ਦੁਬਾਰਾ ਖਾਣਾ ਪਿਆ।

ਉੱਤਰ : ਸੰਪ੍ਰੇਸ਼ਣ ਦੀ ਕਮੀ ਸਬੰਧ ਖਰਾਬ ਕਰਦੀ ਹੈ। ਹੈਰਾਨੀ ਦੀ ਗੱਲ ਹੈ ਕਿ ਤੁਹਾਡੀ ਪਤਨੀ ਵੀ ਤੁਹਾਨੂੰ ਯਾਦ ਨਹੀਂ ਕਰਵਾ ਸਕੀ ਅਤੇ ਨਾ ਹੀ ਤੁਹਾਡੇ ਦੋਸਤ ਨੇ ਇਸ ਦੌਰਾਨ ਕੋਈ ਗੱਲ ਕੀਤੀ। ਤੁਹਾਡੇ ਦੋਸਤ ਨੂੰ ਸਵੇਰੇ ਹੀ, ਤੁਹਾਨੂੰ ਫੋਨ ਕਰਕੇ ਤਸੱਲੀ ਕਰਨੀ ਚਾਹੀਦੀ ਸੀ ਕਿ ਤੁਹਾਨੂੰ ਵੀ ਯਾਦ ਰਹਿ ਸਕਦਾ। ਇਸ ਤਰ੍ਹਾਂ ਦੀ ਸੂਚਨਾ ਦੇ ਲਈ ਤੁਹਾਨੂੰ ਕੈਲੰਡਰ ਜਾਂ ਤਾਰੀਖ਼ ਡਾਇਰੀ ਦਾ ਸਹਾਰਾ ਲੈਣਾ ਚਾਹੀਦਾ ਹੈ ਤਾਂ ਕਿ ਤੁਹਾਨੂੰ ਹਮੇਸ਼ਾਂ ਯਾਦ ਰਹੇ ਕਿ ਫਲਾਣੇ-ਫਲਾਣੇ ਦਿਨ ਕੀ ਮਹੱਤਵਪੂਰਨ ਕੰਮ ਹਨ।

ਪ੍ਰਸ਼ਨ 9 : ਮੈਂ ਸਾਫਟਵੇਅਰ ਐਗਜ਼ੀਕਿਊਟਿਵ ਹਾਂ। ਕਾਰੋਬਾਰੀ ਹਿਤਾਂ ਦੇ ਲਈ ਮੈਨੂੰ ਥਾਂ ਥਾਂ ਜਾਣਾ ਪੈਂਦਾ ਹੈ। ਜਦੋਂ ਕਦੀ ਮੈਂ ਕਿਸੇ ਖਾਸ ਮੀਟਿੰਗ ਦੇ ਲਈ ਜਾਂਦਾ ਹਾਂ ਤਾਂ ਆਪਣੇ ਨਾਲ ਆਪਣਾ ਲੈਪਟਾਪ ਕੰਪਿਊਟਰ ਵੀ ਲੈ ਜਾਂਦਾ ਹਾਂ ਤਾਂ ਕਿ ਯਾਦਾਸ਼ਤ ਸਹਿਯੋਗਾ ਛੇਤੀ ਮਿਲ ਸਕੇ।

ਅਜਿਹੀ ਹੀ ਇਕ ਵਾਰ ਕੰਪਿਊਟਰ ਆਧੁਨਿਕ ਤਕਨੀਕ ਵਿਸ਼ੇ ਤੇ ਸੈਮੀਨਾਰ ਵਿਚ ਬੋਲਣ ਲਈ ਮੁੰਬਈ ਜਾਣਾ ਸੀ। ਮੈਂ ਜਹਾਜ ਦੀ ਟਿਕਟ ਬੁੱਕ ਕਰਵਾ ਲਈ ਸੀ ਅਤੇ ਨਿਰਧਾਰਤ ਸਮੇਂ ਤੇ ਹੋਟਲ ਪਹੁੰਚ ਗਿਆ ਫਿਰ ਕਾਨਫਰੰਸ ਹਾਲ ਪਹੁੰਚ ਗਿਆ। ਉਥੇ ਪਹੁੰਚ ਕੇ ਸਿਸਟਮ ਐਨੇਲਿਸਟ ਤੇ ਸਲਾਹ ਕੀਤੀ। ਅੱਧੇ ਘੰਟੇ ਤੋਂ ਬਾਅਦ ਮੈਨੂੰ ਯਾਦ ਆਇਆ ਕਿ ਲੈਪਟਾਪ ਤਾਂ ਮੇਰੇ ਨਾਲ ਹੈ ਹੀ ਨਹੀਂ ਜਿਸਨੂੰ ਭੁੱਲਣਾ ਮੇਰੇ ਲਈ ਭਾਰਾ ਪੈ ਸਕਦਾ ਸੀ। ਖੈਰ ਕਿਸੇ ਤਰ੍ਹਾਂ ਮੈਂ ਕੰਮ ਚਲਾ ਲਿਆ।

ਉੱਤਰ : ਅਜਿਹਾ ਹੋਣ ਦਾ ਮੁੱਖ ਕਾਰਨ ਤੁਹਾਡੀ ਯਾਦਾਸ਼ਤ ਦਾ ਹੋਰ ਕਾਰਵਾਈਆਂ ਵਿਚ ਰੁੱਝੇ ਹੋਣਾ ਸੀ। ਕਿਉਂਕਿ ਤੁਸੀਂ ਹੋਰ ਕੰਮਾਂ ਵਿਚ ਰੁੱਝੇ ਹੋਏ ਸੀ। ਠੀਕ ਤਰ੍ਹਾਂ ਨਾਲ ਜ਼ਰੂਰੀ ਚੀਜ਼ ਨੂੰ ਚੈੱਕ ਨਾ ਕਰਨਾ ਤੁਹਾਡੀ ਪਰੇਸ਼ਾਨੀ ਦਾ ਕਾਰਨ ਬਣਿਆ।

ਇਕ ਵਾਰ ਫਿਰ ਇਹ ਸਿੱਧ ਹੋ ਗਿਆ ਕਿ ਧਿਆਨ ਦਾ ਭਟਕਣਾ ਸਾਨੂੰ ਜ਼ਰੂਰੀ ਸਮਾਨ ਨੂੰ ਚੈੱਕ ਕਰਨ ਤੋਂ ਰੋਕਦਾ ਹੈ ਅਤੇ ਕਰਨ ਨਹੀਂ ਦਿੰਦਾ। ਇਸਤੇਮਾਲ ਕਰਨ ਤੋਂ ਬਾਅਦ ਲੈਪਟਾਪ ਵਰਗੀਆਂ ਚੀਜ਼ਾਂ ਜੇਬ ਵਿਚ ਰੱਖ ਲੈਣੀਆਂ ਚਾਹੀਦੀਆਂ ਹਨ।

ਪ੍ਸ਼ਨ 10 : ਸੁਨੀਲ ਭਾਟੀਆ ਨੇ ਮੈਨੂੰ ਵਿਅਕਤੀਤਵ ਦੇ ਵਿਕਾਸ ਵਿਸ਼ੇ ਤੇ ਬੋਲਣ ਦੇ ਲਈ ਜੇ.ਐਨ.ਯੂ. ਸੱਦਾ ਦਿੱਤਾ। ਕਿਉਂਕਿ ਸਵੇਰੇ ਠੰਡ ਸੀ ਇਸ ਲਈ ਮੈਂ ਕੋਟ ਪਾ ਲਿਆ। ਜੇ.ਐਨ.ਯੂ. ਪਹੁੰਚਣ ਤੇ ਮੈਂ ਕੋਟ ਆਫਿਸ ਵਿਚ ਟੰਗ ਦਿੱਤਾ।

ਲੈਕਚਰ ਦੇਣ ਤੋਂ ਬਾਅਦ ਮੈਂ ਕੋਫੀ ਅਤੇ ਨਾਸ਼ਤਾ ਲਿਆ। ਬਾਹਰ ਮੌਸਮ ਵਿਚ ਗਰਮੀ ਹੋ ਗਈ ਸੀ। ਸ੍ਰੀ ਭਾਟੀਆ ਦਾ ਧੰਨਵਾਦ ਕਰਕੇ ਮੈਂ ਘਰ ਵਾਪਸ ਜਾਣ ਲਈ ਟ੍ਰੇਨ ਫੜ ਲਈ। ਕੁਝ ਕਿਲੋਮੀਟਰ ਜਾਣ ਤੋਂ ਬਾਅਦ ਮੈਨੂੰ ਯਾਦ ਆਇਆ ਕੋਟ ਤਾਂ ਭੁੱਲ ਹੀ ਗਿਆ। ਬਾਅਦ ਵਿਚ ਸ੍ਰੀ ਭਾਟੀਆ ਨੇ ਕੋਟ ਵਾਪਸ ਭੇਜਣ ਦੀ ਵਿਵਸਥਾ ਕੀਤੀ।

ਉੱਤਰ : ਇਹ ਅਚਾਨਕ ਯਾਦਾਸ਼ਤ ਭੁੱਲਣ ਦਾ ਕਲਾਸਿਕ ਉਦਾਹਰਣ ਹੈ। ਤੁਸੀਂ ਇਸ ਲਈ ਭੁੱਲ ਗਏ ਕਿਉਂਕਿ ਤੁਸੀਂ ਸੰਕੇਤ ਸੂਚਕ ਯਾਦ ਨਹੀਂ ਕਰ ਸਕੇ।

ਮੌਸਮ ਵਿਚ ਬਦਲਾਅ ਨੇ ਤੁਹਾਡੇ ਕੋਟ ਦੀ ਜ਼ਰੂਰਤ ਨੂੰ ਖਤਮ ਕਰ ਦਿੱਤਾ। ਤੁਸੀਂ ਆਪਣੇ ਭਾਸ਼ਣ ਵਿਚ ਬਹੁਤ ਰੁੱਝ ਗਏ ਕਿ ਤੁਸੀਂ ਸਭ ਕੁਝ ਭੁੱਲ ਗਏ।

ਇਹ ਯਾਦਾਸ਼ਤ ਭੁੱਲ ਸੰਕੇਤ ਸੂਚਕ ਦੇ ਗਾਇਬ ਹੋਣ ਨਾਲ ਸਬੰਧਤ ਹੈ। ਅਜਿਹਾ ਇਸ ਲਈ ਹੋਇਆ ਕਿਉਂਕਿ ਯਾਦਾਸ਼ਤ ਕਰਨ ਵਾਲੇ ਤੱਤ ਗਾਇਬ ਹੋ ਗਏ। ਕੋਟ ਨੂੰ ਆਫਿਸ ਵਿਚ ਟੰਗਦੇ ਹੀ ਸੰਕੇਤ ਸੂਚਕ ਗਾਇਬ ਹੋ ਗਿਆ। ਚੰਗਾ ਹੁੰਦਾ ਕਿ ਜਾਣ ਤੋਂ ਪਹਿਲਾਂ ਆਪਣੀ ਯਾਦ ਸ਼ਕਤੀ ਤੇ ਜ਼ੋਰ ਦਿੰਦੇ ਅਤੇ ਮਹਿਸੂਸ ਕਰਦੇ ਕਿ ਕੁਝ ਕਮੀ ਹੈ। ਛੱਤਰੀ, ਕੋਟ ਆਦਿ ਵਰਗੀਆਂ ਚੀਜ਼ਾਂ ਦੇ ਯਾਦਾਸ਼ਤ ਦ੍ਰਿਸ਼ਟੀ ਤੋਂ ਗਾਇਬ ਹੋਣ ਦੀ ਸੰਭਾਵਨਾ ਜ਼ਿਆਦਾ ਹੁੰਦੀ ਹੈ।

ਪ੍ਸ਼ਨ 11 : ਮੈਨੂੰ ਹਰਿਆਲੀ ਪਸੰਦ ਹੈ ਅਤੇ ਪੌਦੇ ਬਹੁਤ ਪਸੰਦ ਕਰਦਾ ਹਾਂ ਪਰ ਜਦੋਂ ਪਾਣੀ ਦੇਣ ਦੀ ਗੱਲ ਆਉਂਦੀ ਹੈ ਤਾਂ ਸ਼ਾਇਦ ਹੀ ਕਦੀ ਪਾਣੀ ਦੇ ਸਕਦਾ ਹਾਂ। ਅਜਿਹਾ ਕਿਉਂ ਹੁੰਦਾ ਹੈ।

ਉੱਤਰ : ਹਾਲਾਂਕਿ ਤੁਸੀਂ ਪੌਦੇ ਪਸੰਦ ਕਰਦੇ ਹੋ ਪਰ ਜ਼ਿਆਦਾ ਧਿਆਨ ਨਹੀਂ ਦਿੰਦੇ ਕਿਉਂਕਿ ਇਹ ਤੁਹਾਡੀਆਂ ਪ੍ਰਿਥਮਤਾਵਾਂ ਵਿਚ ਵਿਚ ਸ਼ਾਮਲ ਨਹੀਂ ਹੈ। ਪਿਆਰ ਕਰਨਾ ਅਤੇ ਦੇਖ-ਭਾਲ ਕਰਨਾ ਦੋ ਵੱਖ ਵੱਖ ਗੱਲਾਂ ਹਨ। ਕਿਉਂਕਿ ਦੋਨਾਂ ਵਿਚ ਅੰਤਰ ਬਹੁਤ ਹੈ ਅਤੇ ਪੌਦੇ-ਪੌਦੇ ਤੇ ਨਿਰਭਰ ਕਰਦਾ ਹੈ ਇਸ ਲਈ ਤੁਹਾਨੂੰ ਮੁਸ਼ਕਲ ਨਾਲ ਯਾਦ ਰਹਿੰਦਾ ਹੈ। ਇਸ ਤਰ੍ਹਾਂ ਦਾ ਭੁੱਲਣਾ ਅੰਦਰੂਨੀ ਹੈ। ਜਦੋਂ ਤੱਕ ਤੁਹਾਨੂੰ ਸੰਕੇਤ ਮਿਲਦਾ ਹੈ ਉਦੋਂ ਤੱਕ ਬਹੁਤ ਦੇਰ ਹੋ ਚੁੱਕੀ ਹੁੰਦੀ ਹੈ ਅਜਿਹਾ ਹੋਣ ਵਿਚ, ਕਿਸੇ ਦਾ ਖਿਆਲ ਰੱਖਣ ਵਿਚ ਤੀਬਰ ਪ੍ਰੇਰਨਾ ਦੀ ਕਮੀ ਵੀ ਇਕ ਤੱਤ ਹੈ। ਅਜਿਹੇ ਬਹੁਤ ਸਾਰੇ ਲੋਕ ਹਨ ਜੋ ਪੌਦਿਆਂ ਵਿਚ ਆਪਣਾ ਸਮਾਂ ਗੁਜ਼ਾਰਦੇ ਹਨ ਅਤੇ ਸਫਲਤਾਪੂਰਵਕ ਧਿਆਨ ਰੱਖ ਸਕਦੇ ਹਨ।

ਪ੍ਸ਼ਨ 12 : ਸੁਜਾਤਾ ਅਤੇ ਮੈਂ ਹਫ਼ਤੇ ਦੇ ਅਖੀਰ ਵਿਚ ਸ਼ਿਮਲਾ ਜਾਣ ਦਾ ਪ੍ਰੋਗਰਾਮ ਬਣਾਇਆ ਉਥੇ ਜਾਣ ਦੇ ਲਈ ਘਰ ਤੋਂ ਅੱਠ ਘੰਟੇ ਦੀ ਡ੍ਰਾਈਵ ਹੈ। ਸੁਜਾਤਾ ਨੇ ਸੂਟਕੇਸ ਵਿਚ ਜ਼ਰੂਰੀ ਚੀਜ਼ਾਂ ਰੱਖੀਆਂ ਅਸੀਂ ਬੱਚਿਆਂ ਦੇ ਨਾਲ ਯਾਤਰਾ ਲਈ ਚੱਲ ਪਏ। ਜਦੋਂ ਅਸੀਂ ਅੱਧਾ ਰਸਤਾ ਪਹੁੰਚ ਗਏ ਤਾਂ ਮੈਨੂੰ ਸੁਜਾਤਾ ਨੇ ਪੁੱਛਿਆ ਕੀ ਉਸਨੇ ਕਾਰ ਵਿਚ ਸੂਟਕੇਸ ਰੱਖ ਦਿੱਤਾ ਹੈ। ਮੈਂ ਇਹ ਸੁਣ ਕੇ ਹੈਰਾਨ ਰਹਿ ਗਿਆ ਕਿ ਉਸਨੇ

'ਨਾ' ਵਿਚ ਜਵਾਬ ਦਿੱਤਾ। ਦੁਬਾਰਾ ਅਸੀਂ ਵਾਪਸ ਗਏ ਫਿਰ ਸੂਟਕੇਸ ਲੈ ਕੇ ਯਾਤਰਾ ਤੇ ਨਿਕਲੇ। ਅਜਿਹੀ ਲਾਪਰਵਾਹੀ ਕਿਉਂ ਹੋਈ।

ਉੱਤਰ : ਤੁਹਾਡੇ ਅਤੇ ਤੁਹਾਡੀ ਪਤਨੀ ਵਿਚਕਾਰ ਸੰਪ੍ਰੇਸ਼ਣ ਨਹੀਂ ਹੋਇਆ। ਤੁਸੀਂ ਆਪਣੀ ਪਤਨੀ ਉੱਪਰ ਜ਼ਰੂਰਤ ਤੋਂ ਜ਼ਿਆਦਾ ਨਿਰਭਰ ਸੀ ਅਤੇ ਤੁਸੀਂ ਸੋਚਿਆ ਕਿ ਉਹ ਜ਼ਰੂਰ ਸੂਟਕੇਸ ਲੈ ਆਵੇਗੀ। ਤੁਸੀਂ ਆਪਣੀ ਪਤਨੀ ਨੂੰ ਪੈਕਿੰਗ ਦੇ ਸਮੇਂ ਯਾਦ ਨਹੀਂ ਕਰਵਾਇਆ। ਜੇਕਰ ਤੁਸੀਂ ਸੂਟਕੇਸ ਸਹੀ ਜਗ੍ਹਾ ਤੇ ਰੱਖਿਆ ਹੁੰਦਾ ਤਾਂ ਯਾਤਰਾ ਦੇ ਸਮੇਂ ਤੁਹਾਡਾ ਧਿਆਨ ਉਸ ਜਗ੍ਹਾ ਤੇ ਜ਼ਰੂਰ ਜਾਂਦਾ। ਫਿਜ਼ੀਕਲ ਸੰਕੇਤ ਨਾ ਹੋਣ ਕਾਰਨ ਇਹ ਯਾਦਾਸ਼ਤ ਭੁੱਲ ਹੋਈ। ਤੁਹਾਨੂੰ ਵੀ ਆਪਸ ਵਿਚ ਸਲਾਹ ਮਸ਼ਵਰਾ ਰੱਖਣਾ ਚਾਹੀਦਾ ਸੀ।

ਪ੍ਰਸ਼ਨ 13 : ਇਹ ਮੇਰੀ ਆਦਤ ਵਿਚ ਆ ਚੁੱਕਾ ਹੈ। ਜਦੋਂ ਮੈਂ ਕੰਮ ਤੇ ਜਾਣ ਲਈ ਡ੍ਰਾਈਵ ਕਰਦਾ ਹਾਂ ਤਾਂ ਆਪਣੇ ਨਾਲ 1 ਕੱਪ ਕੌਂਫੀ ਲੈ ਜਾਂਦਾ ਹਾਂ। ਮੇਰਾ ਮੱਘ ਹੇਠਾਂ ਤੋਂ ਚੌੜਾ ਅਤੇ ਇਸਨੂੰ ਸਰਲਤਾ ਨਾਲ ਡੈਸ਼ ਬੋਰਡ ਤੇ ਰੱਖਿਆ ਜਾ ਸਕਦਾ ਹੈ। ਆਮ ਤੌਰ ਤੇ ਮੈਂ ਜਦੋਂ ਵੀ ਪਿੱਛੇ ਦਾ ਦਰਵਾਜਾ ਖੋਲ੍ਹਦਾ ਹਾਂ ਤਾਂ ਮੱਘ ਨੂੰ ਕਾਰ ਦੀ ਛੱਤ ਤੇ ਰੱਖ ਦਿੰਦਾ ਹਾਂ। ਇਕ ਦਿਨ ਮੈਂ ਕੱਪ ਕਾਰ ਦੀ ਛੱਤ ਤੇ ਰੱਖ ਦਿੱਤਾ ਉਦੋਂ ਮੈਂ ਦੇਖਿਆ ਕਿ ਮੇਰੀ ਪਤਨੀ ਨੇ ਹੁਣੇ ਨਜ਼ਦੀਕ ਕਾਰ ਪਾਰਕ ਕੀਤੀ ਹੈ। ਫਿਰ ਮੈਂ ਕਾਰ ਸਟਾਰਟ ਕਰਨ ਤੋਂ ਬਾਅਦ ਮੱਘ ਨੂੰ ਡੈਸ਼ ਬੋਰਡ ਤੇ ਦੇਖਿਆ ਪਰ ਉਥੇ ਨਹੀਂ ਸੀ। ਕੁਝ ਦੇਰ ਬਾਅਦ ਮੈਂ ਦੇਖਿਆ ਕਿ ਕੱਪ ਹੁਣ ਵੀ ਕਾਰ ਦੀ ਛੱਤ ਤੇ ਰੱਖਿਆ ਹੋਇਆ ਸੀ। ਥੋੜ੍ਹਾ ਗੁੱਸੇ ਵਿਚ ਮੈਂ ਇੱਧਰ-ਉੱਧਰ ਦੇਖਿਆ ਕਿ ਕੋਈ ਨੇੜੇ ਤੇੜੇ ਜਾ ਤਾਂ ਨਹੀਂ ਰਿਹਾ।

ਉੱਤਰ : ਇਹ ਕੇਸ ਵੀ ਧਿਆਨ ਦੇ ਇੱਧਰ-ਉੱਧਰ ਭਟਕਣ ਦਾ ਹੈ ਹੋ ਸਕਦਾ ਹੈ ਕਿ ਤੁਹਾਡੀ ਪਤਨੀ ਦੇ ਅਚਾਨਕ ਕਾਰ ਦੇ ਕੋਲ ਆਉਣ ਨਾਲ ਤੁਹਾਡਾ ਧਿਆਨ ਭਟਕ ਗਿਆ ਹੋਵੇ। ਇਸ ਲਈ ਆਪਣੀ ਪਤਨੀ ਨੂੰ ਦੋਸ਼ੀ ਠਹਿਰਾਉਣ ਦੀ ਬਜਾਏ ਉਸਨੂੰ ਖੁਸ਼ ਰੱਖਾ। ਤਾਂ ਕਿ ਭਵਿੱਖ ਵਿਚ ਆਪਣੇ ਆਪ ਤੇ ਗੁੱਸਾ ਨਾ ਆਏ। ਜੋ ਕੁਝ ਤੁਸੀਂ ਲਿਜਾ ਰਹੇ ਹੋ ਉਸਨੂੰ ਠੀਕ ਤਰ੍ਹਾਂ ਨਾਲ ਚੈੱਕ ਨਾ ਕਰਨ ਦੇ ਕਾਰਨ ਅਕਸਰ ਇਕਾਗਰਤਾ ਭੰਗ ਹੋ ਜਾਂਦੀ ਹੈ।

ਪ੍ਰਸ਼ਨ 14 : ਜਦੋਂ ਮੈਂ ਨਵੀਂ ਨੌਕਰੀ ਤੇ ਸੀ ਕਈ ਮੌਕਿਆਂ ਤੇ ਮੈਂ ਇਹ ਦੇਖਿਆ ਕਿ ਮੈਂ ਆਪਣੀ ਆਫਿਸ ਬਿਲਡਿੰਗ ਦੀ ਲਿਫਟ ਨੂੰ ਮੁਸ਼ਕਲ ਨਾਲ ਛੱਡ ਸਕਦਾ ਹਾਂ। ਜਦੋਂ ਮੈਨੂੰ ਸੱਜੇ ਮੁੜਨਾ ਚਾਹੀਦਾ ਹੈ ਮੈਂ ਖੱਬੇ ਮੁੜ ਜਾਂਦਾ ਹਾਂ ਜਾਂ ਜਦੋਂ ਖੱਬੇ ਮੁੜਨਾ ਚਾਹੀਦਾ ਹੈ ਤਾਂ ਸੱਜੇ ਮੁੜ ਜਾਂਦਾ ਹਾਂ। ਕਈ ਵਾਰ ਮੈਂ ਠੀਕ ਵੀ ਹੁੰਦਾ ਹਾਂ ਪਰ ਗਲਤ ਹੋਣ ਤੇ ਮੈਂ ਆਪਣੇ ਆਪ ਨੂੰ ਪਰੇਸ਼ਾਨੀ ਦੀ ਹਾਲਤ ਵਿਚ ਦੇਖਦਾ ਹਾਂ। ਹਾਲਾਂਕਿ ਹੋਰ ਵੀ ਲੋਕ ਇਸ ਤਰ੍ਹਾਂ ਦੀ ਗਲਤੀ ਕਰਦੇ ਹਨ। ਮੈਂ ਆਪਣੇ ਵੱਲੋਂ ਸਹੀ ਥਾਂ ਯਾਦ ਕਰਨ ਦੀ ਕੋਸ਼ਿਸ਼ ਕਰਦਾ ਹਾਂ।

ਉੱਤਰ : ਹੋਰ ਲੋਕਾਂ ਦੀ ਤਰ੍ਹਾਂ ਤੁਸੀਂ ਵੀ ਯਾਦ ਰੱਖਣਾ ਭੁੱਲ ਗਏ ਕਿ ਤੁਹਾਨੂੰ ਪੂਰਬ ਵੱਲ ਜਾਣਾ ਚਾਹੀਦਾ ਹੈ ਜਾਂ ਦੱਖਣ ਵੱਲ। ਇਸ ਪਰਿਸਥਿਤੀ ਦਾ ਹੱਲ ਇਹ ਹੈ ਕਿ ਆਪਣੇ ਸੁਭਾਅ ਨੂੰ ਮਹਿਸੂਸ ਕਰਦੇ ਹੋਏ ਧਿਆਨ ਕਰੋ ਕਿ - ਕਿਹੜੀ ਲਿਫਟ ਤੁਸੀਂ ਇਸਤੇਮਾਲ ਕਰ ਰਹੇ ਹੋ। ਅਸਲ ਵਿਚ ਇਹ ਸਧਾਰਣ ਸਮੱਸਿਆ ਨਹੀਂ ਹੈ। ਪਰ ਫਿਰ ਵੀ ਕੁਝ ਲੋਕਾਂ ਵਿਚ ਗਲਤੀ ਕਰਨ ਦਾ ਸੁਭਾਅ ਹੁੰਦਾ ਹੈ। ਜਦੋਂ ਕਿ ਉਹ ਕਰਨਾ ਨਹੀਂ ਚਾਹੁੰਦੇ।

ਪ੍ਰਸ਼ਨ 15 : ਵਿਦੇਸ਼ ਜਾਣ ਤੋਂ ਪਹਿਲਾਂ ਇਕ ਮਹੱਤਵਪੂਰਨ ਖੋਜ ਨਾਲ ਸਬੰਧਤ ਫੋਟੋਗ੍ਰਾਫ਼ ਅਤੇ ਇਤਿਹਾਸਕ ਅੰਕੜੇ ਅਤੇ ਡ੍ਰਾਇੰਗ ਪ੍ਰਕਾਸ਼ਕ ਨੂੰ ਭੇਜਣੀ ਸੀ। ਤਾਂ ਕਿ ਮੇਰੀ ਪਹਿਲੀ ਕਿਤਾਬ ਪ੍ਰਕਾਸ਼ਿਤ ਹੋ ਸਕੇ! ਦੋ ਦਿਨਾਂ ਤੱਕ ਮੈਂ ਸਾਰੀ ਸਮੱਗਰੀ ਇਕੱਠੀ ਕੀਤੀ ਅਤੇ ਇਕ ਲਿਫ਼ਾਫ਼ੇ ਵਿਚ ਸਾਰੀ ਤਿਆਰੀ ਕਰਕੇ ਰੱਖ ਦਿੱਤੀ ਤਾਂ ਕਿ ਮੈਂ ਉਸਦੇ ਕੋਲ ਭੇਜ ਸਕਾਂ। ਪਰ ਜਦੋਂ ਮੈਂ ਉਨ੍ਹਾਂ ਨੂੰ ਭੇਜਣ ਦਾ ਫ਼ੈਸਲਾ ਕੀਤਾ ਤਾਂ ਮੈਂ ਉਨ੍ਹਾਂ ਨੂੰ ਕਿਤੇ ਨਹੀਂ ਦੇਖਿਆ। ਮੈਂ ਇਕਦਮ ਘਬਰਾ ਗਿਆ ਅਤੇ ਘੰਟਿਆਂ ਤੱਕ ਲੱਭਦਾ ਰਿਹਾ। ਜਦੋਂ ਨਹੀਂ ਮਿਲੀ ਤਾਂ ਮੈਂ ਫ਼ੋਟੋਗ੍ਰਾਫ਼ਰ ਦੇ ਕੋਲ ਗਿਆ ਅਤੇ ਉਸ ਤੋਂ ਨਵਾਂ ਸੈੱਟ ਮੰਗਿਆ। ਜਦੋਂ ਮੈਂ ਵਿਦੇਸ਼ ਤੋਂ ਵਾਪਸ ਆਇਆ ਤਾਂ ਮੈਂ ਉਹ ਲਿਫ਼ਾਫ਼ਾ ਇਕ ਫਾਈਲ ਵਿਚ ਰੱਖਿਆ ਹੋਇਆ ਦੇਖਿਆ। ਮੈਂ ਆਪਣੇ ਇਸ ਯਾਦਾਸ਼ਤ ਘਾਟ ਤੋਂ ਹੈਰਾਨ ਰਹਿ ਗਿਆ।

ਉੱਤਰ : ਤੁਸੀਂ ਭੁੱਲ ਗਏ ਕਿ ਤੁਸੀਂ ਫ਼ੋਟੋਗ੍ਰਾਫ਼ ਕਿੱਥੇ ਰੱਖੀ ਸੀ। ਕਿਉਂਕਿ ਤੁਸੀਂ ਸੁਰੱਖਿਅਤ ਜਗ੍ਹਾ ਤੇ ਨਾ ਰੱਖਣ ਦੀ ਗਲਤੀ ਕੀਤੀ ਸੀ ਜਦੋਂ ਕਿ ਇਹ ਸਧਾਰਨ ਪ੍ਰਕਿਆ ਹੈ ਕਿ ਮਹੱਤਵਪੂਰਨ ਚੀਜ਼ਾਂ ਸੁਰੱਖਿਅਤ ਜਗ੍ਹਾ ਤੇ ਰੱਖਣੀਆਂ ਚਾਹੀਦੀਆਂ ਹਨ। ਤੁਹਾਨੂੰ ਫ਼ਾਈਲਿੰਗ ਸਿਸਟਮ ਤੋਂ ਲਾਭ ਲੈਣ ਦੀ ਜ਼ਰੂਰਤ ਹੈ ਤਾਂ ਕਿ ਠੀਕ ਤਰ੍ਹਾਂ ਨਾਲ ਵਿਵਸਥਿਤ ਕਰਕੇ ਸਹੀ ਜਗ੍ਹਾ ਤੇ ਰੱਖਿਆ ਜਾ ਸਕੇ ਅਤੇ ਤੁਸੀਂ ਆਸਾਨੀ ਨਾਲ ਯਾਦ ਕਰ ਸਕੋ।

ਪ੍ਰਸ਼ਨ 16 : ਆਪਣੀ ਪੜ੍ਹਾਈ ਦੇ ਦੌਰਾਨ ਮੈਂ ਇਕ ਇਨਸੀਚਿਊਟ ਵਿਚ ਨਿਯਮਿਤ ਕਲਾਸ ਅਟੈਂਡ ਕਰਦਾ ਸੀ ਉਸ ਘਰ ਵਿਚ ਪ੍ਰਵੇਸ਼ ਕਰਨਾ ਇਸ ਤਰ੍ਹਾਂ ਦਾ ਸੀ ਕਿ ਮੈਂ ਉਥੇ ਕਲਾਸ ਰੂਮ ਦੇ ਲਈ ਰਸਤਾ ਭੁੱਲ ਜਾਂਦਾ ਸੀ। ਕਿਰਪਾ ਕਰਕੇ ਮੇਰੀ ਸਹਾਇਤਾ ਕਰੋ।

ਉੱਤਰ : ਇਹ ਯਾਦਾਸ਼ਤ ਭੁੱਲ ਇਸ ਤਰ੍ਹਾਂ ਦੀ ਹੈ ਕਿ ਤੁਸੀਂ ਇਕ ਜਾਣੀ ਪਛਾਣੀ ਸੜਕ ਤੇ ਕਾਰ ਚਲਾ ਰਹੇ ਹੋ ਅਤੇ ਇਕ ਚੌਰਾਹੇ ਤੇ ਆ ਕੇ ਚਕਰਾ ਜਾਓ ਕਿ ਕਿਸ ਪਾਸੇ ਮੁੜਨਾ ਹੈ। ਜਿਸ ਬਾਰੇ ਵਿਚ ਤੁਹਾਨੂੰ ਜਾਣਕਾਰੀ ਨਹੀਂ ਹੈ। ਕੁਝ ਲੋਕਾਂ ਨੂੰ ਰਸਤਾ ਯਾਦ ਕਰਾਉਣ ਵਿਚ ਬੜੀ ਔਖਿਆਈ ਦਾ ਸਾਹਮਣਾ ਕਰਨਾ ਪੈਂਦਾ ਹੈ। ਚਾਹੇ ਉਹ ਰੋਜ਼ਾਨਾ ਉਸ ਰਸਤੇ ਤੋਂ ਲੰਘਦੇ ਹੋਣ। ਉਹ ਮਾਨ ਚਿੱਤਰ ਯਾਦ ਕਰਨ ਦਾ ਕਸ਼ਟ ਨਹੀਂ ਉਠਾਉਣਾ ਚਾਹੁੰਦੇ। ਇਹ ਇਕ ਸਧਾਰਨ ਅਨੁਭਵ ਹੈ ਕਿ ਜਦੋਂ ਕੋਈ ਦਿਸ਼ਾ, ਰਸਤਾ ਜਾਂ ਬਿਲਡਿੰਗ ਯਾਦ ਨਹੀਂ ਕਰ ਸਕਦਾ। ਜ਼ਿਆਦਾਤਰ ਲੋਕ ਸ਼ਾਇਦ ਇਹ ਸੋਚਦੇ ਹਨ ਕਿ ਉਹ ਆਪਣੇ ਆਪ ਹੀ ਯਾਦ ਕਰ ਸਕਣਗੇ। ਇਸ ਲਈ ਉਹ ਬਿਲਡਿੰਗ ਜਾਂ ਰਸਤੇ ਦੀ ਦਿਸ਼ਾ ਯਾਦ ਕਰਨ ਦੀ ਕੋਸ਼ਿਸ਼ ਨਹੀਂ ਕਰਦੇ। ਅਕਸਰ ਰਸਤਾ ਭੁੱਲਣਾ ਕੋਈ ਵੱਡੀ ਸਮੱਸਿਆ ਨਹੀਂ ਹੈ। ਇਸਨੂੰ ਕਿਸੇ ਤੋਂ ਵੀ ਪੁੱਛਿਆ ਜਾ ਸਕਦਾ ਹੈ। ਕਿਸੇ ਮੌਕੇ ਤੇ ਇਹ ਸਮੱਸਿਆ ਗੰਭੀਰ ਬਣ ਜਾਂਦੀ ਹੈ। ਜਦੋਂ ਤੁਸੀਂ ਕਿਸੇ ਗੜਬੜ ਵਾਲੇ ਇਲਾਕੇ ਵਿਚ ਹੋਵੋ। ਹਰੇਕ ਨੂੰ ਸਮੱਸਿਆ ਦਾ ਗਿਆਨ ਹੋਣਾ ਚਾਹੀਦਾ ਹੈ ਅਤੇ ਕੋਸ਼ਿਸ਼ ਕਰਨੀ ਚਾਹੀਦੀ ਹੈ ਕਿ ਖਾਸ ਚਿੰਨ੍ਹਾਂ, ਮਾਨ ਚਿੱਤਰ ਜਾਂ ਨਿਰਦੇਸ਼ਾਂ ਨੂੰ ਯਾਦ ਕੀਤਾ ਜਾ ਸਕੇ।

ਪ੍ਰਸ਼ਨ 17 : ਕਾਰ ਮਾਲਕ ਅਕਸਰ ਆਪਣੀਆਂ ਕਾਰਾਂ ਨੂੰ ਲਾਕ ਕਰ ਲੈਂਦੇ ਹਨ। ਇਕ ਦਿਨ ਮੈਂ ਕਾਰ ਦੀ ਚਾਬੀ ਆਪਣੀ ਪੈਂਟ ਵਿਚ ਰੱਖਣ ਦੀ ਬਜਾਏ ਓਵਰਕੋਟ ਵਿਚ ਰੱਖ ਲਈ। ਕੁਝ ਸਮੇਂ ਬਾਅਦ ਮੈਨੂੰ ਲੱਗਾ ਕਿ ਬਹੁਤ ਗਰਮੀ ਹੈ ਤਾਂ ਮੈਂ ਓਵਰਕੋਟ

ਉਤਾਰ ਕੇ ਪਿਛਲੀ ਸੀਟ ਤੇ ਰੱਖ ਦਿੱਤਾ ਅਤੇ ਕਾਰ ਦਾ ਦਰਵਾਜ਼ਾ ਬਾਹਰੋਂ ਬੰਦ ਕਰ ਲਿਆ ਜਦੋਂ ਮੈਂ ਆਪਣਾ ਕੰਮ ਖਤਮ ਕਰਕੇ ਵਾਪਸ ਪਹੁੰਚਿਆ ਤਾਂ ਮੈਨੂੰ ਚਾਬੀ ਲੱਭੀ ਬਾਅਦ ਵਿਚ ਧਿਆਨ ਆਇਆ ਕਿ ਚਾਬੀ ਤਾਂ ਕਾਰ ਦੇ ਅੰਦਰ ਹੀ ਰਹਿ ਗਈ।

ਉੱਤਰ : ਯਾਦਾਸ਼ਤ ਭੁੱਲ ਦੀ ਇਹ ਇਕ ਸਧਾਰਣ ਉਦਾਹਰਣ ਹੈ। ਹਾਲਾਂਕਿ ਇਹ ਇਕ ਨਿਯਮਿਤ ਆਦਤ ਹੈ ਪਰ ਇਸ ਸਮੇਂ ਤੁਸੀਂ ਚਾਬੀਆਂ ਓਵਰਕੋਟ ਦੀ ਜੇਬ ਵਿਚ ਰੱਖ ਦਿੱਤੀਆਂ। ਇਸ ਸਮੱਸਿਆ ਤੋਂ ਬਚਣ ਦੇ ਲਈ ਇਕ ਹੋਰ ਚਾਬੀ ਦੀ ਜ਼ਰੂਰਤ ਹੁੰਦੀ ਹੈ। ਜਰਾ ਵੀ ਦਿਮਾਗ ਦੇ ਭਟਕਣ ਨਾਲ ਇਹ ਜਾਂਚ ਕਰਨਾ ਭੁੱਲ ਜਾਂਦੇ ਹਾਂ ਕਿ ਅਸੀਂ ਕੋਈ ਚੀਜ਼ ਕਿਥੇ ਰੱਖ ਦਿੱਤੀ ਹੈ ਇਸ ਲਈ ਹਮੇਸ਼ਾਂ ਚਾਬੀ ਨੂੰ ਜੇਬ ਵਿਚ ਜਾਂ ਪਰਸ ਵਿਚ ਰੱਖਣ ਦੀ ਆਦਤ ਪਾਓ।

ਪ੍ਰਸ਼ਨ 18 : ਇਕ ਦਿਨ ਮੈਂ ਨਹਾ ਰਿਹਾ ਸੀ। ਜਦੋਂ ਮੈਂ ਨਹਾ ਰਿਹਾ ਸੀ ਤਾਂ ਸਵੇਰੇ ਸੱਤ ਵਜੇ ਨਹਾਉਂਦੇ ਹੋਏ ਪਾਣੀ ਚਲਾ ਗਿਆ। ਕਿਸੇ ਤਰ੍ਹਾਂ ਨਹਾਉਣ ਤੋਂ ਬਾਅਦ ਮੈਂ ਕੰਮ ਲਈ ਤੁਰ ਪਿਆ। ਸ਼ਾਮ ਨੂੰ ਵਾਪਸੀ ਤੇ ਆ ਕੇ ਦੇਖਿਆ ਕਿ ਮੇਰੇ ਘਰ ਵਿਚ ਪਾਣੀ ਭਰਿਆ ਪਿਆ ਹੈ।

ਉੱਤਰ : ਇਹ ਸਰੀਰਕ ਸੰਕੇਤ ਸੂਚਕ ਯਾਦ ਨਾ ਰਹਿਣ ਦਾ ਉਦਾਹਰਣ ਹੈ। ਜੇਕਰ ਤੁਹਾਡੇ ਸਾਹਮਣੇ ਹੀ ਪਾਣੀ ਆ ਰਿਹਾ ਹੁੰਦਾ ਤਾਂ ਤੁਸੀਂ ਟੂਟੀ ਬੰਦ ਕਰ ਦਿੱਤੀ ਹੁੰਦੀ। ਇਹ ਇਕ ਅਜਿਹੀ ਸਮੱਸਿਆ ਹੈ ਜਿਸਦੇ ਹੱਲ ਦੀ ਜ਼ਰੂਰਤ ਹੈ। ਜੇਕਰ ਤੁਹਾਡਾ ਧਿਆਨ ਵੰਡਿਆ ਹੋਇਆ ਵੀ ਹੋਵੇ ਤਾਂ ਟੂਟੀ ਬੰਦ ਕਰਨਾ ਨਾ ਭੁੱਲੋ। ਜਿਵੇਂ ਤੁਸੀਂ ਖਾਣਾ ਬਣ ਜਾਣ ਤੋਂ ਬਾਅਦ ਗੈਸ ਬੰਦ ਕਰ ਦਿੰਦੇ ਹੋ। ਇਹ ਅਨੁਭਵ ਲਗਭਗ ਸਾਰਿਆਂ ਦੇ ਨਾਲ ਹੁੰਦਾ ਹੈ। ਇਹ ਅਸਲ ਵਿਚ ਯਾਦਾਸ਼ਤ ਭੁੱਲ ਦੀ ਘਟਨਾ ਨਹੀਂ ਹੈ । ਫਿਰ ਵੀ ਚੁਕੰਨਾ ਰਹਿਣ ਦੀ ਆਦਤ ਪਾਓ। ਜਦੋਂ ਤੁਸੀਂ ਬਾਹਰ ਜਾ ਰਹੇ ਹੋ ਤਾਂ ਮਹੱਤਵਪੂਰਨ ਚੀਜ਼ਾਂ ਜਿਵੇਂ ਟੂਟੀ, ਗੈਸ, ਖਿੜਕੀਆਂ, ਲਾਈਟ ਬੰਦ ਹੈ ਜਾਂ ਨਹੀਂ ਦੋ ਵਾਰ ਚੈੱਕ ਕਰ ਲਓ।

ਪ੍ਰਸ਼ਨ 19 : ਇਨ੍ਹਾਂ ਦਿਨਾਂ ਵਿਚ ਮੈਂ ਕੁਝ ਵਿਸ਼ੇਸ਼ ਤਰ੍ਹਾਂ ਦੀ ਭੁੱਲ ਭੁੱਲੇਖੇ ਨਾਲ ਪੀੜਤ ਹਾਂ। ਜੋ ਮੈਨੂੰ ਪਰੇਸ਼ਾਨ ਅਤੇ ਦੁਖੀ ਕਰਦੇ ਹਨ। ਮੈਂ ਵਿਭਿੰਨ ਮੌਕਿਆਂ ਤੇ ਕ੍ਰੈਡਿਟ ਕਾਰਡ ਇਸਤੇਮਾਲ ਕਰਦਾ ਹਾਂ। ਕੁਝ ਸਟੋਰ ਆਪਣੀ ਰਸੀਦ ਦਿੰਦੇ ਹਨ ਅਤੇ ਇਕ ਰਸੀਦ ਤੇ ਕਾਰਡ ਧਾਰਕ ਦੇ ਦਸਤਖ਼ਤ ਕਰਾਉਂਦੇ ਹਨ। ਕਈ ਵਾਰ ਰਸੀਦ ਲੈ ਕੇ ਬਿਨਾਂ ਹਸਤਾਖ਼ਰ ਕੀਤੇ ਮੈਂ ਤੁਰ ਪੈਂਦਾ ਹਾਂ। ਜਦੋਂ ਤੱਕ ਕਿ ਦੁਕਾਨਦਾਰ ਨਾ ਰੋਕੇ ਕਿ ਤੁਸੀਂ ਸਲਿੱਪ ਤੇ ਹਸਤਾਖਰ ਨਹੀਂ ਕੀਤੇ। ਮੈਨੂੰ ਅਜਿਹਾ ਲੱਗਦਾ ਹੈ ਜੇ ਕੋਈ ਦੇਖ ਰਿਹਾ ਹੋਵੇ ਉਹ ਜ਼ਰੂਰ ਸੋਚਦਾ ਹੋਵੇਗਾ ਕਿ ਮੈਂ ਬਿਨਾਂ ਭੁਗਤਾਨ ਕੀਤੇ ਜਾ ਰਿਹਾ ਹਾਂ। ਮੇਰਾ ਵਿਵਹਾਰ ਸ਼ੱਕ ਦੇ ਘੇਰੇ ਵਿਚ ਆ ਜਾਂਦਾ ਹੈ। ਜਦੋਂ ਕਿ ਮੇਰਾ ਇਰਾਦਾ ਅਜਿਹਾ ਨਹੀਂ ਹੁੰਦਾ।

ਉੱਤਰ : ਇਸ ਤਰ੍ਹਾਂ ਦੀ ਭੁੱਲ ਦੇ ਦੋ ਕਾਰਨ ਹੋ ਸਕਦੇ ਹਨ ਇਕ ਤਾਂ ਜਦੋਂ ਖਰੀਦਦਾਰੀ ਕਰ ਰਹੇ ਹੁੰਦੇ ਹੋ ਤੁਸੀਂ ਭੁੱਲ ਜਾਂਦੇ ਹੋ ਕਿ ਲੈਣ-ਦੇਣ ਕ੍ਰੈਡਿਟ ਕਾਰਡ ਨਾਲ ਹੋਣਾ ਹੈ ਦੂਜਾ ਕਿਉਂਕਿ ਹਰ ਸਟੋਰ ਆਪਣਾ-ਆਪਣਾ ਤਰੀਕਾ ਅਪਣਾਉਂਦੇ ਹਨ। ਤਾਂ ਸ਼ਾਇਦ ਤੁਸੀਂ ਇਸ ਕਾਰਨ ਸਲਿੱਪ ਤੇ ਹਸਤਾਖਰ ਕਰਨਾ ਭੁੱਲ ਜਾਂਦੇ ਹੋ।

ਪ੍ਰਸ਼ਨ 20 : ਦੋ ਦਹਾਕੇ ਤੋਂ ਜ਼ਿਆਦਾ ਸਮੇਂ ਤੋਂ, ਮੈਂ ਵਿਦਿਆਰਥੀਆਂ ਅਤੇ ਨੌਕਰੀ ਚਾਹਵਾਨਾਂ ਦੀ ਟਟੋਰੀਅਲ ਕਲਾਸਾਂ ਲੈ ਰਹੀ ਹਾਂ। ਜਿੱਥੋਂ ਤੱਕ ਮੈਨੂੰ ਯਾਦ ਆਉਂਦਾ ਹੈ ਮੈਂ

ਕਦੀ ਵੀ ਕੋਈ ਕਲਾਸ ਨਹੀਂ ਛੱਡੀ। ਪਿਛਲੇ ਸਾਲ ਹੋਰ ਬੇਹਤਰੀ ਦੇ ਲਈ ਪ੍ਰਸ਼ਾਸਕ ਨੇ ਜਮਾਤਾਂ ਦੇ ਸਮੇਂ ਵਿਚ ਪਰਿਵਰਤਨ ਕਰ ਦਿੱਤਾ। ਮੈਨੂੰ ਹੈਰਾਨੀ ਹੈ ਇਸ ਸਾਲ ਮੈਂ ਤਿੰਨ ਮੌਕਿਆਂ ਤੇ ਕਲਾਸ ਲੈਣ ਨਹੀਂ ਆ ਸਕੀ।

ਉੱਤਰ : ਜਮਾਤਾਂ ਦੇ ਸਮੇਂ ਦੇ ਬਦਲਾਅ ਨੇ ਤੁਹਾਡੀ ਯਾਦਾਸ਼ਤ ਭੁੱਲਾ ਦਿੱਤੀ। ਇਕ ਸਮੇਂ ਦੇ ਬਦਲਾਅ ਨੇ ਉਲਝਣ ਪੈਦਾ ਕਰ ਦਿੱਤੀ ਜਿਸ ਕਾਰਨ ਨਿਯਮਿਤ ਵਿਅਕਤੀ ਵੀ ਨਿਯਮ ਦਾ ਪਾਲਣ ਨਹੀਂ ਕਰ ਸਕਦਾ। ਯਾਦਾਸ਼ਤ ਇਸ ਗੱਲ ਤੇ ਨਿਰਭਰ ਕਰਦੀ ਹੈ ਕਿ ਤੁਸੀਂ ਕਿਸ ਤਰ੍ਹਾਂ ਆਪਣਾ ਨਿੱਤਨੇਮ ਤਹਿ ਕਰਦੇ ਹੋ। ਡਾਇਰੀ ਦਾ ਇਸਤੇਮਾਲ ਇਸ ਸਮੱਸਿਆ ਤੇ ਕਾਬੂ ਲਿਆ ਸਕਦਾ ਹੈ ਪਰ ਇਹ ਕੋਈ ਭੁੱਲ ਦਾ ਹੱਲ ਨਹੀਂ ਹੈ। ਕੁਝ ਸਮਾਂ ਡਾਇਰੀ ਦਾ ਸਹਾਰਾ ਲੈਣ ਤੋਂ ਬਾਅਦ ਵਾਪਸ ਆਪਣੇ ਤਰੀਕੇ ਤੇ ਆ ਕੇ ਇਸ ਸਮੱਸਿਆ ਤੋਂ ਛੁਟਕਾਰਾ ਪਾ ਸਕਦੇ ਹੋ।

ਪ੍ਰਸ਼ਨ 21 : ਤਿੰਨ ਸਾਲ ਪਹਿਲਾਂ, ਮੈਂ ਅਤੇ ਮੇਰਾ ਸਹਿਕਰਮੀ, ਪਟਨਾ ਯੂਨੀਵਰਸਿਟੀ ਵਿਚ ਮਨੋਵਿਗਿਆਨ ਵਿਸ਼ੇ ਤੇ ਲੈਕਚਰ ਦੇਣ ਦੇ ਲਈ ਸਹਿਮਤ ਹੋ ਗਏ। ਸਭ ਕੁਝ ਠੀਕ-ਠਾਕ ਚੱਲਦਾ ਰਿਹਾ। ਪਰ ਆਖਰੀ ਲਾਈਨ ਤੇ ਮੈਂ ਬਿਲਕੁਲ ਘਬਰਾ ਗਿਆ ਅਤੇ ਕੁਝ ਯਾਦ ਨਹੀਂ ਆਇਆ ਅਤੇ ਪੁਆਇੰਟਸ ਨੂੰ ਯਾਦ ਨਾ ਕਰ ਸਕਿਆ। ਮੇਰਾ ਸਹਿਕਰਮੀ ਵੀ ਮੇਰੀ ਸਹਾਇਤਾ ਨਹੀਂ ਕਰ ਸਕਿਆ ਕਿਉਂਕਿ ਉਹ ਕਿਸੇ ਹੋਰ ਕੰਮ ਵਿਚ ਰੁੱਝਿਆ ਸੀ।

ਉੱਤਰ : ਜ਼ਿਆਦਾ ਆਤਮ ਵਿਸ਼ਵਾਸ ਅਤੇ ਤਿਆਰੀ ਵਿਚ ਕਮੀ ਦੇ ਕਾਰਨ ਸਭ ਕੁਝ ਖਰਾਬ ਹੋ ਗਿਆ। ਹਾਲਾਂਕਿ ਇਸ ਸਮੱਸਿਆ ਦਾ ਹੱਲ ਸਭ ਤੋਂ ਸੌਖਾ ਹੈ। ਜਦੋਂ ਕਦੀ ਤੁਸੀਂ ਕੋਈ ਖਾਸ ਸਪੀਚ ਦਿਓ ਤਾਂ ਛੋਟੇ ਨੋਟਸ ਜ਼ਰੂਰ ਬਣਾ ਲਓ ਚਾਹੇ ਤੁਸੀਂ ਕਿੰਨੀ ਵੀ ਤਿਆਰੀ ਕਿਉਂ ਨਾ ਕੀਤੀ ਹੋਵੇ। ਯਾਦਾਸ਼ਤ ਤੇ ਜ਼ਿਆਦਾ ਨਿਰਭਰਤਾ ਕਦੀ-ਕਦੀ ਪਰੇਸ਼ਾਨੀ ਦਾ ਕਾਰਨ ਬਣ ਜਾਂਦੀ ਹੈ।

ਪ੍ਰਸ਼ਨ 22 : ਮੈਂ ਕੇਂਦਰੀ ਯੂਨੀਵਰਸਿਟੀ ਵਿਚ ਅਕੈਡਮਿਕ ਕੈਰੀਅਰ ਸ਼ੁਰੂ ਕੀਤਾ ਹੈ। ਹੁਣੇ ਚਾਰ ਦਿਨ ਪਹਿਲਾਂ ਮੈਂ ਆਪਣੇ ਘਰ ਵਾਪਸ ਆਇਆ। ਹਮੇਸ਼ਾਂ ਦੀ ਤਰ੍ਹਾਂ ਮੈਂ ਆਪਣੇ ਦੋਸਤ ਵਿਨੀਤ ਨੂੰ ਮਿਲਣ ਗਿਆ ਜਿਸਨੇ ਮਹਿੰਗਾ ਕੋਟ ਪਾਇਆ ਹੋਇਆ ਸੀ। ਮੈਂ ਇਸ ਬਾਰੇ ਵਿਚ ਉਸ ਨਾਲ ਗੱਲ ਕੀਤੀ। ਮੈਨੂੰ ਸੁਣ ਕੇ ਹੈਰਾਨੀ ਹੋਈ ਜਦੋਂ ਉਸਨੇ ਕਿਹਾ ਕਿ ਮੇਰੇ ਜਨਮ ਦਿਨ ਤੇ ਗਿਫਟ ਮਿਲਿਆ ਹੈ। ਹਾਲਾਂਕਿ ਉਹ ਮੇਰਾ ਪਿਆਰਾ ਮਿੱਤਰ ਹੈ ਫਿਰ ਵੀ ਮੈਨੂੰ ਜਨਮ ਦਿਨ ਯਾਦ ਨਹੀਂ ਰਿਹਾ।

ਉੱਤਰ : ਸਾਲਗਿਰਾ, ਜਨਮ ਦਿਨ ਆਦਿ ਭੁੱਲਣਾ ਇਕ ਸਧਾਰਣ ਪਰ ਵੱਡੀ ਸਮੱਸਿਆ ਹੈ। ਇਸ ਦਾ ਇਹ ਵੀ ਇਸ਼ਾਰਾ ਹੈ ਕਿ ਤੁਸੀਂ ਆਪਣੇ ਨਜ਼ਦੀਕੀ ਲੋਕਾਂ ਦੀ ਪਰਵਾਹ ਨਹੀਂ ਕਰਦੇ। ਜੇਕਰ ਤੁਹਾਡਾ ਦੋਸਤ ਤੁਹਾਨੂੰ ਮਹੱਤਵਪੂਰਨ ਦਿਨ ਦੀ ਯਾਦ ਦਵਾਏ ਤਾਂ ਅਸਲ ਵਿਚ ਸਹਾਇਕ ਹੈ। ਕੁਝ ਲੋਕ ਜਾਣ ਕੇ ਅਜਿਹੇ ਮੌਕਿਆਂ ਨੂੰ ਦੱਸਣਾ ਟਾਲਦੇ ਹਨ ਅਤੇ ਇਹ ਉਮੀਦ ਕਰਦੇ ਹਨ ਕਿ ਉਨ੍ਹਾਂ ਦਾ ਦੋਸਤ ਪਹਿਲਾਂ ਹੀ ਯਾਦ ਰੱਖੇ। ਸਭ ਤੋਂ ਵਧੀਆ ਤਰੀਕਾ ਇਹ ਹੈ ਕਿ ਆਪਣੀ ਡਾਇਰੀ ਵਿਚ ਲਿਖ ਕੇ ਰੱਖੋ ਅਤੇ ਮਹੀਨੇ ਦੇ ਸ਼ੁਰੂ ਵਿਚ ਡਾਇਰੀ ਦੇਖੋ ਅਤੇ ਕੋਸ਼ਿਸ਼ ਕਰੋ ਇਨ੍ਹਾਂ ਮਹੱਤਵਪੂਰਨ ਦਿਨਾਂ ਨੂੰ ਯਾਦ ਰੱਖਣ ਦੀ।

ਪ੍ਰਸ਼ਨ 23 : ਇਕ ਮਹਿਲਾ ਮੇਰੇ ਆਫਿਸ ਵਿਚ ਹੋਰ ਵਿਭਾਗਾ ਵਿਚ ਕੰਮ ਕਰਦੀ ਹੈ ਅਤੇ ਥੋੜ੍ਹੀ ਬਹੁਤ ਜਾਣ ਪਹਿਚਾਣ ਸੀ। ਇਕ ਦਿਨ ਅਸੀਂ ਮਿਲੇ ਅਤੇ ਕੁਝ ਗੱਲਾਂ ਕੀਤੀਆਂ। ਮੈਂ ਸੋਚਿਆ ਮੈਂ ਇਸ ਨੂੰ ਪਹਿਲਾਂ ਕਿਤੇ ਮਿਲ ਚੁੱਕਿਆ ਹਾਂ ਅਤੇ ਉਹ ਸੰਗੀਤਾ ਸੀ। ਜਦੋਂ ਕਿ ਉਸ ਨਾਲ ਮਿਲਦੀ ਜੁਲਦੀ ਸ਼ਕਲ ਨੂੰ ਜਿਸ ਔਰਤ ਨਾਲ ਮੈਂ ਮਿਲਿਆ ਉਹ ਨੇਹਾ ਸੀ। ਕੁਝ ਦਿਨਾਂ ਬਾਅਦ ਮੈਂ ਮੁੰਬਈ ਤੋਂ ਆ ਰਿਹਾ ਸੀ, ਮੈਂ ਉਸ ਨੂੰ ਦੁਬਾਰਾ ਮਿਲਿਆ ਅਤੇ ਸੰਗੀਤਾ ਕਹਿ ਕੇ ਬੁਲਾਇਆ। ਜਦੋਂ ਮੈਂ ਕੁਝ ਕਦਮ ਤੁਰਿਆ ਤਾਂ ਮਹਿਸੂਸ ਕੀਤਾ ਕਿ ਇਹ ਤਾਂ ਨੇਹਾ ਹੈ। ਮੈਂ ਇਸ ਗਲਤੀ ਦੇ ਲਈ ਉਸ ਤੋਂ ਮਾਫੀ ਮੰਗੀ।

ਉੱਤਰ : ਕਿਸੇ ਨੂੰ ਦੂਜੇ ਨਾਮ ਨਾਲ ਬੁਲਾਉਣਾ ਵਿਨਮ੍ਰਤਾ ਦੇ ਵਿਰੁੱਧ ਹੈ। ਅਜਿਹਾ ਉਦੋਂ ਹੁੰਦਾ ਹੈ ਜਦੋਂ ਦੋ ਵਿਅਕਤੀਆਂ ਵਿਚ ਥੋੜ੍ਹੀ ਬਹੁਤ ਸਮਾਨਤਾ ਹੋਵੇ। ਬਹੁਤ ਆਤਮ ਵਿਸ਼ਵਾਸ ਵੀ ਇਸ ਵਿਚ ਮਹੱਤਵਪੂਰਨ ਕਾਰਨ ਹੈ। ਅਜਿਹਾ ਲਗਾਤਾਰ ਉਨ੍ਹਾਂ ਲੋਕਾਂ ਨਾਲ ਹੁੰਦਾ ਹੈ ਜੋ ਕੁਝ ਕਰਨ ਤੋਂ ਪਹਿਲਾਂ ਸੋਚ ਸਮਝ ਨਹੀਂ ਲੈਂਦੇ ਅਤੇ ਜਿਨ੍ਹਾਂ ਦਾ ਭੁੱਲਣ ਦਾ ਇਤਿਹਾਸ ਰਿਹਾ ਹੈ।

ਜੇਕਰ ਤੁਸੀਂ ਕਿਸੇ ਦੇ ਬਾਰੇ ਵਿਚ ਨਿਸ਼ਚਿਤ ਨਹੀਂ ਹੋ ਤਾਂ ਨਾਮ ਬੁਲਾਉਣ ਤੋਂ ਪਹਿਲਾਂ ਪਛਾਣ ਕਰ ਲਵੋ। ਪੁਸਤਕ ਵਿਚ ਇਸ ਬਾਰੇ ਵਿਚ ਦਿੱਤੀ ਗਈ ਤਕਨੀਕ ਵੀ ਪੜ੍ਹੋ।

ਪ੍ਰਸ਼ਨ 24 : ਪੇਸ਼ੇਵਰ ਅਤੇ ਈਸਾਈ ਹੋਣ ਦੇ ਕਾਰਨ ਮੈਂ ਇਹ ਮਹੱਤਵਪੂਰਨ ਮੰਨਦਾ ਹਾਂ ਕਿ ਕ੍ਰਿਸਮਿਸ ਕਾਰਡ ਆਪਣੇ ਸੈਕ੍ਰੇਟ੍ਰੀਸ ਨੂੰ ਦੇਵਾਂ। ਇਕ ਸਾਲ ਪਹਿਲਾਂ 'ਬੇ ਸੀ' ਆਫਿਸ ਵਿਚ ਆਈ ਸੀ। ਮੈਂ ਉਸਨੂੰ ਕਾਰਡ ਦੇਣਾ ਭੁੱਲ ਗਿਆ। ਛੇਤੀ ਮੈਂ ਬਾਹਰ ਗਿਆ ਅਤੇ ਕਾਰਡ ਲੈ ਆਇਆ। ਮੈਂ ਚਸ਼ਮਾ ਲਗਾਉਣਾ ਭੁੱਲ ਗਿਆ ਸੀ। ਬਿਨਾਂ ਚਸ਼ਮੇ ਤੋਂ ਮੈਂ ਠੀਕ ਤਰ੍ਹਾਂ ਪੜ੍ਹ ਨਹੀਂ ਸਕਦਾ। ਜਲਦੀ ਵਿਚ ਮੈਂ ਹਸਤਾਖ਼ਰ ਕਰਕੇ ਕਾਰਡ ਦੇ ਦਿੱਤਾ। ਉਸਨੇ ਕਾਰਡ ਪੜ੍ਹਿਆ ਅਤੇ ਦੂਜੇ ਸਹਿਕਰਮੀ ਨੂੰ ਦੇ ਦਿੱਤਾ। ਉਸਨੇ ਪੜ੍ਹਿਆ ਅਤੇ ਜੋਰ ਨਾਲ ਹੱਸਣ ਲੱਗੀ। ਕਿਉਂਕਿ ਬਿਨਾਂ ਚਸ਼ਮੇ ਤੋਂ ਮੈਂ ਇਹ ਦੇਖ ਨਹੀਂ ਸਕਿਆ ਕਿ ਸੀ ਕਿ ਕਾਰਡ ਅਸ਼ਲੀਲ ਹੈ। ਇਸ ਤੋਂ ਮੈਂ ਬਹੁਤ ਹੈਰਾਨ ਪਰੇਸ਼ਾਨ ਹੋਇਆ।

ਉੱਤਰ : ਅਜਿਹਾ ਦੇਖਿਆ ਗਿਆ ਕਿ ਕ੍ਰਿਸਮਿਸ ਦੇ ਦਿਨਾਂ ਵਿਚ ਇਸ ਤਰ੍ਹਾਂ ਦੀ ਭੁੱਲ ਜ਼ਿਆਦਾ ਹੁੰਦੀ ਹੈ ਅਤੇ ਇਸ ਤਰ੍ਹਾਂ ਦੀਆਂ ਘਟਨਾਵਾਂ ਕਿਤੇ ਵੀ ਅਤੇ ਕਦੀ ਵੀ ਹੋ ਸਕਦੀਆਂ ਹਨ। ਕਿਉਂਕਿ ਤੁਸੀਂ ਕਾਰਡ ਦੇਣਾ ਭੁੱਲ ਗਏ ਸੀ। ਇਸ ਲਈ ਜਲਦੀ ਨਾਲ ਕਾਰਡ ਲੈਣ ਚਲਾ ਗਿਆ। ਤਾਂ ਕਿ ਪਿਛਲੀ ਭੁੱਲ ਸੁਧਰ ਜਾਵੇ। ਇਸ ਕੋਸ਼ਿਸ਼ ਵਿਚ ਤੁਸੀਂ ਚਸ਼ਮਾ ਭੁੱਲ ਗਏ। ਇਹ ਕੋਈ ਸਰੀਰਕ ਸਮੱਸਿਆ ਨਹੀਂ ਹੈ। ਇਹ ਕਿਵੇਂ ਕਿਸੇ ਨੂੰ ਪਤਾ ਕਿ ਤਿਉਹਾਰ ਦੇ ਮੌਕੇ ਤੇ ਚਸ਼ਮਾ ਭੁੱਲ ਕੇ ਤੁਸੀਂ ਅਸ਼ਲੀਲ ਕਾਰਡ ਲੈ ਆਓਗੇ। ਇਸ ਘਟਨਾ ਦਾ ਯਾਦਾਸ਼ਤ ਭੁੱਲ ਨਾਲ ਕੋਈ ਸਬੰਧ ਨਹੀਂ ਹੈ।

ਪ੍ਰਸ਼ਨ 25 : ਮੈਂ ਆਪਣੇ ਦੋਸਤਾਂ ਨਾਲ ਇਕ ਵਾਰ ਸ਼ਨੀਵਾਰ ਦੀ ਰਾਤ ਨੂੰ ਡ੍ਰਿੰਕ ਕਰਨ ਦੇ ਲਈ 'ਬਾਰ' ਵਿਚ ਜਾਣ ਦਾ ਪ੍ਰੋਗਰਾਮ ਬਣਾਇਆ। ਉਨ੍ਹਾਂ ਵਿੱਚੋਂ ਇਕ ਨੇ ਕਿਹਾ ਕਿ ਥੋੜ੍ਹੀ ਦੇਰ ਠਹਿਰੋ ਮੈਂ ਖਾਣ ਲਈ ਕੁਝ ਲੈ ਕੇ ਆਉਂਦਾ ਹਾਂ। ਕੁਝ ਸਮੇਂ ਬਾਅਦ ਅਸੀਂ ਸਾਰੇ ਡ੍ਰਿੰਕ ਦੇ ਲਈ ਚਲੇ ਗਏ ਅਤੇ ਇਹ ਭੁੱਲ ਗਏ ਕਿ ਇਕ ਦੋਸਤ ਨੇ ਹਾਲੇ ਆਉਣਾ ਹੈ ਇਸ ਲਈ ਰੁਕ ਜਾਣਾ ਚਾਹੀਦਾ ਹੈ। ਅਸੀਂ ਉਸਨੂੰ ਛੱਡ ਦਿੱਤਾ। ਬਾਅਦ ਵਿਚ ਉਸਨੇ ਮੇਰੇ ਤੇ ਵਿਅੰਗ ਕੱਸੇ।

ਉੱਤਰ : ਜਿਵੇਂ ਹੀ ਤੁਹਾਡਾ ਦੋਸਤ ਖਾਣਾ ਲੈਣ ਗਿਆ ਤੁਹਾਡੇ ਦਿਮਾਗ ਵਿੱਚੋਂ ਨਿਕਲ ਗਿਆ ਕਿ ਕਿਸੇ ਦਾ ਇੰਤਜ਼ਾਰ ਕਰਨਾ ਹੈ। ਜੇਕਰ ਉਹ ਉੱਥੇ ਰਹਿੰਦਾ ਤਾਂ ਤੁਹਾਨੂੰ ਉਸਦੀ ਯਾਦ ਰਹਿੰਦੀ।

ਇਹ ਨਿਸ਼ਚਿਤ ਰੂਪ ਨਾਲ ਯਾਦਾਸ਼ਤ ਘਾਟ ਦੀ ਘਟਨਾ ਨਹੀਂ ਹੈ। ਇਸ ਲਈ ਪਰੇਸ਼ਾਨ ਹੋਣ ਦੀ ਜ਼ਰੂਰਤ ਨਹੀਂ ਹੈ। ਅਜਿਹਾ ਅਕਸਰ ਹੁੰਦਾ ਹੈ ਕਿ ਜਦੋਂ ਅਸੀਂ ਮੌਜ-ਮਸਤੀ ਦੇ ਮੂਡ ਵਿਚ ਹੁੰਦੇ ਹਾਂ ਤਾਂ ਇਸ ਤਰ੍ਹਾਂ ਦੀ ਹਰਕਤ ਕਰ ਬੈਠਦੇ ਹਾਂ ਪਰ ਇਹ ਵਿਨਮ੍ਰਤਾ ਦੇ ਖਿਲਾਫ ਹੈ। ਇੱਥੋਂ ਤੱਕ ਇਹ ਹੋਰ ਦੋਸਤਾਂ ਨੇ ਵੀ ਯਾਦ ਕਰਨ ਦੀ ਜ਼ਰੂਰਤ ਨਹੀਂ ਸਮਝੀ। ਸਮਾਜਿਕ ਵਿਵਹਾਰ ਨਿਭਾਉਣ ਵਿਚ ਜ਼ਿਆਦਾ ਊਰਜਾ ਦੀ ਲੋੜ ਹੁੰਦੀ ਹੈ। ਇਸ ਲਈ ਚੁਕੰਨਾ ਰਹਿਣਾ ਚਾਹੀਦਾ ਹੈ।

ਪ੍ਰਸ਼ਨ 26 : ਮੈਂ ਆਪਣੇ ਦੋਸਤ ਨਾਲ ਉਸਮਾਨੀਆ ਯੂਨੀਵਰਸਿਟੀ ਦੇ ਰੈਸਟੋਰੈਂਟ ਵਿਚ ਖਾਣਾ ਖਾਣ ਪਹੁੰਚਿਆ। ਖਾਣ ਤੋਂ ਬਾਅਦ ਵਿਭਿੰਨ ਵਿਸ਼ਿਆਂ ਤੇ ਅਸੀਂ ਲੰਬੀ ਗੱਲਬਾਤ ਕੀਤੀ। ਅਸੀਂ ਯੂਨੀਵਰਸਿਟੀ ਆਫਿਸ ਵਿਚ ਆ ਗਏ। ਦੋ ਘੰਟੇ ਬਾਅਦ ਰੈਸਟੋਰੈਂਟ ਦੇ ਮਾਲਕ ਨੇ ਫੋਨ ਕੀਤਾ ਕਿ ਮੈਂ ਬ੍ਰੀਫਕੇਸ ਉਥੇ ਹੀ ਛੱਡ ਦਿੱਤਾ ਹੈ ਅਤੇ ਆਪਣੀ ਸਹੂਲੀਅਤ ਦੇ ਹਿਸਾਬ ਨਾਲ ਕਦੀ ਵੀ ਲੈ ਸਕਦੇ ਹੋ।

ਇਕ ਸਾਲ ਬਾਅਦ ਅਸੀਂ ਦੁਬਾਰਾ ਉਥੇ ਹੀ ਲੰਚ ਕਰਨ ਪਹੁੰਚੇ। ਮੈਂ ਆਪਣੀ ਸੀਟ ਦੇ ਨੇੜੇ ਹੀ ਬ੍ਰੀਫਕੇਸ ਰੱਖ ਦਿੱਤਾ। ਅਸੀਂ ਭੁਗਤਾਨ ਕੀਤਾ ਅਤੇ ਚੱਲ ਪਏ। ਅਸੀਂ ਕੁਝ ਕਦਮ ਚੱਲੇ ਹੀ ਸੀ ਕਿ ਰੈਸਟੋਰੈਂਟ ਦੇ ਮਾਲਕ ਨੇ ਆਵਾਜ਼ ਮਾਰੀ ਕਿ ਬ੍ਰੀਫਕੇਸ ਰਹਿ ਗਿਆ ਹੈ।

ਉੱਤਰ : ਤੁਸੀਂ ਸਲਾਹ ਮਸ਼ਵਰੇ ਵਿਚ ਬਹੁਤ ਰੁੱਝੇ ਹੋਏ ਸੀ ਕਿ ਤੁਹਾਡੇ ਲਈ ਬ੍ਰੀਫਕੇਸ ਯਾਦ ਰੱਖਣਾ ਜ਼ਿਆਦਾ ਮਹੱਤਵਪੂਰਨ ਨਹੀਂ ਸੀ। ਜੇਕਰ ਤੁਸੀਂ ਕੋਈ ਵੱਡੀ ਚੀਜ਼ ਨਾਲ ਲੈ ਜਾਂਦੇ ਤਾਂ ਉਸਨੂੰ ਭੁੱਲਣਾ ਤੁਹਾਡੇ ਲਈ ਔਖਾ ਹੁੰਦਾ।

ਪ੍ਰਸ਼ਨ 27 : ਮੈਂ ਆਰਟਸ ਵਿਚ ਬੀ.ਏ. ਕੀਤੀ ਹੈ ਅਤੇ ਆਈ.ਏ.ਐਸ. ਦੀ ਤਿਆਰੀ ਕਰ ਰਿਹਾ ਹਾਂ। ਮੈਂ ਇਤਿਹਾਸ ਵਿਸ਼ਾ ਚੁਣਿਆ ਹੈ। ਮੇਰੀ ਸਭ ਤੋਂ ਵੱਡੀ ਸਮੱਸਿਆ ਇਹ ਹੈ ਕਿ ਮੈਨੂੰ ਇਤਿਹਾਸਕ ਮਿਤੀਆਂ ਯਾਦ ਨਹੀਂ ਰਹਿੰਦੀਆਂ। ਮੈਂ ਹਮੇਸ਼ਾਂ ਮਿਤੀਆਂ ਦੇ ਮਾਮਲੇ ਵਿਚ ਉਲਝਣ ਵਿਚ ਰਹਿੰਦਾ ਹਾਂ। ਮੈਂ ਕਈ ਵਾਰ ਇਨ੍ਹਾਂ ਮਿਤੀਆਂ ਨੂੰ ਦੁਹਰਾਉਂਦਾ ਹਾਂ, ਲਿਖਦਾ ਰਹਿੰਦਾ ਹਾਂ ਪਰ ਕੋਈ ਫਾਇਦਾ ਨਹੀਂ ਹੋਇਆ। ਮੈਂ ਤੁਹਾਡਾ ਧੰਨਵਾਦੀ ਹੋਵਾਂਗਾ ਜੇਕਰ ਤੁਸੀਂ ਇਸ ਬਾਰੇ ਵਿਚ ਕੋਈ ਵਿਧੀ ਹੋਵੇ ਤਾਂ ਦੱਸੋ ਤਾਂ ਕਿ ਮੇਰੀ ਸਮੱਸਿਆ ਦਾ ਹੱਲ ਹੋ ਸਕੇ ਅਤੇ ਮੈਨੂੰ ਯਾਦਾਸ਼ਤ ਸਬੰਧੀ ਸਮੱਸਿਆ ਦਾ ਸਾਹਮਣਾ ਨਾ ਕਰਨਾ ਪਵੇ।

ਉੱਤਰ : ਇਸਦੀ ਸਭ ਤੋਂ ਅਛੂਲ ਵਿਧੀ ਹੈ ਕਿ ਸਬੰਧ ਸਥਾਪਿਤ ਕਰਕੇ ਅਤੇ ਮਾਨਸਿਕ ਚਿੱਤਰਣ ਕਰਕੇ ਯਾਦ ਕਰਨਾ ਜਿਵੇਂ ਕਿ ਅਸੀਂ ਪਹਿਲਾਂ ਹੀ ਪੁਸਤਕ ਵਿਚ ਸਮਝਾਇਆ ਹੈ। ਬਿਨਾਂ ਸਬੰਧ ਸਥਾਪਿਤ ਕੀਤੇ ਜਾਂ ਕੰਮਜ਼ੋਰ ਸਬੰਧ ਸਥਾਪਿਤ ਕਰਕੇ ਰਟਾ ਲਗਾਉਣ ਨਾਲ, ਦਿਮਾਗ ਵਿੱਚੋਂ ਨਿਕਲ ਜਾਂਦਾ ਹੈ।

NEW PUBLICATIONS

Biswaroop Roy Chowdhury
Dynamic Memory Computer
Course **(Updated & Revised)**

Dr. Ujjwal Patni
Power Thinking

Namita Jain
How to Lose the last
5 Kilos

Tarun Engineer
Aim High For Bigger Win

Joginder Singh
Mind Positive Life Positive

Yaggya Dutt Sharma
**The Lord of New Hopes
Akhilesh Yadav....**

Ashu Dutt
Master the Stock Market

Ashu Dutt
Stop Losing Start Winning

Renu Saran
101 Hit Films of Indian Cinema

Renu Saran
History of Indian Cinema

O.P. Jha
**Shirdi Sai Baba: Life Philosophy
and Devotion**

Dr. Sunil Vaid
Why Does My Child Misbehave

Biswaroop Roy Chowdhury
India Book of Records

Biswaroop Roy Chowdhury
Heal Without Pill

Surya Sinha
Perfect Mantras For Succeeding
in Network Marketing

OSHO
The Osho Upanishad

OSHO
Sermons in Stones

OSHO
Tantric Transformation

Subhash Lakhotia
Golden Key to Become
Super Rich

Subhash Lakhotia
Your Money My Advice

BOOKS FOR ALL

DIAMOND BOOKS
X-30, Okhla Industrial Area, Phase-II New Delhi-110020
Tel : 91+11-40712200   email : sales@dpb.in   www.dpb.in